தியானம்
MEDITATION

60 தியான முறைகள், விளக்கங்கள்

ஓஷோ

தொகுப்பு :
சுவாமி தேவ வாதூது

தமிழாக்கம் :
சி. எஸ். தேவநாதன்

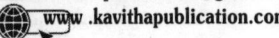

தோற்றம் 1976

கவிதா பப்ளிகேஷன்

8, மாசிலாமணி தெரு,
பாண்டி பஜார்,
தியாகராய நகர்,
சென்னை – 600 017.

044-42161657
+91-7402222787
kavitha_publication@yahoo.com
kavithapublication@gmail.com
www .kavithapublication.com

THIYANAM (Tamil)

Originally published in English as
MEDITATION: THE FIRST AND LAST FREEDOM

Under the author name OSHO
Tamil Translation Copyright © 2004 Osho International Foundation.
All rights reserved.
First Publication Copyright © 1998 Osho International Foundation.
Copyright © all version 1953-2004 Osho International Foundation.
All rights reserved.

Translated by	:	C.S. DEVANATHAN
Publishing Editor	:	Sethu Chockalingam
First Edition	:	1994
Revised Edition	:	2003
Seventh Edition	:	March, 2013
Eigth Edition	:	December, 2014
Nineth Edition	:	November, 2015
Tenth Edition	:	February, 2019
Eleventh Edition	:	July, 2023
Twelfth Edition	:	September, 2023
Thirteenth Edition	:	August, 2024
Pages	:	432
Price	:	**₹ 400/-**
ISBN	:	978-81-8345-236-6
Printed at	:	AKL Printers, Chennai - 600 116.

Published by :
KAVITHA PUBLICATION
8, Masilamani Street,
Pondy Bazaar, Thyagaraya Nagar, Chennai - 600 017.
Phone   : 044 - 42161657 What's app : +91 - 7402222787
E-mail : kavithapublication@gmail.com
            kavitha_publication@yahoo.com
Website : www.kavithapublication.in

No part of this book may be reproduced or transmitted in any form or by any means electronic or mechanical including photocopying or recording or by any information storage and retrieval system without permission in writing from Osho International Foundation.

முன்னுரை

மனிதனின் சுதந்திரம் மற்றும் தியானத்தின் பொருட்டு ஞான குருவான ஓஷோ ஒரு கிளர்ச்சியை உருவாக்கினார். இது ஒரு புதுமையான, வழக்கத்தில் இல்லாத தேர்வாயிருக்கிறதே என்று நீங்கள் நினைக்கலாம். அவை எப்படி தொடர்புடையனவாய் இருக்கின்றன என்று கேட்பீர்கள். இரண்டுக்குமிடையில் உள்ள நுட்பமான தொடர்பு மனிதனின் எதிர்கால சாத்தியத்தைப் புரிந்து கொள்வதில் முடிவு செய்யும் ஆற்றலுடையதாகும். அன்பு, நெருக்கம், படைப்பாற்றல், விரிவாக்கம் இவற்றின் திறன்களுக்கான வாயிற்கதவு தியானமாகும். ஓஷோவைப் பொறுத்தவரை வேறொரு கதவில்லை, வேறொரு பாதையில்லை.

1953-இல் ஞானம் பெற்றதிலிருந்து உலகின் மிகச் சிறந்த மதங்களுடைய, மகான்களுடைய, நம்பத்தக்க மரபுகளைப் பற்றி ஓஷோ தனது சீடர்களுக்கும், ஆன்ம சாதகர்களுக்கும் உரை நிகழ்த்திக் கொண்டிருக்கிறார். அவருடைய உரை 400 தொகுப்புகளாய் உள்ளன. பண்டைக்கால, தற்கால மகான்களின் போதனைகளை நாம் புரிந்து கொள்ளும் விதமாய் இன்றைய வாழ்க்கைக்குப் பொருந்துகிற மாதிரி அவர் எடுத்துரைத்தார்.

இந்நூல் தியானம் குறித்து ஓஷோ மேற்கொண்ட ஆழ்ந்த உழைப்பில் (படைப்பு) இருந்து தொகுக்கப்பட்டதாகும். 'தியானம்: முதலும் கடைசியுமான சுதந்திரம்' என்று அவரால் அழைக்கப் பட்டதைக் கண்டறிய உதவும் முறைகளை இது உள்ளடக்கியது.

தியானம்

4

ஓஷோ சொல்வார்: "தியானம் ஒன்றும் புதிதல்ல. நீங்கள் அதனுடன்தான் இந்த உலகத்துக்கு வந்தீர்கள். மனம் புதிது, தியானமோ உங்கள் இயல்பு. அது உங்களுடைய இயல்பாய், இருப்புணர்வாய் இருக்கிறது. அது எப்படி கடினமாகும்?" என்று.

நாம் தடையற்றிருப்பதற்கு எதுவோ தடையாய் இருக்கிறதென் றெண்ணி அதனுடன் போராடி அதை (தியானம்)க் கடினமாக்கி விட்டோம்.

நாம் யாரென்பதை உணரும் ஒய்வுத் தன்மையில், கணத்துக்குக் கணம் வாழ்கிற வாழ்க்கையில் அது மிகவும் எளிதாய் காணக் கூடியது.

உலகெங்கிலும் மக்கள் ஏதோவொன்றிலிருந்து விடுபட விரும்புகிறார்கள், அதற்காகப் போராடுகிறார்கள். அந்தப் போராட்டம் எப்போதும் குறைகூறுகிற மனைவிக்கெதிராகவோ, அடக்கி வைக்கும் கணவனுக்கெதிராகவோ, அதிகாரம் செய்யும் பெற்றோருக்கெதிராகவோ அல்லது வேலையிடத்தில் கற்பனைத் திறனை காலடியில் நசுக்கும் முதலாளிக்கெதிராகவோ இருக்கலாம்.

என்னுடைய போராட்டம் அடக்குமுறை செய்யும் அரசியல் அமைவு அல்லது குழந்தைப் பருவத்தில் எனக்கிருந்த கட்டுப்பாடு இவற்றுக்கெதிராய் இருந்திருக்கும். இந்தப் போராட்டம் என்னை விடுவிக்கவில்லை, அது வெறும் எதிர்வினையாகவே இருந் திருக்கிறது.

தியான சுதந்திரம் என்பது ஏதோ ஒரு சுதந்திரத்தைத் தேடிக் கண்டுபிடிப்பதல்ல. நாம் தேடிக்கொண்டிருக்கும் சுதந்திரம் வெளியே இல்லை என்பதை எனது அனுபவங்கள் புரிய வைத்திருக் கின்றன.

ஆக, நாம் விரும்பி நிற்கும் சுதந்திரம் எது? ஓஷோ அதை 'சரியான சுதந்திரம்' என்று குறிப்பிட்டதாய் கேள்விப்பட்டிருக்கிறேன். அது கணத்துக்குக் கணம் வாழ்வதோ, நினைவுகளிலோ, கடந்தகாலச் சுமைகளிலோ அல்லது எதிர்காலம் பற்றிய கனவுகளிலோ வாழ்வதல்ல!

அவர் சொல்வார்: "நீங்கள் உண்பதிலும், நடப்பதிலும் எளிமையாய் இருங்கள் என்று. தலைகுப்புற விழுந்து விடாதீர்கள். அங்கு மிங்கும் தாவிக் குதிக்காதீர்கள். மனம் ஒன்று முந்திச் செல்கிறது அல்லது பின் தங்கிக் கிடக்கிறது" என்று.

மனம் குறித்து ஓஷோ சொன்னதை நம்மில் பலரும் அனுபவத்தில் அறிந்திருப்பார்கள். மனம் முன்னும் பின்னும் தாவிக் குதிக்கும், தங்கிக்கிடக்குமே தவிர உரிய கணத்தில் இருப்பதில்லை. அது பயனற்றதைப் பேசிக் கொண்டிருக்கும். பயனற்ற பேச்சு நம்மை நேரத்தில் இருக்க வொட்டாமல் செய்துவிடும், வாழ்க்கையை முழுமையாய் வாழவிடாது. நாம் அன்றாட நடவடிக்கைகளில் ஈடுபட்டிருக்கும்போது மனம் தன்பாட்டுக்கு பயனற்ற எண்ணங்களில் ஓடிக்கொண்டிருந்தால் வாழ்க்கையை எப்படி முழுமையாய் வாழ முடியும்?

ஒரு சிறிய சோதனை மூலம் இதனை உங்களுக்கு நீங்களே விளங்கிக் கொள்ள முடியும். இந்தப் புத்தகத்தைச் சில கணங்களுக்குக் கீழே வைத்து விட்டு உங்கள் கண்களை மூடுங்கள். எவ்வளவு நேரம் உங்களால் சும்மா உட்கார்ந்திருக்க முடிகிறது, உடலுணர்வு எப்படி, உங்களைச் சுற்றி என்னென்ன சப்தங்கள் கேட்கிறது என்பதை மனதால் பாருங்கள்.

ஒரு நிமிடத்துக்கு மேல் நீடிக்க வாய்ப்பில்லை. உங்கள் மனம் வம்பளப்பில் ஈடுபட்டுவிடும். வாழ்க்கை தனது ஒவ்வொரு கணத்திலும் நமக்காக வைத்திருப்பதை நாம் அனுபவித்து மகிழ வொட்டாமல் அது தடுத்துவிடும்.

தியானம்

6

வாழ்வின் அற்புத கணங்களிலிருந்து நம்மைப் பிரித்துப் போடும் மனதின் வம்பளப்பிலிருந்து விடுபட என்ன செய்யலாம்? 'தியானத்தில் ஈடுபடுங்கள்' என்று ஓஷோ திரும்பத் திரும்பச் சொல்லி நான் கேட்டிருக்கிறேன். நாம் அதை நேரடியாய் நிறுத்த முடியாது. தியானத்தின் மூலம் அந்த அரட்டையைக் குறைக்கவோ மறையச் செய்யவோ முடியும் என்று அவர் சொல்லியிருக்கிறார்.

தியானத்தில் மனம் ஓர் உபயோகமான கருவியாகிறது. எனினும், நம்மைக் குழப்பத்திலாழ்த்தும் அளவுக்கு எண்ணற்ற தியான உத்திகள். அவற்றில் பல தெளிவற்றதாயும், பொருத்த மற்றதாயும் இருக்கின்றன.

ஓஷோ அவற்றிலுள்ள உண்மைகளை எடுத்துக் கொண்டு, பொய்யானவற்றை நீக்கி அவற்றின் நடுமையத்தை ஊடுருவி ஓர் அற்புதமான திறவுகோலைத் தயாரித்து நமது கையில் தந்திருக்கிறார். அந்தத் திறவுகோல் நம் கற்பனைக்கப்பாற்பட்ட பிரபஞ்சத்தின் வாசலைத் திறக்கவல்லது. அந்தத் திறவுகோல் 'சாட்சியாயிருத்தல்' ஆகும். அது நாம் எப்படி இருக்கிறோமோ அப்படியே நம்மைக் கவனித்து, ஏற்றுக்கொள்ளச் செய்யும்.

சாட்சிபாவம் என்பது விலகி நின்று கவனித்தல், தவறான அபிப்ராயம் ஏதும் கொள்ளாதிருத்தல் என்கிற இரண்டு அம்சங் களை உள்ளடக்கியதாகும். அதுவே தியானத்தின் ஒட்டுமொத்த இரகசியம்.

'கவனித்திருப்பது'தானே அது நமக்கு முன்பே தெரிந்தது தான் என்று எண்ணிக் கொள்கிறோம். நாள் முழுதும் நம்மைச் சுற்றியுள்ளவற்றை நாம் கருத்தூன்றிக் கவனிக்கிறோம்.

தொலைக்காட்சி நிகழ்ச்சிகளை, பக்கத்தில் செல்லும் மனிதர் களை, அவர்கள் உடுத்திருக்கும் உடைகளைக் கவனிக்கிறோம்.

அவர்களுடைய தோற்றத்தைக் கவனிக்கிறோம், ஆனால், நம்மை மட்டும் நாம் கவனிக்கிறதில்லை.

ஓஷோ நமக்கு நினைவூட்டுகிறார்:

'எதுவும் செய்யத் தேவையில்லை. ஒரு சாட்சியாய், கருத் தூன்றிக் கவனிப்பவராய் இருங்கள். எண்ணங்களும், விருப்பங் களும், ஞாபகங்களும், கனவுகளும், கற்பனைகளும் நிறைந்த மனதின் போக்குவரத்தைக் கவனியுங்கள். அமைதியாய் தனியே நின்று கவனியுங்கள். எவ்வித பாரபட்சமும் வேண்டாம், கருத்தை உருவாக்கிக் கொள்ளவும் வேண்டாம். கண்டனம் செய்யவும் வேண்டாம். உங்கள் அமர்வில், கவனித்துக் கேட்டலில், உணர்வில் கணங்கள் இருக்கின்றன. உள்ளார்ந்த அமைதியுடன் என்ன நிகழ்கிறது என்று கவனிப்பதில் அந்தக் கணங்கள் இருக்கின்றன. இந்த அமைதி வாழ்வின் அதிர்வுகளைக் கொண்டதாயினும் எல்லையற்ற வானம் போன்றது.

அந்த வானமே ஓஷோவின் வீடு. அவருடைய இருப்புணர்வு அமைதியாகும். அவருடைய வார்த்தைகள் இதயத்தின் அடி யாழத்தை அன்புடன் நீவிக் கொடுக்கும். அவரது பாடல் வெறுமையான ஆகாயத்தின் பாடல்.

உங்களுடைய உள்ளார்ந்த இருப்புணர்வே உள்ளிருக்கும் ஆகாயம். மேகங்கள் வந்துபோகும். கிரகங்கள் தோன்றி மறையும், நட்சத்திரங்கள் மின்னி உதிரும். உள்ளிருக்கும் ஆகாயம் மட்டும் அப்படியே இருக்கும், தீண்டப்படாமல், ஒளிமங்காமல், வடு ஏது மில்லாமல். அந்த ஆகாயத்தை நாம் சாக்ஷின் (சாட்சி) என்றழைக்கிறோம். அதுவே தியானத்தின் முழுமையான குறிக்கோள்.

உங்களுக்குள்ளிருக்கும் ஆகாயத்தை நாடிச் சென்று மகிழுங்கள். ஒன்றை நினைவில் வையுங்கள். நீங்கள் காண்பது

எதுவாயினும் அது நீங்களல்ல. நீங்கள் எண்ணங்களைக் காண்பீர்கள் அந்த எண்ணங்களல்ல நீங்கள். உங்கள் உணர்வு களை, கனவுகளை, விருப்பங்களை, ஞாபகங்களை, கற்பனைகளை உங்களால் காணமுடியும், ஆனால், அவையல்ல நீங்கள். பின்பொரு நாள் வலிமை மிக்கதொரு தருணம், அப்போது உதறுவதற்கென்று எதுவும் இருக்காது.

பார்த்தவையெல்லாம் மறைந்துவிடும், பார்த்தவர் மட்டுமே இருப்பார். பார்ப்பவர் (தீர்க்கதரிசி) வெற்றான ஆகாயம்தான். அதை அறிந்து கொள்ள அச்சமற்றவராவீர்கள், அன்பு நிறைந்த வராவீர்கள், அழிவற்ற நிலையை அடைவீர்கள்.

உங்கள் உள்ளார்ந்த ஆகாயத்தை நீங்கள் அனுபவித்துணர இந்நூல் அழைப்பு விடுக்கிறது. ஓஷோவின் மீது நான் கொண்ட அன்பை, நன்றியை வார்த்தைகளில் உரைக்க முடியாது. என் கண்ணீரே எனது உணர்வைத் தெரிவிக்கும்.

குருவே! அன்புக்குரியவரே, நன்றி.

ஃ சுவாமி தேவ வாதூது

உள்ளே...

1. தியானத்தைப் பற்றி...

தியானம் என்றால் என்ன?	17
தியானத்தில் மலர்தல்	25
பேரமைதி	26
உணரும் திறனில் வளர்வது	27
அன்பு தியானத்தின் நறுமணம்	28
இரக்கம்	30
காரணமின்றி மகிழ்ச்சியாயிருத்தல்	30
நுண்ணறிவுத் திறன்	31
தனித்திருத்தல்	33
உண்மையான நீங்கள்	35

2. தியான அறிவு

தியானமும் முறைகளும்	37
முயற்சியுடன் தொடங்குங்கள்	39
இந்த முறைகள் எளிதானவை	40
முதலில் உத்தியைப் புரிந்து கொள்ளுங்கள்	42
சரியான முறை சரியாக வேலை செய்யும்	44
ஒரு முறையை எப்போது கைவிடுவது?	45
கற்பனை உங்களுக்குக் கைகொடுக்கும்	48
தொடக்க நிலையில் உள்ளவர்களுக்கான சில யோசனைகள்:	50

தியானம்

போதிய இடம்	50
சரியான இடம்	51
சவுகரியமாயிருங்கள்	53
உணர்ச்சித்தூய்மையுடன் தொடங்குங்கள்	53
சுதந்திரத்திற்கான சில வழிமுறைகள்	60
விளையாட்டுத் தனமாயிருங்கள்	61
பொறுமையாயிருங்கள்	61
விளைவை எதிர்பாராதீர்கள்	62
உணர்வற்றிருப்பதும் பாராட்டப்பட வேண்டியதே	63
இயந்திரங்கள் உதவும், ஆனால், தியானத்துக்கல்ல	65
அனுபவங்களல்ல நீங்கள்	69
பார்க்கிறவர் சாட்சியாவதில்லை	72
தியானம் ஒரு சாமர்த்தியமான செயல்	75

3. தியானங்கள்

விழிப்பூட்டுவதற்கான இரண்டு ஆற்றல் மிக்க முறைகள்	78
ஆற்றல் வாய்ந்த தியானம் செய்முறை விளக்கம்	83
மீண்டும் பிறந்திருங்கள்	85
நினைவில் வையுங்கள், சாட்சியாயிருங்கள்	92
குண்டலினி தியானம்	93
ஓஷோவின் பிணிநீக்கும் தியான நிலைகள்	95
ஞானரோஜா தியானம்	95
செயல் விளக்கங்கள்	96
மனமிறக்கும் தியானம்	99
ஜிப்ரிஷ் தியானம்	100
ஆட்டம் ஒரு தியானம்	101
ஆட்டத்தில் மறைதல்	101

நடராஜ தியானம்	..	102
சுழலும் தியானம்	..	103
எதையும் தியானமாக்கலாம்	..	105
ஓடுதல், குதித்தல், நீந்துதல்	..	105
சிரிக்கும் தியானம்	..	118
சிரிக்கும் புத்தர்	..	110
புகைக்கும் தியானம்	..	111
மூச்சு – தியானத்துக்கு ஆதாரம்	..	114
விபாச்சனா	..	115
மூச்சின் இடைவெளியைக் கவனித்தல்	..	120
சந்தையில் ஓர் இடைவெளியைக் கவனித்தல்	..	122
கனவை ஆளுதல்	..	124
வெளியே வீசியெறிதல்	..	127
இதயத்தைத் திறத்தல்	..	128
தலையிலிருந்து இதயத்துக்கு	..	128
பிரார்த்தனைத் தியானம்	..	133
அமைதிவாய்ந்த இதயம்	..	135
இதயத்தை மையப்படுத்துதல்	..	143
அதிஷாவின் இதயத் தியானம்	..	147
உங்களோடு தொடங்குங்கள்	..	148
உள்ளே மையப்படுத்துதல்	..	153
அப்துல்லா	..	153
உண்மையின் பிறப்பிடத்தைக் கண்டுபிடித்தல்	..	155
சுழற்காற்றின் மையம்	..	157
'நான்' என்பதை உணருங்கள்	..	167
நான் யார்?	..	170
இருப்புணர்வின் மையத்தில்	..	171
உள்ளே கவனம் வைத்தல்	..	175
உள்ளே நோக்குதல்	..	177

தியானம்

12

முழுமையாய் கவனித்தல் .. 180
உள்வட்டம் .. 183

ஒளி பற்றிய தியானங்கள் .. 186
பொன்னொளித் தியானம் .. 186
ஒளியின் இதயம் .. 188
தூய வெளி காணல் .. 192
ஊடுருவும் ஒளியின் இருப்பு .. 194

இருட்டில் தியானங்கள் .. 197
உள் இருள் .. 198
உள் இருளை எடுத்துச் செல்லுதல் .. 204

சக்தியை மேலே எழுப்புதல் .. 207
உயரே செல்லும் உயிர்ச்சக்தி–1 .. 207
உயரே செல்லும் உயிர்ச்சக்தி–2 .. 220

ஒலியற்ற ஒலி கேட்டல் .. 222
நாதபிரும்ம தியானம் .. 222
தம்பதிகளுக்கான நாதபிரும்ம தியானம் .. 224
ஓம் .. 224
தேவவாணி .. 228
இசையும் ஒரு தியானம் .. 231
ஒலியின் மையம் .. 233
ஒலியின் தொடக்கமும் முடிவும் .. 239

உள் வெற்றிடத்தைக் காணல் .. 241
தெளிவான ஆகாயத்தில் நுழையுங்கள் .. 241
எல்லாவற்றையும் உள்ளடக்குங்கள் .. 246
விமானத்தில் ஒரு தியானம் .. 249
பொருள்களற்ற தன்மையை உணருங்கள் .. 250
உள்ளீடற்ற மூங்கில் .. 254

மரணத்திற்குள் நுழைதல்	256
மரணத்தைக் கொண்டாடுதல்	265
மூன்றாவது கண்ணுடன் கவனிப்பது	267
கௌரி சங்கர் தியானம்	268
மண்டல தியானம்	270
சாட்சி பாவத்தை அறிதல்	271
இறகைப் போல் தொடுதல்	274
மூக்கின் நுனியைக் கூர்ந்து பார்த்தல்	278
வெறுமனே அமர்ந்திருத்தல்	287
ஸென் சிரிப்பு	290
அன்பில் உயர்தல்: கூட்டுத் தியானம்	296
அன்பின் வட்டம்	304
பாலுணர்வில் நடுக்கம்	307
அன்பின் வட்டம் இணையற்றது	310

4. தியானத்திற்குத் தடைகள்

இரண்டு இடர்ப்பாடுகள்	314
பயனற்றதைப் பேசும் மனம்	325
தவறான முறைகள்	334
தியானம் என்பது ஒருமுனைப்படுத்துதல் அல்ல	334
தியானம் என்பது தன்னைத்தானே ஆராய்வதல்ல	339
மனதின் தந்திரங்கள்	341
அனுபவங்களில் ஏமாந்துவிடாதீர்கள்	341
மனம் நுழையும் மறுபடியும்	342
மனம் உங்களை ஏமாற்றக்கூடும்	344

5. குருவிடம் கேள்விகள்

சாட்சிதான் உண்மையில் நடனமாட முடியும்	347
வாத்து ஒருபோதும் உள்ளே இருந்ததில்லை	354
மலைமீதிருந்து கவனிப்பவர்	360
உங்கள் சைக்கிளை எங்கே விட்டு வந்தீர்கள்	365
180 டிகிரியில் ஒரு திருப்பம்	371
எல்லா வழிகளும் ஒரு மலையில் கூடுகின்றன	374
பிரக்ஞை நிலையைக் கொண்டாடுதல்	377
நிச்சயமற்ற நிலைக்கும் தயார்ப்படுங்கள்	385
விழிப்புணர்வின் கணங்களை எண்ணுங்கள்	390
முடிந்தவரை செயல்களை எளிமையாக்குங்கள்	397
சாட்சி பாவம் விதைகளை விதைப்பதாகும்	403
சாட்சித் தன்மையே போதும்	411

தியானத் தொகுப்பு

1. ஆற்றல் வாய்ந்த தியானம்
2. குண்டலினி தியானம்
3. நடராஜ தியானம்
4. சுழலும் தியானம்
5. ஓடுதல் குதித்தல் நீந்துதல்
6. சிரிக்கும் தியானம்
7. புகைக்கும் தியானம்
8. விபாச்சனா
9. விபாச்சனாவில் நடத்தல்
10. மூச்சின் இடைவெளியைக் கவனித்தல்
11. சந்தையில் ஓர் இடைவெளியைக் கவனித்தல்
12. கனவை ஆளுதல்
13. தலையில் இருந்து இதயத்துக்கு...
14. பிரார்த்தனைத் தியானம்
15. அமைதி வாய்ந்த இதயம்
16. இதயத்தை மையப்படுத்துதல்
17. அதிஷாவின் இதயத் தியானம்
18. அப்துல்லா
19. உண்மையின் பிறப்பிடத்தைக் கண்டுபிடித்தல்
20. சுழற்காற்றின் மையம்
21. நான் என்பதை உணருங்கள்
22. உள்ளே கவனம் வைத்தல்
23. முழுமையாய் கவனித்தல்
24. உள்வட்டம்
25. பொன்னொளித் தியானம்
26. ஒளியின் இதயம்
27. தூயவெளிகாணல் (ஈதரின் தன்மை)

தியானம்

28. ஊடுருவும் ஒளியின் இயல்பு
29. உள் இருள்
30. உள் இருளை எடுத்துச் செல்லல்
31. உயரே செல்லும் உயிர்ச்சக்தி
32. உயரே செல்லும் உயிர்ச்சக்தி–2
33. ஒலியற்ற ஒலி கேட்டல்
34. நாத பிரும்ம தியானம்
35. தம்பதிகளுக்கான நாத பிரும்ம தியானம்
36. ஓம்
37. தேவவாணி
38. ஜிப்ரிஷ் தியானம்
39. இசையும் ஒரு தியானம்
40. ஒலியின் மையம்
41. ஒலியின் தொடக்கமும், முடிவும்
42. உள் வெற்றிடத்தைக் காணல்
43. தெளிவான ஆகாயத்தில் நுழையுங்கள்
44. எல்லாவற்றையும் உள்ளடக்குங்கள்
45. விமானத்தில் ஒரு தியானம்
46. பொருள்களற்ற தன்மையை உணருங்கள்
47. உள்ளீடற்ற மூங்கில்
48. மரணத்திற்குள் நுழைதல்
49. மரணத்தைக் கொண்டாடுதல்
50. கௌரிசங்கர் தியானம்
51. மண்டல தியானம்
52. சாட்சி பாவத்தை அறிதல்
53. இறகைப் போல் தொடுதல்
54. மூக்கின் நுனியைப் பார்த்தல்
55. ஸாஸென்
56. அன்பின் வட்டம்
57. பாலுணர்வில் நடுக்கம்
58. அன்பின் வட்டம் இணையற்றது
59. யாஹூ
60. ரோஜாத் தியானம்

தியானத்தைப் பற்றி...
ABOUT MEDITATION

தியானம் என்றால் என்ன?
(WHAT IS MEDITATION)

தியானம் ஒரு கிளர்ச்சியூட்டும் அனுபவம். அதுவரை அறிந்திராத ஒன்று குறித்த அனுபவம். மனித மனம் மேற்கொள்ளும் மகத்தான அனுபவம். தியானத்தில் அப்படியே இருக்கிறீர்கள், எதையும் செய்யாமல்— செயல் இல்லை, சிந்தனை இல்லை, உணர்ச்சியும் இல்லை. அது ஒரு முழுமையான உவகை நிலை. நீங்கள் எதையுமே செய்யா திருக்கும்போது இந்த உவகை எங்கிருந்து வந்தது? அது எங்குமின்றியும் (Nowhere) வரலாம், எங்கிருந்தும் வரலாம். அது வினைமுதலற்றது, மகிழ்ச்சியால் நிரம்பி யிருப்பது.

தியானத்தின் எந்த நிலையிலும் நீங்கள் உடல்சார்ந்த விதத்திலோ மனம் சார்ந்த விதத்திலோ எதையும் செய்வ தில்லை. எவ்வித நிகழ்வுமின்றி—அனைத்துச் செய்கையும் நின்றுவிட நீங்கள் சும்மாயிருக்கிறீர்கள். அது நீங்கள் செய்யக் கூடியதல்ல, பயிற்சி பெறக் கூடியதுமல்ல. அதன் இயல்பை அறிந்து கொள்கிறீர்கள் அவ்வளவுதான்.

உங்களுக்கு நேரம் கிடைக்கிற போதெல்லாம் எல்லா வேலைகளையும் விட்டுவிட்டு இருக்கிறபடியே இருங்கள். ஆழ்ந்து சிந்திப்பதும், ஒரு முனைப்படுவதும், ஏன் எண்ண மிடுவதும்கூட ஒரு வேலைதான். நீங்கள் எதையும் செய்யா மல் முற்றிலும் தளர்வுற்ற நிலையில் ஒரேயொரு கணம் உங்கள் மையத்தில் இருக்க முடிந்தால் அது தியானம். அந்தத் திறமையை நீங்கள் பெற்ற பிறகு, உங்களுக்கு விருப்பமுள்ள வரை அதே நிலையில் தங்கியிருக்க முடியும். நிறைவாக இருபத்து நான்கு மணி நேரமும் அதே நிலையில் உங்களால் இருக்க முடியும்.

உங்களுடைய அமைதி குலையாமல் இருக்க முடிகிற போது, நீங்கள் நிதானமாய் செயல்படத் தொடங்கலாம். உங்கள் இருப்பு நிலைக்கு எவ்வித பங்கமும் ஏற்படாத படிக்குக் கவனமாயிருங்கள். அதுவே தியானத்தின் இரண் டாவது பகுதி. முதலில் சும்மாயிருக்கக் கற்றுக்கொள் ளுங்கள், அடுத்து தரையைச் சுத்தம் செய்வது, நீரில் குளிப்பது போன்ற சின்னச்சின்ன செயல்களைச் செய் யுங்கள். ஆனால் மையத்திலேயே தொடர்ந்து இருங்கள். பிறகு, சிக்கலான காரியங்களையும் உங்களால் செய்ய முடியும்.

உதாரணமாய், நான் உங்களுடன் பேசிக்கொண்டிருந் தாலும் என்னுடைய தியானநிலைக்கு இடையூறு ஏற்பட்டு விடவில்லை. நான் பேசிக்கொண்டேயிருந்தாலும் என் னுடைய மையத்தில் (Center) ஒரு சிற்றலைகூட எழும்பாது. அது முழுதும் நிசப்தமாயிருக்கும்.

ஆக, தியானம் செயலுக்கு மாறானதல்ல. அது வாழ்வி லிருந்து விலகிச் செல்வதுமாகாது. ஒரு புதிய வாழ்க்கை முறையை அது உங்களுக்குப் போதிக்கிறது. நீங்கள் சுழற் காற்றின் மையமாகிறீர்கள்.

உங்கள் வாழ்க்கை உண்மையிலேயே ஆழ்ந்த மகிழ்ச்சி யுடனும், தெளிவுடனும், அகக்காட்சி (தீர்க்க தரிசினம்) மற்றும் ஆக்கத் திறனுடனும் தொடர்கிறது. ஆயினும்,

உங்களைச் சுற்றி நிகழ்கிற அனைத்தையும் ஒரு மலையைப் பார்க்கிற மாதிரி பார்த்துக்கொண்டு தொலைவில் நிற்பீர்கள்.

நீங்கள் கர்த்தா அல்லர்; வெறுமனே கவனித்துக் கொண்டிருப்பவர்.

தியானத்தின் முழுமையான இரகசியமே நீங்கள் எல்லாவற்றுக்கும் சாட்சியாய் நிற்பதுதான். செய்கை தன்னுடைய தளத்தில் தொடர்கிறது. எவ்வித பிரச்சினையும் இல்லாமல். மரத்தை வெட்டுவது, கிணற்றில் இருந்து நீர் இறைப்பது என்று தொடர்கிறது. நீங்கள் சிறியதும், பெரியதுமாய் எதை வேண்டுமானாலும் செய்ய முடியும். ஆனால் உங்களுடைய மையத்தில் இருந்து மட்டும் வழி தவறிவிடக் கூடாது.

உங்கள் விழிப்புணர்வும், கவனித்தலும் (விருப்பு வெறுப் பற்ற) மங்கிவிடாமல், சிதைந்துவிடாமல் அப்படியே இருக்க வேண்டும்.

யூதமதத்தில் ஹேஸிடிஸம் (Hassidism) என்றொரு கலகப்பிரிவு இயங்குகிறது. அதை நிறுவியவர் பால்ஷெம் (Baal Shem) என்கிற அற்புதமான ஆள். தினமும் நள்ளிரவில் ஆற்றுக்குச் சென்றுவிட்டுத் திரும்புவது அவருடைய வழக்கம். காரணம் அந்த நேரத்தில் அது தொல்லை யற்றதாய் அமைதியோடு இருக்கும். அங்கே அமர்ந்து எதையும் செய்யாமல் தன்னுடைய சுயத்தைக் கவனித்துக் கொண்டிருப்பார், காண்பவனை (Watcher)க் கண்டுணர்வார்.

எப்போதும்போல் அன்றிரவு அவர் திரும்பும்போது ஒரு செல்வந்தனின் வீட்டை கடந்து செல்ல நேர்ந்தது. அந்த வீட்டைக் காவல் காப்பவன் வாயிலருகே நின்றி ருந்தான்.

தினமும் இந்த மனிதர் இதே நேரத்துக்கு எங்கே சென்று வருகிறார் என்பது அவனுக்குப் புரியாத புதிரா யிருந்தது. அவன் ஓரடி முன்னால் வந்து, அவரை நோக்கி

"'ஐயா! குறுக்கிடுவதற்கு மன்னிக்கவும். ஆனால், அறிந்து கொள்ளும் ஆவலை என்னால் கட்டுப்படுத்திக் கொள்ள முடியவில்லை. உங்களைப் பற்றிய எண்ணம் இரவு பகலாய் என்னை அவதிப்படுத்துகிறது. ஆமாம், நீங்கள் எதற்காக ஆற்றுக்குச் சென்று வருகிறீர்கள்? பலமுறை உங்களை நான் தொடர்ந்து வந்திருக்கிறேன், ஆனால் எதையும் தெரிந்து கொள்ள முடியவில்லை. அங்கே நீங்கள் மணிக்கணக்கில் உட்கார்ந்து விட்டு நள்ளிரவில் திரும்புகிறீர்கள்" என்றான்.

பால்ஷெம் கூறுவார்: "நீ பலமுறை என்னைத் தொடர்ந்து வந்தது எனக்குத் தெரியும். இரவின் நிசப்தத்தில் உன்னுடைய காலடியோசையை என்னால் கேட்க முடியும். தினமும் அந்தக் கதவுக்குப் பின்னால் நீ மறைந்திருப்பதும் எனக்குத் தெரியும். என்னைத் தெரிந்து கொள்ள நீ ஆவலாய் இருப்பது போலவே உன்னைத் தெரிந்துகொள்ள நானும் ஆவல் கொண்டிருக்கிறேன். உன்னுடைய வேலை தான் என்ன?"

அவன் சொன்னான், "என்னுடைய வேலையா? நான் வெறும் காவல்காரன்தான்" என்று.

பால்ஷெம் சொன்னார்: "கடவுளே, பொருத்தமான வார்த்தை சொன்னாய். என்னுடைய வேலையும் அது தான்."

காவல்காரன், "ஆனால், எனக்குப் புரியவில்லை. நீங்கள் ஒரு காவல்காரர் என்றால் ஒரு அரண்மனை அல்லது வீட்டைக் காவல் காத்துக் கொண்டிருக்க வேண்டுமே. சரி, ஆற்றங்கரையில் உட்கார்ந்து எதைக் காவல் காக்கிறீர்கள்?" என்று அவரிடம் கேட்டான்.

பால்ஷெம் சொன்னார்: "ஒரு வித்தியாசம் இருக்கிறது; நீ வெளியார் யாரும் உள்ளே வருகிறார்களா என்பதை கண்காணித்துக் கொண்டிருக்கிறாய். ஆனால் நானோ என்னையே கவனித்துக் கொண்டிருக்கிறேன். வாழ்க்கை நெடுகிலும் நான் மேற்கொண்டிருக்கும் முயற்சி இது" என்று.

அதற்குக் காவல்காரன் சொன்னான்: "இது ரொம்பப் புதுமையான வேலை. உங்கள் வேலைக்குச் சம்பளம் கொடுப்பவர் யார்?" என்று.

"இந்த வேலை ஒரு பெரும்பாக்கியம். இதில் கிடைக்கிற மகிழ்ச்சியும் பேரின்பமுமே நான் பெறுகிற சம்பளம். அது எனக்கு தாராளமாய் கிடைக்கிறது. கணப்பொழுதே யென்றாலும் அதனுடன் ஒப்பிட்டுப் பார்க்கும்போது எந்த வொரு பொக்கிஷமும் அதற்கு ஈடாகாது" என்றார் அவர்.

காவல்காரன் சொன்னான்: "இது எனக்கு வியப்பைத் தரும் தகவல். என்னுடைய வாழ்க்கை நெடுகவும் நான் காவல் காத்துக் கொண்டிருக்கிறேன். ஆனால் அப்படி யொரு இன்புறத்தக்க அனுபவம் எனக்கு வாய்த்ததில்லை. நாளையிரவு உங்களோடு நானும் வருகிறேன். அது பற்றி எனக்கும் சொல்லிக்கொடுங்கள். நாம் ஒரே வேலையைச் செய்தாலும் நம்முடைய பாதைகள் வேறு வேறாய் இருக்குமென்று படுகிறது.'

ஒரு நடவடிக்கைதான் இருக்கிறது. அது எந்தப் பக்கம் போவது என்பது பற்றியது. நம்முடைய கவனத்தை நாம் வெளியே ஒருமுகப்படுத்த முடியும் அல்லது அது வெளிச் செல்லாதவாறு கண்களை மூடிக்கொண்டு நம்முடைய பிரக்ஞையை உள்ளேயே நிலை நிறுத்தலாம். அதை நீங்கள் அறிவீர்கள். நீங்களே விழிப்புணர்வாயிருத்தலால் அதை ஒரு போதும் இழப்பதில்லை. உங்கள் விழிப்புணர்வு ஆயிரத்தி யொரு சங்கதிகளில் அகப்பட்டுக் கிடக்கிறது. உங்களுடைய விழிப்புணர்வைத் திரும்பப் பெற்று, அது உங்களுக்குள் இருக்கும்படி செய்யுங்கள். ஆக, இயல்பில் உங்கள் இட மெதுவோ அங்கே நீங்கள் வந்துவிடுகிறீர்கள்.

எப்படிச் சான்றாய் இருப்பது என்பதைக் கற்றுக் கொள்வதே தியானத்தில் முக்கியப் பகுதி ஆகும்.

ஒரு காகம் கரைகிறது... நீங்கள் அதை காது கொடுத்துக் கேட்கிறீர்கள். இதில் இரண்டு நிலைகள் இருக்கிறது. ஒன்று

தியானம்

அறிபவர் (Subject) மற்றொன்று அறியப்படுவது (Object). இரண்டையும் பார்த்துக் கொண்டு இன்னொன்றிருப்பதை நீங்கள் காணவில்லையா? அதுவே 'சாட்சி' எனப்படுவது. புலன்களால் அறியப்படுகிற ஓர் எளிய நடப்பு இது.

நீங்கள் ஒரு மரத்தைப் பார்க்கிறீர்கள். அதில் நீங்களும் இருக்கிறீர்கள், மரமும் இருக்கிறது. கூடுதலாய் இன்னொன் றிருப்பதை நீங்கள் காணவில்லையா?

அது — நீங்கள் மரத்தைப் பார்த்துக் கொண்டிருக்கிற போது உங்களுக்குள் இருந்து உங்களைப் பார்க்கிற சாட்சி!

கவனித்திருப்பது தியானம். நீங்கள் காண்பது தொடர் பற்றதாய் இருக்கும். மரத்தைப் பார்க்கிறீர்கள், ஆற்றையும், மேகங்களையும் பார்க்கிறீர்கள். சுற்றி விளையாடுகிற குழந்தைகளையும் பார்க்கிறீர்கள். கவனித்தல் தியானம். எது கவனிக்கப்படுகிறது என்பது முக்கியமல்ல.

தியானத்தில் கவனித்தலின் இயல்பும், விழிப்புணர்வும் இருக்கிறது.

ஒன்றை நினைவில் கொள்ளுங்கள்: தியானத்தின் பொருள் விழிப்புணர்வு. விழிப்புணர்வோடு நீங்கள் செய்கிற எதுவும் தியானந்தான்.

செயல் பிரச்சினையல்ல, செய்வதைத் தரமாகச் செய் கிறீர்களா என்பதுதான். நீங்கள் எச்சரிக்கை உணர்வோடு நடப்பீர்களெனில் நடப்பதும் தியானமே. எச்சரிக்கையோடு அமர்வதும் தியானந்தான். பறவைகளின் இன்னொலியை நீங்கள் காது கொடுத்துக் கவனமுடன் கேட்பதும் தியானம் எனலாம். உங்களுக்குள்ளிருந்து எழும் பேரொலியை எச்சரிக்கையோடும் கவனத்தோடும் உற்றுக் கேட்பதும்கூட தியானமாகிவிடும்.

உறக்கத்திலும் விழிப்போடு இருக்க வேண்டும்.

உங்கள் உடலைப்பற்றிய கவனத்தோடு இருப்பது தான் விழிப்புணர்வின் முதற்படி. மெல்ல மெல்ல ஒவ்வோர் அங்க அசைவையும், இயக்கத்தையும் பற்றிய எச்சரிக்கை உணர்வை ஒருவர் அடைவார்.

நீங்கள் விழிப்புணர்வு கொண்டதும் ஓர் அற்புதம் நிகழத் துவங்குகிறது. அதற்குமுன் நீங்கள் செய்து கொண்டிருந்த எத்தனையோ விஷயங்கள் எளிதாய் மறைந்து விடுகின்றன. உங்கள் உடம்பு தளர்வுநிலை (Relaxation) அடைகிறது, உங்கள் உடம்பு மேலும் இணக்கத் தன்மை பெறுகிறது. ஓர் ஆழ்ந்த அமைதி உங்கள் உடம்பினுள் விஞ்சி நிற்கிறது, ஒரு நேர்த்தியான இசை உங்கள் உடம்பினுள் துடிப்பை ஏற்படுத்துகிறது.

பிறகு, எண்ணங்களைப் பற்றிய விழிப்புணர்வைத் தொடங்குங்கள். முன்பு உடலசைவுளைக் கவனித்தது போலவே எண்ணங்களையும் கவனியுங்கள். அவை உடம்பைவிட நுட்பமானது என்பதோடு ஆபத்தானதும்கூட. எண்ணங்களைப் பற்றிய விழிப்புணர்வு ஏற்பட்டதும் உங்களுக்குள் நிகழ்வது திகைப்பைக் கொடுக்கும். எந்த வொரு கணத்தில் எது நிகழ்ந்தாலும் அதை எழுதிக் கொள்ளுங்கள். அதைப் படிக்கும்போது நமக்குள் இதுவா நடக்கிறது என்று நம்பவேமாட்டீர்கள்.

அப்போது — உங்களுக்குள் ஒரு வெறிபிடித்த மனம் இருப்பதைக் கண்டு கொள்வீர்கள். மேற்பரப்பிற்கும் அடியிலான நீரோட்டம்(Under Current) மாதிரி உள்ளிருக்கும் அந்த வெறியை நாம் தெரிந்துகொண்டிருக்கவில்லை. நீங்கள் எதைச் செய்தாலும், செய்யாதிருந்தாலும் அது பாதிப்பை ஏற்படுத்தும். அனைத்தையும் பாதிக்கும். அதுதான் மொத்தத்தில் உங்களுடைய வாழ்க்கையாகிறது. ஆக இந்த வெறிபிடித்த மனிதனை மாற்றியே தீர வேண்டும். நீங்கள் எதுவுமே செய்யாமல் விழிப்போடு இருந்தால் போதும், விழிப்புணர்வு அற்புதம் நிகழ்த்தும்.

தியானம்

வெறும் கவனித்தல் என்கிற நடப்பே அதை மாற்றும். கொஞ்சம் கொஞ்சமாய் அந்த வெறியன் மறைந்துவிடுகிறான். எண்ணங்கள் மெல்ல மெல்ல ஒரு குறிப்பிட்ட வடிவமைப்பைப் பெற்றுவிடும். அதற்கு மேல் குழப்பநிலை இருக்காது. அவை பிரபஞ்சத்துக்குரியதாகி விடுகின்றன. மீண்டும் அங்கே ஆழ்ந்த அமைதி விஞ்சி நிற்கிறது.

உங்கள் உடலும் மனதும் அந்த அமைதியோடு பொருந்துகிறபோது ஒரு பாலம் உண்டாகிறது. இப்போது அவை வெவ்வேறு திக்கில் ஓடுவதில்லை, வெவ்வேறு குதிரைகளில் சவாரி செய்வதில்லை.

முதல் முறையாக ஓர் இசைவு (Accord) ஏற்பட்டது. அந்த இசைவு— உங்களுடைய எண்ணங்கள், உணர்ச்சிகள், மனநிலைகள் இவை குறித்த மூன்றாம் கட்ட நடவடிக்கைக்கு உதவும். அது மிக நுட்பமான அதே சமயம் கடினமான ஓர் அடுக்கு (Layer). ஆனால் எண்ணங்கள் பற்றிய விழிப்புணர்வு இருந்தால் மேலுமோர் அடியெடுத்து வைக்கலாம் அவ்வளவே. இன்னும் கடுமையான விழிப்புணர்வு தேவைப்படும். உங்கள் மனநிலைகளை, உணர்ச்சிகளை, எண்ணங்களை நீங்கள் பிரதிபலிக்கத் தொடங்குவீர்கள். இவற்றை உங்களால் உணர முடிகிறபோது இம் மூன்றும் சேர்ந்து காரணகாரியத் தொடர்புக்கடங்காத நடப்பு ஆகிவிடும். இம் மூன்றும் சேர்ந்து முழுமையாய் இயங்குகிறபோது, ரீங்கரிக்கிறபோது அவற்றின் இசையை உங்களால் உணரமுடியும். அவை ஓர் இசைக்குழுவாகும். அப்போது உங்களுக்குள் நான்காவது தன்மை ஏற்படும். அது உங்களால் ஆகக்கூடியதல்ல. தன்னுடைய இணக்கத்தில் (Accord) தானே அதை நிகழ்த்துகிறது. அதனை அம்மூன்றின் செயலால் வழங்கப்பட்ட வெகுமதி எனலாம்.

அந்த நான்காவது தான் ஒருவருக்கு விழிப்பூட்டுகிற முழுமையான விழிப்புணர்வுநிலை. தன்னுடைய விழிப்புணர்வு பற்றி ஒருவர் கொண்டிருக்கும் உணர்வே நான்காவது தன்மை. அதுவே புத்தருக்கு விழிப்பூட்டியது.

அந்த நிலையில்தான் பரமசுகம் (Bliss) என்னவென்று ஒருவன் அறிகிறான்.

உடல் சந்தோஷத்தை அறிகிறது, மனம் ஆனந்தத்தை அறிகிறது, இதயம் மகிழ்ச்சியை அறிகிறது, நான்காவதோ பரமசுகத்தை அறிகிறது. ஓர் உண்மையான சந்நியாசியின் குறிக்கோள் இந்தப் பரம சுகத்தை அடைவதுதான். ஆன்ம சாதகனுக்கு விழிப்புணர்வே அதை அடைய உதவும் பாதை.

இதில் முக்கியம் நீங்கள் கவனமாயிருப்பது தான். கவனமாயிருக்க மறந்துவிடாதீர்கள். கவனிப்பவர் மெல்ல மெல்ல முழுமையும் உறுதியும் பெற்றிட ஒரு நிலைமாற்றம் நிகழ்கிறது. நீங்கள் கவனித்துக் கொண்டிருந்தவை மறைந்து விடுகின்றன.

அதுவரை உலகப் பொருள்களையே பார்த்துக் கொண் டிருந்தவர் முதல்முறையாக தன்னுள் பார்வையைத் திருப்பும்நிலை உண்டாகிறது. அப்போது — காண்பவரே காணப்படுகிறவராயும் இருக்கிறார்.

இதோ உங்கள் சொந்த வீட்டுக்கு நீங்கள் வந்தாயிற்று.

தியானத்தில் மலர்தல்
(THE FLOWERING OF MEDITATION)

இந்தியாவைப் பொறுத்தவரை தியானம் ஓர் ஒழுங்கு செய்யப்பட்ட முறை (Method) அல்ல. அது வெறும் உத்தியுமாகாது. அதை நீங்கள் கற்க முடியாது. அது ஒரு வளர்ச்சி — உங்கள் ஒட்டுமொத்த வாழ்தலின் வளர்ச்சி, ஒட்டு மொத்த வாழ்தலின் வெளிப்பாடு. தியானத்தை உங்கள் மீது திணிக்க முடியாது, இணைக்கவும் முடியாது. அது ஓர் அடிப்படையான நிலைமாற்றத்தில் மட்டுமே நிகழக் கூடியது. அது ஒரு மலர்ச்சி, வளர்ச்சி. வளர்ச்சி எப்போதுமே முழுமையிலிருந்து (Total) வருவது, இணைப்பு அல்ல. அன்பைப் போலவே அதையும் உங்களுக்குள் இணைக்க முடியாது. அது உங்களி

லிருந்து உங்கள் முழுமையிலிருந்து வளர்வது. நீங்கள் தியானத்தில் வளர வேண்டும்.

பேரமைதி (THE GREAT SILENCE)

வழக்கமாக அமைதியென்றாலே எதிர்மறை (Negative) யான ஒன்றாகவே நாம் புரிந்துகொண்டிருக்கிறோம். ஓசையில்லாத, சந்தடியற்ற வெறுமை என்றே அது புரிந்து கொள்ளப்பட்டது. இப்படித் தவறாகப் பொருள் கொள்ளும் நிலை பரவலாகவே காணப்படுவதற்குக் காரணம், அமைதி என்கிற அனுபவம் வெகு சிலருக்கு மட்டுமே கிடைத்திருப்பதுதான். அமைதி என்ற பெயரில் அவர்களுக்கு அனுபவமானதெல்லாம் சந்தடியின்மை தான். ஆனால், அமைதியோ முற்றிலும் வேறான நடப்பு. அது முழுக்கவும் நிச்சயமானது; நேர்மறைத் தன்மை கொண்டது. அது உளதாயிருப்பது, வெறுமையானதல்ல.

நீங்கள் இதற்குமுன் கேட்டிராத ஓர் இசையுடன், உங்களுக்குப் பரிச்சயமில்லாத ஒரு நறுமணத்துடன் அது நிரம்பி வழிகிறது. அதன் ஒளியை அகக்கண்ணால் மட்டுமே காண முடியும்.

அது ஒன்றும் கற்பனையல்ல, மெய்யாகவே உணரக் கூடியது. இந்த உண்மை(Reality) எல்லாருக்குள்ளும் முன்பே இருக்கிறதுதான். என்ன அதை நாம் பார்க்கிறதில்லை அவ்வளவுதான்.

உங்கள் அகவுலகம் தனக்கென்று ஒரு சுவையை, நறுமணத்தை, ஒளியைக் கொண்டிருக்கிறது. அது முழுக்கவும் அமைதியானது. ஆழ்ந்த, சாசுவதமான அமைதி. அங்கே ஒரு போதும் கூச்சல் இருந்ததில்லை. கூச்சல் இருக்காது.

எந்தவொரு வார்த்தையாலும் எட்ட முடியாதது ஆனால் உங்களால் எட்ட முடியும்.

உங்கள் இருப்புணர்வு மையம் (Center of being) ஒரு சுழற்காற்றின் மையத்துக்குச் சமமானது. அதைச் சுற்றி

என்ன நிகழ்ந்தாலும் அதனால் அது பாதிக்கப்படுவதில்லை. அது சாசுவத அமைதி. நாள்கள் வரும் போகும். ஆண்டுகளும், காலங்களும் வரும்போகும் ஆனால் அது சாசுவதமானது. வாழ்க்கைகள் வந்துபோகும். உங்கள் ஜீவனின் அமைதி மட்டும் அப்படியே இருக்கும். அதே ஆழம் காணமுடியாத இசை, அதே தெய்விக நறுமணம். நிலையற்ற அனைத்தும் கடந்த நிலையான பேரமைதி அது!

அந்த அமைதி உங்களுடையதல்ல, நீங்களே அதுவாகி விடுகிறீர்கள்.

அது உங்களுடைய ஆளுகையில் இல்லை, அதனுடைய ஆளுகையில் தான் நீங்கள் இருக்கிறீர்கள். அதன் சிறப்பே அதுதான். நீங்கள் அங்கே இல்லாவிட்டாலும் உங்களுடைய இருப்பே (Presence) அமைதியைக் குலைப்பதாகிவிடும். அந்த அமைதி மிக ஆழமானது. அங்கே நீங்கள் உட்பட யாரும் இல்லை. இது அன்பையும், உண்மையையும் இன்னும் ஆயிரமாயிரம் ஆசீர்வாதங்களையும் உங்களுக்கு வழங்குவது.

உணரும் திறனில் வளர்வது (GROWING IN SENSITIVITY)

தியானம் உணரும் திறனை உங்களுக்கு வழங்கும், உலகத்துக்குச் சொந்தமாகிற உன்னத உணர்வு. நாம் இங்கே அந்நியர்கள் அல்லர். இது நம்முடைய உலகம். இந்த நட்சத்திரங்கள் நம்முடையவை. நாம் உள்ளார்ந்த விதத்தில் இப்பிரபஞ்ச இருப்புடன் (Existence) ஒன்றாகிறோம். நாம் அதன் பகுதியாயும், மையமாயும் இருக்கிறோம்.

ஒரு புல்லின் இதழுக்கும் முக்கியத்துவம் கொடுக்கிற அளவுக்கு நீங்கள் நுட்ப உணர்வுடையவராகிறீர்கள். பிரபஞ்ச இருப்பில் பெரிய நட்சத்திரத்தைப் போலவே சிறிய புல்லின் இதழும் முக்கியம் என்பதை உங்களுடைய நுட்ப உணர்வு உங்களுக்குத் தெளிவுபடுத்தும். இந்தப் புல்லிதழ் இல்லாத பட்சத்தில் பிரபஞ்ச இருப்பில் ஏதோ ஒன்று குறைவுபட்டதாய் உணர்வோம்; புல்லின் இதழ்

தியானம்

இணையற்றது, ஈடுசெய்ய முடியாதது. அது தனக்கென்று ஒரு தனித்தன்மை கொண்டது.

இந்த நுட்ப உணர்வு ஒரு புதிய நட்பை உங்களுக்குள் தோற்றுவிக்கும். மரங்களுடனும், பறவைகளுடனும், விலங்குகளுடனும், மலை ஆறு கடல்களுடனும் ஏன் நட்சத்திரங்களுடனுங்கூட ஒரு தோழமை உருவாகும். அன்பு வளரும் போது வாழ்க்கை வளமுடையதாகிறது. நட்பிலும் அப்படித்தான்.

அன்பு தியானத்தின் நறுமணம்
(LOVE THE FRAGRANCE OF MEDITATION)

நீங்கள் தியானம் செய்தால் இப்போதோ அல்லது பிற்பாடோ அன்பிடம் வந்து சேர்வீர்கள். ஆழ்ந்து தியானிப்பீர்களானால் அதற்குமுன் நீங்கள் அறிந்திராத வலிமை மிக்க அன்பு உங்களுக்குள்ளிருந்து எழுவதை உணர்வீர்கள். உங்கள் இருப்புணர்வு ஒரு புதிய தரத்தை அடையும், உங்களுக்குள் ஒரு புதிய வாசல் திறப்பதையும் உணர்வீர்கள். நீங்கள் ஒரு ஆர்வச் சுடராவீர்கள், அதை இப்போது மற்றவர்களுடன் பகிர்ந்து கொள்ளவும் விரும்புவீர்கள்.

நீங்கள் ஆழ்ந்து அன்பு செலுத்தினால் அது மேலும் மேலும் தியானத் தன்மையுறுவதை உணர்வீர்கள். தர நேர்த்தியான ஓர் அமைதி உங்களுக்குள் பிரவேசிக்கும். எண்ணங்கள் மறைகின்றன, இடைவெளிகள் வருகின்றன, நிசப்தங்களும்...! உங்களுடைய அடியாழத்தை நீங்கள் தொடுகிறீர்கள். உங்கள் வழி சரியாயிருந்தால் அன்பு உங்களை தியானத் தன்மை உடையவராக்கும். அதைப் போலவே தியானமும் உங்களை அன்பு செய்பவராக்கும்.

தியானத்தில் பிறக்கிற அன்பை நீங்கள் விரும்ப வேண்டும், மனத்திலிருந்து வருவதையல்ல. அந்த அன்பைப் பற்றியே நான் தொடர்ந்து சொல்லிக் கொண்டிருக்கிறேன். உலகெங்கிலும் இலட்சக்கணக்கான தம்பதிகள் தங்கள் வாழ்வில் அன்பிருப்பதாகவே வாழ்ந்து கொண்டிருக்கி

றார்கள். அவர்கள் வாழ்வது 'போல' (As if) என்கிற உலகில். உண்மையில் அவர்கள் எப்படி மகிழ்ச்சியாயிருக்க முடியும்? அவர்களுடைய ஆற்றல் படிப்படியாய் வடிந்து விடுகிறது.

தாங்கள் கொண்டிருக்கும் பொய்யான அன்பில் இருந்து ஏதேனும் பெறமுடியுமா என்று பார்க்கிறார்கள். அது அவர்கள் எதிர்பார்ப்பதைக் கொடுப்பதில்லை. அதனால்தான் ஏமாற்றம், சலிப்பு. அவர்களுக்குள் தொடர்ந்து சண்டையிட்டு, குறைகூறிக் கொள்ளும் போக்கு காணப்படும். அவர்கள் இருவரும் செயல்முறையில் நடக்க முடியாத ஒன்றைச் செய்வதற்கு முயல்கிறார்கள்.

தங்களுடைய காதல் விவகாரத்தை எப்படியாவது சாசுவதமாக்கி விடவேண்டுமென்று (அது முடியாதெனி னும்) அவர்கள் முயற்சிக்கிறார்கள். அது மனதில் தோன்றி யது. சாசுவதத்தின் ஒரு கணநேரக் கண்ணோட்டத்தையும் மனதால் வழங்க முடியாது.

முதலில் தியானத்துக்குள் பிரவேசியுங்கள் ஏனெனில், அன்பு தியானத்தில் இருந்து வரும். அது தியானத்தின் நறுமணம். தியானம் ஒரு மலர், ஆயிரம் இதழ்களைக் கொண்ட தாமரை! அதை மலர விடுங்கள். அது மனமற்ற, காலமற்ற ஒரு செங்கோட்டு நிலை (Vertical)யின் பரிமாணத் துக்கு உங்களைக் கொண்டு செல்லட்டும். அப்போது திடீ ரென்று அந்த நறுமணத்தை அங்கே கண்டு கொள்வீர்கள். அது நிரந்தரமானதாய், நிபந்தனையற்றதாய் ஆகிவிடுகிறது. அப்போது யாரை நோக்கியும் அது குறிப்பாகச் செலுத்தப் படுவதில்லை, அதைக் குறிப்பாய் எந்த ஒருவரை நோக்கியும் செலுத்த முடிவதில்லை. அது உறவுக்கும் அப்பாற்பட்டது. உங்களைச் சுற்றியுள்ள பணபுத் திறனைவிட கூடுதலானது. அது ஓர் இயல்பு.

'நீங்களே அன்புருவாகிறபோது
அந்த அன்பு சாசுவதமடைகிறது'

அது உங்களிலிருந்து வீசுகின்ற வாசம். புத்தரிடமும் ஸராதுஷ்டரரிடமும், இயேசுவிடமும் அது இருந்தது,

அவர்களைச் சுற்றி இருந்தது. அது முற்றிலும் வேறு வகைப் பட்ட அன்பு, பண்பு வகையிலும் வேறானது.

'இரக்கம் (COMPASSION)

புத்தர் இரக்கத்தை விவரிக்கிற போது 'அது அன்பு தியானம் உடன் சேர்ந்தது' என்கிறார்.

உங்கள் அன்பு அடுத்தவர்மீது கொண்ட வெறும் விருப்பமாக மட்டும் இல்லாதபோது, அது ஒரு தேவையாக மட்டுமல்லாது பகிர்தலுமாகிற(Sharing) போது, அரசன் ஆண்டி என்கிற பாரபட்சம் காட்டாது பிரதியாக எதையும் எதிர்பாராமல் முழுக்கமுழுக்க மகிழ்ச்சிக்காகவே வழங்குகிற போது அத்துடன் தியானத்தையும் சேர்த்துக் கொள்ளுங்கள். அடைபட்டிருந்த தூய நறுமணமும், சிறைபட்டிருந்த பேரொளியும் விடுவிக்கப்படும். அதுதான் இரக்கமென்பது. இரக்கம் காட்டுவது ஓர் உன்னத காரியம்.

பாலுறவில் விலங்குத் தன்மையும்
அன்பில் மனிதத்தன்மையும்
பரிவில் தெய்வத்தன்மையும்
இருக்கிறது.

பாலுறவு உடல் சார்ந்ததாயும், அன்பு மனம் சார்ந்த தாயும், இரக்கம் ஆன்மா சம்பந்தப்பட்டதாயும் இருக்கிறது.

'காரணமின்றி மகிழ்ச்சியாயிருத்தல்'
(ABIDING JOY FOR NO REASON AT ALL)

எந்தக் காரணமும் இல்லாமலே நீங்கள் திடுதிப்பென்று மகிழ்ச்சியோடிருப்பதை உணர்வீர்கள். அன்றாட வாழ்வில் ஏதோ ஓர் காரணத்துக்காக நீங்கள் மகிழ்ச்சியாயிருக் கிறீர்கள். ஓர் அழகிய பெண்ணைச் சந்திக்கிறபோது நீங்கள் பெருமகிழ்ச்சி கொள்வீர்கள். உங்களுக்குத் தேவைப்பட்ட பணம் கிடைக்கிறபோது, கண்ணுக்கினிய தோட்டத்துடன் கூடிய ஒரு வீட்டை வாங்குகிறபோது நீங்கள் மகிழ்ச்சி நிரம்பியவராய் காணப்படுவீர்கள். ஆனால் இத்தகைய

மகிழ்ச்சி ரொம்ப காலம் நிலைக்காது. அவை கணநேரத்தில் காணாமல் போகிறவை. எவ்வித குறுக்கீடுமின்றி தொடர்ச்சியாயிருக்க அவற்றால் முடிவதில்லை.

ஏதோ ஒரு காரணத்துடன் வருகிற மகிழ்ச்சி மறைந்து விடுகிறது. அது சிறிது நேரமே இருக்க முடிவது. வெகு சீக்கிரமே உங்களை ஆழ்ந்த துயரத்தில் ஆழ்த்திவிட்டுச் செல்லும். எல்லா மகிழ்ச்சியுமே அப்படித்தான். ஆனால் உறுதிப்படுத்தும் அறிகுறியுடன் ஒரு மகிழ்ச்சி இருக்கிறது. அது மற்றவற்றிலிருந்து வேறுபட்டது. எந்தக் காரணமும் இல்லாமலே திடீரென்று நீங்கள் மகிழ்ச்சியடைவீர்கள். அது ஏன் என்று உங்களால் சுட்டிக்காட்ட முடியாது.

'என்ன இத்தனை மகிழ்ச்சியாய் இருக்கிறீர்களே' என்று யாராவது கேட்டால் உங்களால் பதில் கூற முடியாது.

நான் எதனால் மகிழ்ச்சியாயிருக்கிறேன் என்று என்னால் சொல்ல முடியாது. அது அப்படித்தான். இந்த மகிழ்ச்சியை எதுவும் குலைக்க முடியாது. எது நடந்தாலும் அது தொடரும். ஒவ்வொரு நாளும் அது இருக்கும்.

> 'நீங்கள் இளமையாயிருக்கலாம்
> முதுமையடைந்திருக்கலாம்
> உயிருடனோ இறுதிக்கட்டத்திலோ
> இருக்கலாம், ஆனால் மகிழ்ச்சியென்பது
> எப்போதும் இருப்பது'

சந்தர்ப்ப சூழ்நிலைகள் மாறினாலும் மாறாதிருக்கும் ஒரு மகிழ்ச்சியை நீங்கள் கண்டு கொள்கிறபோது, நிச்சயமாய் புத்தநிலைக்கு வெகு நெருக்கத்தில் நீங்கள் வந்து விடுகிறீர்கள்.

'நுண்ணறிவுத் திறன்: எதிர்ச் செயல்புரியும் திறமை'
(INTELLIGENCE: THE ABILITY TO RESPOND)

வாழ்க்கை இடைவிடாது ஏற்படும் மாற்றங்களைக் கொண்டது. அதில் செயல்பட அறிவுத்திறன் வேண்டும்.

தியானம்

சூழ்நிலையின் அறைகூவல் எத்தகையதென்பதையும், உங்களிடமிருந்து கோரப்படுவது என்னவென்பதையும் நீங்கள் உணரவும் கண்டுகொள்ளவும் வேண்டும். புத்திசாலி செயலின் நிலைக்கேற்ப நடந்து கொள்கிறான். முட்டாளோ தனக்குக் கிடைத்த தகவல்களின் அடிப்படையில் நடந்து கொள்கிறான். அவனுக்குக் கிடைத்தவை புத்தருடையனவா, இயேசுவினுடையனவா, கிருஷ்ணருடையனவா என்பது முக்கியமல்ல. அவன் நூல்களைத் தன்னோடு கொண்டு செல்கிறான். தன்னைச் சார்ந்திருப்பதில் அச்சம் அவனுக்கு.

புத்திசாலி தன்னுடைய மனதால் அறியும் திறனை (Insight)ச் சார்ந்திருக்கிறான். தன்னுடைய இருப்புணர்வை (Being) அவன் நம்புகிறான். அவன் தன்னைத் தானே நேசிக்கவும், மதிக்கவும் செய்கிறான். அறிவற்றவனுக்கோ மற்றவர்களை மதிக்கத்தான் தெரிந்திருக்கிறது.

நுண்ணறிவுத் திறனைக் கண்டுபிடித்துக் கொள்ள ஒரே வழி தியானந்தான். நீங்கள் புத்திசாலியாவதைத் தடுப்பதற்குச் சமூகம் தோற்றுவித்த அத்தனை தடைகளையும் தியானம் மட்டுமே அழித்துப் போடுகிறது. அது தடுப்புகளை அகற்றுகிறது. அதனுடைய வேலை எதிர்மறையானது. உங்கள் அறிவென்னும் நீரோட்டத்துக்கு இடர் செய்யும் பாறைக் கற்களை அது தூக்கியெறிகிறது. உங்கள் ஊற்றுக் கண்ணுக்கு உயிரோட்டத்தைத் தருகிறது.

ஒவ்வொருவரிடமும் மிகப்பெரிய ஆற்றல் இருக்கிறது. சமூகம் கற்பாறைகளைப் போட்டு அவர்களுடைய நிகழ்த்தும் தன்மை (சாத்தியம்)யைத் தடுத்துவிடுகிறது. சீனத்து நெடுஞ்சுவர் போல் உங்களைச் சுற்றிலும் சுவரெழுப்பி ஒரு சிறையை உருவாக்குகிறது, அதில் உங்களைச் சிறையிடுகிறது.

நுண்ணறிவுத்திறன் உடையவர் அத்தனை சிறைகளிலும் இருந்து வெளிவருவதோடு, இன்னொரு சிறைக்குள் சிக்காமலும் இருக்கலாம். தியானத்தின் மூலம் அறிவுத் திறனை நீங்கள் கண்டறிய முடியும். காரணம் என்ன வெனில் அந்தச் சிறைகள் எல்லாம் உங்கள் மனதில்

இருப்பவை. அதிர்ஷ்டவசமாய் அவை உங்கள் ஜீவனைத் தொடமுடிவதில்லை. அவற்றால் உங்கள் ஜீவனைக் களங்கப்படுத்த முடியாது. உங்கள் மனதைத்தான் அவை மறைக்க முடியும், அழிக்க முடியும். மாசுபட்ட மனத்தி லிருந்து உங்களால் வெளியேற முடிந்தால் மதக் கோட்பாடு களிலிருந்தும் வெளியேற முடியும். எல்லாவற்றுக்கும் ஒரு முற்றுப்புள்ளியைப் போட்டு விடுவீர்கள்.

உங்கள் மனதில் இருந்து வெளியே வந்து அதைக் கவனிக்கிறபோது, அதை உணர்கிறபோது, ஒரு சாட்சியாகி விடுகிறபோது நீங்கள் புத்திசாலிதான். உங்களுடைய அறிவுத்திறன் மீண்டும் கண்டுகொள்ளப்படுகிறது. சமூகம் உங்களுக்கு என்ன செய்ததோ அதை நீங்கள் மாற்றிப் போடுகிறீர்கள். அந்தத் தீங்கை சர்வநாசம் செய்கிறீர்கள். அரசியல்வாதிகள், மதகுருக்கள்களின் சதியாலோசனை யைப் பயனற்றதாக்குகிறீர்கள். அதிலிருந்து வெளிவந்ததும் தடையற்ற மனிதனாகி விடுவீர்கள். மெய்யாகவே இப்போது தான் ஓர் உண்மையான மனிதனாய், சரியான மனிதனாய் இருக்கிறீர்கள். இப்பொழுது விரிந்து பரந்த வானம் உங்களுடையது.

ஆக புத்திசாலித்தனம் உங்களுக்குச் சுதந்திரத்தையும், புறத் தூண்டுதலின்றி தானே இயங்கும் அறிவையும் வழங்கு கிறது.

தனித்திருத்தல்–உங்கள் இயல்பு
(ALONENESS; YOURSELF NATURE)

தனிமை ஒரு பூ. உங்கள் இதயத்தில் பூக்கிற தாமரை. தனிமை ஆக்கபூர்வமானது, ஆரோக்கியமானதுங்கூட. அது நீங்கள் நீங்களாகவே இருக்க முடிகிற மகிழ்ச்சி. 'நம்முடைய இடத்தை நாம் பெற்றிருக்கிறோம்' என்பதால் வரும் மகிழ்ச்சி.

தியானம் என்பது: 'தனித்திருத்தலின் பரமசுகம்...' ஒரு போதும் யாரையும் சாராமல் வாழ முடிகிறபோது ஒருவர்

தியானம்

உண்மையிலேயே வாழ்பவராகிறார், எந்தவொரு நிலையிலும் (Situation), எந்தவொரு நிலைமை (Condition)யிலும் சாராது வாழ்வது. அது ஒருவருக்கே உரியது என்பதால் அவரிடம் அது காலையிலும் இருக்கும் மாலையிலும் இருக்கும். கால வேறுபாடின்றி இரவு பகல் எப்போதும் இருக்கும். அவருடைய இளமையில், முதுமையில் ஆரோக்கியத்தில், பிணியில், என்று எந்தக் கட்டத்திலும் இருக்கும். வாழ்விலும் மரணத்திலும் கூட அது இருக்கும். ஏனெனில், அது வெளியில் இருந்து உங்களுக்கு நிகழ்வதல்ல. அது உங்களுக்குள் ஊற்றாய் பெருகுவது. அதுவே உங்கள் இயல்பு, நற்பண்பு.

முழுமையான தனிமையை நோக்கிச் செல்வது அகமுகப் பயணம் (உங்கள் உள்ளே செல்லும் யாத்திரை). அங்கே உங்களோடு யாரையும் அழைத்துச் செல்ல முடியாது. உங்களுடைய மையத்தை உங்கள் நேசத்துக்குரியவர் உட்பட யாருடனும் பகிர்ந்துகொள்ள முடியாது. அது குறித்து நீங்கள் எதுவும் செய்வதற்கில்லை.

நீங்கள் உள்ளே செல்கிற கணத்தில் வெளியுலகுடன் உங்களுக்கிருந்த தொடர்புகளனைத்தும் துண்டிக்கப்பட்டு விடுகின்றன. எல்லாப் பாலங்களும் தகர்க்கப்பட்டு விடுகின்றன. உண்மையில் ஒட்டு மொத்த உலகமும் மறைந்து போகிறது.

அதனால்தான் ஞானிகள் இவ்வுலகை உருவெளித் தோற்றம் சார்ந்த மாயை என்கிறார்கள். அதனால் இவ்வுலகம் இல்லாமல் போயிற்று என்பதல்ல. தியானிப்பவர் தனக்குள் செல்கிறபோது வெளியுலகம் மறைந்து போவது போலத்தான். அந்த அமைதியின் ஆழத்தில் எந்தவொரு சப்தமும் ஊடுருவதில்லை. தனிமையின் ஆழத்துக்குச் செல்ல தைரியம் வேண்டும். ஆனால் அந்தத் தனிமையில் இருந்தே பரமசுகம் (Bliss) வெளிப்படுகிறது.

தனிமை— அது ஒரு தெய்வானுபவம். அதைத்தவிர வேறு மார்க்கம் இல்லை, இருக்கப்போவதில்லை.

தனிமையைக் கொண்டாடுங்கள், அந்தத் தூவெளி (Pure Space)யைக் கொண்டாடுங்கள். அப்போது உங்களுக் குள்ளிருந்து மிகவும் உன்னதமான ஒரு கீதம் எழும். அது தனித்திருக்கும் ஒரு தொலைதூரப் பறவையின் அழைப்பு. அது யாரையும் குறிப்பாய் அழைக்கவில்லை. கருத்தமேகம் மழைபொழிய விரும்புவது போல, தன்னுள் நிரம்பிய பூ இதழ் விரித்து மணம் பரப்புவது போல, தன்னுள் முழுமை யுற்ற பறவை அழைக்க விரும்பி விடுக்கிற அழைப்பு, அவ்வளவுதான்.

'உங்கள் தனிமை களிநடனம் புரிய இசைவாயிருங்கள்'

உண்மையான நீங்கள் (YOUR REAL SELF)

தியானம் என்பது உங்களுடைய உண்மையான சுயத்தை—அகநிலைப் பண்பை(Self) உங்களுக்கு உணர்த்து கிற ஒரு வழி ஆகும். அது உங்களால் உருவாக்கப்பட்ட தல்ல, நீங்கள் அதை உருவாக்க வேண்டியதுமில்லை. அது முன்பே உங்களில் இருப்பதுதான். அதனுடன் தான் நீங்கள் பிறந்தீர்கள். அதுவாகவே இருக்கிறீர்கள். ஆனாலும் அதை நீங்கள் கண்டு பிடிக்க வேண்டியிருக்கிறது. அது சாத்திய மில்லை என்றால், சமூகம் அது நிகழ்வதற்கு இடமளிக்க வில்லையென்றால் அதற்குக் காரணம் உண்மையான சுயம் ஆபத்தானது. வழிபாட்டுத் தலத்துக்கும், அரசுக்கும், கூட்டத் துக்கும், மரபு வழியான கருத்துகளுக்கும் அது ஆபத்தானது தான். காரணம், ஒரு மனிதன் தன்னுடைய உண்மையான சுயத்தைக் கண்டு கொண்டு விட்டாலே தனித்தன்மை கொண்டவனாகி விடுகிறான். அவன் மூடநம்பிக்கை யுள்ளவனாய் இருக்கமாட்டான். அவனைச் சுரண்டவோ, அவன் மீது ஆதிக்கம் செலுத்தவோ, அவனுக்கு உத்தர விடவோ முடியாது. தான் பெற்ற மெய்யறிவுக் கேற்பவே அவன் வாழ்கிறான். தன்னுடைய உள்ளியல்புநிலை (inwardness)யோடு அவன் வாழ்கிறான். அவனுடைய வாழ்க்கை பேரழகும், நேர்மையும் கொண்டதாயிருக்கும். ஆனால் சமூகத்தின் அச்சமே அதைப் பற்றித்தான்.

தியானம்

> 'நேர்மையுடையவர்களோ
> தனித்தன்மையோடிருக்கிறார்கள், சமூகமோ
> நீங்கள் தனித்தன்மையற்றவராய்
> இருக்க வேண்டுமென்றே விரும்புகிறது'

தனித்தன்மைக்குப் பதிலாய் பிறருடன் ஒப்பிட்டுப் பார்க்கக் கூடிய பண்பைச் சமூகம் உங்களுக்குப் போதிக்கிறது. அதற்கு பர்சனாலிட்டி (Personality) என்று பெயரிட்டிருக்கிறது. இந்த வார்த்தை பெர்சோனா (Persona) என்பதிலிருந்து வந்தது. 'பெர்சோனா' என்றால் முகமூடி என்று அர்த்தம். உன்னுடைய அசலான உருவத்தை மறைத்து வை என்கிறது சமூகம். அது உங்கள் கையில் ஒரு பொம்மையைத் தருகிறது. உங்கள் வாழ்க்கை நெடுகிலும் அதை நீங்கள் உறுதியாய் பற்றிக் கொண்டிருக்கிறீர்கள். பொய்ம்மை என்கிற பொம்மை அது!

நான் பார்த்தவரையில் எல்லாருமே தவறான இடத்தில்தான் இருக்கிறார்கள். பெருமகிழ்ச்சியோடு மருத்துவராய் இருந்திருக்க வேண்டியவர் ஓவியராகவும், அளவற்ற மகிழ்ச்சியோடு ஓவியம் வரைந்து கொண்டிருக்க வேண்டியவர் மருத்துவராயும் இருக்கிறார்கள். யாரும் அவருக்குரிய இடத்தில் இல்லை. அதனால்தான் ஒட்டு மொத்த சமூகமும் குளறுபடியாகிக் கிடக்கிறது. தனி யொருவர் அடுத்தவர்களால் செலுத்தப்படுகிறார், தன் னுடைய உள்ளுணர்வால் அவர் வழி நடத்தப்படவில்லை.

உங்கள் உள்ளுணர்வுத் திறனை வளர்த்துக் கொள்ள தியானம் உதவுகிறது. அது உங்களுடைய தேவையை நிறைவேற்றுகிறது, உங்களை மலர்விக்கிறது என்பது தெளிவு. அது எப்படியாயினும், ஒவ்வொருவரிடத்தும் அது வித்தியாசப்படுகிறது. ஒவ்வொருவரும் இணையற்றவர் தாம். உங்களுடைய இணையற்றத் தன்மையை நீங்கள் தேடிக் கண்டுபிடிப்பது உங்களுக்குச் சிலிர்ப்பையேற்படுத்தும் ஒரு சாகசமாகவே இருக்கும்.

தியான அறிவு
THE SCIENCE OF MEDITATION

தியானமும் முறைகளும்
(METHODS AND MEDITATION)

உதவும் திறன்கள்

ஒரு தேர்ந்த குருவுடன், அறிவியல் நுட்பங்களுடன் தியானம் செய்தால் உங்கள் நேரத்தையும், சந்தர்ப்பத்தையும், சக்தியையும் நீங்கள் அதிக அளவில் மிச்சப்படுத்த முடியும். சமயத்தில் வாழ்க்கை முழுவதிலும் நீங்கள் கண்டிருக்க முடியாத வளர்ச்சியை சில கணங்களுக் குள்ளாகவே அடைந்து விடுவீர்கள். ஒரு சரியான நுட்பத்தைப் பயன்படுத்தினால் வளர்ச்சி திடீரென்று ஏற்பட்டு விடுகிறது. ஆயிரக்கணக்கான ஆண்டுகளில் பரி சோதித்துப் பார்க்கப்படுகிறவை இவை. அந்த நுட்பங்கள் தனியொரு மனிதனால் உருவாக்கப்பட்டவையல்ல. எண் ணற்ற ஆன்ம சாதகர்களால் அவை உருவாக்கப்பட்டன. அதன் சாரமே இங்கு வழங்கப்படுவது.

உங்கள் உயிர்ச்சக்தி எவ்வித சலனமுமின்றி மேலெழு கிறது, உங்களுடைய குறிக்கோளை நீங்கள் அடைகிறீர்கள். எட்டாத சிகரத்தை எட்டும் வரை மேலும் போய்க் கொண்டே இருப்பீர்கள், மீண்டும் மீண்டும் பிறப்பீர்கள்.

ஆனால் நீங்கள் வெகுதூரம் பயணிக்க வேண்டியிருக்கும். அப்பயணம் மனச் சோர்வையும், சலிப்பையும் தருவதாகி விடும்.

தேர்ந்த திறன்கள் உதவுந்தான்; ஆனால் அவையே தியானமாகிவிடாது, அவை இருட்டில் துழாவுகிற வேலை. திடுதிப்பென்று ஒருநாள், எதையோ செய்கிற போது நீங்கள் சாட்சி நிலையில் நின்று பார்க்கத் தொடங்கி விடுவீர்கள். இயற்கை ஆற்றல் விளைவுடைய தியானம் (Dynamic-Meditation), குண்டலினி அல்லது சுழலும் தியானத்தைச் சென்று கொண்டிருக்கும்போது உங்களுடைய அடையாளம் நிரூபிக்கும் படியாய் இருக்காது. நீங்கள் அமைதியாய் அமர்ந்து கொண்டிருக்கிற அந்த நாளில் எந்த நுட்பமும் தேவைப்படாது, தடையாயிருக்காது. ஓர் உடற்பயிற்சியைப் போல அதை நீங்கள் விரும்பவும், அனுபவிக்கவும் முடியும். அது ஒரு குறிப்பிட்ட பலத்தைத் தரலாம். ஆனால், உண்மையான தியானம் நிகழ்ந்த பிறகு அது தேவைப் படாது.

தியானம் என்பது சாட்சியாயிருந்து கவனிப்பது. தியானம் செய்தல் என்றாலே சாட்சியாதல்தான். தியானம் என்பது வெறும் உத்தி அல்ல. நான் நுட்பங்களைச் சொல்லிக்கொண்டே போவதால் இது உங்களைக் குழப்பத்தில் ஆழ்த்தக்கூடும்.

தியானம் என்பது புரிந்துகொள்ளும் நிலை, விழிப் புணர்வு. உங்களுக்கு உத்திகள் அல்லது நுட்பங்கள் ஏன் தேவைப்படுகிறது என்றால் முடிவான புரிதல் தொலை தூரத்தில் இருப்பதால்தான். அது உங்களின் அடியாழத்தில் மறைந்திருக்கிறதென்றாலும் உங்களிடம் இருந்து வெகு தொலைவில் இருப்பதாகவே கொள்ளவேண்டும். இந்தக் கணத்தில் அதை நீங்கள் அடைய முடியும். ஆனால் உங்கள் மனம் தொடர்ந்து போய்க் கொண்டே இருப்பதால் அதை நீங்கள் அடைகிறதில்லை. இந்தக் கணத்தில் அது சாத்தி யமே என்றாலும் சாத்தியமற்றதாகி விடுகிறது. உத்திகள்—

இடைவெளிகளுக்கிடையே பாலமிட்டு ஓர் இணைப்பை ஏற்படுத்தும், இணக்கத்தை உண்டாக்கும்.

ஆக, தொடக்கத்தில் உத்திகளே தியானமாயிருந்தன. முடிவில், அவை தியானமில்லை என்றறிகிறபோது நீங்கள் சிரித்து விடுவீர்கள்.

தியானம் உயிரின் வித்தியாசமான பண்பு. எதனோடும் அதற்குத் தொடர்பில்லை. அது முடிவில் மட்டுமே நிகழ்கிறது, அது தொடக்கத்திலேயே நிகழ்ந்துவிடும் என்று எண்ணாதீர்கள்.

முயற்சியுடன் தொடங்குங்கள் (BEGIN WITH EFFORT)

தியான உத்திகளும் செய்கைகள் தாம், ஏதாவ தொன்றைச் செய்யும்படி நீங்கள் அறிவுறுத்தப்படுகிறீர்கள். தியானித்தலும், சும்மா அமர்ந்திருப்பதும்கூட ஏதோ வொன்றைச் செய்வதுதான். எதையும் செய்யாமலே இருப்பதும் ஒரு செய்கை தான். மேலோட்டமான தியான உத்திகளும் செய்கையே. ஆழ்ந்த முறையில் அவை இருப்ப தில்லை. நீங்கள் அவற்றில் வெற்றி பெற்று விடும்போது அச் செய்கை மறைகிறது.

தொடக்கத்தில் அது ஒரு முயற்சியாய் தெரியும். நீங்கள் அதில் வெற்றி பெற்றுவிட்டால் அந்த முயற்சி மறைந்து விடும். முழுவதுமே தானாக இயங்குவதால் முயற்சி யற்றதாகி விடுகிறது. உங்களிடமிருந்து எந்த முயற்சியும் தேவைப்படாது. அது சுவாசம் மாதிரி இயல்பாகிவிடும். ஆனால் தொடக்கத்தில் முயற்சி தேவைப்படும், காரணம் முயற்சியில்லாத எதையும் மனதால் செய்ய முடிவதில்லை. நீங்கள் அதனிடம் 'முயற்சியின்றி இரு' என்றால் எல்லாமே அபத்தமாகிவிடும்.

ஸென் முறையில் முயற்சியற்றிருப்பதற்கே முக்கியத் துவம். 'நீ எதையும் செய்ய வேண்டாம், சும்மா உட்கார்ந் திரு' என்று குருமார்கள் சீடர்களிடம் சொல்வார்கள். சீடர்

முயற்சிப்பார். உண்மையில் முயற்சிப்பதன்றி வேறெதை நீங்கள் செய்ய முடியும்?

தொடக்கத்தில் அங்கே முயற்சி இருக்கும், செய்கை இருக்கும். ஆனால், தொடக்கத்தில் அது ஒரு கட்டாயத் தீமை (Necessary evil) என்கிற அளவிலேயே இருக்கும். நீங்கள் இடைவிடாமல் அதன் பின்னாடி போக வேண்டி யிருக்கும் என்பதை நினைவில் கொள்ளுங்கள்.

தியானம் தொடர்பாய் நீங்கள் எதையும் செய்யா திருக்கிற காலம்—கணப்பொழுதென்றாலும் அது வர வேண்டும். அப்போது நீங்கள் அமர்ந்திருந்தாலும், நின்றிருந்தாலும் அது நிகழும். எதையும் செய்யாமல் விழிப்புணர்வோடு இருந்தாலே போதும்.

முயற்சியற்ற ஒரு கணத்தை அடைவதற்காகவே இத்தகைய உத்திகள் உங்களுக்கு உதவுகின்றன. முயற்சி என்பது ஒருவகை இறுக்கம். உள்ளார்ந்த மாற்றமோ, உணர்வோ முயற்சியின் மூலம் நிகழ்ந்து விடாது. முயற்சி ஒரு தடை, அதைக் கொண்டு நிம்மதி நிலையை நீங்கள் அடைய முடியாது.

இந்த முறைகள் எளிதானவை (THESE METHODS ARE SIMPLE)

இங்கே நாம் ஆய்வு செய்கிற முறைகள் ஒவ்வொன்றும் முன்பே ஒருவர் செய்து பார்த்துச் சொல்லிச் சென்றதுதான். இதனை நினைவில் கொள்ளுங்கள். அவை எளிமையாய் தெரியலாம், எளிமையானவைதாம். மிகவும் எளிமை யானவையெல்லாம் நம்முடைய மனதைக் கவர்வதில்லை.

'எளிதாயிருக்கிறது உத்திகள்
அருகேயிருக்கிறது வீடு
ஆனால் எப்படித் தவறவிடுகிறீர்கள்?'

ஏளனத்துக்குரிய உங்கள் அகம்பாவத்தைப் பற்றி எண்ணிக் கொண்டிருப்பதைவிட, அத்தகைய எளிய முறைகள் ஏன் உதவ முடிவதில்லை என்று சிந்திக்கலாம்.

அது ஓர் ஏமாற்றப்படுகிற நிலை. இந்த எளிய முறைகளால் பயன்படாது, அவற்றைக் கொண்டு எதையும் சாதிக்க முடியாது என்று உங்கள் மனம் கூறலாம். ஒரு தெய்விக நிலையை அடைவதற்கு, முழுமையைப் பெறுவதற்கு இத்தகைய எளிய முறைகள் எப்படிப் பயன்படுத்த முடியும்? அவை எப்படி உதவும்?' அவை உதவாது என்று உங்கள் ஆணவம் கூறலாம்.

ஒன்றை நினைவில் கொள்ளுங்கள்—ஆணவம் எப்போதுமே சிரமமான ஒன்றிலேயே விருப்பம் வைக்கும். காரணம் பெரும் முயற்சி, வலிமை, திறன் தேவைப்படுகிற காரியத்தில் சவால் இருக்கும். அதை வெல்கிறபோது உங்கள் ஆணவம் தன்னிறைவு பெறுகிறது. ஆணவம் ஒரு போதும் எளிமையானவற்றின் பால் ஈர்க்கப்படுவதில்லை. உங்கள் ஆணவத்துக்குச் சவாலான எதையேனும் நீங்கள் தர விரும்பினால் எளிதல்லாத (Difficult) ஏதோ ஒன்று உங்களிடம் இருக்க வேண்டும்.

எளிதான ஒன்றை வெற்றி கொள்வதில் ஆணவம் திருப்தி அடைவதில்லை. ஆணவத்துக்கு இடர்ப்பாடானவையே வேண்டியிருக்கிறது. தடைகளைக் கடக்க வேண்டும், சிகரங்களைக் கடந்தாக வேண்டும் என்கிறது அது. சிகரத்தை அடைவது எத்தனை கடுமையாயிருக்கிறதோ அத்தனைக்கு அதை இலேசாய் உணரும்.

> 'மனம் எளிதானவற்றில்
> ஈர்க்கப்படுவதில்லை, ஆனால்
> அகம்பாவத்தால் விரும்பப்படுகிற எதுவும்
> ஆன்ம வளர்ச்சிக்குத் துணையாவதில்லை'

மனித உணர்வுக்குச் சாத்தியமான எதையும் நீங்கள் செய்து முடிக்குமளவு இந்த உத்திகள் எளிமையானவை. எந்தக் கணத்தில் செய்து முடிக்கத் தீர்மானித்தாலும் நீங்கள் செய்து முடிப்பீர்கள்.

தியானம்

முதலில் உத்தியைப் புரிந்து கொள்ளுங்கள்
(FIRST UNDERSTAND THE TECHNIQUE)

ஒரு முதிய மருத்துவரின் கதையைப் பற்றி நான் கேள்விப்பட்டேன். ஒரு நாள் அவருடைய உதவியாளர் தான் சங்கடத்தில் மாட்டிக் கொண்டிருப்பதாய் தொலை பேசியில் கூறினார். அவருடைய சங்கடம் இதுதான்; நோயாளி ஒருவரின் வாயில் பில்லியர்டு பந்து (Billiard ball) சிக்கிக் கொண்டது. அவர் மூச்சுத் திணறி மரணத்துடன் போராடிக் கொண்டிருக்கிறார். உதவியாளருக்கு என்ன செய்வதென்று புரியவில்லை.

'இப்போது நான் என்ன செய்வது, சொல்லுங்கள்' என்று பதற்றத்துடன் கேட்டார்.

அந்த வயதான மருத்துவர் சொன்ன ஆலோசனை என்ன தெரியுமா. 'ஒரு பறவை இறகு கொண்டு அந்த ஆளை கிச்சு கிச்சு மூட்டு' என்றதுதான்.

சில நிமிடத்திற்குப் பிறகு மீண்டும் அந்த உதவி யாளரிடம் இருந்து தொலைபேசி அழைப்பு. "உங்கள் சிகிச்சை முறை நல்ல பலனைத் தந்தது. நோயாளி சிரித்த சிரிப்பில் பந்து வெளியே வந்து விழுந்துவிட்டது. ஆனால் இப்படியொரு உத்தியை எங்கே கற்றீர்கள்?" என்று கேட்டார் வியப்புடன்.

மருத்துவர் சொன்னார்: "அட அப்பத்தான் அது தோணிச்சு. ஒரு வாசகம் என் மனதில் எப்பவும் இருக்கும். என்ன செய்றதுன்னு தெரியாத நிலையில் ஏதாவது செய்து விடவேண்டும்" என்று.

ஆனால் தியானத்தைப் பொறுத்தவரை இந்தக் கொள்கை பலன் கொடுக்காது. என்ன செய்வதென்று தெரியாவிட்டால் ஒன்றும் செய்யாமல் இருந்துவிட வேண் டும். மனம் ரொம்ப சிக்கலானது, அதே சமயத்தில் எந்த ஊறுபாட்டையும் தாங்கிக் கொள்ள முடியாத அளவு மென்மையானதுமாகும். என்ன செய்வதென்று தெரியாத

நிலையில் எதையும் செய்யாமல் சும்மா இருந்து விடுங்கள், அதுதான் நல்லது. தெரியாததை செய்து வைத்தால் தீர்க்க முடியாத சிக்கலாகிவிடும். அது உயிருக்கு அபாயத்தை உண்டு பண்ணலாம், தற்கொலைக் கொப்பான செயலாகி விடலாம்.

மனதைப் பற்றி உங்களுக்கு எதுவுமே தெரியா தென்றால்... உண்மையில் அதைப் பற்றித் தெரிந்திருக்காது. மனம் ஒரு வார்த்தை தான். அதன் சிக்கலான தன்மையை நீங்கள் அறிய மாட்டீர்கள். பிரபஞ்சத்தில் உள்ளவற்றுள் மிகவும் சிக்கலானது மனம், எதையும் அதனுடன் ஒப்பிட முடியாது. அது ரொம்ப மென்மையானது அதை நீங்கள் நாசம் செய்துவிட முடியும். ஆழ்ந்த அறிவை அடிப்படை யாய்க் கொண்ட உத்திகள் இவை. ஒவ்வோர் உத்தியும் நீண்டகாலத் தேர்வாய்வுக்குட்படுத்தப் பட்டது.

ஆக இதனை நினைவில் கொள்ளுங்கள்: உங்களுக்கே உரிய விதத்தில் எதையாவது செய்து வைக்காதீர்கள். இரண்டு உத்திகளைக் கலந்து ஒன்றாக்கிவிடாதீர்கள். அவற்றின் செயல்முறைகள் வெவ்வேறானவை. அவை அடிப்படையிலும், வழிமுறையிலும் வேறுபடுபவை. அவை ஒரே விளைவை ஏற்படுத்துகிறவை என்றாலும் வழிகளில் மாறுபட்டவை. சமயத்தில் அவை முற்றிலும் ஒன்றுக் கொன்று எதிரிடையாய் இருக்கலாம். ஆக இரண்டு உத்தி களை ஒன்றாய் சேர்க்காதீர்கள். சொல்லப்பட்ட விதத்திலேயே உத்தியைப் பயன்படுத்துங்கள்.

நீங்கள் எதையும் மாற்றவேண்டாம், செம்மைப்படுத்து கிறேன் பேர்வழியென்று எதையும் திருத்த முற்படாதீர்கள். நீங்கள் எதை மாற்ற முயன்றாலும் அது ஆபத்தாகவே முடியும்.

ஓர் உத்தியைச் செய்து பார்ப்பதற்கு முன் அதைப் புரிந்து கொண்டிருக்கிறோமா என்பதில் கவனம் வையுங்கள். நீங்கள் குழப்பமாய் உணர்ந்தால், அந்த உத்தி இன்னதென்று அறியாதிருந்தால் அதைச் செய்யாதிருப்பதே

நல்லது. காரணம், ஒவ்வோர் உத்தியும் உங்களுக்குள் ஒரு கிளர்ச்சியை ஏற்படுத்திவிடும்.

முதலில், உத்தியை மிகச் சரியாய் புரிந்து கொள்ள முயற்சி செய்யுங்கள். புரிந்துகொண்ட பின் முயன்று பாருங்கள் அந்த வயதான மருத்துவரின் 'எதையாவது செய்து வைக்கும் கொள்கை'யைப் பயன்படுத்தாதீர்கள். தெரியாத ஒன்றைச் செய்து வைப்பதை விட எதையுமே செய்யாதிருப்பது நன்மை பயக்கும்.

சரியானமுறை சரியாக வேலைசெய்யும்
THE RIGHT METHOD WILL CLICK

உண்மையிலேயே சரியான முறை உடனடியாய் பலன் கொடுக்கும். நான் வழி முறைகள் பற்றி ஒவ்வொரு நாளும் பேசிவருகிறேன். நீங்கள் அவற்றை முயன்று பாருங்கள். வீட்டில் விளையாட்டாய் செய்து பார்க்கலாம். உங்களுக் குள் இருந்து ஏதோ ஒன்று வேகமாய் வெளிப்படும் 'இதுவே எனக்குப் பொருத்தமான முறை' என்பீர்கள். ஆனால் முயற்சி தேவைப்படும். திடுதிப்பென்று ஒருநாள் வழிமுறை யொன்று உங்களைக் கெட்டியாய் பற்றிக் கொள்ளும்போது திகைத்துப் போவீர்கள்.

எளிய செயல்களைச் செய்யும் போது உங்கள் மனம் திறந்தேயிருக்கும், அதில் ஒளிவு மறைவு இருக்காது. தீவிரப் பட்ட நிலையிலோ அது மூடிக் கொண்டுவிடும். விளை யாட்டாயிருங்கள், ரொம்பவும் கடுமை வேண்டாம். இவை எளிய முறைகள்; நீங்கள் இவற்றுடன் பங்கேற்க முடியும்.

ஒரு வழிமுறையை எடுத்துக் கொள்ளுங்கள். குறைந்த பட்சம் மூன்று நாள்கள் அதில் ஈடுபடுங்கள். ஒருவித நம்பிக்கை உணர்வை அது உங்களுக்குத் தந்தால், உங்களை நல்ல விதமாய் உணரச் செய்தால் 'இது நமக்கானது தான்' என்ற முடிவு செய்துகொள்ளுங்கள். பிறகு அதில் முனைப் பாயிருந்துகொண்டு மற்றவற்றை மறந்து விடுங்கள். மற்ற

முறைகளில் ஈடுபட வேண்டாம். குறைந்த பட்சம் மூன்று மாதங்களுக்காவது அதில் நிலைத்திருங்கள்.

அற்புதங்கள் நிகழக் கூடியவைதாம். என்ன அந்த உத்தி உங்களுக்குப் பொருத்தமானதாய் இருக்க வேண்டும். அது உங்களுக்கேற்றதாய் இல்லாவிட்டால் எதுவும் நிகழாது. பொருத்தமான முறைக்கு மூன்றே நிமிடம் போதும் அற்புதம் நிகழ்த்திட.

ஒரு முறையை எப்போது கைவிடுவது?
WHEN TO DROP THE METHOD?

'ஒருநாள் உன்னுடைய முறையை நீ கைவிட வேண்டி யிருக்கும்' என்று சிறந்த குருமார்கள் எல்லாருமே சொல் வார்கள். எத்தனை சீக்கிரம் நீங்கள் விடுகிறீர்களோ அத்தனைக்கு நல்லது. எப்போது வலி துன்பம் தளை இவற்றிலிருந்து உங்களுடைய விழிப்புணர்வு விடுவிக்கப் படுகிறதோ அப்போது விரைந்து உங்களுடைய முறையை விட்டு விடுங்கள்.

புத்தர் திரும்பத் திரும்ப ஒரு கதையைக் கூறுவார். ஐந்து முட்டாள்கள் ஒரு கிராமத்தைக் கடந்து சென்று கொண்டிருந்தார்கள். அவர்கள் ஒரு படகைத் தங்கள் தலையில் சுமந்து சென்றதைக் கண்டு அவ்வூர் மக்கள் திகைப்படைந்தார்கள். அந்தப் படகு உண்மையிலேயே கொஞ்சம் பெரியதுதான். படகின் சுமை அவர்களை அழுத்தியது.

'நீங்கள் என்ன காரியம் செய்து கொண்டிருக்கிறீர்கள்?' மக்கள் கேட்டார்கள்.

முட்டாள்கள் கூறியது: "இந்தப் படகை எங்களால் விட முடியாது. நாங்கள் அக்கரையில் இருந்து இக்கரைக்கு வர இதுதான் உதவிற்று. அதை எப்படி விட முடியும்? அது இருந்ததால் அல்லவா இங்கே நாங்கள் வர முடிந்தது. இல்லையென்றால் நாங்கள் அக்கரையிலேயே மடியும்படி

இருந்திருக்கும். அக்கரையில் கொடிய மிருகங்கள் உண்டு, இரவை நாங்கள் அங்கேயே கழித்திருந்தால் காலையில் செத்துப் போயிருப்போம். இந்தப் படகை நாங்கள் ஒரு போதும் விடமாட்டோம்.

"நாங்கள் இதற்குக் கடன்பட்டிருக்கிறோம். நன்றியுணர் வோடு எங்கள் தலையில் இதனை சுமந்து செல்வோம்:"

நீங்கள் விழிப்புணர்வின்றிச் செய்கிறபோதுதான் முறைகள் ஆபத்தானவை. மற்றபடி அவற்றை அருமையாய் பயன்படுத்த முடியும். ஒரு படகு ஆபத்தானது என்று நீங்கள் நினைப்பீர்களா? வெறும் நன்றி உணர்வை வெளிக் காட்டுவதற்காக வாழ்க்கை முழுதும் அதைச் சுமக்கிற நிலையில் அது ஆபத்தானது தான். படகு என்பது பயன் படுத்தவும் விட்டுச் செல்வதற்குமே. ஒன்றைப் பயன் படுத்திய பிறகு கைவிட்டுவிட வேண்டுமே தவிர திரும்பிப் பார்க்கவேண்டிய அவசியமில்லை.

நீங்கள் வழிமுறையைக் கைவிட்டுவிட்டால் தானா கவே உங்கள் இருப்புணர்வில் தங்கிவிடுவீர்கள் எப் போதைக்குமாய். மனம் உறுதியாய் பற்றிக் கொள்ளும், அது உங்களுடைய இருப்புணர்வில் (Being) குடியேற உங்களை அனுமதிப்பதில்லை. அது உங்களுக்குத் தேவைப்படாத படகின் (முறை) மீது உங்களுக்கு விருப்பத்தை ஏற்படுத்திக் கொண்டிருக்கும்.

எதையுமே பற்றியிராவிடில் என்னாவது? அத்தனை படகுகளையும் கைவிட்டு விட்டால் எங்கே போவது? எல்லா வழிகளையும் விட்டுவிட்டால் எங்கேயும் போவதற் கில்லை. கனவுகளும், ஆசைகளும் மறைந்துவிட்டால் அப்படி இப்படி அசைவதெங்கே? தன்னுடைய இசைவின் (Accord) பேரில்தான் ஒய்வு நிலை ஏற்படுகிறது.

ஓய்வு என்கிற வார்த்தையைப் பற்றி எண்ணிப் பாருங்கள். அமைதியாயிருங்கள். உங்கள் வீட்டுக்கு நீங்கள் வந்து சேர்கிறீர்கள். ஒரு கணத்தில் எல்லாமே நறுமண

முற்றதாய் தெரிகிறது. மறுகணம் அதை நீங்கள் தேடும்படி யாகிறது. தேடியும் காணமுடியாதபடிக்கு அது எங்கே போயிற்று? தொடக்கத்தில் கிடைப்பது கண நேரக் காட்சிகள் தாம். கொஞ்சம் கொஞ்சமாய் அவை திண்மை (Solid) உடையதாகும். அதற்குமுன் அதை நீங்கள் உண்மை என்று கொள்ள முடியாது.

நீங்கள் தியானத்தில் அமர்கிறபோது ஓர் அமர்வில் இது நிகழும். ஆனால், போய்விடும். ஆக அமர்வுகளுக் கிடையில் நீங்கள் என்ன செய்வீர்கள் என்று கருதிக் கொள்வது?

தியான அமர்வுகளுக்கிடையில் உங்கள் முறையைத் தொடருங்கள். தியானத்தில் ஆழ்ந்த பின் விட்டு விடுங்கள். விழிப்புணர்வு தூய்மை அடைகிற கணம் வருகிறது. அப்போது எல்லாமும் முழுக்க முழுக்க தூய்மையாகி விடுகிறது. அப்போது எல்லாமும் முழுக்க முழுக்க தூய்மை யாகி விடுகிறது. வழிமுறையை விடுங்கள், தீர்வு பற்றிய வற்றை மறந்து, அமைதியாயிருங்கள்.

தொடக்கத்தில் சில கணங்கள் மட்டுமே இது நிகழும். சில சமயம் நான் சொல்வதை நீங்கள் கேட்டுக் கொண் டிருக்கும்போதுகூட நிகழும். தென்றலைப் போல் அது உங்களைத் தீண்டிச் செல்வது ஒரு கணமாயினும் நீங்கள் இன்னோர் உலகுக்கு இடமாற்றம் அடைவீர்கள். 'மனமற்ற உலகம் அது' எல்லாம் கணப்பொழுதுதான். மீண்டும் இருள் சூழ்ந்துகொள்ள மனம் தன்னுடைய கனவுகளில், ஆசை களில், அபத்தங்களில் ஆழ்ந்து விடுகிறது.

ஒரு கணம் மேகங்கள் விலகி சூரியனை நீங்கள் காண்பீர்கள். மீண்டும் மேகங்கள் குவிய எல்லாம் இருளாகி சூரியன் மறைந்து விடுகிறது. சூரியன் இருக்கிறதா என்று நம்புவதே கடினமாய் தெரிகிறது. கணநேரத்துக்கு முன் நீங்கள் உண்மையில் அனுபவித்ததுதான், இப்போது நம்பு வதற்குச் சிரமமாயிருக்கிறது. அது நடைமுறைக் கொவ்

வாததாய் இருக்கலாம். அதைக் கற்பனை என்று உங்கள் மனம் சொல்லலாம்.

இப்படி நடந்திருக்க சாத்தியமில்லையே என்று நினைக்குமளவு அது நம்ப முடியாதது தான். ஆனால் மனதின் அத்தனை அபத்தங்களும், மேகங்களும், இருளும் இருக்க அது உங்களுக்கு ஏற்படவே செய்தது. கண நேரம் சூரியனை நீங்கள் கண்டீர்கள். அது நம்ப முடியாததா யிருக்கலாம், அதை நீங்கள் கற்பனை செய்திருக்கவேண்டும். ஒரு கனவில் அதைக் கண்டிருக்கவும் கூடும்.

தியான அமர்வுகளுக்கிடையில் மீண்டும் படகில் இருந்து, மீண்டும் அதைப் பயன்படுத்துவீர்கள்.

கற்பனை உங்களுக்குக் கை கொடுக்கும்
(IMAGINATION CAN WORK FOR YOU)

கற்பனையென்றால் என்னவென்று முதலில் நீங்கள் தெரிந்து கொள்ள வேண்டும். இந்தக் காலத்தில் அதற் கெதிராய் கண்டனமும் இருக்கிறது. 'கற்பனை' என்ற வார்த்தை காதில் விழுந்ததுமே 'அதனால் ஒரு பிரயோசன மும் இல்லை' என்றுதான் சொல்வீர்கள். நிஜமான ஒன்று தான் நமக்குத் தேவைப்படுகிறது, கற்பனையல்ல என்போம். ஆனால் கற்பனையும் ஒரு நிஜம். அது ஒரு திறன் (Capacity) அதை உங்களுக்குள் இருக்கிற நிகழும் தன்மை (Potentiality) எனலாம்.

உங்களால் கற்பனை செய்ய முடியும். உங்கள் இருப் புணர்வில் அதற்கான திறன் இருப்பதையே அது காட்டு கிறது. அந்தத் திறன் உண்மையானது.

'கற்பனைமூலம் உங்களை
அழித்துக் கொள்ளவோ,
ஆக்கிக் கொள்ளவோ,
உங்களால் முடியும்?

அது உங்களைப் பொறுத்தது. கற்பனை ஆற்றல்மிக்கது, எதையும் நிகழ்த்துகின்ற ஆற்றல் அது.

கற்பனை என்பது என்ன? அது ஒரு மனோபாவத்தில் புகுந்து அந்த மனோபாவத்தை நிஜமாக்குகிறது. உதாரணமாய், திபெத்தில் பயன்படுத்தப்பட்ட ஓர் உத்தியைப் பற்றி நீங்கள் கேள்வியுற்றிருப்பீர்கள். அவர்கள் அதை உஷ்ண யோகா (Heat Yoga) என்று அழைக்கிறார்கள். பனி விழும் இரவில் ஒரே குளிர். லாமாக்கள் எவ்வித ஆடையுமின்றி வெட்ட வெளியில் நிற்பார்கள். வெப்பநிலை பூஜ்யத்துக்கும் குறைவாகவே இருக்கும். நாமாக இருந்தால் அப்படியே உறைந்து சாக வேண்டியது தான். ஆனால், லாமாவோ ஒரு குறிப்பிட்ட உத்தியைக் கையாளுவார். தன்னுடைய உடம்பை, பற்றி எரியும் தீயாய் அவன் கற்பனை செய்து கொள்வான். தனக்கு வியர்த்துக் கொட்டுவதாய், தான் வியர்வை சிந்துமளவிற்கு வெப்பமேற்பட்டிருப்பதாய் அவன் கற்பனை செய்வான்.

அதனால் வெப்பநிலை பூஜ்யத்துக்குக் கீழேயிருந்தாலும், அவனுக்கு உண்மையிலேயே வியர்த்துக் கொட்டும். இந்த வியர்வை உண்மையானது. அவனுடைய உடம்பில் சூடு பரவியிருப்பதும் உண்மை. கற்பனை மூலம் உருவான நிஜம் இது.

கற்பனையுடன் நீங்கள் பொருந்திக் கொள்ள முடிகிற போது உங்கள் உடம்பு வேலை செய்யத் தொடங்குகிறது. கற்பனையின் வேலை என்று தெரியாமல்தான் முன்பே பல காரியங்களை நீங்கள் செய்து கொண்டிருக்கிறீர்கள். கற்பனையின் விளைவாகவே பல நோய்களை நீங்கள் தோற்றுவித்துக் கொள்வது. இங்கே நோய் பரவியிருக்கிறது. நமக்கும் அது தொற்றிக் கொண்டுவிடும் என்று கற்பனை செய்வீர்கள். நீங்கள் அவ்விதமாய் ஏற்பு நிலைக்குத் தள்ளப்படுகிறீர்கள். அப்போது உண்மையாகவே நீங்கள் நோயில் விழும் சாத்தியம் ஏற்பட்டு விடுகிறது. ஆனால், கற்பனை யாலன்றோ அது தோற்றுவிக்கப்பட்டது. கற்பனை ஒரு

வேகம், ஒரு சக்தி. மனம் அதை நோக்கிச் செல்கிறது. உடம்பும் மனதைப் பின்பற்றுகிறது.

மேற்கத்திய அறிதுயில் நிலை (Hypnosis)க்கும், கிழக்கத்திய தந்த்ரா முறைக்கும் உள்ள வேறுபாடு இதுதான். கற்பனையின் மூலம் ஒன்றை நீங்கள் தோற்றுவிக்கிறீர்கள் என்பது அறிதுயிலாளரின் (Hypnotist) கருத்து. கற்பனை மூலம் நீங்கள் எதையும் தோற்றுவிக்கவில்லை, முன்பே இருக்கிற ஒன்றுடன் உங்களைப் பொருத்திக் கொள்கிறீர்கள் என்று தந்த்ரா கருதுகிறது.

கற்பனையில் நீங்கள் உருவாக்குகிற எதுவும் நிரந்தரமாக முடியாது. மெய்ம்மையில்லை எனில் அது தவறானது, அது மாயை, உருவெளித் தோற்றம் (Hallucination) என்றாகிறது.

தொடக்க நிலையில் உள்ளவர்களுக்கான சில யோசனைகள்
(SUGGESTIONS FOR BEGINNERS)

போதிய இடம் (ENOUGH SPACE)

நீங்கள் தியானத்துக்கு முயலும்போது தொலை பேசியை அதன் தாங்கியிலிருந்து தனியே எடுத்து வைத்து விடுங்கள். தொடர்புகளிலிருந்து உங்களை விலக்கிக் கொள்ளுங்கள். தியானம் செய்கிறபடியால் அடுத்த ஒரு மணி நேரத்துக்கு யாரும் கதவைத் தட்ட வேண்டாமென்று கதவின் மீது ஓர் அறிவிப்பு அட்டையைத் தொங்க விடுங்கள்.

தியான அறைக்குள் நுழைகிறபோது உங்கள் காலணிகளைக் கழற்றி விடுங்கள். புனிதமான இடத்தின் மீது நடக்கிறீர்கள். காலணிகளை மட்டுமல்ல, தன்னை மறக்கச் செய்கிற எண்ணங்களையும் அறைக்கு வெளியே விட்டுச்

செல்லுங்கள். எதனாலும் ஆக்கிரமிக்கப்படாதவராய் உள்ளே செல்லுங்கள்.

தன் கையிலுள்ள இருபத்து நான்கு மணி நேரத்தில் ஒரு மணி நேரத்தை ஒருவர் தியானத்துக்காக ஒதுக்க முடியுந்தானே. உங்களுடைய வேலைகளுக்கும், விருப்பங்களுக்கும், சிந்தனைகளுக்கும், நோக்கங்களுக்கும், திட்டங்களுக்கும் இருபத்து மூன்று மணி நேரத்தை வழங்கி விடுங்கள். எஞ்சியிருக்கிற ஒரு மணிநேரம்—அதுதான் வாழ்வின் உண்மையான நேரமாய் இருக்கும். அந்த இருபத்து மூன்று மணி நேரமும் முழுதுமாய் வீணடிக்கப் பட்டதுதான்.

சரியான இடம் (THE RIGHT PLACE)

உங்கள் தியானத்தை உயர்த்தக் கூடிய ஓர் இடத்தை நீங்கள் கண்டுபிடிக்க வேண்டும். உதாரணமாய், ஒரு மரத்தடியில் அமர்வது அனுகூலத்தையளிக்கும். ஒரு திரையரங்கில் அமர்வதை விட, இரயில் நிலையத்துக்குச் சென்று நடைமேடையில் அமர்வதைவிட இயற்கையை நாடிச் செல்லுங்கள். மலைகளிலும், மரங்களிலும், ஆறுகளிலும் 'தாவோ' கூறும் இயற்கை ஆற்றல்களின் ஒன்றுபட்ட திறன் இருக்கிறது. அந்த சக்தியின் துடிப்பு எங்கும் பரவி நிற்கிறது.

> 'சந்தடியற்றிருப்பதும்,
> தன்னுணர்வின்றியிருப்பதும்,
> தியானமே.'

மரங்கள் நிலையான தியானத்திலிருக்கின்றன. உங்களை மரமாகும்படி நான் கூறவில்லை, ஒரு புத்தராகி விடுங்கள். ஆனால், புத்தருக்கும் மரத்துக்கும் பொதுவான விசயம் ஒன்றிருக்கிறது. அவர் மரத்தைப் போலவே பசுமையானவர், மரத்திலுள்ளது போலவே அவருள்ளும் சாரமிருக்கிறது. என்ன ஒரு வித்தியாசம். அவர் உணர்வோடிருக்கிறார், மரம் உணர்வற்றிருக்கிறது அவ்வளவுதான். மரம் தன்னுணர்வில்லாமலே 'தாவோ' (Tao)வில் இருக்கும்,

புத்தர் உணர்வுடன் 'தாவோ'வில் இருப்பார். அது மிகப் பெரிய வேறுபாடு, வானத்துக்கும் பூமிக்கும் இடையேயுள்ள வேறுபாடு.

ஒரு மரத்தினடியில் அமர்ந்து பாருங்கள். அங்கே சுற்றிவர அழகிய பறவைகளின் பாடலும், மயிலின் ஆடலு மாய், இருக்கும். நதி நீரின் ஓடுகின்ற ஓசை அல்லது அருவி நீரின் வீழ்கின்ற ஓசை என்று எல்லாமுமாய் ஒரு சிறந்த இசை!

இயற்கையின் அமைதி குலைக்கப்படாத, மாசுபடுத்தப் படாத ஓர் இடத்தைக் கண்டுபிடியுங்கள். அப்படிவோர் இடத்தைக் கண்டுபிடிக்க முடியாவிட்டால், உங்கள் அறை யின் கதவுகளை மூடிக் கொண்டு உள்ளே அமர்ந்து விடுங்கள். முடிந்தால் உங்கள் வீட்டில் தியானத்துக்கென்று ஒரு பிரத்யேக அறை வைத்துக் கொள்ளுங்கள்.

சிறு மூலை போதும், ஆனால், தியானத்துக்கு மட்டுமே பயன்படுத்துவதாய் இருக்க வேண்டும். ஏன் குறிப்பாய் தியானத்துக்கு மட்டும் என்பது? ஒவ்வொரு செயலும் தனக்கே உரிய அதிர்வுகளை உருவாக்கும். அந்த இடத்தில் நீங்கள் தியானித்தால் அது தியானத் தன்மை கொண்ட தாகிவிடும். தினமும் தியானிப்பீர்கள். தியானிக்கிற போது அது உங்களுடைய அதிர்வுகளை உறிஞ்சும். அடுத்த நாள் நீங்கள் வரும்போது அந்த அதிர்வுகள் உங்கள்மீதே திரும்ப வும் விழும். அவை அநுகூலமாயிருக்கும், கொடுத்து வாங்கும், எதிர்ச் செயல்புரியும்.

ஒருவர் உண்மையிலேயே தியானிப்பவராகி விடும் போது அவரால் திரையரங்கிலும், இரயில்நிலைய நடை மேடையிலும் கூட தியானிக்க முடியும்.

நான் பதினைந்து ஆண்டுகளாய் நாடு சுற்றிக் கொண் டிருக்கிறேன். தொடர்ந்து பயணந்தான். இரவும் பகலும் ஆண்டு முழுதும் பயணம் செய்கிறேன். இரயிலிலும், ஆகாய விமானத்திலும், காரிலும் பயணிக்கிறேன். எதுவும் வித்தி

யாசப்பட்டுவிடவில்லை. உங்கள் இருப்புணர்வில் (Being) நீங்கள் நிலைத்துவிட்டால் எந்த ஒன்றும் வித்தியாசத்தை ஏற்படுத்த முடியாது. ஆனால், இது தொடக்க நிலையில் உள்ளவருக்குச் சாத்தியமல்ல.

மரம் வேரூன்றி விட்ட(நிலையாக) பிறகு காற்று அடிக்கட்டும், மழை பொழியட்டும், மேகங்கள் இடியொலி எழுப்பட்டும். எல்லாமே நல்லதுதான். அது ஒரு சீரிய நிலை (Integrity)யை மரத்துக்குத் தந்துவிடும். ஆனால், அந்த மரம் மிகச் சிறியதாய், மென்மையாய் இருக்கும் போது, ஒரு சின்ன குழந்தையும் அதற்கு ஆபத்தை விளைவித்து விடும். அல்லது அந்த வழியே போகிற ஒரு பசுவினால் கூட ஆபத்து ஏற்படலாம்.

சவுகரிய்மாயிருங்கள் (BE COMFORTABLE)

உங்கள் உடம்பையே மறந்துவிடுகிற விதமாய் உங்களுடைய உடலின் தோற்ற அமைவு (Posture) இருக்க வேண்டும்.

உங்கள் உடலை மறக்கிறபோது சவுகரிய நிலையை அடைவீர்கள். உடம்பின் நினைவாகவே இருந்தால் அசவுகர்யத்தை உணரும்படி ஆகும். நீங்கள் ஓர் இருக்கையில் அமர்ந்திருந்தாலும், தரையில் அமர்ந்திருந்தாலும் அது முக்கியமல்ல. சவுகரிய நிலையில் இருக்க வேண்டும். உள்ளார்ந்த பரவசங்களை அடைய முயல்பவர்களுக்கு உடம்பின் சவுகரிய நிலையே அடிப்படைத் தேவையாகும்.

உணர்ச்சித் தூய்மையுடன் தொடங்குங்கள் (BEGIN WITH CATHARSIS)

'வெறுமனே அமர்ந்து கொண்டு தொடங்குங்கள்' என்று நான் ஒருபோதும் சொல்வதில்லை. எங்கே தொடங்குவது எளிதாய் தெரிகிறதோ அங்கிருந்தே தொடங்குங்கள். இல்லையேல், தேவையில்லாமல் பலவற்றையும் எண்ணமிடத் தொடங்குவீர்கள்.

நீங்கள் அமர்ந்து தியானிக்கத் தொடங்கினால் உங்களுக்குள் அமைதிக்குலைவை உணர்வீர்கள். வெறுமனே அமர்ந்திருக்கும் முயற்சியில் குழப்ப உணர்வுதான் மிஞ்சும். உங்களுடைய பித்துப்பிடித்த மனதையன்றி வேறெதையும் உணர மாட்டீர்கள். அது சோர்வைத் தோற்றுவிக்கும். பரம சுகத்துக்குப் பதிலாய் விரக்தியைத் தான் உணர்வீர்கள். உங்களை நீங்களே பைத்தியமாய் உணரும்படியாகும் என்பதும் உண்மை. சில சமயம் உண்மையாகவே பைத்தியம் பிடித்துவிடக் கூடும்.

எனவேதான் விரக்தி, சோர்வு, கவலை தரக்கூடிய எதையும் நான் தெரிவிப்பதில்லை. உங்களுடைய சித்த சுவாதீனமற்ற நிலையை உணர்ந்துகொள்ள நீங்கள் தயாராயிருக்க மாட்டீர்கள்.

சில விசயங்களை படிப்படியாக அறிந்து கொள்ள நீங்கள் இடமளிக்க வேண்டும். அறிவு எப்போதுமே சரியானதாய் இருந்துவிடாது. அதை கிரகித்துக் கொள்ளும் உங்களுடைய திறன் வளர்கிற விதமாய் அதுவும் தன்னை மெல்லவே வெளிப்படுத்திக் கொள்ள வேண்டும்.

நான் அமர்வு நிலைக்குப் பதிலாய் உங்களுடைய பைத்தியக்காரத் தன்மையிலிருந்தே தொடங்குகிறேன். உங்கள் பைத்தியக்காரத் தன்மைக்கு இடமளிக்கிறேன். நீங்கள் மகிழ்ச்சி வெறியுடன் ஆடினால் அதற்கு மாறானதே உங்களுக்குள் நிகழும். ஓர் அமைதிக்குறியையே உங்களுக்குள் உணரத் தொடங்குவீர்கள். அமைதியாய் அமர்ந்திருக்கும் போதோ வெறிபிடித்த மாதிரி உணர்வு வரும். எப்போதுமே எதிரிடையானது தான் உணரப்படுகிறது.

மகிழ்ச்சி வெறியுடன், கத்திக் கொண்டு, தாறுமாறாய் மூச்சுவிட்டுக் கொண்டு நீங்கள் ஆடுவதற்கு இடமளிக்கிறேன். பிறகு, உங்களுக்குள்ளிருக்கும் சூட்சுமமான பகுதியை, அடியாழத்திலுள்ள அசைவற்ற, அமைதியான பிரதேசத்தை உணரத் தொடங்குவீர்கள்.

'உங்கள் மையநிலையத்தில் இருக்கிறது
உள்ளார்ந்த அமைதி
அங்கே பரம சுகத்தை நீங்கள்
உணர்வீர்கள்'

ஆனால், வெறுமனே அமர்ந்திருக்கும் போது, உள்ளே யிருப்பது பைத்தியக்காரத் தன்மைதான். வெளியில் நீங்கள் அமைதியாய் தெரிந்தாலும் உள்ளில் வெறிபிடித்தவராகவே இருப்பீர்கள்.

நீங்கள் உறுதியான நடப்பில் இருக்கிற ஏதோ ஒன்றுடன் தொடங்குவது நல்லது. அப்போது உள்ளிருக்கும் அமைதி வளர்வதை உணர்வீர்கள். அது வளர வளர அமர்வு நிலை அல்லது படுத்திருக்கும் நிலையைப் பயன் படுத்துவது சாத்தியமாகும். அமைதிமிக்க தியானமும் சாத்தியம். ஆனால் அப்போது எல்லாமே வேறாகிவிடும்.

அசைவுகள், செயல்படுதல் இவற்றுடன் (ஆடுதல், கத்துதல்) தொடங்கும் தியான உத்தி உங்களுக்கு வேறு வகைகளிலும் உதவும். நீங்கள் வெறுமனே உட்கார்ந்திருக் கும் போது உங்கள் மனம் எங்காவது போக விரும்பும். ஒவ்வொரு தசையும், ஒவ்வொரு நரம்பும் நிலை மாற்ற மடையும். இயல்பற்ற விதத்தில் ஏதோ ஒன்றை உங்கள் மீது திணிக்கப் பார்ப்பீர்கள். அப்போது நீங்கள் கட்டாயப் படுத்துகிறவர், கட்டாயப் படுத்தப்படுகிறவர் என்று இரண்டாய் பிரிந்து விடுவீர்கள். எது கட்டாயத்துக்குள்ளா கிறதோ. அடக்கப்படுகிறதோ அதுவே நம்பத் தகுந்த பகுதி யாகும். எது அடக்கி வைக்கிறதோ அதைத் தூக்கி எறி யுங்கள். அடக்குவது சிறுபகுதி, அடக்கப்படுவதோ பெரும் பகுதி. தொடர்ந்து அடக்கப்பட்ட நிலையில் உங்களுக்குள் குவிந்து கிடப்பவை ஏராளம்.

வளர்ப்பு முறை, நாகரிகம், கல்விமுறை இவை எல்லாமே அடக்கி வைப்பதாய் உள்ளன. ஒரு வித்தியாச மான கல்வி முறையின் மூலம் அவற்றை நீங்கள் தூக்கி யெறிய முடியும். மனதின் இயக்க நுட்பம், பண்பாடு பற்றிய

தியானம்

பிரக்ஞையுடன் பல விசயங்களை நீங்கள் தூக்கியெறிய முடியும்.

உதாரணமாய், குழந்தை கோபமாயிருக்கும்போது 'கோபப்படாதே' என்று சொல்கிறோம். அவன் கோபத்தை வெளியிடாமல் அடக்கி வைக்கப் பார்க்கிறான். காலப் போக்கில் மிகச் சிறிது நேரமே இருக்கக் கூடியது நிரந்தர மாகி விடுகிறது. இப்போது அவன் கோபத்தை வெளிப் படையாய் காட்டுவதில்லை. ஆனால் அது அவனுக்குள் இருக்கும். அற்ப சமாசாரங்களுக்கெல்லாம் கோபம் ஏற் பட்டு, அவற்றை அடக்கி வைத்தே நம்முள் ஏகத்துக்குக் குவிந்து கிடக்கிறது. கோபத்தை அடக்கி வைக்கிறவர் தாம் எப்போதும் கோபப்படுகிறவராயிருக்கிறார்.

கோபம் சிறிது நேரமே இருக்கக் கூடியது, வந்த சுவடு தெரியாமல் போய் விடும். அதை வெளிப்படுத்திவிட்டால் தொடராது. என்னைப் பொறுத்தவரை அந்தக் குழந்தை தன்னுடைய கோபத்தை முழுமையாய் வெளிப்படுத்தட்டு மென்று நான் அனுமதித்துவிடுவேன்.

ஆழ்ந்து கோபப்படுங்கள், அதன் அடியாழம் வரைக்கும். அதை அடக்கி வைக்காதீர்கள்.

உண்மையில் அதனால் பிரச்சினைகளும் உண்டு. 'கோபப்படு' என்று சொன்னால் அப்போது யார் மீதாவது உங்கள் கோபத்தை நீங்கள் காட்டும்படி ஆகிறது. ஆனால் ஒரு குழந்தையின் கோபத்துக்கு உருக் கொடுக்க முடியும். அவனிடம் ஒரு தலையணையைக் கொடுத்து 'இதோ இந்தத் தலையணையிடம் கோபப்படு, இதனிடம் உனது வன் முறையை வெளிப்படுத்திக் கொள்' என்று சொல்லி விடலாம். தொடக்கத்தில் இருந்தே கோபத்தில் இருந்து மாறுபடுகிற வழியில் குழந்தையை வளர்க்க முடியும். ஏதாவது ஒரு பொருளை அவன் கையில் கொடுத்துவிட வேண்டும். தன்னுடைய கோபம் தீரும் வரை அந்தப் பொருளை அவன் வீசியெறிந்து கொண்டிருக்கலாம். சில

நிமிடங்களில், சில கணங்களில் அவனுடைய கோபம் காலி செய்யப்பட்டுவிடும்.

நீங்கள் கோபத்தை, பாலுணர்வை, வன்முறையை, பேராசையை உங்களுக்குள் வளர்த்துக் கொண்டு விடுகிறீர்கள். அதுதான் உங்களுக்குள் பைத்தியக்காரத் தன்மையாய் உருவெடுக்கிறது.

நீங்கள் அடக்கி வைக்கிற தியான முறையைத் தொடங்கினால் —உதாரணமாய், வெறுமனே உட்கார்ந்திருப்பது — அது இவற்றை அடக்கி வைப்பதாகவே இருக்கும், வெளியேற்றுவதால் இருக்காது. எனவே நான் தூய்மைப்படுத்துவதில் இருந்து (Catharsis) இருந்து தொடங்குகிறேன். உங்கள் கோபத்தைக் காற்றோடு வீசுகிறபோது நீங்கள் பக்குவப்பட்டவராகிறீர்கள்.

உங்களுக்குப் பிரியமானவரை மட்டும் நேசிக்க முடிகிற போது உங்களைப் பக்குவப்பட்டவர் என்று சொல்ல முடியாது. அப்போது யாரையாவது சார்ந்துதான் உங்கள் அன்பை நீங்கள் வெளிப்படுத்துகிறீர்கள். யாராவது ஒருவர் இருந்தால் தான் உங்களால் அன்பு செய்ய முடியும். அது ஆழமற்ற அன்பாகத்தான் இருக்கும். இது உங்களுடைய இயல்பாகாது. நீங்கள் தனியாக ஓர் அறையில் இருக்கிற போது அன்பு காட்டிக் கொண்டிருப்பதில்லை. ஆக உங்களுடைய அன்பு ஆழமானதல்ல, உங்கள் ஜீவனில் அது ஒரு பகுதியாயில்லை.

உங்களிடம் சார்ந்திருக்கும் தன்மை எத்தனை குறைவாய் இருக்கிறதோ அத்தனைக்கு அதிகமாய் பக்குவம் இருக்கும். நீங்கள் கோபப்படுவதற்கு ஒரு பொருளோ இலக்கோ தேவையில்லை. எனவேதான் தூய்மை செய்தலை தியானப் பயிற்சியின் தொடக்கத்தில் கட்டாயமாக்கியிருக்கிறேன்.

'அந்த விண்ணின் மீதோ வெட்டவெளியிலோ
எதையும் நீங்கள் தூக்கியெறிய முடியும்
அதுகுறித்த பிரக்ஞையில்லாமல்'

நீங்கள் யாரிடம் கோபத்தைக் காட்ட விரும்புகிறீர்களோ அவர் இல்லாமலே நீங்கள் கோபப்படலாம். எந்தவொரு காரணமும் இல்லாமல் அழுதுவிடுங்கள், எந்தவொரு காரணமும் இல்லாமல் சிரித்து விடுங்கள். அப்போது உங்களுக்குள் குவிந்து கிடந்த எல்லாவற்றையுமே உங்களால் தூக்கியெறிய முடிகிறது. வழியை அறிந்துகொண்டுவிட்டால் நீங்கள் கடந்த காலச் சுமைகளை இறக்கி விடுவீர்கள்.

'ஒட்டுமொத்த வாழ்வின் சுமைகளும்
உங்களை விட்டுப் போய்விடும்
ஓரிரு கணங்களில்'

எல்லாவற்றையும் தூக்கியெறிய நீங்கள் தயாராயிருந்தால், உங்கள் பைத்தியக்காரத்தன்மை வெளியேற இடமளிப்பதாயின் சில கணங்களில் தூய்மை செய்யப்பட்டு விடும். தூய்மை செய்யப்பட்ட நிலையில் நீங்கள் புதிதாய், மாசற்றவராகி விடுகிறீர்கள். மீண்டும் ஒரு குழந்தையாகிறீர்கள். இப்போது உங்கள் மாசற்ற தன்மையுடன் நீங்கள் அமர்ந்தும் தியானிக்கலாம், கிடந்தும்(Lying) தியானிக்கலாம். காரணம், அமர்ந்த நிலையின் அமைதியைக் குலைக்கிறாற்போல் எதுவும் உள்ளிருக்கவில்லை.

தூய்மையாக்குவதே முதல் வேலையாய் இருக்க வேண்டும். இல்லையேல் மூச்சுப்பயிற்சியும், ஆசன முறைகளும், யோக நிலைகளும் எதையோ அடக்கி வைக்கிற முயற்சியாகிவிடும். ஒரு விநோதம்: எல்லாவற்றையும் நீங்கள் வீசியெறிந்து விடுகிற போது அமர்வும், ஆசனங்களும் தன்னால் நிகழும், அது புறத்தூண்டுதலற்ற இயக்கமாகும்.

தூய்மைப்படுத்துவதில் தொடங்குங்கள். மனதுக்கு நிறைவளிக்கக் கூடிய ஏதோ ஒன்று உங்களுக்குள் மலரும், அது வித்தியாசமான பண்பை, வித்தியாசமான அழகைக் கொண்டிருக்கும். அது நம்பத்தக்கதாயிருக்கும்.

அமைதி உங்களிடம் வரும்போது, அது உங்கள்மீது இறங்கும்போது அது ஒன்றும் உண்மையற்றதாயிருக்காது.

அதை நீங்கள் மேம்படுத்தவில்லை. அதற்காக உங்கள் நேரத்தைச் செலவிடவில்லை. அது உங்களிடம் வருகிறது, அதுவாகவே நிகழ்கிறது. தன்னுள் குழந்தை வளர்வதை ஒரு தாய் உணர்கிறமாதிரி உங்களுக்குள் அது வளர்வதை நீங்கள் உணர்கிறீர்கள்.

நான் தியான முகாம்களை நடத்திக் கொண்டிருந்த போது ஒரு வழிமுறை இருந்தது. ஒவ்வொரு மாலைப் பொழுதிலும் முகாமில் பங்கேற்பவர்கள் ஒன்றாக அமர்ந்து கொள்வார்கள். யாரும் தான் விரும்பியதைச் செய்யலாம் — எந்தவொரு கட்டுப்பாடுமில்லை, அடுத்தவருடைய வேலையில் அவர் குறுக்கிடக் கூடாது அவ்வளவுதான். அவர் சொல்ல விரும்புவது எதுவாயினும் அதைச் சொல்லலாம். அவர் அழ விரும்பினால் அழமுடியும், சிரிக்க விரும்பினால் சிரிக்க முடியும். ஆயிரம்பேர் அப்படிச் செய்கிறபோது அது பெருங்களிப்பூட்டும் காட்சியாயிருக்கும்.

நீங்கள் கற்பனை செய்திருக்கமாட்டீர்கள் கடுமையான முகத்தையும் மனத்தையும் உடைய மனிதர்கள் அத்தகைய முட்டாள் தனங்களைச் செய்து கொண்டிருப்பார்களென்று. ஒருவர் தன்னுடைய உணர்ச்சிகளை முகத்தின் மூலமாகவும், கத்தியும் பிதற்றியும் வெளிப்படுத்திக் கொண்டிருப்பார். உங்களுக்குத் தெரியுமா அவர் ஒரு போலீஸ் அதிகாரி என்பது.

தினமும் எனது முன்பாய் வந்தமரும் ஓர் ஆசாமியை என்னால் மறக்க முடியாது. பங்குச்சந்தை வியாபாரம் செய்கிற, அகமதாபாத்தைச் சேர்ந்த பணக்காரர் அவர். எப்போதும் தொலைபேசியும் கையுமாய் இருப்பார்.

இந்த ஒரு மணிநேர தியானம் ஆரம்பித்த சில நிமிடங்களிலேயே தொலைபேசியைக் கையிலெடுத்து விடுவார். எண்களைச் சுழற்றி 'ஹலோ' என்பார். மறுமுனையில் இருந்து தகவல் கிடைத்ததும் 'சரி, அதை வாங்கி விடு' என்பார். எல்லாவற்றையும் அவருடைய முகபாவத்திலேயே தெரிந்து கொண்டு விடலாம். மாறிமாறி எங்காவது 'போன்'

செய்து கொண்டிருப்பார். அந்த ஒரு மணி நேரத்திலும் அது தான் நடக்கும், இடையிடையே என்னைப் பார்த்து புன்னகை செய்வார். ஆனால், நான் முகத்தைக் கடுமையாய் வைத்துக் கொள்வேன். அவரை நோக்கி ஒரு போதும் புன்னகைத்ததில்லை.

ஆயிரம் பேரின் மனங்களும் ஆயிரமாயிரம் விஷயங்களின் பின்னே ஓடிக் கொண்டிருக்கும். அவர்கள் தங்களுக்குள் இருக்கும் அடைசல்களை வெளியேற்ற இது ஒரு சிறந்த வாய்ப்பு.

அந்தத் தியானம் மிகவும் உதவியாயிருந்தது. ஆனால் அந்தத் தியான முகாமைத் தொடர்ந்து நடத்த அநேக தடைகள்.

சுதந்திரத்திற்கான சில வழிமுறைகள்
(GUIDELINES OF FREEDOM)

மிக முக்கியமான மூன்று (THE THREE ESSENTIALS)

தியானத்தில் சில அடிப்படைக் கூறுகள் உள்ளன. எந்தவொரு தியான முறைக்கும் அவையே ஆதாரம்.

முதலாவது தளர்வு நிலை (Relaxed State), மனதுடன் சண்டையிடுவதோ, மனதை அடக்குவதோ, ஒரு முனைப் படுத்துவதோ கிடையாது. இரண்டாவது — விழிப்புணர்வுடன், நடப்புகளில் எவ்விதக் குறுக்கீடுமின்றி கவனித்திருத்தல். எவ்வித கருத்தையும் உருவாக்கிக் கொள்ளாமல், மதிப்பீடு செய்யாமல் வெறுமனே மனதைக் கவனித்திருத்தல்.

இவற்றில் மூன்று அம்சங்கள் உள்ளன. ஓய்வாயிருத்தல், கவனித்தல், கருத்தேதுமில்லாமை.

ஒரு மகத்தான அமைதி மெல்ல உங்கள் மீது இறங்கி வரும். உங்களுக்குள் அனைத்து இயக்கங்களும் நின்றுவிடும். நீங்கள் இருக்கிறீர்கள் ஆனால் 'நான்' என்ற உணர்வு

இருப்பதில்லை. தியானத்தில் நூற்றிப்பன்னிரண்டு முறைகள் இருக்கின்றன. அத்தனை முறைகளும் நான் சொன்னது தான். அமைப்பில் அவை வேறுபடலாம் ஆனால், அடிப்படைக் கொள்கைகள் ஒரே மாதிரியானவை.

விளையாட்டுத்தனமாயிருங்கள் (BE PLAYFUL)

இலட்சக் கணக்கான மக்கள் தியானத்தின் உய்த் துணரும் பொருளைப் புரிந்து கொள்ளாமல், அதைத் தவற விட்டுவிடுகிறார்கள். அது மிகவும் கடுமையானதாய், மனச் சோர்வை உண்டு பண்ணுவதாய் அவர்களுக்குத் தெரிகிறது. தங்கள் வாழ்வின் கொண்டாட்டங்களை, விளையாட்டுத் தன்மையை இழந்து மனத்துயரோடு, தொங்கிய முகத்தோடு இருப்பவர்களுக்காகவே அது உள்ளது என்பதுபோல் பார்க்கப்படுகிறது.

தியானத்தின் பண்புகள் இவைதாம்: உண்மையிலேயே தியானிக்கிற ஒருவர் விளையாட்டுத் தன்மையோடு இருப் பார். வாழ்க்கையே ஒரு வேடிக்கைதான் அவருக்கு. வாழ்க்கை ஒரு லீலா விநோதம் என்பதை அவர் அறிவார். பெரிய அளவில் ஆனந்திப்பார். அவரிடம் தீவிரம் இருக் காது. இறுக்கமற்றவராய் காணப்படுவார்.

பொறுமையாயிருங்கள் (BE PATIENT)

தேவைக்கும் அதிகமான வேகம் வேண்டாம். அவ சரமே தாமதத்துக்குக் காரணமாகிவிடும். பெருவிருப்பம் கொண்ட நிலையில் பொறுமையுடன் காத்திருங்கள். நீங்கள் நீண்ட காலம் காத்திருக்கத் தயாராகிற போது குறுகிய காலத்திலேயே சந்தர்ப்பம் கனிந்துவிடும்.

நீங்கள் விதையை விதைத்துவிட்டீர்கள். இப்போது நிழலில் அமர்ந்து, என்ன நிகழ்கிறதென்று கவனியுங்கள். அந்த விதை வெடித்து, முளைவிடும். ஆனால், நடை முறையை (Process) நீங்கள் துரிதப்படுத்த முடியாது. எல்லா வற்றுக்கும் ஒரு கால அவகாசம் தேவைப்படும் இல்லையா?

தியானம்

வேலையை நீங்கள் செய்யுங்கள், விளைவை கடவுளிடம் விட்டுவிடுங்கள்.

> 'வாழ்வில் எதுவும் வீணாவதில்லை
> உண்மையை நோக்கி எடுத்துவைக்கிற
> அடிகள் உட்பட'

சமயத்தில் பொறுமையற்றுப் போகும்படி ஆகிறது. விருப்பத்துடன் பதற்றமும் வருகிறது. ஆனால் அதுவே தடையாகிவிடும். விருப்பம் இருக்கட்டும், பதற்றத்தைத் தூக்கி எறியுங்கள். விருப்பத்தில் ஏங்கும் நிலை (Yearning) இருக்கிறதே தவிர போராடும் நிலையில்லை.

விருப்பத்தில் காத்திருத்தல் உண்டு, கோருதல் இல்லை, பொறுமையின்மையில் கோருதல் உண்டு, காத்திருத்தல் இல்லை. விருப்பம் அமைதியாய் கண்ணீர் விடும் என்றால், பொறுமையின்மை அமைதியற்றுப் போராடும். உண்மையை போராடிப் பெற முடியாது. தன்னை அதனிடம் ஒப்பு வித்துக் கொள்வதன் மூலமே அதை அடைய முடியும். முழுமையான சரணாகதியின் மூலமே அதை வெற்றி கொள்ள முடியும்.

விளைவை எதிர்பாராதீர்கள் (DON'T LOOK FOR RESULTS)

உங்களுடைய அகம்பாவம் (Ego) பலனையே கருத்தில் கொண்டதாயிருக்கும். மனம் எப்போதும் பலன்களைத்தான் விரும்பி நிற்கும். அது ஒரு போதும் செயலில் அக்கறை காட்டுவதில்லை. 'அதைச் செய்தால் எனக்கு என்ன கிடைக்கும்?' என்று கேட்கும். மனம், செயலேதுமின்றி ஆதாயம் காண முடியுமென்றால் குறுக்கு வழியைத் தேர்ந்தெடுக்கும்.

படித்தவர்களிடம் சாமர்த்தியம் இருக்கிறது. அவர்களால் குறுக்கு வழிகளைக் கண்டறிய முடிகிறது. சட்ட பூர்வமான வழியில் பணம் பண்ணுவதென்றால் உங்கள் வாழ்க்கையே அதில் கழிந்துவிடும். கள்ளக் கடத்தல், சூதாட்டம் என்று சீக்கிரமாய் பணம் பண்ணுகிறார்கள்.

அரசியல்வாதிக்கு ஆயிரம் குறுக்கு வழிகள். படித்தவனிடம் தந்திரம் இருக்கிறது. அவன் மதிநுட்பத்துக்குப் பதிலாய் திறமையைப் பயன்படுத்துகிறான். எதையும் செய்யாமலே எல்லாவற்றையும் பெற்றுவிட வேண்டும் அவனுக்கு.

பலனைக் கருத்தில் கொள்ளாதவர்களிடமே தியானம் நிகழ்கிறது. தியானம் குறிக்கோள் எதையும் வைத்துக் கொள்ளாத ஒரு நிலையாகும்.

உணர்வற்றிருப்பதும் பாராட்டப்பட வேண்டியதே
(APPRECIATE UNAWARENESS)

உணர்வு விழிப்புணர்வு நிலையிலும், உணர்வின்மை உணர்வற்ற நிலையிலும் மகிழ்ந்திருக்கும். அதிலொன்றும் தவறில்லை. உணர்வற்ற நிலை ஓய்வு மாதிரி. நீங்கள் இருபத்து நான்கு மணிநேரமும் விழித்திருந்தால் எத்தனை காலம் உயிர் வாழ முடியுமென்று நினைக்கிறீர்கள்?

ஒருவன் உணவில்லாமல் மூன்று மாதம் வரை உயிரோடிருக்க முடியும். உறக்கமற்றிருந்தால் மூன்றே வாரத்தில் பைத்தியம் பிடித்துவிடும். அவன் தற்கொலை செய்து கொள்ளவும் முயற்சிப்பான்.

பகலில் கவனமாய் இருந்து கொண்டு இரவில் ஓய் வெடுங்கள். அந்தத் தளர்வு நிலை நீங்கள் பகலில் கவனத் தோடு செயல்பட உதவும், மீண்டும் உற்சாகமடைவீர்கள் சக்திகள் ஓய்வு நிலையில் இருந்து மீள்வதால் காலையில் அவை உயிர்த்துடிப்போடு இருக்கும்.

தியானத்திலும் அதேதான் நிகழ்கிறது. சில கணங் களுக்கு சிகரத்தில் விழிப்புணர்வோடு இருப்பீர்கள். பிறகு சில கணங்கள் ஓய்வாய் பள்ளத்தாக்கில் இருப்பீர்கள். விழிப்புணர்வு மறையும், அதை மறந்து போவீர்கள். அதி லென்ன தவறு?

உணர்வற்ற நிலையின் மூலம் உணர்வு மீண்டும் எழு கிறது புதிதாய், புத்தம் புது இளமையுடன். இது தொடரும்.

இரண்டு நிலைகளையும் உங்களால் அனுபவிக்க முடிகிற போது, மூன்றாவதாய் ஒரு கடந்த நிலையையும் அடைவீர்கள். இரண்டையும் அனுபவிக்க முடிகிறபடியால் நீங்கள் உணர்வாகவும் இல்லை, உணர்வற்றதாயும் இல்லை. இரண்டையும் கடந்து நிற்கிறீர்கள்.

உண்மையில் இதுதான் நிஜமான சாட்சிபாவம் (Witness). ஆனந்தத்தை நீங்கள் அனுபவிக்கிறீர்கள், அதிலென்ன தவறு? ஆனந்தம் போனபின் நீங்கள் துயரத்தில் ஆழ்வீர்கள். துயருற்றிருப்பதிலும் தவறில்லை. துயரத்தையும் அனுபவிக்கிற திறமை உள்ளவராகிவிட்டால் பிறகு நீங்கள் இரண்டுமற்றவர்தான்.

'துயரம் தனக்கேயுரித்தான அழகுகளை
தன்னுள் வைத்திருக்கிறது
அனுபவித்துப் பாருங்கள்'

ஆனந்தம் ஓரளவு ஆழமற்றதுதான். துயரமோ உள்ளார்ந்தது, ஆழம் கொண்டது.

ஒரு போதும் துயருற்றிராதவன் திட்பமற்றவனாய் (Shallow) இருப்பான். அவனுடைய பார்வை மேலோட்டமானது. துயரம் இருண்ட இரவைப் போன்றது.

'இருள் நிசப்தமானது, தன்னுள்
சோகத்தைச் சுமந்திருப்பது'

ஆனந்தம் குமிழிடும், அதில் ஓசை இருக்கிறது. அது மலைகளிலிருந்து இறங்கியோடும் ஆறு போன்றது, ஓசையை உண்டு பண்ணும். ஆனால், மலைகளில் இருக்கும் போது அந்த ஆற்றில் ஆழம் இருக்காது. அதுவே சமவெளியில் ஓடும்போது ஆழமுடையதாகிவிடும், அப்போது அது ஓசையெழுப்பாது. அது அசைந்தாலும் அசையாதது போலவே தெரியும். நதியின் ஆழம் துயரத்தில் இருக்கிறது.

ஏன் கலக்கமடைவது? ஆனந்திக்கிற சந்தர்ப்பம் வரும் போது ஆனந்தியுங்கள், அனுபவியுங்கள். அதனுடன் ஒன்றி அடையாளப்படுத்திக் கொள்ளாதீர்கள். அது தட்ப வெப்ப

நிலையைப் போல் மாறக் கூடியது. காலை மதியமாகி, மதியம் மாலையாகிப் பின் இரவாகிறது. ஆனந்தமும் அப்படித்தான் என்று வைத்துக் கொள்ளுங்கள். அதை அனுபவியுங்கள். எந்த நிலையையும் துய்த்திடுங்கள், அதுவே நான் போதிப்பது. துயரம் வருகிறபோது அமைதியாய் அதை அனுபவியுங்கள். துயரம் எப்போதுமே துயரமாய் இருந்துவிடாது. அதில் அழகிருக்கிறது, அமைதியிருக்கிறது. தவறாய் எதுவுமில்லை.

அதன் பிறகு நிகழ்ந்துவிடுகிற ரசவாதத்தில் (Alchemy) நீங்கள் ஆனந்தமுமல்ல, துயரமுமல்ல என்பதைத் தெளிவாய் புரிந்துகொண்டு விடுகிறீர்கள். நீங்கள் கவனிப்பவராய் இருக்கிறீர்கள். மலையைக் கவனிக்கிறீர்கள், பள்ளத் தாக்கைக் கவனிக்கிறீர்கள். ஆனால் நீங்கள் இரண்டில் எதுவாகவுமில்லை.

இந்த நிலையை அடைந்த பிறகு—உங்களால் எதையும் கொண்டாட முடியும். வாழ்க்கையைக் கொண்டாடுவீர்கள், வாழ்க்கையைப் போலவே மரணத்தையும்.

இயந்திரங்கள் உதவும், ஆனால் தியானத்துக்கல்ல
(MACHINESS HELP BUT DON'T CREATE MEDITATION)

உங்களுக்குத் தியானத் தன்மையை வழங்குதற்கு எத்தனையோ இயந்திரங்கள் உலகெங்கிலும் உருவாக்கப் பட்டிருக்கலாம். ஓரிடத்தில் ஓய்வாக உட்கார்ந்து, காதில் கேட்கும் கருவியையும் மாட்டிக் கொண்டால் பத்து நிமி டத்தில் நீங்கள் தியான நிலையை அடைந்துவிடுவீர்களாம்.

இதைவிட அபத்தம் எதுவும் இருக்க முடியாது. ஆனால் இப்படியொரு யோசனை தொழில் நுட்பம் கற்றவர்களுக்கு ஏன் வந்தது என்றால் அதற்கும் ஒரு காரணம் இருக்கிறது. மனம் விழிப்பு நிலையில் இருக்கும் போது ஒரு குறிப்பிட்ட அலை நீளத்தில் இயங்கும். கனவு நிலையில் அதனுடைய அலைநீளம் வேறாய் இருக்கும். ஆனால் இவற்றில் எதுவுமே தியானமாகாது.

தியானம்

ஆயிரக்கணக்கான ஆண்டுகளாகவே நாம் தியானத்தை 'துரியா' (Turiya) என்று அழைத்து வருகிறோம். 'துரியா' என்றால் 'நான்காவது' என்று பொருள். ஆழ்ந்த உறக்கத்துக்கும் அப்பால் ஒரு விழிப்புணர்வோடு இருப்பீர்கள், அதுவே தியானம். அது அனுபவமல்ல. அது நீங்கள், உங்களுடைய இருப்புணர்வு (Being)

ஆனால் இந்த உயர்தொழில் நுட்பங்கள உரிய கைகளால் பயன்படுத்தப்படுகிறபோது பெரிய அளவில் பலனைத்தரும்.

அவர்கள் உங்கள் மனதில் தளர்வு நிலையைத் தரக்கூடிய அலைகளைத் தோற்றுவிப்பார்கள். அரைத் தூக்கத்தில் இருப்பது போல் உணர்வீர்கள். எண்ணங்கள் மறைந்து ஒரு கணத்தில் எல்லாமும் நிசப்தமாகிவிடும். அந்தக் கணத்தில் இருப்பது ஆழ்ந்த உறக்கத்தில் ஏற்படும் அலைகள். அந்த உறக்கத்தில் இருந்ததை நீங்கள் உணர மாட்டீர்கள். ஆனால் பத்து நிமிடத்திற்குப் பிறகு, காதுக் கருவியைக் கழற்றியதும் அதன் விளைவுகளைக் கண்டு கொள்வீர்கள். நீங்கள் அமைதியாய், குழப்பமற்றவராய் இருக்கிறீர்கள். கவலையில்லை, இறுக்கமில்லை, வாழ்க்கையை ஒரு விளையாட்டாய், மகிழ்ச்சி நிரம்பியதாய் தோன்றுகிறது.

இயந்திரக் கருவிகள் நிச்சயத்தன்மை கொண்டவை, காரணம் அவை உங்களுடைய செய்கையைச் சார்ந்திருப்பதில்லை. அது ஒரு இசையைக் கேட்டுக் கொண்டிருக்கிற மாதிரி நீங்கள் அமைதியாயும், இணக்கமாயும் உணர்கிறீர்கள். அந்தக் கருவிகள் ஒரு மூன்றாவது நிலைக்கு உங்களை இட்டுச் செல்லும் — ஆழ்ந்த உறக்கத்துக்கு, கனவில்லாத உறக்கத்துக்கு. ஆனால், இதுதான் தியானமென்று நீங்கள் நினைத்து விட்டால் அது தவறு. இது ஒரு நல்ல அனுபவம் என்றே நான் கூறுவேன். ஆழ்ந்த உறக்கத்திலும், நீங்கள் ஆரம்ப முதலே பிரக்ஞையுடன் இருக்க முடியும். மனம் தன்னுடைய அலைகளை மாற்றத் தொடங்கும்

போது நீங்கள் ஜாக்கிரதை உணர்வோடும். விழிப்போடும் இருக்க வேண்டும்.

என்ன நிகழ்கிறது? மனம் கொஞ்சம் கொஞ்சமாய் உறக்கத்திலாழ்வதை நீங்கள் காணமுடியும். மனம் உறக்கத்திலாழ்வதைக் காண்பது உங்களுடைய இருப்புணர்வு. நம்பகமான தியானத்தின் நோக்கம் அதுவாகத்தான் இருக்கும். இந்தக் கருவிகளால் விழிப்புணர்வைத் தோற்றுவிக்க முடியாது. விழிப்புணர்வை நீங்கள்தான் உருவாக்கிக் கொள்ள வேண்டும். ஆனால் ஆண்டுக் கணக்கில் முயன்றாலும் உங்களால் உருவாக்க முடியாத நிகழுந்தன்மை (Possibility)யை இந்தக் கருவிகள் பத்தே நிமிடத்தில் கொண்டு வந்து விடும்.

எனவே, நான் உயர்நுட்பக் கருவிகளுக்கு எதிரானவன் அல்ல. இந்தக் கருவிகளை உலகெங்கும் பரவச் செய்கிறவர்கள் நல்ல வேலையைச் செய்து கொண்டிருக்கிறார்கள். அவர்கள் அதை முழுமையாய் செய்ய வேண்டுமென்பதே என்னுடைய விருப்பம். ஆழ்ந்த அமைதியில் இருக்கிற ஒருவன் உணர்வோடும் இருக்க முடிகிறபோது அது முழுமையடைந்து விடும். தீயின் நாக்கு பற்றியெரிகிற மாதிரி விழிப்புணர்வு பெருகி மனக்கிளர்ச்சியை உண்டு பண்ணும். எல்லாமும் மறைகிறது. சுற்றிலும் இருள், நிசப்தம், ஆடாமல் அசையாமல் விழிப்புணர்வு.

ஆக, சரியான கைகளில் இயந்திரக்கருவி இருந்தால் மக்களுக்குப் போதிக்க முடியும். ஆனால் மெய்ப் பொருள் அக்கருவியின் மூலம் வருவதல்ல, தியானது பற்றியெறிவதற்கு ஓர் அடிப்படையை மட்டுமே அது வைத்துக் கொண்டிருக்கிறது. அந்தத் தீ உங்களைச் சார்ந்திருக்கிறதேயன்றி கருவியையல்ல. நான் ஒரு பக்கம் கருவிக்குச் சார்பாகயிருந்தாலும் மறுபக்கம் அதற்கு எதிரானவன் தான். ரொம்பப் பேர் இதுதான் தியானம் என்று எண்ணிக் கொண்டு விடுகிறார்கள். அவர்கள் ஏமாற்றப்படும் நிலை இருக்கிறது. இந்தக் கருவிகள் கெடுதி செய்யலாம் ஆனால் வெகுசீக்கிரமே உலகெங்கும் பரவிவிடும்.

தியானம்

தாங்கள் எந்த மாதிரி உணர்ச்சி வேகத்தை மக்களிடம் ஏற்படுத்தியிருக்கிறோம் என்பதை இசைக்கலைஞர்கள் இந்தக் கருவியின் மூலம் அறிந்து கொண்டு விடலாம். அதே உணர்ச்சி வேகத்தைத் தங்கள் கருவிகளின் மூலம் அவர்கள் தோற்றுவிக்க முடியும். இசைக்கலைஞர்கள் உருவாக்கிய அலைகள் உங்களை உறக்கத்திலாழ்த்தும். உங்களால் ஆழ்ந்த உறக்கத்திலும் விழிப்போடு இருக்க முடிகிறபோது நீங்கள் இன்னோர் அடியை எடுத்து வைக்கிறீர்கள், ஓர் இரகசியத்தைக் கற்றுணர்கிறீர்கள். அந்தக் கருவியை வெகு அழகாய் பயன்படுத்த முடியும்.

உலகிலுள்ள எல்லாக் கருவிகளின் விசயத்திலும் இது உண்மைதான். சரியான கைகளால் இந்த உலகத்துக்கே அநுகூலமளிக்கும் விதத்தில் அவற்றைப் பயன்படுத்த முடியும். தவறான கைகளில் அதுவே இடையூறு செய்வதாகி விடும். துரதிர்ஷ்டவசமாய் இங்கு பல கைகள் தவறானவைகளாய் இருக்கின்றன.

நிறைய பேருக்குத் தியானம் ஒரு வார்த்தை, அவ்வளவே.

மேற்கில் மனம் இயந்திரத்தனமாய் இருக்கிறது, அணுகுமுறை இயந்திரத்தனமாய் இருக்கிறது. எல்லாவற்றையும் கருவிகளாக்கி விடுகிற திறமையுடையவர்கள் அவர்கள். ஆனால், ஓர் இயந்திரத்தின் திறமைக்கப்பாலும் பல விசயங்கள் இருக்கின்றன.

எந்தவோர் இயந்திரத்தாலும் விழிப்புணர்வைத் தோற்றுவிக்க முடியாது. அது உயர் தொழில் நுட்ப எல்லை கடந்தது. ஆனால், தொழில் நுட்பம் உங்களுக்குத் தரக் கூடியவற்றை நிச்சயம் பயன்படுத்த முடியும்.

உங்கள் விழிப்புணர்வு இயந்திரக் கருவி உருவாக்கும் நிசப்தத்தில் இருந்து வேறானது. விழிப்புணர்வை ருசித்து விட்டால் அதன் பிறகு கருவி இல்லாமலே தொடங்கி விடுவீர்கள்.

அனுபவங்களல்ல நீங்கள் (YOU ARE NOT YOUR EXPERIENCES)

உங்கள் அகமுகப் பயணத்தின்போது உங்களால் எதிர் கொள்ளப்படுகிறவை எதுவாயினும் நீங்கள் அதுவாகி விடுவதில்லை. நீங்கள் சாட்சிபாவத்தில் இருந்து அதைக் கவனிக்கிறவர் மட்டுமே. அது ஏதுமற்ற நிலையாய் இருக்க லாம், பரசுகமாகவோ (Blissfulness) அமைதியாகவோ இருக்க லாம். ஆனால், ஒன்றை நினைவில் கொள்ள வேண்டும் ஓர் அனுபவம் எத்தனை அழகானதாயினும், கவர்ச்சியா யிருப்பினும் நீங்கள் அதுவாகிறதில்லை. அது உங்களுடைய அனுபவமாகும், ஒரு கட்டத்தில் அமைதி, ஆனந்தம் இப்படி எந்தவோர் அனுபவமும் மிஞ்சாது. அதுவே பயணத்தின் முடிவான முடிவாயிருக்கும். அங்கே பொருளென்று எதுவும் இருக்காது, அகவுணர்வு இருக்கும்.

கண்ணாடி வெறுமையாய் இருக்கும். எதையும் பிரதி பலிப்பதில்லை. அந்தக் கண்ணாடி தான் நீங்கள்.

உள்நோக்கிப் பயணிக்கும் மிகச் சிறந்த ஞானிகளும் அழகான அனுபவங்களைக் கண்டதும் அதிலேயே நிலைத்துவிடுகிறார்கள். 'நான் என்னைக் கண்டு கொண் டேன்' என்று எண்ணியபடி அந்த அனுபவங்களில் தங்களை அடையாளப் படுத்திக் கொள்கிறார்கள். எல்லா அனுபவங்களும் முடிகிற இறுதி நிலையை அடைவதற்கு முன்பாகவே நின்று விடுகிறார்கள்

ஞானம் அடைதல் என்பது ஓர் அனுபவமல்ல. இனி அறிதற்கு ஒன்றுமில்லை என்ற நிலையில் எந்த ஒன்றையும் சார்ந்திராமல் தனியே விடப் படுவீர்கள். புலனால் உணரப் படுகிற பொருள் எதுவும் இருப்பதில்லை. அந்தக் கணத்தில் தான் எந்தவொரு பொருளாலும் தடை செய்யப்படாத உங்களுடைய பிரக்ஞை முகம் திரும்பி மூலத்துக்கே திரும்பு கிறது (பிறப்பிடம்).

அதுவே தன்னையறிதல் ஆகும். அதுவே ஞானமாகிறது. இங்கே புலனால் அறியும் பொருள் (Object) பற்றி ஒரு

வார்த்தை. ஒவ்வொரு பொருளும் இடையூறு செய்வது தான். அப்ஜக்ஷன் (Objection) என்றால் தடை கூறுவது. 'அப்ஜக்ஷன்' என்கிற வார்த்தையில் இருந்துதான் 'ஆப்ஜக்ட்' (Object) வந்தது.

ஆக, இந்தப் பொருள் உங்களுக்கு வெளியே பொருள்கள் சார்ந்த உலகிலும் (Material World) இருக்கலாம், உங்களுக்குள் மனம் சார்ந்த உலகிலும் இருக்கலாம். பொருள்கள் உங்களுடைய இதயத்திலோ, எண்ணங்களிலோ, உணர்ச்சிகளிலோ, மென்மையான உணர்ச்சிக் கருத்துகளிலோ (Sentiments) இருக்கலாம். உங்களுடைய ஆன்மா சார்ந்த உலகிலும் இருக்கலாம். அதற்கு மேல் எதையும் கற்பனை செய்ய முடியாத அளவு அவை பரவ சத்தை உண்டு பண்ணும். ஞானிகள் பலரும் பரவச நிலையோடு நின்றுவிடுகிறார்கள். அது ஓர் அழகான இடம், இயற்கைக் காட்சி சார்ந்த இடம். ஆனாலும், அவர்கள் தங்களுடைய வீட்டை இன்னும் அடையவில்லை.

எல்லா அனுபவங்களும் இல்லாதொழியும் இடத்துக்கு நீங்கள் வரும்பொழுது அங்கே பொருளேதும் இருக்காது. பிரக்ஞை (Conociousness) மட்டும் எவ்விதத் தடையுமின்றி ஒரு வட்டத்துக்குள் சுழலும். அது உங்களுடைய இருப் புணர்வின் பிறப்பிடத்திலிருந்து (Source) வரும். தடை யில்லை என்கிற போது அனுபவமுமில்லை, புலனால் அறிகிற பொருளுமில்லை. எனவே, அது (பிரக்ஞை) பின்னோக்கிச் செல்கிறது. எது ஆதாரமோ (Subject) அதுவே பொருளாகிறது (Object).

தமது வாழ்க்கை நெடுகிலும் ஜே. கிருஷ்ணமூர்த்தி அதைத்தான் சொல்வார். கவனிக்கிறவரே கவனிக்கப் படுவதாகிறபோது நீங்கள் அடைந்தாயிற்று என்று தெரிந்து கொள்ளலாம். அதற்கு முன்னால் ஆயிரம் பொருள்களை வழியில் எதிர் கொண்டிருப்பீர்கள். உடம்பு வழங்கும் அனுபவங்கள் குண்டலினி மையங்களின் அனுபவங் களாகும். ஏழு மையங்களும் ஏழு கமலங்களாகும். ஒவ்

வொன்றும் மற்றதைவிட பெரிதாய், உயர்ந்து காணப்படும். அதன் நறுமணம் வெறியூட்டுவதாய் இருக்கும். மனம் குறைவற்ற, எலலையற்ற பெருவெளியை உங்களுக்கு வழங்கும். ஆனால், இன்னும் வீடு வந்த பாடில்லை என்பதை நினைவில் கொள்ளுங்கள்.

பயணத்தில் மகிழுங்கள், பயணத்தில் வருகிற எல்லாக் காட்சிகளையும் பார்த்து மகிழுங்கள். மரங்கள், மலைகள், பூக்கள், ஆறுகள், சூரியன், சந்திரன், நட்சத்திரங்கள் என்று எல்லாவற்றையும். ஆனால், உங்கள் அக உணர்வே தன்னுடைய பொருளாகும் வரை எவ்விடத்திலும் நின்று விடாதீர்கள்.

கவனிப்பவரே கவனிக்கப்படுவதாகிற போது, அறிபவரே அறியப்படுவதாகிறபோது, காண்பவரே காணப்படுவதாகிறபோது வீடு (புகலிடம்) வந்து விடுகிறது.

இந்த வீடு தான் காலங்கள் தோறும் நாம் தேடிக் கொண்டிருந்தது, ஆனால், எப்போதுமே வழி தவறிப் போய்க் கொண்டிருந்தோம்.

'அழகான அனுபவங்களில்
நாம் திருப்தியுற்றவரானோம்'

இடர்ப்பாடுகளைச் சமாளிக்கும் மனப்பண்புடைய ஆன்ம சாதகனோ அந்த அழகிய அனுபவங்களைப் பின்னுக்குத் தள்ளிவிட்டு தொடர்ந்து போய்க் கொண்டே யிருப்பான். எல்லா அனுபவங்களும் தீர்ந்த நிலையில் அவன் மட்டுமே தனது தனிமையில் தங்கியிருப்பான். அதைவிடப் பெரிய பரவசம் கிடையாது. அதைவிட பரம சுகம் இருக்க முடியாது. அதைக் காட்டிலும் உண்மையான இன்னோர் உண்மையில்லை. நீங்கள் கடவுட் தன்மையில் பிரவேசிக்கிறீர்கள்.

ஒரு முதியவன் மருத்துவரிடம் சென்று "எனக்கு மலம் கழிப்பதில் தொந்தரவு இருக்கிறது" என்று குறைப்பட்டான்.

"நல்லது, சிறுநீர் பிரிவது எப்படி இருக்கிறது?"

"தினமும் காலை ஏழுமணிக்கு"

"நல்லது, மலம் கழிப்பது பற்றிச் சொல்லுங்கள்"

"டாண்ணு எட்டு மணிக்கெல்லாம்..."

"பிறகு என்ன தொந்தரவு?" மருத்துவர் கேட்டார்.

"நான் ஒன்பது மணிவரை தூக்கத்திலிருந்து எழுந்து கொள்வதில்லை என்பதுதான்."

உறக்க நிலையில் இருக்கும் நீங்கள்
விழித்துக் கொள்ள வேண்டிய நேரம் இது'

உங்கள் அனுபவங்களெல்லாம் உறங்கிக் கொண்டிருக்கும் மனதின் அனுபவங்களே. விழிப்புற்ற மனதுக்கோ அனுபவம் ஏதுமில்லை.

பார்க்கிறவர் சாட்சியாவதில்லை
(THE OBSERVER IS NOT THE WITNESS)

கவனிப்பவர் கவனிக்கப்படுவது என இரண்டு தோற்றங்கள் இருக்கின்றன. அவை—ஒன்றில் ஒன்று மறைந்து விடுகிறபோது, ஒன்று இன்னொன்றில் கரைந்து விடுகிறபோது, இரண்டும் ஒன்றாகிறபோது அதன் முழுமை (Totality)யில் தான் சாட்சியானவன் முதல்முறையாய் எழுகிறான். ஆனால், ரொம்பப் பேருக்குள் ஒரு கேள்வி தோன்றும். அதற்குக் காரணம் காண்பவனே சாட்சி என்று அவர்கள் எண்ணிக் கொள்வதுதான். அவர்களுடைய மனதில் காண்பவனும் சாட்சியும் ஒன்றாய் தெரிகிறது. அது தவறு. காண்பவர் சாட்சியல்ல, சாட்சி பாவத்தின் ஒரு பகுதிதான். ஒரு பகுதி எப்படித் தன்னை முழுமையாய் கருதிக் கொள்ள முடியும். அங்கேதான் தவறு ஏற்படுகிறது.

காண்பவர் என்றால் அக உணர்வு. காணப்படுவது என்றால் புறப்பொருள். உள்ளும், வெளியும் வெவ்வேறானவை அல்ல. அவற்றைத் தனியே பிரிக்க முடியாது, அவை சேர்ந்திருப்பவை. இந்த ஒருமையும் இணக்கமும் அனுபவமாகிறபோது உங்களிடம் சாட்சிபாவம் உருவாகிறது.

சாட்சிபாவத்தை நீங்கள் செயல்படுத்த முடியாது. அப்படிச் செயல்படுத்தினால் அது காண்பவரின் செயலாகத்தான் இருக்குமேயன்றி சாட்சிபாவமாகாது. காண்பவர் சாட்சியாவதில்லை.

பிறகு என்ன செய்வது? உருகிக் கரையவேண்டும், இரண்டறக் கலக்க வேண்டும். ஒரு ரோஜாவைப் பார்க்கிற போது பார்க்கப்படுகிற பொருள்(Object), பார்க்கிறவர் (Subject) என்பதை முழுமையாய் மறந்து விடுங்கள். அந்தக் கணத்தின் அழகும், அந்தக் கணத்தின் பெரும் பாக்கியமும் விஞ்சி நிற்கட்டும் ஆக, ரோஜாவும் நீங்களும் தனித்தனியே பிரித்துப் பார்க்க முடியாத நிலையில் லயப்படுகிறீர்கள். ஒரு கீதமாய், பரவசமாய் ஆகிவிடுகிறீர்கள்.

நேசித்தலும், இசையை அனுபவித்தலும், அஸ்தமனக் காட்சியைக் காணலும் மீண்டும் மீண்டும் நிகழட்டும். இது ஒரு கலையல்ல திறமை. நீங்கள் நடக்கப் போவதை முன் கூட்டியே உணரக் கூடியவராயிருந்தால் அதை எந்தக் கணத்திலும் தொடங்கி விடலாம்.

சாட்சிபாவம் மேலெழுகிறபோது அங்கே காண்பவரும் இல்லை. காண்பதற்கு ஏதும் இல்லை. அது அப்பழுக்கற்ற, பிம்பம் படியாத கண்ணாடி. அதைக் கண்ணாடி என்பதை விட காட்டுவிப்பது எனலாம். காண்பவரும் காணப் படுவதும் உருகிக் கரைந்து ஒன்றாவதை ஓர் ஆற்றல்மிக்க செயல்முறை எனலாம்.

'நீங்கள் ரோஜாவாகிறபோது
ரோஜா நீங்களாகிற போது
உங்களிடையே உயிர்த்தன்மை
பகிர்ந்து கொள்ளப்படுகிறது"

காண்பவன் சாட்சி என்கிற கருத்தை மறந்துவிடுங்கள். காண்பவர் செயல்படுத்த முடிவது, சாட்சி பாவம் என்பதோ சம்பவிப்பது. நீங்கள் எத்தனைக்குக் காண்பவரா யிருக்கிறீர்களோ அத்தனைக்கு உங்கள் அகங்காரம் வலிமை

தியானம்

பெறுகிறது. ஒரு தீவைப்போல் — தனித்துவிடப் பட்டதாய், விலகலாய், அந்நியமாய் உணர்வீர்கள். காலகாலமாய் துறவிகள் காண்பவனை மட்டுமே தொடர்ந்து மேற்கொண்டிருக்கிறார்கள். அதனை அவர்கள் சாட்சிபாவம் என்றே கருதியிருந்தாலும் உண்மையில் அப்படியில்லை. சாட்சி பாவம் என்பது முற்றிலும் வேறானது. வேறான பண்பு வகை கொண்டது. நீங்கள் பயிற்சியின் மூலம் உங்கள் காணும் தன்மையை மேம்படுத்திக் கொள்ள முடியும்.

ஒன்றைக் கருத்தூன்றிக் கவனிக்கும் போக்கு விஞ்ஞானியிடம் இருக்கிறது, மெய்ஞ்ஞானியிடமும் இருக்கிறது. அறிவியலின் செயற்பாங்கு கருத்தூன்றிக் கவனிப்பதுதான். ஆர்வத்துடனும், கூர்ந்த அறிவுடனும் ஊன்றிக் கவனிக்கப் படுவதால் எதுவும் தவறவிடப்படுவதில்லை. ஆனாலும் விஞ்ஞானி கடவுளைக் கண்டிருக்கமாட்டான். அவன் கருத்தூன்றிக் கவனிப்பதில் தேர்ந்தவனாயினும் கடவுளைத் தெரிந்திருப்பதற்கில்லை.

விஞ்ஞானி கடவுள் இல்லை என்பான். அவனுடைய வழியில் கடவுளைச் சந்திக்கும் வாய்ப்பு ஏற்படாததுதான் அதற்குக் காரணம். அவன் எத்தனைக்குக் கருத்தூன்றிக் கவனிக்கிறானோ அத்தனைக்கு பிரபஞ்ச இருப்பிலிருந்து விலகிவிடுகிறான்.

> 'பாலங்கள் உடைகின்றன
> சுவர்கள் எழுகின்றன
> அவன் தன்னுடைய அகந்தையில்
> தானே சிறைப்படுகின்றான்.'

ஞானி சாட்சியாயிருக்கிறான். ஆனால் நினைவு கொள்ளுங்கள் சாட்சிபாவம் என்பது சம்பவிப்பது. அது இருப்புணர்வின் இடை விளைவு (By-Product)ப் பொருள். எந்தக் கணத்திலும் எந்த நிலையிலும் அது முழுமை யடைந்துவிடும். முழுமையடைதல் என்பது சாட்சிபாவம் பெற்ற வரம். முழுமை ஒரு முக்கிய சாதனம்.

காண்பது பற்றிய அனைத்தையும் மறந்துவிடுங்கள். அது காணப்படுகிற பொருளைப் பற்றிய மிகத் துல்லியமான தகவல்களை மட்டுமே வழங்கும். ஆனால், உங்கள் பிரக்ஞை (Consciousness)யை நீங்கள் மறந்தே போவீர்கள்.

தியானம் ஒரு சாமர்த்தியமான செயல்
(MEDITATION IS A KNACK)

தியானத்தை ஒரு விஞ்ஞானம் என்றோ கலை என்றோ சாமர்த்தியம் (Knack) என்றோ அழைக்கலாம். அதன் தன்மையே ஒரு புரியாத புதிர்.

ஒருவகையில் அது விஞ்ஞானம்தான், காரணம் விஞ் ஞானத்தைப் போலவே திட்டவட்டமான உத்தியைக் கொண்டது. விதிவிலக்கு கிடையாது, நியதி உண்டு.

ஆனால், இன்னொரு வகையில் அதனை ஒரு கலை என்றும் கூறலாம். விஞ்ஞானம் என்பது மனதின் விரி வாக்கம். அதில் கணிதம், தர்க்கம் (Logic) இவற்றுடன் பகுத்தறிவும் உள்ளது.

தியானமோ இதயத்துக்குரியது, மனதுக்கல்ல. அதில் தர்க்கம் இல்லை, அது அன்புக்கு வெகு நெருக்கமாய் உள்ளது. அதன் நடவடிக்கைகள் விஞ்ஞான நடவடிக்கை களுடன் ஒத்திருக்காது. இசை, கவிதை, ஓவியம் தீட்டுதல், நடனம் போன்றிருப்பதால் கலை என்பதே தகும்.

ஆனால் விஞ்ஞானம். கலை இவற்றைக் காட்டிலும் தியானத்தின் புதிர்த்தன்மை கூடியது. அது ஒரு சாமர்த்தி யம் — உங்களிடம் இருக்கலாம், இல்லாமலுமிருக்கலாம்.

சாமர்த்தியம் என்பது விஞ்ஞானமல்ல. விஞ்ஞானத் தைப்போல் அதைப் போதிக் முடியாது. அது ஒரு கலையு மல்ல. சாமர்த்தியம் மனித அறிவில் புரிந்து கொள்ள வியலாத ஒரு புதிர்.

என்னுடைய சிறு வயசில் ஒரு நீச்சல் கற்றுத்தரும் ஆசானிடம் நான் அனுப்பப்பட்டேன். நகரத்தில் சிறந்த

நீச்சல்காரர் அவர். அவரைப் போல் தண்ணீரின்மீது நேசம் கொண்ட ஒருவரை நான் சந்தித்ததில்லை. தண்ணீர்தான் அவருக்குத் தெய்வம். ஆறு அவருடைய வீடு. அதனை ஆராதிப்பவர் அவர். அதிகாலை மூன்று மணிக்கே அவரை ஆற்றுப்பக்கம் பார்க்க முடியும். நீந்துவார், நீந்திக்கொண்டே இருப்பார். காலம் நேரம் கிடையாது. இரவில் ஆற்றங் கரையில் அமர்ந்து தியானம் செய்வார். அவரது ஒட்டு மொத்த வாழ்க்கையும் ஆற்றை ஒட்டியே அமைந்திருந்தது.

நான் நீச்சல் கற்றுக் கொள்வதற்காக அவரிடம் சென்ற போது அவர் என்னைக் கூர்ந்து நோக்கினார். ஏதாவது தோன்றியிருக்க வேண்டும். "நீச்சல் கற்றுக் கொள்ள எந்த வழிமுறையும் கிடையாது. நான் உன்னை நீரில் தள்ளி விடுவேன், அப்போது தன்னால் நீச்சல் வந்துவிடும். அதைக் கற்க முடியாது, கற்பிக்கவும் முடியாது. அது ஒரு சாமர்த்தியம், விஷய ஞானம் அல்ல.

"என்னை நீரில் பிடித்துத் தள்ளிவிட்டு அவர் கரையில் நின்றார். இரண்டு மூன்று முறை நான் நீரில் மூழ்கி எழுந்தேன். அவர் நின்ற இடத்தில் நின்றாரே தவிர எனக்கு உதவ முற்படவில்லை. உண்மையிலேயே உங்கள் உயிருக்கு ஆபத்து என்கிற போது நீங்கள் எதையாவது செய்து உங்களைக் காப்பாற்றிக் கொள்ள முயல்வீர்கள். எனவே நான் கைகளை இப்படியும் அப்படியுமாய் வீசினேன் என்னுடைய வீச்சுகள் சரியாகத் திட்டமிடப்படாதவை, ஆனாலும், தீவிரம் கொண்டவை. கடைசியில் நீச்சலுக்கான சாமர்த்தியம் எனக்கு வந்துவிட்டது."

'உங்கள் உயிருக்கு ஆபத்து என்கிறபோது
எதை வேண்டுமானாலும் செய்யுங்கள்
நீங்கள் எதைச் செய்தாலும்
அதை முழுமையாய் செய்யுங்கள்'

என்னால் நீந்த முடிகிறது என்ற நினைப்பே எனக்குள் ஒரு சிலிர்ப்பை உண்டு பண்ணிற்று.

நான் அவரிடம் சொன்னேன்: "நீங்கள் என்னைத் தூக்கி தண்ணீரில் வீச அவசியமில்லை. இனி, நானாகவே குதித்து நீந்துவேன்" என்று.

உடம்பு இயல்பாகவே நீரில் மிதக்கும் தன்மை கொண்டது என்பதை நான் அறிவேன். உங்களுக்கு நீச்சல் பிரச்சினை அல்ல, நீருடன் இணக்கம் ஏற்படுவதுதான். உங்களால் நீருடன் பொருந்திக் கொள்ள முடிகிறபோது அது உங்களுக்கு ஆதரவாயிருக்கும்.

வாழ்வென்கிற ஆற்றில் நான் எத்தனையோ பேரைத் தள்ளிவிட்டுக் கொண்டிருக்கிறேன். குதித்து மேலெழுகிற யாரும் தோற்பதில்லை.

அந்தச் சாமர்த்தியத்தை நீங்கள் பெறுவதற்குச் சில நாள்களாகலாம். ஆமாம் அது சாமர்த்தியம், கலையல்ல. தியானம் ஒரு கலையாயிருந்தால் அதை எளிதாய் போதித்துவிட முடியும். அது சாமர்த்தியம் என்பதால் தான் முயன்று அடைய வேண்டியிருக்கிறது.

ஜப்பானிய உளவியல் பேராசிரியர் ஒருவர் ஆறுமாதக் குழந்தைகளுக்கு நீச்சலைப் போதிக்க முயன்றார். அதில் வெற்றி பெற்றார். அடுத்து மூன்று மாதக் குழந்தைகளை முயன்று அதிலும் வெற்றி பெற்றார்.

இப்போது பிறந்த குழந்தைகளை நீச்சலில் சோதித்துப் பார்க்கிறார். அவர் தன்னுடைய முயற்சியில் வெற்றி பெறுவார் என்றே நம்புகிறேன். அதற்கான அத்தனை சாத்தியங்களும் இருக்கின்றன. காரணம் அது ஒரு சாமர்த்தியம். வயது, கல்வி போன்ற தகுதிகள் அதற்குத் தேவையில்லை.

கொஞ்சம் கூடுதலாய் முயன்றால் நீந்துவீர்கள். நீச்சலைப் போலவே தியானத்துக்கும் அதுதான் தேவை — கூடுதல் முயற்சி.

தியானங்கள்
THE MEDITATION

விழிப்பூட்டுவதற்கான
இரண்டு ஆற்றல்மிக்க முறைகள்
(TWO POWERFUL METHODS FOR AWAKENING)

இவையெல்லாம் உண்மையில் தியானங்களே அல்ல. அதற்கான இணக்கத்தை அடைகிறீர்கள் அவ்வளவே. இந்திய சாஸ்த்ரிய இசைக்கலைஞர்கள் தங்கள் இசைக் கருவிகளைப் பொருத்துவதற்கு எவ்வளவு நேரம் பிடிக்கிறது தெரியுமா? திருகுகளை அப்படியும் இப்படியும் திருப்பு வார்கள். நாண்களை இழுத்துக் கட்டவோ தளர்த்தவோ செய்வார்கள். 'ட்ரம்' வாசிப்பவர் அதைத் தட்டித் தட்டி சோதிப்பார், சரியாக இருக்கிறதா, இல்லையாவென்று. ஓர் அரை மணி நேரமாவது செலவாகும் அந்த முயற்சியில். அது இசையல்ல, ஆயத்தம்.

குண்டலினி உண்மையில் தியானமல்ல. அது ஓர் ஆயத்தம். உங்கள் கருவியை நீங்கள் ஆயத்தப்படுத்துகிறீர்கள். அது தயாரானதும் அமைதியில் நிற்கிறீர்கள், பிறகு தியானம்

தொடங்குகிறது. குதித்தும், ஆடியும், மூச்சுவிட்டும், கூச்சலிட்டும் உங்களுக்கு நீங்களே விழிப்பூட்டுகிறீர்கள். நீங்கள் வழக்கமாயிருப்பதைவிட கூடுதல் கவனத்துடன் இயங்குவதற்கு உதவும் உபாயங்கள் இவை. கவனமுடன் காத்திருங்கள். எவ்வித செயலுமின்றிக் காத்திருப்பது தியானம். முழுப்பிரக்ஞையோடு காத்திருங்கள். பிறகு அது வருகிறது, உங்கள் மீது இறங்கி வருகிறது உங்களைச் சூழ்ந்து கொள்கிறது, சுற்றி விளையாடுகிறது, உங்களைத் தூய்மை செய்கிறது; உருமாற்றுகிறது.

ஆற்றல் வாய்ந்த தியானம்: தூய்மைப்படுத்துதலும், கொண்டாடுதலும்
(DYNAMIC MEDITATION: CATHARSIS AND CELEBRATION)

தியானம் புலன்களால் உணரத்தக்க ஒரு சக்தி. அனைத்து வகை சக்திகளுக்கும் ஒரே நியதிதான் அடிப்படையில். அது; 'சக்தி இரண்டு எதிரெதிர் கொள்கை நிலை' (Dual Polarity)யில் இயங்கும் என்பதாம். அந்த ஒரு வழியில்தான் அது போக முடியும், வேறு வழியில்லை.

ஒரு சக்தி இயக்கம் பெறுவதற்கு எதிர்முனை அவசியம். அது மின்சாரம் பாய்கிற மாதிரிதான். மின்சாரத்துக்கு நேர்முனை (Positive Pole), எதிர்முனை (Negative Pole) என இரண்டு முனைகள் தேவைப்படுகிறதில்லையா? எதிர்முனை மட்டும் இருந்தால் மின்சாரம் உருவாகாது, அதே மாதிரிதான் நேர்முனை மட்டும் உள்ள நிலையிலும். இரண்டு முனைகள் அவசியம் மின்சாரம் உருவாவதற்கு.

புலன்களால் உணரப்படும் அத்தனை காரியங்களுக்கும் அப்படித்தான். ஆணுக்கும் பெண்ணுக்கும் இடையில் வாழ்க்கை தொடர்வதற்கு எதிரெதிர்க் கொள்கை நிலை (Polarity) வேண்டும். பெண் எதிர்மறை உயிர்ச் சக்தியாயும் ஆண் நேர்மறை சக்தியாயும் இருக்கிறான். அவர்களிடம் மின்னாற்றல் இருக்கிறது, அதனால்தான் கூடுதலான ஈர்ப்பு.

தியானம்

> 'ஆண் மட்டும் என்றால்
> வாழ்க்கை மறைந்துவிடும்
> பெண் மட்டுமே யென்றால்
> வாழ்வில்லை, மரணந்தான்'

ஆணுக்கும் பெண்ணுக்குமிடையே ஒரு நடுநிலை (Balance) உள்ளது. அவர்களுக்கிடையில் இரண்டுமுனைகள், இரண்டு கரைகள் — ஓடுகிறது வாழ்வென்னும் நதி.

நீங்கள் எங்கு நோக்கினும் எதிரெதிர் நிலைகளை (Polarity) உடைய அதே சக்தி தன்னுள் சமன் செய்து கொண்டிருப்பதைக் காணலாம்.

தியானத்தில் இந்த எதிரெதிர் கொள்கைநிலை முக்கியத்துவமுள்ளதாகும். காரணம், மனம் தர்க்கரீதி (Logical) யாயும், வாழ்க்கை முரண்பாடுகளை ஆராய்ந்து முடிவு செய்வதாயும் (Dialectical) இருப்பதுதான்.

தர்க்கம் ஒரே கோட்டில் செல்வது, வாழ்க்கை எதிரினை (Opposite)யுடன் செல்வது. அது எதிர்முனையிலிருந்து நேர் முனைக்கும், நேர்முனையிலிருந்து எதிர் முனைக்குமாய் வளைந்து வளைந்து செல்லும். அது எதிர் மாறானவற்றைப் பயன்படுத்துவது.

மனம் ஒரே கோட்டில், எளிதான நேர்க் கோட்டில் செல்லும். அது எதிராகச் செல்வதில்லை, எதிர்மாறான வற்றைகளை ஏற்றுக் கொள்ள மறுத்துவிடும். மனம் ஒன்றை நம்புகிறது, வாழ்க்கை இரண்டை நம்புகிறது.

மனம் எதைத் தோற்றுவித்தாலும், உருவாக்கினாலும் ஒன்றையே தெரிவு செய்யும். அது அமைதியைத் தெரிவு செய்தால் அமைதியாயிருப்பதென்று தீர்மானிக்கிறது. வாழ்வின் இரைச்சல்கள் போதும் போதுமென்றாகிவிட்ட நிலையில் மனம் இமயத்தை நோக்கிப் போகும். அது இரைச்சலுடன் சங்காத்தம் வைத்துக் கொள்ளாமல் அமைதி காணவிரும்பும். பறவைகளின் கீதமும் அதற்கு அமைதியைக் குலைப்பதாயிருக்கும். மரங்களினூடே

தவழ்ந்து வரும் தென்றல் கூட அதற்கு இடையூறாய் தெரியும். மனம் அமைதியை விரும்புகிறது. அது தன்னுடைய வழியைத் தெரிவு செய்கிறது.

ஆனால், அமைதி நாடி இமயமலைக்குச் சென்ற மனிதன் எதிர்மாறானவற்றை (Opposites)த் தவிர்த்தானல்லவா? அவனிடம் எப்படி வேகம் இருக்க முடியும்? அவன் மந்தமாகத் தான் இருப்பான். அவன் எத்தனைக்கு அமைதியாயிருக்க விரும்பினானோ அத்தனைக்கு அறிவாற்றல் குன்றியவனாகிறான். வாழ்க்கைக்கு எதிர்முனை அவசியம், எதிர்முனையின் அறைகூவலும் (Challenge).

இரண்டு எதிர்மாறானவற்றுக்கிடையே வேறொரு வகையான அமைதி இருக்கிறது. ஒன்று மரண அமைதி— கல்லறைப் பிரதேச அமைதி. செத்துப் போனவன் அமைதியாய் இருப்பான். அதற்காக நீங்கள் செத்தவனாக விரும்புவீர்களா? செத்தவனிடம் காணப்படுவது முற்றான அமைதி. அவனுக்கு யாரும் இடையூறு செய்ய முடியாது. அவனுடைய மனம் ஒரேயடியாய் நிலை கொண்டு விட்டது. அதைத் திசை திருப்ப உங்களால் முடியாது. உலகமே களிவெறி கொண்டலைந்தாலும், அவன் ஒரு முனைப்பட்டவனாகவே தான் இருப்பான்.

மரண அமைதி அர்த்தமற்றது. அதை நீங்கள் விரும்புவீர்களா என்ன?

நீங்கள் முழுமையாக வாழ்கிறபோது, உங்களுக்கு ஊக்கமும் உற்சாகமும் குமிழியிடும் போது அமைதி நிகழ வேண்டும். அந்த அமைதிதான் அர்த்தமுள்ளது. அப்போது காணும் அமைதி வித்தியாசமானது, வித்தியாசமான பண்புடையது. அது மந்தமாயிருக்காது, உயிரோட்டத்துடன் இருக்கும். இரண்டு எதிரெதிர் கொள்கை நிலைகளுக்கிடையில் ஒரு நுட்பமான நடுநிலை (Balance) இருக்கும்.

துடிப்புள்ள வாழ்க்கையை, உயிரோட்டமுள்ள அமைதியை நாடிச் செல்கிறவன் இமயத்தைப் போலவே

சந்தைப் பேட்டைக்கும் செல்ல விரும்புவான். சந்தை இரைச்சலைக் கேட்பதில் அவனுக்கு விருப்பம் இருக்கும். அதேபோல் அமைதியை விரும்பி இமயமலைக்கும் செல்வான். ஆக, இரண்டு எதிரெதிர் முனைகளுக்கிடையே ஒரு நடுநிலையை ஏற்படுத்திக் கொண்டு அதில் தங்கி விடுவான். அந்த நடுநிலை ஒரே நேர்க்கோட்டில் அடையக் கூடியதல்ல.

'ஸென்' உத்தியில் அதுதான் 'முயற்சியற்ற முயற்சி' எனப்படுவது. அது முரண்பாடான சொற்பாங்கைப் பயன் படுத்தும். 'முயற்சியில்லாத முயற்சி' என்பதைப் போல் 'வாசலற்ற வாசல்', 'பாதையற்ற பாதை' இப்படி. செயல் முறை ஒரே நேர்க் கோடாய் இருக்காது, இரண்டு மாறு பட்ட தன்மைகளில் இயங்குவது என்பதை அது குறிப்பா லுணர்த்தும். எதிர்மாறானதை மறுக்கக் கூடாது, ஏற்றுக் கொள்ள வேண்டும். அதை ஒரு புறமாய் ஒதுக்கக் கூடாது, பயன்படுத்திக்கொள்ளவேண்டும். ஒதுக்கினால் உங்களையே சார்ந்து சுமையாகும். அதைப்பயன் படுத்தாவிட்டாலும் உங்களுக்குத்தான் இழப்பு.

சக்தியை மாற்ற முடியும், பயன்படுத்த முடியும். அதைப் பயன்படுத்தினால் நீங்கள் ஆற்றல் மிக்கவராவீர்கள், உயிரோட்டமும் கூடிய அளவில் இருக்கும். எதிர் மாறானதையும் ஏற்றுக் கொள்ள வேண்டும். அப்போது செயல்முறை மாறுபட்ட தன்மை கொண்டதாயிருக்கும்.

முயற்சியற்ற நிலை என்பது அகர்மா (Akarma). எதையும் செய்யாமலிருப்பது, செயலின்மை. முயற்சி என்பது செயல் படுதன்மை (Karma).

நிறையவே செய்யுங்கள், ஆனால், 'நான்தான் அதைச் செய்தேன்' என்கிற கர்த்தாமனப்பான்மை வேண்டாம். உலகெங்கும் சுற்றித் திரியுங்கள் ஆனால் அதன் பகுதியாகி விடவேண்டாம். உலகில் வாழுங்கள், ஆனால், உங்களுக்குள் உலகத்துக்கு இடமளிக்காதீர்கள். அப்போது முரண்பாடு ஏற்கப்பட்டுவிடும்.

ஆற்றல் வாய்ந்த தியானம் ஒரு முரண்பாடு. ஆற்றலில் அதிக முயற்சி இருக்கும். தியானத்தில் முயற்சியோ செயலோ இருக்காது. ஆக, இதனை ஒரு மாறுபட்ட தியானம் எனலாம்.

ஆற்றல் வாய்ந்த தியானத்திற்கான செய்முறை விளக்கம்
(INSTRUCTIONS FOR DYNAMIC MEDITAITON)

ஆற்றல் வாய்ந்த தியானம் (Dynamic Meditation) என்பது ஓஷோவின் பிரதான உத்தி. இந்த உத்தியைக் கொண்டு தான் அவருடைய மற்ற தியானங்களில் பலவும் அமைந்தன.

இந்த உத்தி ஒரு மணி நேரம் நீடிப்பது, ஐந்து நிலை களைக் கொண்டது. அதைத் தனியாகச் செய்ய முடியும். ஆனால் ஓரிடத்தில் குழுமி உள்ள மக்களோடு சேர்ந்து செய்தால் வெளிப்படும் சக்தி ஆற்றல்மிக்கதாயிருக்கும். அது ஒரு தனிநபரின் அனுபவம் என்பதால் சுற்றியிருப்பவர்களை மறந்துவிட்டு, உங்கள் கண்களை தியானம் நெடுகிலும் நன்றாக மூடிக்கொள்ளுங்கள். வெறும் வயிற்றுடன், சவுகரியமாய் தொளதொள உடையில் இருப்பது நல்லது.

முதல் நிலை: 10 நிமிடம்

நாசி வழியே மூச்சை வேகமாய் (ஒரே சீரில் இருக்க வேண்டுமென்பதில்லை) இழுத்துவிடுங்கள், மூச்சுக்காற்றை வெளியேற்றுவதில் கவனமாயிருங்கள். உட்சுவாசத்தை உடம்பே பார்த்துக் கொள்ளும். முடிந்தவரை ஆழ்ந்தும், வேகமாயும் சுவாசியுங்கள். பிறகு, இன்னும் கொஞ்சம் ஆழ்ந்து சுவாசித்து நீங்களே மூச்சாய் மாறிவிடுங்கள். உங்கள் உடம்பின் இயல்பான அங்க அசைவுகளின் உதவி யோடு உங்களுடைய சக்தியை உருவாக்கிக் கொள்ளுங்கள்.

இரண்டாம் நிலை: 10 நிமிடம்

எவற்றையெல்லாம் வெளியே வீசியெறிய வேண்டுமோ அவற்றை வெளியேற்றுங்கள். வெடியுங்கள். களிவெறி

கொண்டவராகி விடுங்கள். வேகமாய் கத்துங்கள், விம்மி யழுங்கள், குதியுங்கள், குலுங்குங்கள், ஆடுங்கள், பாடுங்கள், சிரியுங்கள். எதையும் உள்ளே வைத்திருக்க வேண்டாம். உங்கள் முழு உடம்பையும் இயங்கச் செய்யுங்கள். உங்கள் மனம் நிகழ்வில் குறுக்கிட அனுமதியாதீர்கள். உங்களுக்குள் எது நிகழ்ந்தாலும் அதற்கு சாட்சியாயிருங்கள். நிகழ்வில் முழுமை அடையுங்கள்.

மூன்றாம் நிலை : 10 நிமிடம்

உயர்த்திய கைகளுடன் மேலும் கீழும் குதித்தபடி 'ஹூ! ஹூ!' என்று சப்தமிடுங்கள், முடிந்தவரை உயர்த் துங்கள். நீங்கள் தரையைத் தொடுகிற ஒவ்வொரு முறையும், உங்களுடைய பாலுணர்வு மையத்தில் சம்மட்டி கொண்டு அடிப்பது போல் அந்த ஒலி இருக்கட்டும். உங்களிடமுள்ள எல்லாவற்றையும் வெளியேற்றிவிடுங்கள்.

நான்காம் நிலை: 15 நிமிடம்

நில்லுங்கள், எந்த நிலையில் இருந்தீர்களோ அதே நிலையில் பனிக்கட்டியாய் உறைந்துவிடுங்கள். உடலின் நிலையை மாற்ற வேண்டாம். ஒரு சின்ன அசைவும், செருமலும்கூட சக்தியின் ஓட்டத்தை வீணடித்துவிடும். முயற்சி பாழாகிவிடும். உங்களுக்கு நேரிடுகிற எல்லா வற்றுக்கும் சாட்சிபாவத்தில் இருங்கள்.

ஐந்தாம் நிலை: 15 நிமிடம்

பூரணமான இறைத்தன்மைக்கு உங்கள் நன்றியை வெளிப்படுத்துகிற விதமாய் இசையோடு ஆடி மகிழுங்கள், கொண்டாடுங்கள். நாள் முழுதும் அந்த மகிழ்ச்சி நீடிக் கட்டும்.

உங்கள் தியான இடம் சப்தமெழுப்பத் தடையா யிருந்தால் அதை நீங்கள் அமைதியாகவே செய்ய முடியும். சப்தங்களில் வெளியேற்றுவதற்குப் பதிலாய் இரண்டாம் நிலை வெளிப்பாட்டை முழுக்க முழுக்க உடலசைவில்

செய்து தூய்மைப்படுத்திக் கொள்ளலாம். மூன்றாம் நிலையில் 'ஹூ' சப்தத்தை உள்ளுக்குள்ளாகவே எழுப்பி அதே விளைவை ஏற்படுத்த முடியும். ஐந்தாம் நிலை ஆடலில் வெளிப்படுத்துவதாகிறது.

மீண்டும் பிறந்திடுங்கள் (GIVING BIRTH TO YOUR SELF)

உதவக்கூடிய குறிப்புகள்

என்னுடைய ஆற்றல் வாய்ந்த தியானம் சுவாசித்தலில் தொடங்குகிறது. காரணம் சுவாசம் உயிரில் நிலைத்திருப்பது. நீங்கள் அதைக் கவனியாதிருந்திருக்கலாம். ஆனால், உங்களுடைய சுவாசிப்பதை மாற்றுவதன் மூலம் பலவற்றை நீங்கள் மாற்ற முடியும். உங்களுடைய சுவாசத்தை கருத்தூன்றி கவனியுங்கள், கோபத்திலிருக்கும் போது உங்கள் சுவாசப்போக்கு ஒரு குறிப்பிட்ட ஓசை நயத்தில் (Rhythm) இருக்கும். நீங்கள் அன்பு செய்யும்போது அதன் நயம் முற்றிலும் வேறாகிவிட்டிருக்கும். நீங்கள் ஓய்வு கொள்ளும் நிலையில் வேறுவிதமாய் மூச்சு விடுவீர்கள். நீங்கள் இறுக்க முற்றிருக்கும் போது அது மாறுபடும்.

பால் சார்ந்த விதத்தில் எழுச்சியுறும் போது உங்கள் சுவாசம் மாறுகிறது. சுவாச மாற்றத்துக்கு நீங்கள் இடமளிக்காவிட்டால் உங்கள் பால்சார்ந்த எழுச்சி தன்னால் கீழிறங்கிவிடும். இதன் பொருள் என்ன? சுவாசத்துக்கும் உங்கள் மனநிலைக்கும் நெருங்கிய தொடர்பிருக்கிறது என்பதுதான். உங்கள் சுவாசத்தன்மை மாறும்போது மன நிலையையும் நீங்கள் மாற்றமுடியும்.

எனவேதான். சுவாசித்தலில் தொடங்கியதும் உத்தியின் முதல் நிலையில் 10 நிமிடத்துக்கு தாறுமாறாய் மூச்சு விடும்படி யோசனை தெரிவித்ததும். எவ்வித நயமும் இல்லாமல் ஆழ்ந்து, வேகமாய் பலங்கொண்ட மட்டும் உள்ளும் வெளியுமாய் சுவாசியுங்கள்.

இந்த ஒழுங்கற்ற சுவாசம் உணர்ச்சி வகையில் எதையும் வெளிப்படுத்தாது அடக்கிவைக்கும் அமைவின்

தியானம்

(Repressed System) குழப்பத்தைத் தோற்றுவிக்கும். குழந்தை ஒரு குறிப்பிட்ட விதத்தில் சுவாசிக்கிறது. பால்சார்ந்த அச்சம் உங்களுக்கிருந்தால் அப்போது சுவாசம் தனிப்பட்ட விதமாய் இருக்கும். நீங்கள் ஆழ்ந்து சுவாசிக்க முடியாது, ஆழ்ந்த சுவாசம் உங்களுடைய பாலுணர்வு மையத்தைத் தாக்கும். உங்களுக்குள் அச்சம் இருந்தால் உங்களால் ஆழ்ந்து மூச்சிழுக்க முடியாது. அச்சம் மேலோட்டமான சுவாசத்தையே தோற்றுவிக்கும்.

இந்த ஒழுங்கற்ற சுவாசமுறை உங்களுக்குள்ளிருக்கும் பழைய அமைப்புகளை ஒழித்துக் கட்டுவதற்காகத்தான். அது உருவாக்குகிற குழப்பம் உங்களுக்குள் அடக்கி வைத்த உணர்ச்சிகளை வெளியேற்றும். அந்த உணர்ச்சிகள் இப்போது உடல் முழுதும் பரவத் தொடங்கும்.

நீங்கள் உடலாகவும் மனமாகவும் வெவ்வேறாயில்லை. (அவை ஒன்றோடொன்று தொடர்புடையவை. உணர்ச்சியின் இழுப்பு விசையில் உடல் உபாதைக்குள்ளாகிறது) இரண்டும் இணைந்ததாகவே இருக்கிறீர்கள். உடம்புக்கு எது நேர்ந்தாலும் அது மனதைப்பாதிக்கிறது, மனதுக்கு எது நேர்ந்தாலும் அது உடம்பைப் பாதிக்கிறது. உடலும் மனமும் ஒரே பொருளின் இரண்டு எல்லைகள்.

பத்துநிமிட ஒழுங்கற்ற சுவாசம் அதிசயம் நிகழ்த்தும். ஆனால் அது தாறுமாறானதாயிருக்க வேண்டும். பிராணாயாமத்தைப்போல் மூச்சு சீர்த்தன்மை கொண்டதாயிருக்கக் கூடாது.

ஆழ்ந்த, வேகமான சுவாசம் உங்களுக்குக் கூடுதல் பிராண வாயுவை வழங்கும். எத்தனைக்குப் பிராணவாயு கூடுகிறதோ அத்தனைக்கு உயிர்த்துடிப்போடு இருப்பீர்கள். விலங்குகள் முழுக்கவும் உயிர்த்துடிப்போடு இருப்பவை. மனிதனோ அரைவாசி செத்து, அரைவாசி வாழ்ந்து கொண்டிருப்பவன். நீங்கள் மீண்டும் விலங்காகி மிருகத் தன்மையடையுங்கள். அப்போதுதான் உன்னதமான ஒன்று உங்களுக்குள் வளரத் தொடங்கும்.

நீங்கள் அரைகுறையாய் வாழ்ந்து கொண்டிருந்தால் உங்களால் எதுவும் ஆகாது. இந்த ஒழுங்கற்ற சுவாசம் உங்களை ஒரு விலங்கைப் போல் மாற்றும். துடிதுடிப்பு, அதிர்வு, பலம் இவற்றுடன் உங்கள் இரத்தத்தில் மிகுதியான பிராண வாயுவையும், உங்கள் உயிரணுக்களில் (Cells) அதிக சக்தியையும் பெறுங்கள். உயிர்க்காற்று உங்கள் உடம்பில் மின்னாற்றலைக் கொடுக்கும் அதனை உயிர்ச்சக்தி (Bio-energy) என்றும் கூறலாம். உடம்பின் மின்சாரத் தன்மையால் உங்களுடைய சுயத்துக்குமப்பால்— அடியாழத்துக்குச் செல்லலாம். அந்த மின்சாரம் உங்களுக்குள் பயன் விளைக்கும் வகையில் வேலை செய்யும்.

என்னுடைய தியானத்தின் இரண்டாவது நடவடிக்கை தூய்மைப்படுத்தல் (Catharsis) நீங்கள் பிரக்ஞை உணர்வோடு பித்துப் பிடித்ததுபோல் இருங்கள். உங்கள் மனதில் எதுவெல்லாம் வருகிறதோ அதுவெல்லாம் வெளிப் படுவதற்கு இடமளியுங்கள். ஒத்துழைக்கப் பாருங்கள், எதிர்ப்பு வேண்டாம். உணர்ச்சிகளை வழிய விடுங்கள் அவ்வளவுதான்.

நீங்கள் வீறிட்டலற விரும்பினால் அப்படியே செய் யுங்கள். உங்களுடைய ஆழ்ந்த வீறிடலில் இருப்புணர்வு (Being) சம்பந்தப்படுகிறது. அது பிணி நீக்கும் தன்மை உடையது. வீறிட்டலறுவதன் மூலம் பல தீமைகளை, பிணிகளை உங்களிலிருந்து நீக்க முடியும். வீறிடல் முழுமை யாய் இருந்தால் உங்கள் ,இருப்புணர்வும் அதில் முழுமையாய் இருக்கும்.

ஆக அடுத்த பத்து நிமிடத்திற்கு (இந்த இரண்டாவது கட்டமும் பத்து நிமிடந்தான்) ஆடி, கத்தி, குதித்து, சிரித்து உங்களுக்குள் மறைந்திருப்பதை வெளிப்படுத்துங்கள். இதனைத் தான்தோன்றித்தனமான வெளிப்பாடு (Freaking out) என்பார்கள். அது என்னவென்று ஒரு சில நாள்களில் உணர்வீர்கள்.

ஆரம்பத்தில் அது ஒரு திணித்தலாய், நடிப்பாய் தெரியலாம். உண்மையான. நம்பத் தகுந்த ஒன்றை நம்மால்

செய்ய முடியுமா என்கிற அளவுக்கு நாம் தவறாகி விட்டிருப்போம். நாம் சிரிக்கவில்லை, அழவில்லை. நம்முடைய வீறிடலில் நம்பகத் தன்மையில்லை. எல்லாமே ஒரு மறைப்பாய் —முகமூடியாய் தோன்றும். இந்த உத்தியைத் தொடங்கும் போது அதில் திணிப்பு இருக்கலாம், முயற்சி தேவைப்படலாம், எதுவும் நடிப்பாய் படலாம். அதைப் பற்றிக் கவலைப்படாதீர்கள். தொடர்ந்து செல்லுங்கள்.

எங்கே உணர்ச்சிகளையும் இன்னும் பலவற்றையும் அடக்கி வைத்திருந்தீர்களோ அந்தப் பிறப்பிடங்களை சீக்கிரமே தொடுவீர்கள். அவை விடுவிக்கப்பட்ட நிலையில் தான் அவற்றைத் தொடுவீர்கள் அப்போது சுமை நீங்கிய உணர்வு கொள்வீர்கள்.

‘ஒரு புதிய வாழ்வைப் பெறுவதும்
ஒரு புதுப் பிறவி எடுப்பதும்
நிகழ்கின்ற வேளை அது!’
இந்தச் சுமை நீக்கமே தியானத்தின் அடிப்படை.

உங்களுக்குள் இருந்தவற்றையெல்லாம் வெளியே வீசி யெறியப்பட்ட நிலையில் — இரண்டாம் நிலையில் நீங்கள் வெறுமையாகி (Vaccant) விடுகிறீர்கள். இதனை ஏதுமற்ற தன்மை(Emptiness) எனலாம். அடக்கி வைக்கப்பட்டிருந்தவை காலி செய்யப்பட்டு விடுகின்றன. இந்த நிலையில் ஏதாவதொன்று நடக்கக் கூடும். அது நிலைமாற்றமாய் (Transformation) இருக்கலாம் அல்லது தியானமாயும் இருக்கும்.

அடுத்த நிலையில்—மூன்றாவதில் நான் ஹூ(Hoo) வைப் பயன்படுத்தியிருக்கிறேன். கடந்த காலத்தில் அநேக சப்தங்கள் பயன்படுத்தப்பட்டிருக்கின்றன. ஒவ்வொரு சப்தமும் குறிப்பாய் ஏதேனும் ஒரு செய்கையைக் கொண்டிருக்கும். உதாரணமாய், இந்துக்கள் ‘ஓம்’ என்ற ஒலியைப் பிரதானமாய் வைத்திருந்தார்கள். இது உங்களுக்குப் பரிச்சயமானதாயிருக்கும். ஆனால், நான் அந்த ஒலி குறித்து யோசனை கூறமாட்டேன். ‘ஓம்’ ஒலி இதயம் வரை

செல்லும், ஆனால், மனிதன் இதயத்தில் மையம் கொள்வதில்லை.

சூஃபிகள் 'ஹூ' ஒலியை உபயோகிக்கிறார்கள். நீங்கள் ஹூவென்று உரக்கக் கத்தினால் அது பால் சார்ந்த மையத்தின் அடியாழத்துக்கே செல்லும். இந்த ஒலி உள்ளில் சம்மட்டி அடியாய் பயன்படும். நீங்கள் வெறுமையாகி, ஏதுமற்ற தன்மையை அடைகிறபோது இந்த ஒலி உங்களுக்குள்ளாகவே பரவிநிற்கும். நீங்கள் ஏதுமற்ற தன்மையில் இருக்கிறபோது ஒலியின் இயக்கம் சாத்தியம். உங்களுக்குள் அடக்கி வைத்தவையே நிரம்பியிருந்தால் எதுவும் நிகழாது. அடக்கி வைத்த நிலையில் ஏதேனும் ஒரு மந்திரம் அல்லது ஒலியைப் பயன்படுத்துவது ஆபத்தாகும். அடக்கி வைக்கப் பட்டவற்றின் ஒவ்வோர் அடுக்கும் ஒலியின் பாதையை மாற்றும். அதன் இறுதி விளைவு நீங்கள் கனவிலும் கண்டிராத, எதிர்பார்த்திராத, எண்ணியிராத ஒன்றாயிருக்கும். உங்களுக்குத் தேவை வெற்றான ஒரு மனம், அப்போதுதான் ஒரு மந்திரத்தைப் பயன்படுத்த முடியும்.

நான் ஒரு மந்திரத்தை உடனே யாருக்கும் சொல்லிக் கொடுத்து விடுவதில்லை. முதலில் தூய்மைப்படுத்திக் கொள்ள வேண்டும். இந்த 'ஹூ' மந்திரத்தை முதல் இரண்டு நிலைகளைக் கடவாமல் செய்ய முடியாது. அவையில்லாமல் அதனை ஒரு போதும் செய்ய முடியாது. மூன்றாவது நிலையில்தான் 'ஹூ' மந்திரத்தைப் பயன்படுத்த வேண்டும். முடிந்தவரை உரக்க, உங்கள் முழு சக்தியையும் அதற்குப் பயன்படுத்தலாம். அந்த ஒலியைக் கொண்டு உங்கள் சக்தியைத் தாக்குங்கள். இரண்டாவது நிலையில் தூய்மைப்படுத்தலில் (Catharsis) நீங்கள் வெறுமையுற்ற பிறகு இந்த 'ஹூ' அடியாழத்துக்குச் சென்று உங்கள் பாலுணர்வு மையத்தை அடையும்.

பாலுணர்வு மையத்தை இரண்டு வழிகளில் அடையலாம். முதல்வழி இயல்பானது. மாற்றினத்தைச் சேர்ந்த ஒருவர் மீது உங்களுக்கு ஈர்ப்பு உண்டாகும் போது அந்த

மையம் அடையப்படுகிறது. ஒரு நுட்பமான அதிர்வில் அது நிகழ்கிறது.

ஓர் ஆண் பெண்ணொருத்தியிடமும், ஒரு பெண் ஆணிடமும் ஏன் ஈர்க்கப்படுகிறார்கள்?

ஆணிடம் என்ன இருக்கிறது, பெண்ணிடம் என்ன இருக்கிறது காரணம் கற்பிப்பதற்கு? மின்சாரத்தின் நேர் முனையோ எதிர்முனையோ அவர்களை மோதுகிறது — அதனால் ஏற்படுகிறது அந்த நுண்ணிய அதிர்வு. உண்மை யிலேயே அது ஓர் ஒலி. பறவைகள் பாலுறவு நாட்டத்தில் விடுக்கிற அழைப்பு அவை எழுப்பும் ஒருவித ஒலியில் இருக்கும். அதை நீங்கள் ஊன்றிக் கவனித்தது உண்டா? பறவைகளின் கீதம் பால் சார்ந்ததாகவே (Sexual) இருக்கும். அவை ஒன்றையொன்று சீண்டுவதற்கு குறிப்பிட்ட ஒலியைப் பயன்படுத்தும். அந்த ஒலிகள் மாற்றினப் பறவை களின் பாலுணர்வு மையங்களில் விளைவுகள் உண்டாகும் படி பாதிக்கும்.

வெளிப்புறத்திலிருந்து மின்சாரத்தின் நுட்ப அதிர்வுகள் உங்களைத் தாக்குகின்றன. உங்கள் பாலுணர்வு மையம் வெளியிலிருந்து தாக்கப்படும் போது உங்களுடைய சக்தி வெளியிலுள்ள இன்னொன்றை நோக்கிப் பாய்கிறது. அப்போது இனவிருத்தி நடைபெறுகிறது. உங்களிலிருந்து யாரோ ஒருவர் பிறக்கிறார்.

'ஹூ' (Hoo) அதை சக்தி மையத்தைத் தாக்குகிறது, ஆனால் அந்தத் தாககுதல் உள்ளிருந்து. பாலுணர்வு மையம் உள்ளிருந்து தாக்கப்படுகிறபோது சக்தி உள்நோக்கிப் பாய்கிறது. சக்தியின் உள்ளோட்டம் உங்களை முழுதுமாய் மாற்றிவிடுகிறது. உங்களை நீங்கள் பிறப்பித்துக் கொள் கிறீர்கள். எது வெளிநோக்கிப் பாய்ந்ததோ அது உள்நோக்கி யும் பாயும். எது கீழ் நோக்கிப் பாய்ந்ததோ அதுமேல் நோக்கியும் பாயும். சக்தி மேல் நோக்கிப் பாய்கிறபோது குண்டலினி சக்தி என்று பெயர் பெறுகிறது. அது உங்கள் முதுகுத்தண்டின் வழியே மேலேறும். அது எத்தனைக்கு

உயரே செல்கிறதோ அத்தனைக்கு நீங்களும் உயரே செல்கிறீர்கள். அந்த சக்தி பிற மந்திரத்தை — உங்களுக்குள் இருக்கும் கடைசி மையத்தை ஏழாவது மையத்தை அடைகிறது. அது உச்சந்தலையில் அமைந்திருக்கிறது. மனிதன் அடையக்கூடிய முடிவான நிலை உங்களுக்குச் சாத்தியமாகிறது.

மூன்றாவது கட்டத்தில் உங்களுடைய சக்தியை மேலே கொண்டு செல்ல ஹூ (HOO) என்ற சாதனத்தை நான் பயன்படுத்துகிறேன். இந்த மூன்று கட்டங்களும் தியானமாகாது. அது மைதானத்தில் குதித்துத் தாண்டுகிறவன் தன்னைத் தயார் செய்து கொள்வதாகும். தியானத்துக்கான ஆயத்தம் தியானமாகாது.

நாலாவது கட்டம் குதித்தல். நாலாவது கட்டத்தில் நான் நிறுத்துங்கள் (Stop) என்பேன், உடம்பை அசைக்காமல் அப்படியே நின்று விடுங்கள்; எதையும் செய்யாதீர்கள், நீங்கள் எதைச் செய்தாலும் போக்கு மாறிவிடும், முக்கியமானதை — தியானத் தன்மையைத் தவறவிட்டு விடுவீர்கள். ஓர் இருமல் அல்லது தும்மல் போதும் மனதின் கவனத்தைத் திசை திருப்புவதற்கு, ஒட்டு மொத்த பலனையும் அடையாமல் தடுப்பதற்கு. உங்கள் கவனம் நிலை மாறினால் சக்தி மேலெழும்பாமல் தடைப்பட்டு விடும்.

நீங்கள் எதையும் செய்யாதீர்கள். அதனால் இறந்து விட மாட்டீர்கள். தும்மல் வந்தாலும் ஒரு பத்து நிமிடம் அதை அடக்கப் பாருங்கள். உங்கள் தொண்டையில் எரிச்சல் ஏற்பட்டு இருமத் தோன்றலாம், ஒரு பத்து நிமிடம் இருமலைத் தடுத்திருங்கள். உங்கள் உடலை மரித்தாற்போல் இருக்கவிடுங்கள், சக்தி அப்போது மேல் நோக்கிச் செல்லும்.

சக்தி மேல்நோக்கி நகரும்போது நீங்கள் மேலும் மேலும் அமைதியாகி விடுவீர்கள். மேலெழும்பும் சக்தியின் இடைவிளைவுப் பொருள் (By-Product) அமைதி. கீழிறங்கும் சக்தியின் இடைவிளைவுப் பொருள் இறுக்கம். இப்போது

உங்களுடைய ஒட்டுமொத்த உடம்பும்—அப்படியே மறைந்து விட்டமாதிரி அமைதியாகி விடும். அதை உங்களால் உணர முடியாமல் இருக்கும்.

நீங்கள் உடலற்றவராய் உணர்வீர்கள். நீங்கள் அமைதியாய் இருக்கும்போது இப்பிரபஞ்சமே அமைதியாகிவிடும்.

பிரபஞ்சம் ஒரு கண்ணாடி
அது உங்களைப் பிரதிபலிக்கிறது
ஆயிரமாயிரம் கண்ணாடிகளில்
உங்களை அது பிரதிபலிக்கும்.

உங்கள் அமைதியில் ஒரு சாட்சிபாவத்தோடு இருங்கள். எதையும் செய்யாமல், மாறாத கவனத்துடன் இருங்கள். எவ்வித ஆசையும் இல்லாமல், அசைவும் இல்லாமல், எதனுடனும் பொருந்தாமல் உங்களுக்குள் தங்கியிருங்கள், இருந்தபடி இருங்கள். என்ன நிகழ்கிறதோ அதற்குச் சாட்சி பாவமாய் இருந்துவிடுங்கள்.

முதல் மூன்று நிலைகளின் காரணமாய் மையத்தில் இருப்பது சாத்தியமாகிறது. அந்த மூன்றையும் செய்திரா விடில் உங்களோடு நீங்கள் இருந்திருக்க முடியாது. நீங்கள் அதைப் பற்றிச் சிந்திக்கலாம். பேசலாம், கனவும் காணலாம் ஆனால் அது நிகழ்வதில்லை, காரணம் நீங்கள் இன்னும் ஆயத்தப்படவில்லை.

முதல் மூன்று நிலைகளும் உங்களை ஆயத்தப்படுத்துகிறது, உணர வைக்கிறது. அதுதான் தியானம். அந்தத் தியானத்தில் — வார்த்தைகளுக்கப்பாற்பட்ட ஏதோ ஒன்று நிகழ்கிறது. அது நிகழ்ந்துவிட்டால் நீங்கள் முன்பிருந்தது போல் இருக்க மாட்டீர்கள். அது வளர்ச்சி, சாதாரண அனுபவமல்ல. அது குறிப்பிடத்தக்க வளர்ச்சி.

நினைவில் வையுங்கள், சாட்சியாயிருங்கள்
(REMEMBER, REMAIN A WITNESS)

நீங்கள் தொடர்ந்து கவனமுடன், பிரக்ஞையுடன், விழிப்புணர்வுடன் இருக்க வேண்டிய தியானம் இது. முதல்

நிலையில் சுவாசித்தல், இரண்டாம் நிலையில் தூய்மை செய்தல், மூன்றாம் நிலையில் மந்திரம் (ஹூ) இடம் பெறுகிறது. சாட்சிபாவத்தில் இருங்கள். மூழ்கிவிடாதீர்கள், மூழ்குதல் எளிது. சுவாசித்தலின் போது நீங்கள் மறக்கக் கூடும். சுவாசித்தலில் ஒன்றிவிடும்போது சாட்சி பாவத்தை மறக்கும்படி ஆகலாம். ஆனால் முக்கியமான ஒன்றைத் தவற விட்டுவிடுவீர்கள். முடிந்தவரை வேகமாய் சுவாசி யுங்கள், அந்த முயற்சியில் உங்களுடைய ஒட்டுமொத்த சக்தியையும் பயன்படுத்துங்கள். ஆனால் அந்நிலையிலும் சாட்சி பாவத்தோடு இருங்கள்.

நடப்பது எல்லாம் வேறு யாருக்கோ நடப்பதுபோல், என்ன நிகழ்ந்தாலும் ஒரு பார்வையாளரின் நிலையில் இருந்து கவனியுங்கள். இந்த சாட்சிபாவம் மூன்று நிலை களில் நிகழ்ந்ததும், எல்லாம் நின்றுவிடுகின்றன. நான்காவது நிலையில் நீங்கள் செயலற்று உறைந்து போகிறீர்கள். அப்போது கவனம் உச்சத்தை அடையும்.

குண்டலினி தியானம்
(KUNDALINI MEDITATION)

ஆற்றல் வாய்ந்த தியானத்தில் (Dynamic Meditation) பெரிதும் விரும்பப்படுகிற தியானம் இது. ஒவ்வொன்றும் 15 நிமிடத்துடன் கூடிய நான்கு கட்டங்களைக் கொண் டிருக்கும்.

முதற்கட்டம்: 15 நிமிடம்

தளர்வாய் இருங்கள். பாதங்களிலிருந்து சக்தி மேலெழும் உணர்வுடன் உடம்பு முழுவதையும் அசை யுங்கள். உங்கள் கண்கள் திறந்தோ அல்லது மூடியபடியோ இருக்கலாம்.

இரண்டாவது கட்டம்: 15 நிமிடம்

ஆடுங்கள்... எண்ணம் போல் ஆடுங்கள், உடம்பை அது விரும்பிய விதத்தில் அசைந்தாடும்படி விடுங்கள்.

தியானம்

மூன்றாவது கட்டம் : 15 நிமிடம்

உங்கள் கண்களை மூடி, அசைவற்றிருங்கள். அமர்ந்த படியோ அல்லது நின்றபடியோ இருக்கலாம். உள்ளேயும் வெளியேயும் நடப்பவற்றை சாட்சிபாவத்தில் இருந்து கவனியுங்கள்.

நான்காவது கட்டம் : 15 நிமிடம்

உங்கள் கண்களை மூடிக்கொண்டு, தரையில் படுத்துக் கொள்ளுங்கள். அசைவற்றிருங்கள்.

நீங்கள் செய்வது குண்டலினி தியானமாயிருந்தால் அசைவுக்கு இடமளியுங்கள், நீங்களாக அசைய வேண்டும். அமைதியாய் நில்லுங்கள், உங்கள் உடம்பில் ஒரு நடுக்கம் ஏற்படுவதை உணருங்கள். அந்தப் பரமசுகத்தை உணர்ந்து மகிழுங்கள். தன்னிச்சையாய் எதுவும் செய்யாதீர்கள். அதை ஏற்பதுடன், வரவேற்பதுடன் இருந்து விடுங்கள்.

நீங்கள் வலுக்கட்டாயமாய் செய்தால் அது வெறும் உடற்பயிற்சியாகிவிடும். பிறகு நடுக்கம் இருக்கும், ஆனால் மேற்பரப்பில் மட்டுமே அது இருக்கும். அது உங்களுக்குள் ஊடுருவாது.

நீங்கள் பாறையைப் போல் உள்ளுக்குள் கடினமாகி விடுவீர்கள். நீங்கள் கையாள்கிறவராய், செய்பவராய், இருப் பீர்கள், உடலும் அதைப் பின்பற்றும். உடம்பு பிரச்சினை அல்ல, நீங்கள்தான்.

நான் 'அசை' என்று சொல்லும்போது உங்களுடைய பாறை போன்ற இருப்புணர்வையே கருத்தில் கொள்கிறேன். அதன் அடித்தளத்தையே பலமாய் அசைத்து, அதனை திரவமாய் கரைந்துருகச் செய்யுங்கள். அப்போது உங்கள் உடம்பும் அதைப் பின்பற்றும். அந்நிலையில் அசைப்பவர் இல்லை, அசைதல் மட்டுமே இருக்கும். அது யாரும் செய் யாமல் தானே நிகழும். அப்போது செயலைச் செய்பவர் இல்லை.

ஓஷோவின் பிணி நீக்கும் தியான நிலைகள்
(OSHO MEDITATIVE THERAPIES)

பண்டைய தியான முறைகள் அனைத்தும் கீழ்த்திசை நாடுகளில் வளர்ச்சியுற்றவை. மேற்கத்திய மனிதனை அவை ஒரு போதும் கருத்தில் கொண்டதில்லை. நான் உருவாக்கும் உத்திகள் கிழக்கத்திய மனிதனுக்கோ மேற்கத்தியனுக்கோ மட்டுமேயானதல்ல. ஒவ்வொருவருக் காகவுந்தான்.

ஓஷோ இங்கிருந்து திரும்பிச் செல்வதற்கு 18 மாதம் முன்பாக உருவாக்கிய தொகுப்புதான் 'பிணி நீக்கும் தியானங்கள்' ஞானரோஜா, மனமிறத்தல், திருமீண்டும் பிறத்தல் இவை அடங்கிய தொகுப்பு அது. அவை எளிமை யானவை, சக்தி வாய்ந்தவை, தனித்தன்மை கொண்டவை.

ஞான ரோஜா தியானம்
(MYSTIC ROSE MEDITATION)

ஞான ரோஜா தியான சிகிச்சையை ஓஷோ 1988இல் உருவாக்கினார். நாளொன்றுக்கு மூன்று மணி நேரம் என்கிற கணக்கில் மூன்று வாரங்களுக்குச் செய்யப்பட வேண்டியது.

'ஞானரோஜா' என்ற குறியீடு (Symbol) ஏன் வந்தது தெரியுமா? ஒரு மனிதன் தன்னுடைய பிறப்போடு கொண்டு வந்த விதையை சரியான நிலத்தில் ஊன்றி, சரியான தட்ப வெப்பம் கிடைக்கும்படி செய்து, சரியான முறையில் கவனம் செலுத்தினால் அந்த விதை வளரத் தொடங்கும். அதன் இறுதியான வளர்ச்சிக்குத்தான் ஞான ரோஜா என்ற குறியீடு. அந்நிலையில் உங்களுடைய இருப் புணர்வு தன்னுடைய இதழ்களை விரித்து, மலர்ந்து மணம் வீசும்.

தியானம்

செயல் விளக்கங்கள்:

இந்தத் தியானம் மூன்று பகுதிகளைக் கொண்டது. 21 நாள்களுக்கானது. இதனைத் தனியாகவோ அல்லது நண்பர்களுடனோ செய்ய முடியும்.

1. **சிரிப்புக்கான விளக்கம்**

> 'ஒரு மரத்தில் பூமலர்கிற மாதிரி
> அது உங்களிடமிருந்து உண்டாகிறது'

அதற்குக் காரணமில்லை, விளக்கமில்லை. அது புதிரானது ஞானரோஜாவைப் போல.

ஏழுநாள்களுக்கு 'யாஹூ' என்று கூச்சலிடுங்கள். சில முறை அவ்வாறு செய்தபின் ஒரு 45 நிமிடத்திற்கு வெறுமனே சிரித்தபடி இருங்கள். நீங்கள் அமர்ந்திருக்கலாம் அல்லது தரையில் படுத்துக் கொண்டிருக்கலாம். தரையில் மல்லாந்து படுத்திருப்பது வயிற்றுத் தசைகளின் இறுக்கத்தைத் தளர்த்தும். சக்தி எளிதாய் நகர்ந்து செல்லும் என்பது சிலருடைய அனுபவம். ஒரு விரிப்பு கொண்டு தங்களை மூடி மறைத்துக் கொள்வதில் அல்லது கால்களை உயர்த்தியிருக்கும் நிலையில் தங்களுடைய சிரிப்பை, தங்களுக்குள் கிச்சுகிச்சு மூட்டிக் கொண்டிருக்கும் குழந்தையை வெளிக் கொண்டு வர முடியும் என்பது சிலருடைய அனுபவம்.

நண்பர்களுடன் சம்பந்தப்பட்டு சிரிக்க முற்படுவதும் அருமை. உங்கள் உடம்பை ஒரு குழந்தையின் அப்பாவித் தனத்தோடு தரையில் புரட்டலாம். முழுமையான சிரிப்புக்கு இடமளிப்பது முக்கியம்.

சில சமயம் சிரிப்புக்கு முட்டுக்கட்டைபோடும் நூற்றாண்டுத் தடைகளையும் நீங்கள் எதிர்கொள்ளும் படியிருக்கும். அது நிகழும் போது 'யாஹூ' என்று கூச்ச விடுங்கள் அல்லது பொருளற்ற ஒலிகளை எழுப்புங்கள். மீண்டும் சிரிக்கும் வரை அதைத் தொடருங்கள்.

சிரித்து முடித்ததும் கண்களை மூடியபடி சில நிமிடம் அசைவற்று அமர்ந்திருங்கள். உடம்பு அத்தனை சக்தி களையும் திரட்டிக் கொண்டு சிலை போல் உறைந்துவிடும் பிறகு — உங்கள் உடம்பை முற்றுமாய் தளர்வு நிலைக்குக் கொண்டு செல்லுங்கள். எவ்வித முயற்சி யுமில்லாமல் அப்படியே சரிந்து விழுங்கள். உங்களால் தயார் நிலையை உணர முடிகிறபோது எழுந்து கொள்ளுங்கள். மீண்டும் அமர்வு நிலையில் இருந்தபடி அமைதியாய் கவனியுங்கள் (15 நிமிடம்)

2. கண்ணீருக்கான விளக்கம்

சிரிப்பு முடிந்ததும் உங்களுடைய வேதனை கண்ணீ ராய் வெளிப்படும். சுமையை இறக்கி வைக்க உதவும் சிறந்த காரியம் அது. துன்பங்கள் கண்ணீரில் கரைந்துவிடும். அந்த இரண்டு அடுக்குகளிலுமிருந்து விடுபடுகிறபோது உங்களை நீங்கள் கண்டு கொள்வீர்கள்.

இரண்டாவது வாரத்தில் 'யாஹூ'வை சிலமுறை உச்சரிக்கத் தொடங்கி ஒரு 45 நிமிடம் உரத்த குரலில் ஒலியெழுப்புங்கள். உங்கள் அழுகையில் இதயம் தூய்மை யடையும். கண்ணீருடன் உடைத்துக் கொண்டு கவலை களும், துன்பங்களும் வெளியே வரும்.

அழுது முடித்ததும் சில நிமிடத்திற்கு மவுனமாய் அசைவற்று அமர்ந்திருங்கள்.

3. குன்றின் மேல் நிற்றல்—

மூன்றாம் வாரம் 45 நிமிடத்திற்கு அமைதியாய் அமர்ந்திருங்கள். அதன்பிறகு ஒரு 15 நிமிடம் ஆடிப் பாடுங்கள். நீங்கள் தரையிலோ நாற்காலியிலோ அமர்ந்து கொள்ளலாம். முடிந்தவரை தலை, முதுகுப்பகுதி நிமிர்ந்து இருக்கட்டும். மூடிய கண்களுடன், இயல்பாய் சுவாசி யுங்கள். ஒரு குன்றின் மீது நின்று சுற்றிவரக் கவனிப் பவரைப் போல ஓய்வாக அதே சமயம் பிரக்ஞையுடன் இருங்கள். உங்களைக் கடந்து செல்கிற எதையும்

சாட்சிபாவத்தில் இருந்து கவனியுங்கள். அந்தக் கவனித்தலே தியானம். நீங்கள் எதைக் கவனிக்கிறீர்கள் என்பதல்ல முக்கியம். எண்ணங்கள், உணர்வுகள், மனக்கிளர்ச்சி கருத்துகள் வரும். எது வந்தாலும் அதில் உங்களை அடையாளப் படுத்திக் கொள்ளவோ அல்லது இழந்துவிடவோ கூடாது.

அமர்வு நிலையில் இருந்த பிறகு சாந்தமான இசையில் கொஞ்ச நேரம் லயிக்கலாம். உடம்பு தான் விரும்புகிறபடி இயங்கட்டும். அழுவதும், கத்துவதும், சிரிப்பதும் ஆரோக்கியம். உடல் ரீதியாக மட்டுமல்ல உளரீதியாகவும் இசை ஆரோக்கியம் தரும் என்று மருத்துவர்கள் நம்பிக்கை தெரிவிக்கிறார்கள். அவை உங்களுடைய சுவாதீனத்தைப் பராமரித்து உதவும்.

'இந்த வயதில் என்ன கூச்சல் வேண்டிருக்கு? குழந்தைகள் உங்களைப் பற்றி என்ன நினைப்பார்கள்' என்று வீட்டில் உள்ளவர்கள் கேட்பார்கள். காரணமின்றி அழுவதையும் சிரிப்பதையும் ஒரு பயிற்சி என்றோ தியானம் என்றோ அவர்கள் நம்ப மாட்டார்கள். அவை தியானம் மட்டுமல்ல உங்கள் பிணிகளுக்கு மருந்துமாகும்.

உங்களுடைய பார்க்கும் திறனும், அகக் காட்சியும் (Inner Vision) மேம்படும். அதன் விளைவுகள் உங்களை இளமையாய் வைத்திருக்கும், நீங்கள் நேசம் மிகக் கொண்டவராவீர்கள். எல்லையற்ற அன்பில் உங்கள் அழகு கூடும். இணக்கத்தன்மை அதிகரிக்கும். மகிழ்ச்சி நிரம்பியவராய். கொண்டாடுகிறவராயிருப்பீர்கள்.

இந்த உலகத்துக்கு என்ன தேவைப்படுகிறது தெரியுமா? கடந்த காலத்தின் தடைக்கட்டுகள் (inhibitions) இல்லாத தூய்மையான நல்லிதயம்! சிரிப்பும் அழுகையும் அதைச் சாத்தியமாக்கும். உங்களுக்குள் மறைந்துகிடக்கும் சோகங்களை அழுகை கரைத்துவிடும். உங்கள் பரவசத்துக்குத் தடையான எல்லாவற்றையும் சிரிப்பு தகர்த்துவிடும்.

இந்தத்திறனை நீங்கள் பெற்ற பிறகு உங்களுடைய வியப்பு எல்லையற்றதாகும்.

இதுவரை வேறுயாரும் இதைச் சொல்லவில்லையே, அது ஏன்? என்று கேட்பீர்கள்.

மனித இனம் ஒரு ரோஜாவின் புத்திளமையை, அழகை, நறுமணத்தைப் பெறுவதை அவர்கள் விரும்பியிருக்க மாட்டார்கள்.

உங்களுடைய மையத்தில் ஞானரோஜாவைக் கொண்டு வருவது 'யாஹூ' மந்திரந்தான். அது உங்களுடைய மையத்தைத் திறந்து, நறுமணத்தை பரவச் செய்கிறது. உங்கள் உள்ளிருக்கும் ஜீவனுக்கு இந்த ஞான ரோஜா நிறைவளிக்கும்.

மனமிறக்கும் தியானம்
(NO-MIND MEDITATION)

மனதையும் அதன் செயல்களையும் தூக்கியெறியுங்கள், தூய்மையும், தெளிவும், கண்டுணரும் திறனும் பெறுவீர்கள்.

இது ஒரு புதிய தியானம், மூன்று பகுதிகளைக் கொண்டது.

இதன் முதற்பகுதி பொருளற்ற பேச்சு (Gibberish) பேசுவதாகும். இந்த பொருளற்ற பேச்சு ஆதியில் சூஃபி ஞானி ஜப்பாரிடம் இருந்தது. 'உங்கள் மனமே பொருளற்றதுதான் அதை ஒருபுறம் ஒதுக்கிவிட்டு உங்களுடைய இருப்புணர்வில் (Being) ஈடுபடுங்கள் என்பதை சொல்லாமல் சொன்னார் அவர்.

பித்துப் பிடித்தது போல் ஆர்வம் கொண்டுவிடுங்கள் அது குறித்த உணர்வோடு விழிப்புணர்வோடு இருங்கள். அப்போதுதான் சுழற்காற்றின் மையமாய் இருப்பீர்கள்.

'எது வேண்டுமானாலும் வரட்டும்
இடமளியுங்கள், அது
அர்த்தமுள்ளதா, அறிவுக்குகந்ததாவென்று
ஆராய வேண்டியதில்லை.

மனதின் குப்பைகளை வீசியெறியுங்கள், அந்த இட்த்தில் புத்தர் வந்து அமர்ந்து கொள்வார்.

இரண்டாம் பகுதியில் சுழற்காற்று போய்விடுகிறது. அந்த இடத்தை புத்தர் எடுத்துக் கொண்டுவிட அது நிசப்த மாய், அசைவற்றிருக்கும். உங்கள் உடம்பையும், மனதையும், நிகழ்வுகளையும் நீங்கள் சாட்சிபாவத்தில் கவனித்துக் கொண்டிருப்பீர்கள்.

மூன்றாம் பகுதியில் நான் 'போக விடு' என்பேன். அப்போது உங்கள் உடம்பு தளர்வு நிலையடைந்து எவ்வித சிரமமுமின்றி, மனக் கட்டுப்பாடுமின்றி கீழே விழட்டும். ஓர் அரிசி மூட்டையைக் கவிழ்த்துக் கொட்டின மாதிரி விழுங்கள்.

இந்தத் தியானத்தை முதலில் ஏழு நாள்களுக்குச் செய்யுங்கள். தோராயமாய் ஒரு 40 நிமிடத்தை பொருளற்ற பேச்சிலும், அடுத்த 40 நிமிடத்தை கவனித்திருத்தலிலும் செலவிடுங்கள்.

ஜிப்ரிஷ் தியானம்
(GIBBERISH)

ஜிப்ரிஷ் தியானம்: தேவவாணியை சிறு மாற்றத்துடன் செய்வது. கொஞ்சம் கத்தி கடுமையாய் செய்யும்படி இருக்கும்.

முதல்நிலை : 15 நிமிடம்

தனியாகவோ கூட்டாகவோ செய்யக் கூடியது. படுக்கையில் உட்கார்ந்தபடியோ நின்றபடியோ, கையைக் காலை ஆட்டியபடி விருப்பம் போல் செய்யலாம். புரியாத வார்த்தைகளை ஒலிகளாய் எழுப்பி, கத்தி வெளியேற்றவும். சுமார் 15 நிமிடம் வேறு எண்ணமிடாமல் செய்யவும். தோன்றியபடி கத்தலாம். நீங்கள் போடுகிற கூச்சல் என்னவென்றே உங்களுக்குப் புரியக் கூடாது. ஒலி உங்கள்

ஆழ்மனதிலிருந்து வருகிறது. நீங்கள் பிரக்ஞை உணர்வோடு கவனிக்கிறீர்கள்.

இரண்டாம் நிலை : 15 நிமிடம்

சுமார் 15 நிமிடத்திற்கு வயிற்றுப் பாகம் பூமியில் படும்படி தரையில் படுத்து விடவும். ஒவ்வொரு தடவை மூச்சை வெளியேற்றும் போதும் பூமியுடன் உங்களுக்கு நெருங்கிய தொடர்பிருப்பதாய் உணருங்கள்.

ஆட்டம்: ஒரு தியானம்
(DANCING AS A MEDITATION)

ஆட்டத்தில் மறையுங்கள்

தானென்கிற அகந்தை கொண்டு ஆடுகிறவரை மறந்துவிடுங்கள். ஆடலாய் (Dance) இருங்கள். நீங்கள் தாம் ஆடுகிறீர்கள் என்பதையே மறந்து, ஆடலாய் உங்களை உணருமளவிற்கு ஆழ்ந்து நடனமிடுங்கள்.

ஆடுகிறவர் ஆடுதல் என்கிற பகுப்பு (Division) மறைந்து விடவேண்டும், அப்போது தான் தியானம் விளையும். பகுக்கும் தன்மை — பிரிவினை அங்கிருந்தால் அது ஆரோக்கியம் தரும் உடற்பயிற்சியாக மட்டுமே இருக்கும், ஆன்மா சார்ந்ததாய் இருக்காது.

ஆடுவது நல்லது. ஆடிய பிறகு ஒரு புத்துணர்ச்சியை, இளமையை உணர்வீர்கள். ஆனால் அது வேதியானமாகி விடாது ஆடல் மட்டுமே எஞ்சி நிற்கும் நிலை வரை ஆடுபவர் செல்ல வேண்டியிருக்கும்.

நீங்கள் முழுமையடையாதவரை, பிரிக்கிற கோடு இருந்து கொண்டுதான் இருக்கும் ஆடுவது என்பது ஒரு செயல், அது உங்களுடைய இருப்புணர்வு (Being) ஆகாது. எனவே முழுமையாய் உட்படத்திக் கொண்டு இரண்டறக் கலந்துவிட வேண்டுமென்பது.

நடராஜ் தியானம்
(NATARAJ MEDITATION)

ஆடல் தன்னுடைய வழியில் தங்கு தடையின்றி தொடரட்டும். வலுக்கட்டாயமாய் திணிக்கிற வேலை வேண்டாம். அது செய்கையல்ல, நிகழ்வு. அதை உள்ளபடி ஏற்றுக் கொள்ளுங்கள், நிகழவிடுங்கள். கடுமையாய் எதுவும் வேண்டாம், விளையாட்டாகவே தன் போக்கில் அது நிகழட்டும்.

வீசிச் செல்கிற காற்றுபோல் இயல்பாய் அமையட்டும், ஆறு போல் இருந்து விடட்டும். அதை உணருங்கள்.

விளையாட்டுத் தனமாய் இருங்கள். என்னைக் கேட்டால் அதுதான் மிகவும் தேவை என்பேன். இந்தியாவில் நாம் படைப்பை 'இறைவனின் லீலை' என்போம். உலகம் கடவுளின் படைப்பு அல்ல, விளையாட்டு.

முதற்கட்டம் : 40 நிமிடம்

கண்களை மூடிக்கொண்டு, ஏதோ ஒன்றின் ஆளுகைக் குட்பட்ட மாதிரி ஆடுங்கள். உங்களுடைய உணர்வற்ற தன்மை (Unconscious) உங்களை முழுமையாய் ஆக்கிரமிக்கட்டும். உங்களுடைய உடலசைவுகளைக் கட்டுப்படுத்த வேண்டாம். சாட்சிபாவத்துடன் நிகழ்வுகளைக் கவனிப்பதும் வேண்டாம். ஆட்டத்தில் முழுமையாய் இருங்கள்.

இரண்டாம் கட்டம்: 20 நிமிடம்

கண்களை மூடியபடி, தரையில் படுத்துவிடவும். அமைதியாய், அசைவற்றிருக்கவும்.

மூன்றாம் கட்டம்: 5 நிமிடம்

ஒரு நிகழ்ச்சியைக் கொண்டாடுவது போல் ஆடுங்கள், மகிழ்ச்சி கொள்ளுங்கள்.

சுழலும் தியானம்
(WHIRLING MEDITATION)

இது மிகவும் தொன்மையான உத்திகளுள் ஒன்று. மிகவும் வேகம் உடையது. ஒரு சிறிய அனுபவமும் உங்களை வித்தியாசமாய் உணரச் செய்யுமளவுக்கு அது ஆழமானது. குழந்தைகள் வேகமாய் தும்பி சுற்றுவது (Twiriling) போல் கண்களைத் திறந்தபடி சுழலுங்கள். உங்கள் இருப்புணர்வு மையமாய் விளங்க, ஒட்டுமொத்த உடம்பையும் குயவரின் திகிரி (Potter wheel) போல் சுழற்றுங்கள். நீங்கள் மையத்தில் இருக்க உடம்பு முழுதும் சுற்றிவரட்டும்.

சுழலும் தியானத்தை மேற்கொள்வதற்கு மூன்று மணி நேரத்துக்கு முன்பிருந்தே உணவோ, பானவகையோ உட்கொள்ளக் கூடாது. உங்கள் பாதங்கள் காலணிகளின்றி வெறுமையாகவும், உடைகள் தொள தொளப்பாயும் இருக்கட்டும். தியானத்தை இரண்டு கட்டங்களாய் பிரித்துக் கொள்ள வேண்டும் சுழல்வது, ஓய்வு கொள்வது என்று. சுழல்வதற்குக் கால அளவு கிடையாது, எவ்வளவு நேரம் வேண்டுமானாலும் சுழலலாம். ஆனாலும் குறைந்தபட்சம் ஒருமணி நேரமாவது சுழன்றால்தான் சக்திச் சுழலை (Energy / Whirlpool) முழுமையாய் உணர முடியும்.

நீங்கள் நிற்கும் இடத்திலேயே வலதுகையை உயர்த்திய படி, உள்ளங்கை மேல் நோக்கியிருக்க, இடது கையைத் தாழ்த்தி உள்ளங்கை கீழ் நோக்கியிருக்க சுழல வேண்டும். சுழல்வது கடிகார முள்ளின் எதிர்ச்சுற்றாய் (Anti-clockwise) இருக்க வேண்டும். எதிர்ச்சுற்று அசவுகரியமாய் தெரிகிறவர்கள் கடிகார வலச்சுற்றாய் (Clock/wise) சுழலலாம்.

உடம்பு மென்மையாய், கண்கள் திறந்தபடி — ஆனால் எதிலும் குவியாமல் இருக்கட்டும், அதனால், உருவங்கள் தெளிவற்றதாய், ஓடுவது போல் இருக்கும். அமைதியாய் இருங்கள்.

முதல் பதினைந்து நிமிடத்திற்கு நிதானமாய் சுற்றவும். அடுத்த முப்பது நிமிடத்தில் வேகத்தை படிப்படியாய் அதிகரித்துக் கொள்ளலாம். அந்தச் சுழற்சி உங்களை எற்றுக் கொள்ள நீங்கள் சக்தியின் சுழலாகவே மாறிவிடுவீர்கள். புற எல்லையில் ஒரு புயல் போல் அசைவு இருந்தால் மையத்தில் சாட்சியானவர் அசைவற்று, அமைதியாய் இருப்பார்.

மிகவும் வேகமாய் சுழலும் நிலையில் உங்களால் நேராய் நிற்க முடியாமல் உடம்பு தானாகவே கீழே விழலாம். விழுவதை முன்பே தீர்மானித்துக் கொண்டு நீங்களாக முன் கூட்டியே விழுந்து வைக்கக் கூடாது. உங்கள் உடம்பு மென்மையாயிருந்தால் நீங்கள் மென்மை யாகவே விழுவீர்கள். அப்போது பூமி உங்களுடைய சக்தியை உறிஞ்சும்.

நீங்கள் விழுந்த பிறகு தியானத்தின் இரண்டாம் பகுதி ஆரம்பமாகும். உங்கள் தொப்புள் பகுதி தரையில் படுகிற மாதிரி வயிற்றைப் புரட்டி உருண்டு கொள்ளுங்கள். இவ்வித கிடப்பு நிலை மிகவும் அசவுகரியமாய் தெரிந்தால் மல்லாந்து படுத்துக் கொள்ளலாம்.

தாயின் மார்பகத்தை அழுத்துகிற குழந்தை மாதிரி தரையோடு தரையாய் உங்கள் உடம்பு அழுந்தியிருக்கட்டும். கண்கள் மூடிய நிலையில் ஒரு பதினைந்து நிமிடம் அமைதியாய், ஏற்கும் தன்மையோடிருங்கள்.

தியானம் முடிந்த பிறகு அமைதியாய், செயலேது மின்றி இருக்க வேண்டும்.

சிலருக்கு சுழலும் தியானத்தின் போது குமட்டல் உண்டாக்குகிற உணர்வு ஏற்படலாம், ஆனால் இந்த உணர்வு இரண்டு அல்லது மூன்று நாள்களில் சரியாகி விடும். அது தொடரும் பட்சத்தில் இந்தத் தியானத்தை விட்டுவிடலாம்.

எதையும் தியானமாக்கலாம்
(ANYTHING CAN BE A MEDITATION)

இதுதான் ரகசியம்: தன்னியக்க மற்றிருத்தல் (De-automatize) நம்முடைய இயக்கம் இயந்திரத் தன்மையற்றதாய் இருந்தால் வாழ்க்கையே ஒரு தியானமாகிவிடும். பிறகு— நீர்த் திவலைக் குளியல், உணவை உண்பது, நண்பர்களுடன் உரையாடுவது என்று எந்தவொரு சிறு செயலும் தியான நிலையில் இருப்பதாகும்.

தியானம் ஒரு பண்புத் திறன் (Quality), எந்த ஒன்றுக்கும் அந்தத் திறனை நீங்கள் கொடுக்க முடியும். அது ஒரு திட்ட வட்டான செயலல்ல. மக்கள் அதை ஒரு திட்டவட்டான செயலாகத்தான் எண்ணிக் கொண்டிருக்கிறார்கள். கிழக்கு முகமாய் அமர்ந்து, சில மந்திரங்களை உச்சரித்தபடி, தூபதீபங்களுடன் அதைச் செய்கிறபோது, குறிப்பிட்ட நேரத்தில், குறிப்பிட்ட முறையில், குறிப்பிட்ட அங்க அசைவுகளுடன் செய்தால் அப்படித்தான் அவர்கள் நினைக்க வேண்டியிருக்கும். தியானத்துக்கும் அவற்றுக்கும் என்ன சம்பந்தம்? அவை எல்லாமே இயந்திரத் தனமான செயல்கள். தியானம் இயந்திரத் தன்மைக்கு எதிரிடை யானது.

ஆக, நீங்கள் கவனமுடன் செய்கிற எதுவும் தியானந் தான்.

ஓடுதல், குதித்தல், நீந்துதல்
(RUNNING, JOGGING, SWIMMING)

நீங்கள் இயங்கும்போது ஜாக்கிரதை உணர்வோடு இயல்பாயிருப்பது முடிகிற காரியந்தான். அமைதியாய் ஓரிடத்தில் அமர்ந்திருக்கும் பொழுது அப்படியே தூக்கத்தி லாழ்ந்துவிடுகிற நிலை இயல்பாகவே இருக்கிறது. உங்கள் படுக்கையில் படுத்திருக்கும்போது ஜாக்கிரதை உணர்வோடு இருப்பது எளிதல்ல (பெருமுயற்சி தேவைப்படும்). காரணம்

அந்தச் சூழ்நிலை உங்களுக்கு உறக்கத்தைக் கொடுப்பதாகவே இருக்கும். ஆனால், இயக்கத்தில்—ஒன்றைச் செய்து கொண்டிருக்கும் போது உங்களால் உறங்க முடியாது. ரொம்பவும் ஜாக்கிறதை உணர்வோடு இயங்குவீர்கள். ஒரே பிரச்சினை — அந்த இயக்கம் இயந்திரத்தனமாகி விடுவது தான்.

'உங்கள் உடலை மனதை ஆன்மாவை
கரைந்துருகச் செய்யுங்கள்
அவை ஒன்றாயிணைந்து இயங்குகின்ற
வழியைக் காணுங்கள்'

பெரும்பாலும் ஓட்டத்தில் ஈடுபடுகிறவர்களுக்கு அது அமைந்து விடுகிறது. ஓடுதலை ஒரு தியானமாய் நீங்கள் எண்ணியிருக்க மாட்டீர்கள். ஆனால், ஓடுகிறவர்கள் சில நேரம் அந்த ஆற்றல் மிக்க தியான அனுபவத்தை அடைந்திருக்கிறார்கள். அவர்களுக்கே அது வியப்பைத் தந்திருக்கும், காரணம் அவர்கள் அதை எதிர்பார்த்திருக்கவில்லை. ஓடுகிற ஒருவருக்கு இறையானுபவம் கிட்டுமென்று யார் தான் நினைத்திருப்பார்கள். ஆனால், அது நிகழவே செய்தது. அதுவுமன்றி இப்போது ஓடுதல் ஒரு புதுவகை தியானமாய் உருவெடுத்துள்ளது. ஓடும்போது அதுநிகழ்கிறது.

நீங்கள் எப்போதேனும் ஓடுகிறவராயிருந்திருந்தால், இளங்காலைப் பொழுதில், காற்றின் புத்துணர்வை அனுபவித்தபடி ஓடுகிற அனுபவத்தைப் பெற்றிருப்பீர்கள். ஒட்டுமொத்த உலகமே உறக்கத்திலிருந்து விழிக்கிற நேரம் அது. அந்நேரத்தில் நீங்கள் ஓடும்போது உங்கள் உடம்பு வெகு அழகாய் இயங்கியது. இளங்காற்றும், இருண்ட இரவிலிருந்து பிறக்கின்ற புதிய உலகமும், சுற்றியுள்ள அனைத்தும் கீதம் இசைக்கின்றன. அப்போது வாழ்க்கை துடிப்புமிக்கதாய் இருப்பதை உணர்கிறீர்கள்.

'ஓடுகிறவர் மறைகிற ஒருகணம்
வருகிறது, அப்போது
ஓட்டம் மட்டுமே மிஞ்சுகிறது'

உடம்பு, மனம், ஆன்மா இவை ஒன்றாயிணைந்து இயங்கத் தொடங்குகிறது. திடீரென உள்ளிருந்து ஓர் இன்ப உணர்வு விடுவிக்கப்படுகிறது. ஓடுகிறவர்களுக்கு சில சமயம் அந்த நான்காவது நிலை — துரியானுபவம் வாய்த்து விடுகிறது. இருந்தும் அவர்கள் அதைத் தவற விடுவார்கள், அந்தக் கணத்தின் மகிழ்ச்சி ஓடியதில் கிடைத்ததாய் அவர்கள் எண்ணிக் கொள்வார்கள்.

அது ஓர் அழகான நாள், உடம்பு ஆரோக்கியமா யிருந்தது, உலகம் அழகாயிருந்தது, மனநிலை நம்பகத் தன்மை கொண்டதாயிருந்தது. அவர்கள் அதைக் கவனித் திருக்கமாட்டார்கள். ஆனாலும் ஓடுகிறவர்கள் மற்றவர் களைவிட வெகு எளிதாய் தியானத்தைச் சமீபித்து விடுகிறார்கள்.

குதித்தோடுதல் என்கிற சீரான ஓட்டமும் நிரம்பவே உதவியாயிருக்கும். இவையெல்லாமே தியானமாய் மாறுகிறவைதாம்.

ஒரு மரத்தடியில் யோக நிலையில் இருந்து தியானிக் கிற மாதிரியான பழைய தியானக் கோட்பாடுகளை விட்டுவிடுங்கள். அது வழிமுறைகளில் ஒன்று, சிலருக்குப் பொருந்தலாம், ஆனால் எல்லாருக்குமே உகந்ததாயிருக்காது. ஒரு சின்னக் குழந்தைக்கு அது சித்தரவதையாய் தெரியுமேயன்றி தியானமாயிருக்காது. உயிர்த்துடிப்புள்ள இளைஞனுக்கு அது அடக்குமுறையாய் தெரியுமேயன்றி தியானமாயிருக்காது.

இளங்காலை நேரத்துச் சாலையில் ஓடத் தொடங் குங்கள். அரைமைல் ஒரு மைல் என்று தொடங்கி படிப்படி யாய் மூன்று மைல் வரை ஓடுங்கள். ஒரு சிறிய குழந்தை யைப் போல் உடம்பு முழுதையும் பயன்படுத்தி ஓடுங்கள். ஆழ்ந்து சுவாசித்து வயிற்றிலிருந்து மூச்சை வெளிவிடுங்கள். பிறகு, ஒரு மரத்தடியில் அமர்ந்து ஓய்வாக இருந்து வியர்வையை வெளியேற்றுங்கள். மென்காற்றின் தீண்டலில் அமைதி பெறுங்கள். இது மிகவும் உதவியாயிருக்கும்.

சில நேரங்களில் வெற்றுக்காலுடன் தரையில் நின்று குளிர்ச்சியை அனுபவித்துணரலாம். அந்தக் கணத்தில் பூமி எதை வழங்குகிறதோ அதை உணர்ந்து, உள்ளே பரவ விடுங்கள். உங்கள் சக்தி பூமியில் பரவ இடமளியுங்கள். பூமியுடன் ஒன்றுபட்டிருங்கள். நீங்கள் பூமியுடன் ஒன்று பட்டிருந்தால் வாழ்க்கையுடனும் ஒன்று பட்டிருப்பீர்கள். அவ்வாறே உங்கள் உடம்புடனும் ஒன்று பட்டிருப்பீர்கள். நீங்கள் பூமியுடன் ஒன்றுபட்டவராயின் உங்கள் மையத்தில் நிலை பெற்றவராய், நுட்ப உணர்வு கொண்டவராய் இருப்பீர்கள் — அதுதான் அவசியம்.

நீங்கள் ஓடுவதில் திறன் மிக்கவராகி விட வேண்டு மென்பதில்லை, பயிற்சி நிலையிலேயே இருங்கள். அப்போது தான் எச்சரிக்கை உணர்வு உங்களில் இருக்கும். நீங்கள் எப்போதாவது ஓட்டத்தில் இயந்திரத் தன்மையை உணர்ந்தால் அதை விட்டுவிடுங்கள்.

நீந்தப் பாருங்கள். விழிப்புணர்வைத் தோற்றுவித்துக் கொள்ள வேண்டிய தருணம் அது என்பதை நினைவு கொள்ளுங்கள். நீச்சல் இயந்திரத்தனமாய் தெரிகிறபோது ஆடத் தொடங்கலாம். விழிப்புணர்வைத் தோற்றுவிக் காவிடில் எதுவுமே பயனற்றதுதான். எந்தவொரு செயலும் இயந்திரத் தன்மையடைய இடமளிக்காதீர்கள்.

சிரிக்கும் தியானம்
(LAUGHING MEDITATION)

சிரிப்பு சில சக்திகளை உங்களுக்குள்ளிருந்து வெளிக் கொண்டு வரும். சிரிப்பைத் தொடர்ந்து சக்தியும் உள்ளிருந்து வருவதைக் கவனித்திருக்கிறீர்களா?

'உங்கள் இயல்பான சிரிப்பில் இருக்கிறது
ஆழ்ந்த தியானத் தன்மை.'

அந்தக் கணங்களில் சிந்திப்பது நின்றுவிடுகிறது. ஒரே சமயத்தில் சிரிப்பதும் சிந்திப்பதும் சாத்தியமல்ல. அவை

ஒன்றுக்கொன்று எதிரிடையானவை. ஒன்று சிரிக்க முடியும் அல்லது சிந்திக்க முடியும். நீங்கள் இயல்பாய் சிரிக்கிறபோது எண்ணமிடுவது நின்றுவிடுகிறது. எண்ணிக் கொண்டே சிரித்தால் அது பின் தங்கிவிடும். அந்தச் சிரிப்பில் ஏதோ ஒன்று குறைகிற மாதிரி, முடமாகி விட்டிருக்கும்.

நீங்கள் இயல்பாய் சிரிக்கிறபோது மனம் மறைகிறது. எனக்குத் தெரிந்தவரை சிரிப்பும், ஆடலும் தியானத் தன்மையை அடைவதற்கான சிறந்த வாயில்கள் ஆகும். உங்களுடைய ஆடல் இயல்பாயிருப்பின் சிந்தனை நின்று விடும். நீங்கள் சுழன்று சுழன்று ஆடும்போது எல்லைகளும், பிரிவுகளும் மறைந்துவிடுகின்றன. எங்கே உடலின் இயக்கம் முடிகிறது, எங்கே பிரபஞ்ச இருப்பு (Existence) தொடங்கு கிறது என்பதுகூட உங்களுக்குத் தெரியாது. நீங்கள் பிரபஞ்ச இருப்பிலும் பிரபஞ்ச இருப்பு உங்களிலும் உருகிக் கரை கிறது. அப்போது எல்லைகள் கடக்கப்பட்டுவிடுகின்றன.

நீங்கள் இயல்பாக ஆடும்போது — ஆட்டம் உங்களைத் தன்பிடியில் வைத்துக் கொள்ளும். ஆட்டத்தின் ஆளுமை யில் நீங்கள் இருக்கிறபோது எண்ண ஓட்டம் நின்றுவிடும். சிரிப்பிலும் அதேதான் நிகழ்கிறது. சிரிப்பு உங்களை ஆள்கிறபோது சிந்திப்பது நின்றுவிடுகிறது.

'சிரிப்பு ஓர் அழகான அறிமுகம்
சிந்தனையற்ற நிலைக்கு'

சிரிக்கும் தியானத்துக்கான செய்முறை:
(INSTRUCTION FOR LAUGHING MEDITATION)

ஒவ்வொரு நாளும் விழிக்கிறபோது, கண்களைத் திறப்பதற்கு முன் உங்கள் உடம்பை ஒரு பூனையைப்போல் நீட்டி நெளித்து சீராக்கிக் கொள்ளுங்கள். மூன்று நான்கு நிமிடத்திற்குப் பிறகு கண்கள் இன்னும் மூடிய நிலையில், சிரிக்கத் தொடங்குங்கள். ஓர் ஐந்து நிமிடத்திற்கு சிரித்துக் கொண்டிருங்கள். முதலில் நீங்களாக அதைச் செய்தாலும் சீக்கிரமே அந்த முயற்சி உண்மையான சிரிப்பைக் கொண்டு

வரும். சிரிப்பில் உங்களை இழந்துவிடுங்கள். அது இயல்பாவதற்குப் பல நாள்கள் ஆகலாம், அதற்குமுன் நாம் பழகியிராத ஒன்றாயிற்றே. எனினும் அது இயல்பாகிற போது உங்கள் நாளின் போக்கே மாறிவிடும்.

சிரிக்கும் புத்தர் (THE LAUGHING BUDDHA)

சிரிக்கும் புத்தர் பற்றி ஜப்பானில் ஒரு கதை உண்டு. அவருடைய பெயர் ஹோட்டே (Hote). அவருடைய போதனையே வெறும் சிரிப்புதான்.

ஓரிடத்திலிருந்து இன்னோரிடத்துக்கு, ஒரு சந்தையிலிருந்து இன்னொரு சந்தைக்கு அவர் போய்க் கொண்டேயிருப்பார். சந்தையின் நடுப்பகுதியில் நின்று சிரிக்கத் தொடங்குவார். அதுதான் அவருடைய நெறிமுறை பற்றிய விளக்கப் பேருரை.

அவரது சிரிப்பு பற்றிக் கொள்ளும் ஒரு தொற்று நோய் மாதிரி. அவர் சிரித்தபடி தரையில் விழுந்து புரளுவார். அவர் சிரிக்கிற போது வயிற்றுப் பிரதேசமே அதிரும், அத்தனை இயல்பான சிரிப்பு அது! அங்கே கூடுகிற மக்களும் சிரிக்கத் தொடங்குவார்கள். அப்போது சிரிப்பிஅலைகள் பரவி அந்தக் கிராமமே சிரிப்பால் நிறைந்து விடும்.

ஹோட்டேயின் வரவுக்காக மக்கள் காத்திருக்கத் தொடங்கினார்கள், தன்னோடு மகிழ்ச்சியையும் கொண்டு வருகிறவராயிற்றே அவர்! அவர் வாய் திறந்து ஒரு வார்த்தையும் உச்சரித்ததில்லை.

நீங்கள் புத்தரைப் பற்றிக் கேட்டால் அவர் சிரித்துக் கொண்டிருப்பார். நீங்கள் ஞானத்தைப் பற்றிக் கேட்டாலும் சிரிப்பொன்றே அவ ருடைய பதிலாயிருக்கும். சத்தியத்தைப் பற்றிக் கேட்டாலும் அவர் சிரிக்கவே செய்வார்.

சிரிப்புதான் அவர் விடுக்கும் ஒரே செய்தி.

புகைக்கும் தியானம்
(SMOKING MEDITATION)

என்னைத் தேடி ஒருவன் வந்தான். தொடர்ந்து முப்பது ஆண்டுகளாய் புகைபிடித்துத் துயருறுகிறவன் அவன். 'நீ புகைப்பதை நிறுத்தாவிட்டால் நலமடைவதற்கில்லை என்று மருத்துவர்கள் சொல்லிவிட்டார்கள். அது அவனுடைய நாட்பட்ட பழக்கமாகிவிட்டது, அவனால் விடமுடியவில்லை. அவன் கடுமையாய் முயன்றும் நிறுத்த முடியவில்லை. ஒருநாள் இரண்டு நாள் நிறுத்தியிருப்பான். ஆனால், புகைக்க வேண்டும் என்கிற உந்துதல் பெரிய அளவில் ஏற்பட்டுவிடும். மீண்டும் பழைய கதைதான்.

இந்தப் புகைப்பழக்கத்தின் காரணமாய் அவன் தன்னம்பிக்கையை முற்றாய் இழந்து விட்டிருந்தான். ஒரு சிறிய காரியத்தையும் தன்னால் செய்ய முடியாது, புகைப்பதை தன்னால் நிறுத்த முடியாது என்பதும் அவனுக்குத் தெரியும். தான் ஓர் உதவாக்கரை என்று அவன் கருதினான். உலகிலேயே தகுதியற்ற ஆசாமியாய் தன்னைப் பாவித்துக் கொண்டான். கொஞ்சமும் சுயமதிப்பற்ற நிலையில் அவன் என்னிடம் வந்தான்.

"நான் என்ன செய்யட்டும். எப்படியாவது புகைப் பழக்கத்தை விட வேண்டுமே' என்றான். நான் சொன்னேன்: 'நீ இதனைப் புரிந்து கொள்ள வேண்டும். யாரும் புகைப்பதை நிறுத்த முடியாது. புகைப்பழக்கம் உன்னுள் வேரூன்றிவிட்டது. முப்பதாண்டுகள் என்பது ஒரு நீண்ட கால அளவு. புகை உன்னுடைய தேக ரசாயனத்தில் (Chemistry) கலந்து விட்டது. இதில் உன் மூளை தீர்மானிக்க எதுவுமில்லை. மூளை செயலிழந்துவிட்டது. அது ஒன்றைத் தொடங்கிவிடும், ஆனால் முடிவுக்குக் கொண்டு வருவது எளிதல்ல.'

"முப்பது வருடமாய் தொடர்ந்து ஒரு யோகியைப் போல் அதையே செய்து வந்திருக்கிறாய். புகைப்பது

உன்னைத் தனது ஆளுகைக்கு உட்படுத்திவிட்டது. நீ தன்னியக்கத்தில் இருந்து விடுபட வேண்டும்?..."

'அப்படியென்றால்...?' அவன் கேட்டான்.

'அதுதான் தியானம்' நான் சொன்னேன்: 'நீ ஒன்று செய், புகைப்பதை நிறுத்துவது பற்றிய எண்ணம் வேண டாம். அதற்கான அவசியமும் இல்லை. முப்பது வருடமாய் புகைத்தபடி உயிர் வாழ்ந்துவிட்டாய். அது உனக்குப் பழக்கமாகிவிட்டது. புகைக்காமலிருந்தால் எப்போது சாவாயோ அதை விட சற்று முன்னால் சாகப் போகிறாய், ஒன்றும் பெரிதாய் வித்தியாசப்பட்டு விடப் போவதில்லை. இருந்து என்ன சாதித்தாய்? என்ன சாதிக்கப் போகிறாய்? நீ திங்கட்கிழமையில் செத்தாலும், செவ்வாய்கிழமையில் செத்தாலும் அல்லது ஞாயிற்றுக்கிழமையில் செத்தாலும் அதற்கு என்ன முக்கியத்துவம் இருக்கப் போகிறது? எந்த ஆண்டில் செத்தாலும் எல்லாம் ஒன்றுதான்!

அவன் சொன்னான் 'ஆமாம், அது ஒன்றும் முக்கிய மில்லைதான்' என்று.

அதற்கு நான் சொன்னேன், 'அதை மறந்துவிடு நாம் அதை நிறுத்துவதற்கில்லை. ஆனால் அதை அறிந்து கொள்ள முடியும். நீ அதை ஒரு தியானமாக்கிவிடு' என்று.

'என்னது, புகைப்பதை தியானமாக்குவதா?'

'ஆமாம், ஸென் மதப்பிரிவைச் சார்ந்தவர்கள் தேநீர் பருகுவதையே ஒரு தியானமாய் செய்கிறார்கள், அவர்கள் அதை ஒரு மதச்சடங்குபோல் செய்கிறபோது, ஏன் புகைத்தலை ஒரு தியானமாக்கக் கூடாது?'

அவன் கிளர்ச்சியுற்றவனாய் காணப்பட்டான். 'நீங்கள் என்ன சொல்கிறீர்கள்? 'தியானம்? புரியும்படி சொல் லுங்கள்' அவசரமாய் கேட்டான்.

'நீ ஒன்று செய். உனது 'பாக்கட்டி'லிருந்து சிகரெட் பெட்டியை எடுக்கும் போது மெள்ள நிதானமாய் எடு. கொஞ்சமும் அவசரமின்றி, விழிப்புணர்வோடு எடு. அந்தப்

பெட்டியில் இருந்து ரொம்பவும் கவனமாய் ஒரு சிகரெட்டை உருவி எடு. பழைய மாதிரி கவனமில்லாமல், பிரக்ஞையற்ற விதத்தில் அதைச் செய்யக்கூடாது. கையில் எடுத்த சிகரெட்டை பெட்டியின் மீது மெதுவாய் தட்டிக் கொண்டிரு. அப்போது எழும் ஒலியைக் கவனி. ஸென் பிரிவினர் கெட்டிலில் தேநீர் கொதிக்கிற ஒலியை உற்றுக் கேட்கிற மாதிரி கவனி. அவர்கள் அதன் நறுமணத்தை அனுபவிப்பது போல் நீயும் சிகரெட்டின் நறுமணத்தில் ஈடுபடு. அதன் அழகிலும்...' என்றேன்.

'நீங்கள் என்ன சொல்கிறீர்கள், அது அழகானதா?'

"ஆமாம் அது அழகானதுதான். மற்றவற்றைப் போலவே புகையிலையிலும் தெய்வத்தன்மை இருக்கிறது. அதை முகர்ந்து பார். அது கடவுளின் வாசம் கொண்டது."

'என்ன, 'ஜோக்'கடிக்கிறீர்களா?'

"இல்லை. நான் இதை மனமாரச் சொல்கிறேன். இதில் கேலியாய் எதுவுமில்லை. பிறகு, முழுமையான விழிப்புணர்வோடு சிகரெட்டை உதட்டில் பொருத்தி, கவனமாய் கொளுத்து. ஒவ்வொரு செய்கையையும், அது எத்தனை சிறியதாயினும் அனுபவித்துச் செய். ஒவ்வொரு சிறிய செயலையும் பலதாய் பிரித்துக் கொள்கிறபோது அது குறித்த விழிப்புணர்வு இருக்கும். புகையை இழுத்து நிதானமாய் வெளியேற்று. இந்துக்கள் 'அன்னம் பிரம்மம்' என்கிறார்கள். அவர்களுக்கு அன்னம் கடவுளாகிறபோது புகை உட்பட எல்லாமும் கடவுட் தன்மை பெற்றதுதான். உன்னுடைய சுவாசப்பையை புகையால் நிரப்பு. அதை ஒரு பிராணாயாமமாய் (மூச்சுப் பயிற்சி) நினைத்துக் கொள். பிறகு புகையை மெதுவாக வெளியேற்று, மீண்டும் ஒரு இழுப்பு.

"அப்படி நீ செய்து வர, சீக்கிரமே அது ஓர் அபத்தமான காரியம் என்பதைக் கண்டு கொள்வாய். மற்றவர்கள் சொன்னதால் மட்டுமல்ல உன்னளவிலும் அது ஓர்

அபத்தம், தவறு என்று புரிந்து கொள்வாய். நீ எதைக் கண்டு கொண்டாயோ அது அறிவு சார்ந்ததல்ல, அது உன்னுடைய இருப்புணர்வில் இருந்து வெளிப்பட்டது. அது முழுமையான அகக் காட்சி. ஒருநாள் — அது விட்டால் விடுகிற, தொடர்ந்தால் தொடர்கிற நிலையடையும். அது குறித்து நீ கவலைப்பட வேண்டியதில்லை என்றேன்.

மூன்றுமாதம் கழித்து அவன் வந்தான் 'அது தானே விட்டுப் போயிற்று' என்றான்.

'நான் 'அப்படியே மற்றவற்றையும் முயன்றுபார்' என்றேன்.

இதுதான் இரகசியம். தன்னியக்கத்திலிருந்து விடுபடுகிற இரகசியம். நடைப்பயிற்சியை மேற்கொள்கிறீர்கள். நிதானமாய் கவனமாய் நடந்து செல்லுங்கள். அப்போது —

'மரங்கள் முன்பைவிட பசுமையாகவும்,
ரோஜாக்கள் வண்ணம் கூடியதாகவும்
இருக்கும்'

யார் பேசினாலும் கவனமாய் உற்றுக் கேளுங்கள். நீங்கள் பேசும் போதும் கவனமாய் பேசுங்கள். இயந்திரத் தனத்தை விட்டு முழுமையாய் விழித்தெழுங்கள்

மூச்சு – தியானத்துக்கு ஆதாரம்
(BREATH: A BRIDGE TO MEDITATION)

உங்கள் மூச்சுத் தன்மையில் ஏதேனும் செய்து நீங்கள் திடீரென்று நிகழ்காலத்துக்குத் திரும்ப முடியும். நீங்கள் உயிர்த் தன்மையின் ஊற்றுக் கண்ணைத்தொடுவீர்கள். காலத்தையும், இடத்தையும் உங்களால் கடக்க முடியும். உலகத்திலும் அதற்கப்பாலும் இருப்பீர்கள்.

விபாச்சனா

(VIPASANA)

விபாச்சனா தியானம் மற்ற முறைகளைப் பின் பற்றியவர்களைவிட நிறைய பேரை ஞானமடையச் செய்திருக்கிறது.

அனைத்து தியான முறைகளிலும் அடிப்படை சாரம் ஒன்றுதான், ஆனால், அவை அமைப்பில் வேறுபடுகிறவை. சாரமற்ற சமாசாரங்களும் அதில் சேர்ந்திருக்கும். ஆனால், விபாச்சனா தூய்மையான சாரத்தை மட்டுமே கொண்டது. நீங்கள் எதையும் அதிலிருந்து பிரிக்க முடியாது, எதையும் அதனுடன் சேர்க்க முடியாது.

விபாக்சனா — ஒரு சிறுகுழந்தையுடன் செய்யக் கூடிய அளவு அத்தனை எளிமையானது. உண்மையில், சின்னக் குழந்தையும் உங்களைவிட சிறப்பாய் செய்ய முடியும். காரணம் அதனுடைய மனதில் குப்பை சமாசாரங்கள் அடைந்திருக்கவில்லை. அது தூய்மையாய், கபடற்றதாய் இருக்கிறது.

விபாச்சனாவை மூன்று வழிகளில் செய்ய முடியும். உங்களுக்கேற்ற வழிமுறையை நீங்கள் தெரிவு செய்து கொள்ளலாம்.

முதலாவது: உங்கள் செயல், உடல், மனம் இதயம் பற்றிய விழிப்புணர்வு. நடைப்பயிற்சியென்றால் அதை விழிப்புணர்வோடு செய்ய வேண்டும். உங்கள் கைகளை அசைக்கிறபோது அசைக்கிற உணர்வோடு அதைச் செய்யுங்கள். நீங்கள் எவ்வித பிரக்ஞையுமின்றியும் அதைச் செய்ய முடியும், இயந்திரத்தனமாய் காலையில் உலவச் செல்கிறீர்கள், உங்களுடைய பாதங்களைப் பற்றிய உணர்வில்லாமலே நீங்கள் உலவிவர முடியும்.

உங்கள் உடம்பின் அசைவுகளில் ஜாக்கிரதை உணர்வு இருக்கட்டும். உண்ணும்போது அதற்குத் தேவையான அசைவுகளில் கவனம் செலுத்துங்கள். ஷவரில் (Shower)

குளிக்கும்போது நீர்த்திவலைகளின் குளிர்ச்சியில் கவனம் வையுங்கள்.

நிகழ்வில் அது தரும் மகிழ்வில் கவனமாயிருங்கள். பிரக்ஞையற்ற நிலையில் அது நிகழ்ந்து விடக் கூடாது.

அதே போன்றுதான் உங்கள் மனதைப் பற்றியதிலும். உங்கள் மனத்திரையில் தோன்றி மறைகிற எண்ணம் எதுவாயினும் அதைக் கவனிப்பவராய் (Watcher) மட்டுமே இருங்கள். உங்கள் இதயத்திரையில் கடந்து செல்கிற உணர்வு எதுவாயினும் ஒரு சாட்சியாய் இருந்து விடுங்கள். அதில் உங்களைத் தொடர்பு படுத்திக் கொள்ளவோ, அடையாளப்படுத்திக் கொள்ளவோ வேண்டாம். எது நல்லது எது கெட்டது என்று மதிப்பீடு செய்யாதீர்கள். அந்த வேலை தியானத்தின் ஓர் அங்கமல்ல.

இரண்டாவது: மூச்சு விடுதல். உணர்வோடு மூச்சு விடுங்கள். மூச்சுக்காற்று உள்நுழைகிறபோது உங்கள் வயிற்றுப் பகுதி மேலெழும்பும். மூச்சு வெளியேறுகிறபோது வயிற்றுப்பகுதி மீண்டும் உள்வாங்கி விடும். இரண்டாவது வழிமுறை வயிறு பற்றிய உணர்வோடிருப்பது. வயிறு மேலெ ழும்பி, தாழ்வதை உணர்ந்திருங்கள். அது உயிரின் பிறப்பிடத்தோடு (Source) மிகவும் நெருங்கிய தொடர் புடையது. தொப்புள்கொடி வழியாகவே குழந்தை தனது தாயுடன் சம்பந்தப்பட்டிருக்கும்.

வயிறு மேலெழும்போது வாழ்வின் ஊற்றுக் கண் ணாகிய உயிர்ச்சக்தி (Life - Energy) ஒவ்வொரு மூச்சிலும் எழுகிறது, அதே போன்று வயிறு கீழிறங்கும் போது அதுவும் கீழே வருகிறது. மூச்சுவிடுதல் முயற்சியின்றி எளிதாய் செய்யக் கூடியது.

முதலாவது வழிமுறையில் உடம்பு, மனம், உணர்ச்சிகள் பற்றிய விழிப்புணர்வு தேவைப்பட்டது. ஆக அது மூன்று நடவடிக்கைகளைக் கொண்டதாயிருந்தது. இரண்டாவது வழிமுறையில் ஒரேயொரு நடவடிக்கைதான். வயிறு எழும்பித் தாழ்வது மட்டுமே. உங்கள் வயிறு பற்றிய விழிப்

புணர்வில் மனம் அமைதியடையும், இதயம் அமைதி யடையும், மனநிலைகள் மறைந்துவிடும்.

மூன்றாவது — நுழைவாயிலிலேயே மூச்சு பற்றிய விழிப்புணர்வோடிருப்பது. உங்கள் நாசித் துவாரங்கள் வழியே மூச்சு உள்நுழைவதைக் கவனிக்கவும். நாசியின் மறுமுனையான வயிற்றிலும் அதைக் கவனிக்கவும். மூச்சு உள்நுழையும் போது உங்கள் நாசியில் ஒரு குளுமையை நீங்கள் உணர்வீர்கள். அதே போன்று மூச்சு வெளியேறும் போதும் உணர்வீர்கள். அது பெண்களைவிட ஆண்களுக்கு எளிதாகும். பெண்களுக்கு வயிறு பற்றிய பிரக்ஞை அதிகம், ஆண்களில் பெரும்பாலோர் வயிற்றின் ஆழத்துக்குச் சுவாசிப்பதில்லை. அவர்களுடைய நெஞ்சுப்பகுதிதான் மேலெழும்புகிறது, தாழ்கிறது. உங்கள் மார்பு விரிந்து, வயிறு சுருங்கி இருந்தால் மிகவும் அழகான வடிவத்தைப் பெறுவீர்கள்.

ஆணின் சுவாசம் மார்பளவில் இருப்பதால் அவனுடைய மார்பு பெரிதாயும், வயிறு சுருங்கியும் விடுகிறது. அதில் ஒரு விளையாட்டு வீரனின் தோற்றம் அவனுக்குக் கிடைக்கிறது.

உலகெங்கிலும் ஜப்பான் தவிர்த்து — மூச்சை நன்றாய் இழுத்து நுரையீரலை நிரப்பி, மார்பை விரியச் செய்ய வேண்டும் என்கிறார்கள் உடற்பயிற்சி ஆசிரியர்கள். பெரிய மார்புடனும், சிறுத்த வயிற்றுடனும் சிங்கம் போல் இருக்க வேண்டும் என்பதே அவர்களுடைய கொள்கை. உடற் பயிற்சி செய்பவர்கள் அதை ஒரு விதியாகவே கொண்டிருக் கிறார்கள்.

ஜப்பானை அதற்கு விதிவிலக்கு எனலாம். அவர்கள் நெஞ்சுப்பகுதி உயர்ந்து, வயிற்றுப் பகுதி உள்வாங்கி இருக்க வேண்டும் என்றெல்லாம் கவலைப்படுவதில்லை. அவர்கள் இயல்பான வழியைத் தேர்ந்தெடுத்துக் கொண்டிருக்கிறார் கள். ஜப்பானிலுள்ள புத்தர் சிலை உங்களை ஆச்சரியப்பட வைக்கும். இந்திய புத்தர் சிலையோ ஒரு விளையாட்டு

தியானம்

வீரனின் உடல்வாகில் அமைக்கப்பட்டிருக்கும், வயிறு சிறுத்து மார்புப்பகுதி அகன்று காணப்படும். ஜப்பானிய புத்தரோ நெஞ்சுப்பகுதி சுருங்கி வயிறு பெருத்து காணப்படுவார். ஜப்பானியர்கள் வயிற்றின் அடியாழத்திலிருந்து மூச்சு விடுவதையே இயல்பாய் கருதுகிறார்கள். அங்கே உள்ள புத்தர் சிலை தோற்றத்தில் அத்தனை நன்றாயிருக்காது ஆனால் ஓய்வுத் தன்மையுடன் இயல்பாய் இருக்கும்.

இரவில் நீங்கள் உறங்கும் போது மார்பளவில் சுவாசிப்பதில்லை. வயிற்றின் ஆழம் வரை சுவாசிக்கிறீர்கள். அதனால்தான் இரவு ஓய்வாக அனுபவிக்கப்படுகிறது. தூங்கியெழும்போது காலையில் உற்சாகமாய், இளமையாய் உணர்கிறீர்கள் அல்லவா. அதற்குக் காரணம், இரவு முழுதும் நீங்கள் இயல்பாய் மூச்சு விட்டுக் கொண்டிருந்தது தான்... நீங்கள் ஜப்பானில் இருந்தீர்கள்!

மேற்கண்ட மூன்று வழிமுறைகளை யார் வேண்டுமானாலும் செய்ய முடியும். நீங்கள் இரண்டு முறைகளை இணைத்துச் செய்ய விரும்பினால் அது முடிகிறதுதான். கடுமையாய் முயற்சிக்கும்படி இருக்கும். நீங்கள் மூன்று முறைகளையும் ஒன்றாய் செய்ய விரும்பினால் அப்படியே ஒருங்கிணைத்துச் செய்ய முடியும்.

தியானம் நிலைப்படுகிறபோது மனம் அமைதி அடையும், ஆணவம் மறையும். நீங்கள் அங்கே இருப்பீர்கள். ஆனால், 'நான்' என்கிற உணர்வு இருக்காது. அப்போது வாசல்கள் திறந்திருக்கும்.

> 'அந்த மகத்தான கணத்தை வரவேற்க
> அன்பார்ந்த ஆவலுடன் காத்திருங்கள்
> அறியாமையை நீக்குகிற அந்தக்கணம்
> ஒவ்வொருவர் வாழ்விலும் வரவே செய்யும்.'

அது நிச்சயம் வருகிறது. ஒரு கணமும் தாமதியாமல். சரியான விதத்தில் இணக்கமேற்பட்டு விட்டால் அது உங்களை மாற்றிவிடும்.

பழைய ஆசாமி மரித்து புதிய ஆசாமி வந்துவிடுவான்.

அமர்ந்திருத்தல் –

சவுகர்யமான நிலையைத் தேர்ந்தெடுத்து 40—60 நிமிடத்திற்கு அமர்ந்திருங்கள். உங்களுடைய முதுகும், தலையும் நிமிர்ந்து இருக்க வேண்டும். கண்கள் மூடியும், சுவாசம் இயல்பாயும் இருக்க வேண்டும். உண்மையில் நிலைமாற்றம் அவசியப்பட்டாலன்றி இருந்தபடியே இருங்கள்.

அமர்ந்திருக்கும் போது வயிறு மேலெழுந்து அடங்கு வதை கவனிப்பது தான் முக்கியம். மூச்சை உள்வாங்கும் போதும், வெளிவிடும் போதும் தொப்புளுக்கு சற்று மேலே கவனியுங்கள். இது ஒன்றும் ஒரு முனைப்படுத்துகிற பயிற்சியல்ல. நீங்கள் மூச்சை கவனித்துக் கொண்டிருக்கும் போதே வேறு ஓசைகள் உங்கள் கவனத்தைச் சிதறடிக்கக் கூடும். ஆனால் விபாச்சனாவில் அது பிரச்சினையாகாது. திசை திரும்பிய கவனத்தை மீண்டும் வயிற்றின் மீது திருப்ப முடியும். புறவுலகின் எண்ணங்களும், உணர்வுகளும், கருத்துகளும், புலன்களால் அடையும் கிளர்ச்சிகளும் உங்கள் கவனத்தைத் திருப்பலாம்.

எதில் கவனம் சென்றாலும் அதில் சம்பந்தப்படாமல் இருங்கள்.

விபாச்சனாவில் நடத்தல்—

பாதங்கள் தரையில் பதிகிற உணர்வோடு நிதானமாய் நடக்க வேண்டும்.

ஒரு வட்டமாகவோ அல்லது நேர்க் கோட்டிலோ செல்லலாம். 10—15 அடி முன்னும் பின்னும் போய் வரலாம். வீட்டுக்குள்ளாகவோ, வெளியிலோ அவ்வாறு நடக்கலாம். நடக்கும் போது கண்கள் சில அடி முன் னோக்கித் தழைந்திருக்க வேண்டும். ஒவ்வொரு பாதமும் நிலத்தில் பதிகிற போது அதில் கவனம் வைக்கவும், உங்கள்

கவனத்தை வேறெதுவும் கவர்ந்தால், பாதத்தைக் கவனிப்பதை நிறுத்திவிட்டு அதைக் கவனியுங்கள். பிறகு, பாதத்துக்குத் திரும்புங்கள்.

அமர்வுநிலையில் போலவே தான் நடக்கும் நிலையிலும் கவனம் வைப்பது.

மூச்சின் இடைவெளியைக் கவனித்தல்
(WATCHING THE GAP IN THE BREATH)

சிவன் பார்வதியிடம், 'ஒளிமயமானவளே; இந்த அனுபவம் இரண்டு மூச்சுகளுக்கிடையே தொடங்கித் தோன்றுவது. மூச்சை உள்ளே இழுத்த பிறகு அதை வெளிவிடுவதற்கு முன் ஏற்படும் இடைவெளியில் அந்த நன்மை பயக்கும் செயல் இருக்கிறது?

உங்கள் மூச்சு உள்ளே வரும் போது கவனியுங்கள். ஒரு கணத்தில் அல்லது ஒரு கணத்தின் ஆயிரத்திலொரு பகுதியில் மூச்சுவிடல் இருக்காது. உள்ளிழுக்கப்படும் மூச்சு மீண்டும் வெளியேற்றப்படுவதற்கு முன் மூச்சற்ற இடைவெளி இருக்கும்.

அந்தக் கணத்தில் அது நிகழ்கிறது. மூச்சுவிடாத சொற்ப கணத்தில் நீங்கள் இந்த உலகில் இருக்கமாட்டீர்கள். இதனைப் புரிந்து கொள்ளுங்கள், நீங்கள் மூச்சுவிடவில்லையெனில் மரித்தவராகிறீர்கள். சிறு பொழுதேயாயினும் அதை நீங்கள் கவனிக்கிறதில்லை.

மூச்சை உள்ளிழுப்பது பிறப்புக்குச் சமம், மூச்சை வெளியேற்றுவது இறப்புக்குச் சமம். ஆக ஒவ்வொரு மூச்சிலும் நீங்கள் இறந்து மீண்டும் பிறக்கிறீர்கள். இரண்டுக்கும் இடையில் இருப்பது மிகக் குறைவான அவகாசந்தான். ஆனால் உற்றுக் கவனிக்கிற போது அந்த இடைவெளியை உங்களால் உணர முடியும். வேறென்ன வேண்டும், நீங்கள் ஆசீர்வதிக்கப்பட்டீர்கள்.

நீங்கள் மூச்சுப் பயிற்சி எதையும் மேற்கொள்ள வேண்டியதில்லை. அது ரொம்ப எளிமையானது. உண்மையை அறிவது அத்தனை எளிதானதா? ஆம்.

> 'எது பிறக்கவில்லையோ
> எது இறக்கவில்லையோ
> எது சாசுவதமானதோ
> அதை அறிவதே உண்மை அறிதல்'

மூச்சு உட்செல்வதை, வெளியேறுவதை நீங்கள் அறிவீர்கள். ஆனால், இரண்டுக்கும் உள்ள இடைவெளியை அறியமாட்டீர்கள்.

முயன்று பாருங்கள். திடுதிப்பென்று ஒருநாள் அந்த முக்கியக் கூறை(Point) நீங்கள் கண்டு கொள்வீர்கள். உங்களால் அது முடியும். காரணம் அது முன்பே உள்ளது தான். உங்களில் அல்லது உங்களுடைய அமைப்பில் புதிதாய் எதையும் சேர்க்கும்படி இருக்காது. ஒரு குறிப்பிட்ட விழிப்புணர்வைத் தவிர மற்ற எல்லாமும் முன்பே இருக்கிறதுதான்.

சரி, அதை எப்படிச் செய்வது? முதலில், உள்ளே வருகிற மூச்சில் கவனம் செலுத்துங்கள். மற்றவற்றை மறந்து விடுங்கள். மூச்சு வரும் பாதையில் கவனம் வைத்தால் போதும். மூச்சு உங்கள் நாசித்துவாரங்களைத் தொடுகிற போது அதை உணருங்கள். பிறகு அந்த மூச்சை உட்செல்ல விடுங்கள். உங்கள் முழுப் பிரக்ஞையோடு நீங்களும் அதனுடன் செல்லுங்கள். அடியாழத்துக்குச் செல்லும் போதும் அதை (மூச்சு)த் தவறவிடாதீர்கள். அதற்கு முன்பாகவோ பின்பாகவோ செல்லாதீர்கள். உடனாய்ப் போங்கள்.

மூச்சும் பிரக்ஞையும் ஒன்றாக வேண்டும். மூச்சு உள் நுழைகிறது நீங்களும் உள் நுழைகிறீர்கள். அப்போதுதான் இரண்டு மூச்சுகளுக்கிடையில் உள்ள அந்த முக்கியக் கூறை (Point) நீங்கள் அறிய முடியும்.

மூச்சுடன் உள்ளே போவது, மூச்சுடன் வெளியே வருவது: உள்ளே — வெளியே, உள்ளே—வெளியே. புத்தர் முயன்று பார்த்த முறை இது. எனவே இது புத்தர் முறை என்றானது. புத்தத் துறையிலான சொற்படி இதற்கு 'அனபனா சதி யோகா' (Anapana Sati Yoga) என்று பெயர். இந்த உத்தியைப் பயன்படுத்தித் தான் புத்தரின் ஞானம் அமைந்தது.

நீங்கள் மூச்சுப்பிரக்ஞை, மூச்சு விழிப்புணர்வு இவற்றைச் செய்து வந்தால் உங்களை அறியாமலே ஒரு நாள் அந்த இடைவெளியை அடைவீர்கள்.

மூச்சற்ற இடைவெளியை நீங்கள் உணர்வீர்கள். உங்கள் மூச்சு நுட்பமாய் அசையும் போது, மூச்சற்றுப் போகும் போது அதை எப்படி உங்களால் உணராமல் இருக்க முடியும்? மூச்சு உள்ளேயும் போகவில்லை, வெளியேயும் வரவில்லை என்பதை உணர்கின்ற அந்தக் கணம் வரவே செய்யும். மூச்சு முழுமையாய் நின்று விடுகிறது. அந்த நிறுத்தத்தில் இருக்கிறது நலம் பயக்கும் செயல்.

சந்தையில் ஓர் இடைவெளியைக் கவனித்தல்
(WATCHING THE GAP IN THE MARKET PLACE)

'நீங்கள் உலகாயத காரியத்தில் ஈடுபட்டிருக்கும் போது இரண்டு மூச்சுகளுக்கிடையில் கவனமுடையவராயிருங்கள். அதைப் பயின்று வரும்போது சில நாளில் புதிதாய் பிறந்தவ ராவீர்கள் என்கிறார் சிவன்.

நீங்கள் எதைச் செய்து கொண்டிருந்தாலும், இரண்டு மூச்சுகளுக்கிடையில் உங்கள் கவனத்தை வைத்திருங்கள். ஒரு செயலில் ஈடுபட்டிருக்கும் போது அதைச் செய்து பார்க்க வேண்டும். முன்பு நாம் விவாதித்த அதே உத்தி தான்.

ஆனால், இதைத் தனிமையில் செய்யாதீர்கள். ஏதாவ தொன்றைச் செய்து கொண்டிருக்கும் போது பழக வேண்டியது இது.

நீங்கள் சாப்பிடுகிறீர்கள். சாப்பிட்டுக் கொண்டிருக்கும் போதே இடைவெளியில் கவனம் செலுத்துங்கள். நீங்கள் நடக்கும் போதும் இடைவெளியில் கவனம் வைக்கலாம். உறங்கச் செல்கிறீர்கள். உறக்கத்தை வரவிடுங்கள். அந்த இடைவெளியைக் கருத்தோடு கவனியுங்கள்.

ஏன் ஒரு செயலின்போது அதைச் செய்வது? காரணம், செயல் மனதைத் திசை திருப்பும். செயலில் கவனம் வைக்கும்படி இருக்கும். ஆனால் நீங்கள் கவனத்தைத் திருப்பிவிடாதீர்கள். செயலை நிறுத்தாதீர்கள். தொடருங்கள். அதே சமயம் இடைவெளியில் கவனத்தை நிலைப்படுத் துங்கள்.

உங்களுடைய பிரபஞ்ச இருப்பில் இரண்டு அடுக்குகள் உள்ளன. அவை — ஒன்று இருத்தல் (Being), மற்றொன்று செய்தல் (Doing), இருப்புணர்வு, செயல்படுதல் என இரு வேறு உலகம் உங்களுடையது. அவற்றை வட்டத்தின் சுற்றுவரை (Circumference), மையம் (Center) என்று சொல்ல லாம். புறஎல்லையில் செயல்பட்டுக் கொண்டே இருங்கள், நிறுத்தாதீர்கள். அதே சமயம் மையத்தில் கவனம் மாறா திருக்கட்டும். அப்போது என்ன நேரிடும்? உங்களுடைய செயல் ஒரு நடிப்பாகி விடும், நாடகத்தில் பங்கேற்கிற மாதிரி.

இந்தமுறையைப் பயின்றுவர உங்கள் முழு வாழ்க்கையே ஒரு நாடகமாகி விடும். நீங்கள் பாத்திரமேற்று நடிக்கிற ஒரு நடிகர், ஆனால், உங்கள் கவனம் அந்த இடைவெளியில் மையம் கொண்டிருக்க வேண்டும். அந்த இடைவெளியை மறந்தால் நீங்கள் பாத்திரத்தில் நடிப் பதற்குப் பதிலாய் பாத்திரமாகவே மாறிவிடுவீர்கள். அப்போது அது நாடகமாயிருக்காது. அதை வாழ்க்கை என்று தவறாக எடுத்துக் கொள்வீர்கள்.

ஒவ்வொருவரும் தம்முடைய வாழ்க்கையை வாழ்வதாய் எண்ணிக் கொண்டிருக்கிறார்கள். அது வாழ்க்கையல்ல. நாடகத்தில் உங்களுக்கு வழங்கப்பட்டிருக்

கும் பாத்திரம். சமூகமும், சந்தர்ப்பங்களும், பண்பாடும், பாரம்பர்யமும் வழங்கியது. உங்களுக்கு வழங்கப்பட்ட பாத்திரத்தில் (Part) நீங்கள் நடிக்கிறீர்கள். அதனுடன் உங்களை அடையாளப்படுத்திக் கொள்கிறீர்கள். நீங்கள் அதுவாகவே மாறிவிடும் அந்த நிலை உடைத்தெறியப்பட வேண்டியது. அதற்கான முயற்சியில் இந்த உத்தியைப் பயன்படுத்துங்கள்.

இந்த உத்தி உளவியல்பு சார்ந்த ஒரு நாடகம் (Psychodrama). இரண்டு மூச்சுகளுக்கிடையே உள்ள இடைவெளியில் நீங்கள் ஒருமுகப்படுகிறீர்கள், வாழ்க்கை புற எல்லையில் போய்க் கொண்டிருக்கிறது. உங்களுடைய கவனம் மையத்தில் இருக்குமெனில், அது புற எல்லையில் இல்லை என்றுதான் அர்த்தம். அதன் உபவனம் (Sub-Attention) எனலாம். அது முக்கியத்துவம் பெறாதது.

இந்த உத்தியை நீங்கள் பயின்று வந்தால் உங்களுடைய முழு வாழ்க்கையும் உங்களுடையதாய் தெரியாது, வேறு யாருக்கோ இது நிகழ்கிறது என்று தான் எண்ணிக் கொள்வீர்கள்.

கனவை ஆளுதல்
(DREAM MASTERY)

"நெற்றியின் மையத்திலுள்ள இந்தத் தொட்டறிய முடியாத மூச்சு உறங்கும் போது இதயத்தை அடையும். கனவுகளிலும் ஏன் மரணத்திலும் கூட அதன் ஆதிக்கம் இருக்கும்" என்பார் சிவன். இந்த உத்தியை மூன்று பகுதிகளாய் பிரித்துக் கொள்ளுங்கள். ஒன்று, நீங்கள் மூச்சில் உணரக் கூடிய பிராணம். அதை நீங்கள் தொட்டறியவும் முடியாது, கண்டு கொள்ளவும் முடியாது. இரண்டு புருவங்களுக்கும் நடுவே கவனம் செலுத்தினால் அந்த உணர்வு கிட்டும். இடைவெளியில் கவனம் வைத்தாலும் அது நிகழும். உங்கள் தொப்புள் மையத்தில் — மூச்சு

சென்று சேர்ந்து, வெளிச் செல்லும் இடம் — விழிப்புணர்வோடிருந்தால் அதை நீங்கள் அடைய முடியும்.

'மூன்றாவது கண்' எனப்படும் புருவமத்தியில் அதை நீங்கள் அறிய முடியும். நீங்கள் எங்கே மையம் கொண்டிருந்தாலும் அங்கே அது வந்து சேரும். பிராண ஓட்டத்தை நீங்கள் உணரத் தொடங்குவீர்கள்.

உள்ளிழுக்கிற மூச்சும், வெளிவிடுகிற மூச்சும் ஊர்திகள் (Vehicles) போன்றவை. உள்வாங்கும் மூச்சில் பிராணன் இருக்கிறது, வெளிவிடும் மூச்சு வெற்றாயிருக்கிறது. நீங்கள் பிராணனை உறிஞ்சிக் கொண்டுவிட வெளியேற்றும் மூச்சு வெற்றாகி விடுகிறது.

இந்தச் சூத்திரம் முக்கியத்துவம் பெற்றது. சிவன் கூறிய, 'நெற்றியின் மையத்திலுள்ள தொட்டறிய முடியாத மூச்சு...' சூத்திரம்.

நீங்கள் உறங்குவதற்கு முன் இதனைப் பயிலவேண்டும். உறக்கத்தில் வீழ்கிறீர்கள். கொஞ்சம் கொஞ்சமாய் உறக்கம் உங்களைப் பற்றிக் கொண்டு விடுகிறது. கணப்பொழுதில் உங்கள் பிரக்ஞை மறைந்துவிடுகிறது. நீங்கள் விழிப்புணர்வோடு இருக்கமாட்டீர்கள். அந்தக் கணம் வருவதற்கு முன் மூச்சிலும், கண்டுகொள்ள முடியாத அதன் பகுதியாகிய பிராணனிலும் விழிப்புணர்வோடிருங்கள். அது உங்கள் இதயத்துக்கு வந்து சேர்வதை உணர்வீர்கள்.

உங்களால் அதை உணர முடிகிறபோது, கனவுகளிலும் நீங்கள் உணர்வோடிருப்பீர்கள். சாதாரணமாய் கனவு காண்பதை நாம் அறிந்திருப்பதில்லை. கனவுகாணும்போது அதை நிஜமென்று எண்ணிக் கொள்கிறோம். அதுவும் மூன்றாவது கண்ணின் மூலமாகவே செயல் படுகிறது.

மூன்றாவது கண்ணில் ஒருமுகப்படுகிறபோது கனவுகளை நிஜமென்று கருதிக் கொள்கிறீர்கள். அவற்றைக் கனவென்று நீங்கள் உணர்வதில்லை. அவை உண்மையாய் தெரிகின்றன.

தியானம்

காலையில் கண் விழிக்கும் போதுதான் உங்களுக்குத் தெரியவரும் 'நாம் கண்டது கனவு' என்று. அது கடந்ததைப் பற்றிய பிந்தைய உணர்வு. கனவின் போதே அது கனவென்று நீங்கள் உணர முடியாது.

அதை நீங்கள் அறிவதாயின் அங்கே இரண்டு அடுக்குகள் இருப்பதை அறியும்படி இருக்கும். ஒன்று கனவு மற்றொன்று கனவு பற்றிய விழிப்புணர்வு.

உங்கள் கனவு பற்றிய விழிப்புணர்வோடு நீங்கள் இருக்க முடிந்தால் உங்களால் கனவைத் தோற்றுவிக்க முடியும். ஆனால், சாதாரணமாக அப்படி நடப்பதில்லை. மனிதன்தான் எத்தனை செயலற்றவனாயிருக்கிறான் ஒரு கனவைக் கூட உருவாக்க முடியாத அளவுக்கு! உங்களால் கனவை உருவாக்க முடிகிறதில்லை. குறிப்பிட்ட ஒன்றைப் பற்றி நீங்கள் கனவு காண விரும்பினால் அதற்கான கனவை உங்களால் தோற்றுவிக்க முடியாது. அது உங்கள் கையில் இல்லை. நீங்கள் கனவுகளை அனுபவிப்பவரே தவிர அவற்றைத் தோற்றுவிப்பவரல்லர். வருகிற கனவை உங்களால் தடுத்து நிறுத்த முடியாது, அதை நீங்கள் உருவாக்கவும் முடியாது.

ஆனால், நீங்கள் உறங்கும்போது உங்கள் இதயம் முழுதும் பிராணனால் தொடர்ந்து நிரப்பப்படுகிற உணர்வு உங்களுக்கிருந்தால், உங்கள் கனவுகளுக்கு நீங்கள் எஜமானனாகி விடுவீர்கள். இது ஓர் அரிதான திறமை. அதன் பிறகு நீங்கள் கனவில் காண விரும்புவது எதுவாயினும் அதைக் கனவில் காண்பீர்கள்.

நீங்கள் உறங்கச் செல்லும்போது 'நான் இதனைக் கனவில் காண விரும்புகிறேன்' என்று உறுதியாய் நினைத்துக் கொள்ளுங்கள். அந்தக் கனவு உங்களுக்கு வரும். அதே போன்று, 'நான் அதைக் கனவில் காண விரும்பவில்லை' என்று கூறிக் கொண்டாலும் உங்கள் மனதில் அந்தக் கனவு நுழையாது.

ஆனால் கனவை உங்களுடைய ஆதிக்கத்துக்குக் கொண்டு வருவதால் என்ன பயன்? நீங்கள் கனவுக்கு எஜமானனாகி விட்டால் கனவு காண்பது நின்று விடும். ஆனால், அதற்கு அவசியமில்லை. கனவு காண்பது நின்று விடும்போது உங்களுடைய உறக்கம் வேறோர் இயல்பைக் கொண்டு விடுகிறது, அது மரணத்தின் இயல்பு போன்ற தாகும்.

வெளியே வீசியெறிதல்
(THROWING THINGS OUT)

'மூச்சை மாறி மாறி வெளியேற்றியும் தக்க வைத்துக் கொண்டும் இருந்தால் மனம் அமைதி பெறும்' என்பார் பதஞ்சலி.

மனம் இறுக்கத்தில், கவலையில், வம்பளப்பில், கனவு காண்பதில் அமைதியற்றிருந்தால் ஒரு காரியம் பண் ணுங்கள். முதலில், மூச்சை முடிந்த அளவு கடுமையாய் வெளியேற்றுங்கள். காற்றை வெளித்தள்ளுங்கள். காற்றோடு மனநிலை (Mood)யும் வீசியெறியப்பட்டுவிடும். மூச்சுதான் சகலமும். முடிந்த அளவு மூச்சை வெளியேற்றுங்கள்.

வயிற்றை உள்வாங்கி சில நிமிடம் அப்படியே வைத் திருங்கள். மூச்சை உள்ளிழுக்க வேண்டாம். காற்று வெளி யேறட்டும், சில நொடிகளுக்கு உள்ளிழுக்காதீர்கள். பிறகு மூச்சை உள்ளிழுக்க இடமளியுங்கள். முடிந்த அளவு ஆழ்ந்து உள்ளிழுங்கள். மீண்டும் சில நொடி நிறுத்துங்கள். மூச்சை மூன்று நொடிகள் தக்க வைத்துக் கொண்டிருந்தால் அதேயளவு நேரம் மூச்சை உள்ளிழுப்பதற்கும், வெளி விடுவதற்கும் எடுத்துக் கொள்ளுங்கள். ஆனால் வெளிவிடும் போது முற்றாய் வீசியெறிந்துவிட வேண்டும். மூச்சை வெளிவிட்டாலும், உள்ளிழுத்தாலும் அதில் முழுமை இருக்கவேண்டும், ஒரு சீர்த்தன்மையுடன். மூச்சை உள் ளிழுப்பது அப்படியே வைத்திருப்பது, மூச்சை வெளி

விடுவது வைத்திருப்பது என்று மாறிமாறி செய்யவும். திடுமென்று உங்கள் இருப்புணர்வில் ஒரு மாற்றம் நிகழ்வதை உணர்வீர்கள். மனதின் நிலை (Mood) மாறும், ஒரு புதிய நிலைமை உங்களுக்குள் பிரவேசிக்கும்.

இதயத்தைத் திறத்தல்
(OPENING THE HEART)

இதயத்தை மெய்ம்மை (reality)யின் 'வாசலற்ற வாசல்' எனலாம். தலையிலிருந்து இதயத்துக்கு வாருங்கள்.

நாமெல்லாம் தலை (அறிவு)யையே சார்ந்திருக்கிறோம். நம்மிடமுள்ள பிரச்சினையே அதுதான். அதற்கு ஒரே தீர்வுதான் உண்டு. தலையிலிருந்து இதயத்துக்குக் கீழிறங்கி விட்டால் எல்லாப் பிரச்சினைகளும் மறைந்து விடும். தலை தான் அவற்றைத் தோற்றுவித்தது. பிரச்சினைகள் எப்படி உண்டாயிற்று என்பதை அறிய முடிந்த போது எல்லாமே தெளிவாகிவிடும். புதிர்கள் இருக்கும்; பிரச்சினைகள் மறைந்துவிடும். புதிர்கள் அழகானவை, அவை தீர்வு காணப்பட வேண்டியவை அல்ல, வாழ்ந்து பார்க்கப்பட வேண்டியவை.

தலையிலிருந்து இதயத்திற்கு
(FROM HEAD TO HEART)

தலையற்றிருக்க (தலையைச் சார்ந்திராதிருக்க) முயற்சி செய்யுங்கள். உங்களைத் தலையற்றவராய் அகக்காட்சியில் காணுங்கள். அது அபத்தமாய் தெரியலாம், ஆனால் அது மிகவும் முக்கியமான பயிற்சிகளில் ஒன்றாகும். முயன்று பாருங்கள். பிறகு தெரிந்து கொள்வீர்கள். தலையேயில்லாத உணர்வுடன் நடந்து செல்லுங்கள். இது இயற்கைக்குப் புறம்பானதாய், விநோதமாய் தெரியலாம். ஆனால் போகப் போக இதயத்தில் அமைவுற்று விடுவீர்கள்.

இயற்கையின் நியதி ஒன்று. உங்களுக்குத் தெரிந் திருக்கும், யாருக்குப் பார்க்கும் திறன் இல்லையோ அவருக்குக் கேட்கும் திறன் அதிகமாயிருக்கும் என்பது. பார்வையற்றவர்கள் இசை சார்ந்தவர்களாயிருப்பார்கள். அவர்களுடைய இசையுணர்வு ஆழமானது. ஏன்? கண் களின் மூலம் செல்ல வேண்டிய சக்தி அவற்றின் மூலம் செல்ல முடியாத நிலையில் வேறொரு வழியைத் தேர்ந் தெடுக்கிறது. அது காதுகளின் வழியே செல்கிறது.

பார்வையற்றவரின் தொடு உணர்வும் அதிகமா யிருக்கும். பார்வையற்ற ஒருவர் உங்களைத் தொடும்போது அந்த வித்தியாசத்தை நீங்கள் உணர்வீர்கள்.

நாம் கண்களால் தொட்டுப் பழகியவர்கள். ஒருவரை யொருவர் பார்வையிலேயே தொட்டுக் கொண்டு விடு கிறோம். பார்வையற்ற ஒருவரால் கண்களின் மூலம் தொட முடியாது, எனவே அவருடைய சக்தி கைகளின் மூலம் செல்கிறது. அவர் கண்கள் உடையவரை விட உணர்ச்சி மிக்கவராயிருப்பார்.

ஒரு மையம் இல்லாவிடில் இன்னொரு மையத்தின் வழியே சக்தி இடம் பெயரும்.

ஆக, நான் சொல்கிற இந்தப் பயிற்சியை முயன்று பாருங்கள்—தலையற்றிருக்கும் பயிற்சியை. திடீரென விநோதமான ஒன்றை நீங்கள் உணர்வீர்கள். முதல் தடவை யாய் நீங்கள் இதயத்தில் இருக்கிற மாதிரி. தலையற்ற உணர்வுடன் கண்களை மூடிக் கொண்டு தியானத்தில் அமருங்கள். 'என் தலை மறைந்துவிட்டது' என்பதாய் உணருங்கள். தொடக்கத்தில் அதுபோல...' (As if) என்றிருந் தாலும், போகப் போக உண்மையிலேயே தலை மறைந்து விட்டதாய் உணர்வீர்கள். தலைமறைந்துவிட்டதாய் உணர்ந்ததுமே உங்கள் மையம் உடனடியாய் இதயத்துக்கு இறங்கிவிடும். நீங்கள் உலகத்தை இதயத்தின் வழியே பார்க்கத் தொடங்கிவிடுவீர்கள். தலையால் அல்ல.

தியானம்

மேற்கத்தியர்கள் முதல் தடவையாய் ஜப்பானுக்குச் சென்ற போது ஜப்பானியர்கள் காலகாலமாய் தங்கள் வயிற்றின் வழியே சிந்தித்துக் கொண்டிருப்பதை அவர்களால் நம்ப முடியவில்லை.

மேற்கத்திய முறையில் கல்வி கற்றிராத ஒரு ஜப்பானியக் குழந்தையிடம் 'நீ எப்படிச் சிந்திக்கிறாய்?' என்று கேட்டால் அது தன்னுடைய வயிற்றைச் சுட்டிக் காட்டும்.

பல நூற்றாண்டுகள் சென்ற பின்பும் ஜப்பானியர்கள் தலையில்லாமல் தான் வாழ்ந்து கொண்டிருக்கிறார்கள். அது ஒரு பொதுக் கருத்து. 'உங்களுடைய சிந்தனை எங்கே நிகழ்கிறது?' என்று நான் உங்களிடம் கேட்டால் நீங்கள் தலையைச் சுட்டிக் காட்டுவீர்கள். ஆனால் ஜப்பானியரோ தன்னுடைய வயிற்றைச் சுட்டிக்காட்டுவாரே தவிர, தலையை அல்ல. ஜப்பானியருடைய மனம் அமைதியாய் இருப்பதற்கு அதுவே காரணம்.

ஆனால், இப்போது அந்த அமைதி குலைந்துவிட்டது. எங்கும் மேற்கத்திய நாகரிகம் பரவிவிட்டது. இப்போது கிழக்கத்தியது என்று எதுவும் இல்லை. தீவைப் போல் இங்கு மங்குமாய் இருக்கும் ஒரு சிலரிடம் மட்டுமே கிழக்கின் தனித்தன்மையைக் காணமுடிகிறது. புவியியல் ரீதியாகப் பார்த்தால் கிழக்கு மறைந்துவிட்டது. இப்போது உலகம் முழுதும் மேற்கு சார்ந்ததாகிவிட்டது.

தலையற்றிருக்கும் தன்மையை முயன்று பாருங்கள். குளியலறையில் உங்கள் கண்ணாடி முன்பாய் நின்று தியானியுங்கள். உங்களுடைய கண்களுக்குள் ஆழ்ந்து நோக்குங்கள், அது இதயத்திலிருந்து நோக்குவதாய் உணருங்கள். கொஞ்சம் கொஞ்சமாய் இதய மையம் வேலை செய்யத் தொடங்கும். இதயம் வேலை செய்கிற போது உங்கள் ஒட்டுமொத்த ஆளுமையும், அமைப்பும் மாற்றத்துக்குள்ளாகும். காரணம், இதயம் தனக்கென்று ஒரு செயல்முறை வைத்திருக்கிறது.

ஓ ஷோ

ஆக, முதலில் தலையற்ற தன்மையை முயன்று பார்க்கவும். அடுத்து, மிகவும் அன்புடையவராய் இருக்கவும். அன்பு தலையின் வழியே செயல்படுவதில்லை. அதனால் தான் காதல் கொண்டவர்கள் எதையும் உணர்வு பூர்வமாய் பார்ப்பதும், அறிவு பூர்வமாய் பார்க்கத் தவறிவிடுவதும்.

தலை(அறிவு) இயல்பாய் செயல்பட்டுக் கொண்டிருந்தால் அன்பு செய்தல் சாத்தியமில்லை. அன்பின் இயக்கத்துக்கு இதயம் அவசியம், தலையல்ல.

அறிவின்பாற்பட்ட ஒருவன் காதலில் விழுந்தால் முட்டாளாகி விடுகிறான். தன்னுடைய செய்கையின் அபத்தத்தை அவன் உணர்வான்.

அவன் தனது வாழ்வை இரண்டு பகுதிகளாக்கிக் கொள்வான். இதயம் அமைதியான, நெருக்கமான ஒன்றாகி விடும். அவன் வீட்டிலிருந்து வெளியே செல்லும் போது இதயத்தை விட்டுச் செல்வான். அவனுடைய வெளியுலக வாழ்விற்கு தலை(அறிவு)தான் வேண்டியிருக்கிறது. ஆனால் காதல் புரிகிறபோது தலையிலிருந்து இதயத்துக்கு இறங்கி வந்து விடுவான். அது கடின காரியந்தான், பொதுவாக அப்படி நிகழ்கிறதில்லை.

கல்கத்தாவில் ஒரு நண்பருடைய வீட்டில் தங்கியிருந்தேன். அவர் உயர்நீதி மன்றத்தில் நீதிபதி. அவரது மனைவி என்னிடம் சொன்னாள் 'எனக்குள் ஒரு பிரச்சினை இருக்கிறது. உங்களால் எனக்கு உதவ முடியுமா?'

'என்ன பிரச்சினை?'

அவள் சொன்னாள், "என்னுடைய கணவர் உங்கள் நண்பரல்லவா. உங்களிடம் அவருக்கு மரியாதை இருக்கிறது. அவர் உங்களை நேசிக்கிறார். அதனால் நீங்கள் அவரிடம் ஏதாவது சொன்னால் அதற்குப் பலனிருக்கும்" என்று.

'என்ன சொல்ல வேண்டும், சொல்லுங்கள்' அவளிடம் கேட்டேன்.

அவள் சொன்னாள், "அவர் படுக்கையில் கூட நீதிபதி யாகவே இருந்து கொண்டிருக்கிறார். அவர் எனக்குக் காதலையோ நட்பையோ வழங்கவில்லை, ஒரு கணவராக என்னிடம் நடந்து கொள்ளவில்லை. இருபத்து நாலு மணி நேரமும் நீதிபதியாகத் தான் இருக்கிறார்" என்று.

அது ரொம்பவும் கடினந்தான். தன்னுடைய நிலை யிலிருந்து இறங்கி வருவது அத்தனை சுலபமில்லை.

ஒருவர் இரண்டு விதமாய் செயல்படுவது கடினம். உங்களுடைய அமைப்பை நீங்கள் முற்றாய் மாற்றிக் கொள்வதும் அத்தனை எளிதல்ல. விரும்பிய போதெல்லாம் உடனுக்குடன் மாற்றிக் கொள்ள முடியுமா என்ன. அது சிரமந்தான். ஆனால் நீங்கள் நேசம் கொண்டுவிட்டால் தலையிலிருந்து கீழே வந்து விடுவீர்கள்.

ஆக இந்தத் தியானத்தைப் பொறுத்தவரை நீங்கள் மேலும் மேலும் அன்புடையவராக வேண்டும். நான் அன்பை அதிகரித்துக் கொள்ளச் சொல்கிறேனென்றால் உங்கள் உறவின் பண்புத் திறத்தை மாற்றிக் கொள்ள வேண்டுமென்று அர்த்தம். ஆகவே அன்பையே அடிப்படை யாய் கொள்ளச் செய்யுங்கள். உங்கள் மனைவியையும், குழந்தைகளையும், நண்பர்களையும் மட்டுமன்றி வாழ்க்கை யையும் நேசியுங்கள். மகாவீரரும் புத்தரும் அகிம்சையைப் பற்றிப் பேசியது அது காரணமாகத்தான். நாம் வாழ்க்கை மீது ஒரு நேசபாவத்தைத் தோற்றுவித்துக் கொள்ள வேண்டும் என்பதே அவர்களுடைய கருத்து.

மகாவீரர் தாம் அசையும்போதோ, நடக்கும் போதோ ஒரு சிறிய எறும்புக்கும் தீங்கு நேரிட்டு விடக்கூடாது என்பதில் கவனமாயிருந்தார். ஏன் அப்படி? மகாவீரர் வாழ்வின் மீது கொண்ட நேசபாவம் அத்தகையது. அவர் தலையிலிருந்து இதயத்துக்கு இறங்கி வந்தது கவனத்தில் கொள்ளத்தக்கதாகும்.

எந்த் அளவுக்கு உங்களுடைய உறவு அன்பில் அமை கிறதோ அந்த அளவுக்கு உங்கள் இதய மையமும் இயக்கம்

பெறும். இவ்வுலகை வித்தியாசமான கண்கொண்டு பார்ப் பீர்கள். இதயம் தனக்கென்று ஓர் உலகப்பார்வையை வைத்திருக்கிறது. மனம் அந்த வழியில் நோக்காது. அது மனதுக்குச் சாத்தியமுமல்ல.

'இதயம் இணைத்துப் பார்க்கும்;
மனமோ பிரித்துப் பார்க்கும்.
நீங்கள் இதயத்தின் வழியே பார்க்கிறபோது
உலகம் ஒன்றாய் தெரியும்'

உங்கள் மனதால் அணுக முற்பட்டால் முழு உலகமும் அணு சார்ந்ததாகி (Atomic) விடும். அங்கே ஒற்றுமை இருக் காது. அணுக்கள்... அணுக்கள்... அணுக்கள்தாம். இதயம் ஒன்றாயிருக்கும் அனுபவத்தை வழங்கும். அது ஒன்றாய் இணைக்கிறது, அதன் முடிவான இணைப்பு இறைவனுடன்.

நீங்கள் இதயத்தின் வழியே பார்க்கும் போது—

'ஒன்றாய்த் தெரியும் உலகம் - அந்த
ஒருமையில் இருப்பான் இறைவன்'

எல்லாவற்றையும் கண்டறிந்த அறிவியல் கடவுளைக் கண்டறியவில்லை. அறிவியலின் செய்முறை பிரிப்பது, அக்கு அக்காய் பிரித்து ஆராய்வது. அந்தச் செய்முறையால் முடிவான இணைப்பை ஒரு போதும் எட்ட முடியாது. எனவேதான் அறிவியல் அணுவின் மூலக்கூறுகளையும், அணுக்களையும், எலக்ட்ரான்களையும் பிரித்துக் கொண்டே போகிறது. அது ஒருபோதும் முழுமையின் ஒருமையை நெருங்குவதில்லை. தலையின் வழியே முழுமையைக் காண்பது முடியாத காரியம்.

பிரார்த்தனைத் தியானம்
(PRAYER MEDITATION)

இரவில், வெளிச்சமில்லாத ஒரு அறையில் இந்தப் பிரார்த்தனை தியானத்தைச் செய்துவிட்டு, உடனே உறங்கச்

செல்வது சிறப்பு. அல்லது, காலையில் இதனைச் செய்ய லாம். ஆனால் அதன் பிறகு பதினைந்து நிமிடம் ஓய்வு கொள்ளவேண்டும். இல்லையேல் மதுவருந்தி மதிமயங்கியது போல் உணர்வீர்கள்.

சக்தியுடன் இரண்டறக்கலத்தலே பிரார்த்தனை. அது உங்களை மாற்றும். நீங்கள் மாறும்போது பிரபஞ்ச இருப்பே மாறிவிடுகிறது.

தலை மேல் நோக்கியிருக்க, உள்ளங்கைகள் ஆகா யத்தை நோக்கி விரிந்திருக்க உங்கள் கைகளை மேலே உயர்த்தவும்.

உங்கள் கைகளின் வழியே சக்தி அல்லது பிராணன் கீழிறங்கும் போது ஒரு மெல்லிய அதிர்வை நீங்கள் உணர் வீர்கள். அது மென்காற்றில் நடுங்கும் இலையை ஒத்திருக்கும். அந்த நிகழ்வுக்கு உதவுங்கள். பிறகு உங்கள் உடம்பு முழுதும் சக்தியின் அதிர்வு பரவும். அப்போது எது நடந்தாலும் நடக்கட்டும் என்று விட்டுவிடுங்கள்.

அந்தச் சக்தியின் அதிர்வு உங்களிலிருந்து பூமிக்கு இறங்கும்.

விண்ணிலும் மண்ணிலும், ஆண் சக்தியாய், பெண் சக்தியாய், நீங்கள் மிதந்திருங்கள், கலந்திருங்கள், உங்களை முழுமையாய் விட்டுவிடுங்கள். இப்போது நீங்கள் இல்லை, ஒன்றில் ஒன்றாய் அடங்கி விட்டீர்கள்.

இரண்டு மூன்று நிமிடத்திற்குப் பிறகு அல்லது முழுமையுற்றதாய் உணரும் போது நிலம் நோக்கிக் குனி யுங்கள், நிலத்தை முத்தமிடுங்கள். தெய்விக சக்தியை மண்ணோடு இணைக்கும் சாதனமாகிறீர்கள் நீங்கள்.

இந்த இரண்டு நிலைகளையும் நீங்கள் திரும்பத் திரும்ப ஆறுமுறை செய்ய வேண்டும். அதனால் உங்கள் உடம்பில் உள்ள சக்கரங்கள் தடையற்றவை ஆகும். அதிக முறை செய்யலாம், ஆனால் குறைவாய் செய்தால் அமைதியற்ற விதத்தில் உணர்வீர்கள், தூங்க முடியாமல் போகும்.

பிரார்த்தனை நிலையிலேயே உறங்கச் செல்லுங்கள். அப்போது உங்கள் உடலில் ஏற்படும் சக்தியும் அங்கே இருக்கும். அந்த சக்தி இரவு முழுதும் உங்களைச் சுற்றி யிருக்கும், தொடர்ந்து செயல்படும். காலையில் முன்பு எப்போதுமிருந்திராத புத்திளமையுடனும், ஆற்றலுடனும் உணர்வீர்கள். ஒரு புதிய வேகமும், ஆர்வமும் உங்களை ஊடுருவும். நாள் முழுதும் புதிய சக்தியால் நிரம்பி யிருப்பீர்கள்.

'உங்கள் நடையே நாட்டியமாகும்
இதயம் ஒரு புதிய கீதம்பாடும்,
இயக்கத்தில் இளமைத் துடிப்பிருக்கும்.

அமைதி வாய்ந்த இதயம்
(THE HEART OF PEACEFULNESS)

"ஏதாவது ஓர் எளிதான நிலையில் இருந்து கொண்டு அமைதித் தன்மையை கொஞ்சம் கொஞ்சமாய் அக்குள் களுக்கு இடையில் உள்ள பிரதேசத்தில் கொண்டு வந்தால் அங்கே பேரமைதி நிலவும்."

மிகவும் எளிய முறை, ஆனால், வியக்கத்தக்க விதத்தில் செயல்படும். முயன்று பாருங்கள். யார் வேண்டுமானாலும் முயன்று பார்க்க முடியும், அது ஆபத்தற்றது.

ஓர் எளிதான நிலை: முதல் காரியம் ஓய்வு நிலையில் இருப்பது. இடர்ப்பாடற்ற எந்த நிலையிலும் இருக்கலாம். ஆக, ஒரு குறிப்பிட்ட நிலை அல்லது ஆசனத்தை முயன்று பார்க்க வேண்டுமென்பதில்லை. புத்தர் ஒரு குறிப்பிட்ட தோற்ற அமைவில் (Posture) இருக்கிறார். அது அவருக்குக் கடின மற்றதாய் இருந்தது. உங்களுக்கும் அவ்வாறே இருக்கும், என்ன கொஞ்ச காலம் பழகிக் கொள்ளும்படி இருக்கும். அதற்காக முயற்சி எதுவும் தேவையில்லை. நீங்கள் தோற்ற அமைவுடன் போராட வேண்டாம். ஒரு சாய்வு நாற்காலியில் அமர்ந்து ஓய்வு கொள்ள முடியும். உங்கள்

உடம்பு ஓய்வு நிலையில் இருக்க வேண்டும், அதுதான் முக்கியம்.

கண்களை மூடிக் கொண்டு உடம்பெங்கும் உணர்வைப் பரவ விடுங்கள். காலிலிருந்து தொடங்கலாம், ஏதோ ஒரு வித இறுக்கம் இருப்பதாய் உணரலாம். நீங்கள் எங்காவது இறுக்கத்தை உணர்ந்தால், ஒன்று செய்யுங்கள், அதை மேலும் இறுக்கமாக்கிக் கொள்ளுங்கள். உங்கள் வலது காலில் இறுக்கத்தை நீங்கள் உணர்வதாய் வைத்துக் கொள்வோம். அப்போது அந்த இறுக்கத்தை முடிந்த அளவு தீவிரமாக்கிக் கொள்ளுங்கள். அதை ஒரு உச்சநிலைக்குக் கொண்டு சென்று திடுதிப்பென்று ஓய்வு நிலைக்குக் கொண்டு வாருங்கள். அப்போது முறுக்கேறிய உணர்விலிருந்து விடுபட்டு எப்படி ஓய்வு கொண்டோம் என்பதை உணர்வீர்கள்.

பிறகு உடம்பு முழுதும் கவனம் செலுத்தி எங்காவது இறுக்கம் உள்ளதா என்று பாருங்கள். எங்கே இறுக்கத்தை உணர்ந்தாலும் அதை அதிகரித்துக் கொள்ளுங்கள். காரணம், தீவிர நிலையிலிருந்து தளர்வு நிலைக்கு வருவது எளிது. ஆனால் நடுவாந்தர நிலையில் அது கடினம், காரணம் அதை நீங்கள் உணர முடியவில்லை.

ஓர் உச்சமுனையில் இருந்து மற்றொரு முனைக்குச் செல்வது எளிது. காரணம். உச்ச முனை இடப் பெயர்ச்சிக் கான நிலையைத் தோற்றுவிக்கும். உங்கள் முகத்தில் இறுக்கமாய் உணர்ந்தால் முகத்திலுள்ள அனைத்துத் தசை களிலும் வலுக்கட்டாயமாய் ஓர் இறுக்கத்தைத் தோற்று வித்துக் கொண்டு அதை உச்சநிலைக்குக் கொண்டு செல்லுங்கள். இதற்கு மேல் கொண்டு செல்ல முடியாது என்கிற பகுதிக்கு வந்ததும் திடீரென்று தளர்வுநிலை அடையுங்கள். ஆக, உடம்பின் அனைத்து பாகங்களும், உறுப்புகளும் ஓய்வு கொள்வதைப் புரிந்து கொள்ளுங்கள்.

இறுக்கங்களில் 90 சதவிகிதத்தை முகத்தசைகள் தன்னிடம் கொண்டிருக்கும். உடம்பின் மீதப்பகுதி 10

சதவிகிதத்தை ஏற்றிருக்கும். அதற்குக் காரணம் உங்களுடைய இறுக்கங்கள் யாவும் மனத்தில் உள்ளவை, முகம் சேமித்து வைக்குமிடமாய் இருக்கிறது.

முகத்தை வருத்தி இறுக்கமடையச் செய்வதில் தயக்கம் வேண்டாம். ஐந்து நிமிடம் அவ்வாறு செய்து தளர்வு நிலை அடையும்போது உங்கள் உடம்பு முழுவதிலும் ஓய்வை உணர்வீர்கள்.

நீங்கள் அதைப்படுத்துக் கொண்டோ, உட்கார்ந்து கொண்டோ எது உங்களுக்குச் சவுகரியமாய் படுகிறதோ அப்படிச் செய்யலாம்.

அடுத்து, உங்கள் உடம்பு கடினமற்ற நிலைக்கு வந்ததாய் உணரும்போது அதைப் பெரிதுபடுத்த வேண்டியதில்லை. உடம்பு ஓய்வு கொண்டது அவ்வளவுதான், அதை மறந்து விடுங்கள். காரணம், உடம்பையே நினைத்துக் கொண்டிருப்பது இறுக்கத்தைத்தான் தரும். எனவேதான் அதில் அக்கறைகாட்ட வேண்டாம், ஓய்வு கொண்டதுடன் அதை மறந்துவிடுங்கள் என்றது. மறத்தலும் ஒரு விதத்தில் ஓய்வுதான். அதிக அளவில் நினைவு கொள்வது உடம்பில் இறுக்கத்தை ஏற்படுத்தும்.

உங்கள் கண்களை மூடிக்கொண்டு இரண்டு அக்குள்களுக்கும் இடையில் உள்ள இதயப் பகுதியை மார்புக் கூட்டை உணருங்கள். உங்கள் முழுக்கவனத்தையும், விழிப்புணர்வையும் அக்குள்களுக்கு இடைப்பட்ட பிரதேசத்திற்குக் கொண்டு செல்லுங்கள். ஒட்டுமொத்த உடம்பையும் மறந்து இதயப் பகுதியை மார்பை பேரமைதியால் நிரப்புங்கள்.

உடம்பு ஓய்வு நிலை அடைகிறபோது உங்கள் இதயத்தில் தானாகவே அமைதி ஏற்பட்டுவிடும். இதயம் அமைதியாய், ஓய்வாய், இணக்கத் தன்மையுடன் இருக்கும். ஒட்டுமொத்த உடம்பையும் மறந்து, இதயத்தின் அமைதியை மட்டும் பிரக்ஞையோடு உணர்கிற போது கூடிய அளவிலான அமைதி உடனே உண்டாகும்.

உடம்பில் இரண்டு இடங்கள் இருக்கின்றன, அங்கே குறிப்பிட்ட மையங்கள் குறிப்பிட்ட உணர்வுகளைத் தோற்றுவிக்கும். இரண்டு அக்குள்களுக்கு இடையில் இருப்பது இருதய மையம். இருதய மையமே அமைதிகளின் பிறப்பிடம். நீங்கள் எப்போதாவது அமைதியாயிருந்தால் அந்த அமைதி உங்கள் இதயத்திலிருந்தே வருகிறது. இதயம் அமைதியைப் பரவவிடுகிறது. அதனால்தான் உலகெங்கிலு முள்ள மக்கள் சாதி, மத, தேச வேறுபாடுகளின்றி அதை உணரமுடிகிறது. எந்த இனத்தவரும் அதை உணர்கிறார். பண்பாடுள்ளவர், பண்பாடற்றவர் என்று எல்லாருமே அதை உணர்கிறார்கள். அன்பு இதயத்தின் ஏதோவோர் இடத்தில் இருந்து வருகிறது. அதற்கு அறிவியல் விளக்கம் கிடையாது.

ஆக, அன்பைப்பற்றி எண்ணும் போதெல்லாம் நீங்கள் இதயத்தைப் பற்றியும் எண்ணுவீர்கள். நீங்கள் அன்பு செய்கிற போதெல்லாம் தளர்வு நிலையில் இருக்கிறீர்கள். நீங்கள் தளர்வு நிலையில் இருப்பதால் ஒருவித அமைதி உங்களுக்குள் நிரம்புகிறது.

அன்பும் அமைதியும் இணைகின்றன. நீங்கள் அன்பாய் இருக்கிறபோதெல்லாம் அமைதியாகவும் இருப்பீர்கள். அன்பற்றிருக்கும் போது உங்களுடைய அமைதி குலைந்து விடும். அமைதியின் காரணமாகவே இதயம் அன்புடன் தொடர்புடையதாகிறது.

நீங்கள் இரண்டு காரியங்களைச் செய்ய முடியும். அன்பைத் தேடும் போது, அமைதியையும் சில நேரங்களில் காண்பீர்கள். ஆனால் வழி அபாயகரமானது. காரணம், நீங்கள் யாரிடம் அன்பு வைக்கிறீர்களோ அவருக்கு உங்களைவிட தாம்தான் முக்கியமாய் படும். ஆக, சில நேரங்களில் அமைதியைக் கொடுக்கிற அன்பு எப்போதும் கொடுப்பதாயிருக்காது. அதில் வேதனைப்படுகிற, வருத்தப்படுகிற கணங்கள் என்று பல இடையூறுகள் இருக்கின்றன. காரணம் அடுத்தவர் உள்ளே பிரவேசிக்கிறார், அடுத்தவர்

உள்ளே பிரவேசிக்கிற போதெல்லாம் அமைதிக் குலைவு இருக்கவே செய்கிறது. அவரை உங்களுடைய மேற்பரப்பில் நீங்கள் எதிர்கொள்கிறீர்கள், அந்த மேற்பரப்பில் அமைதிக் குலைவு ஏற்படுகிறது. சில சமயங்களில் மட்டும் — நீங்கள் இருவரும் எவ்வித முரண்பாடுமின்றி நேசிக்கிற போது உங்கள் இதயம் அமைதியில் ஒளிவிடும்.

ஆக, அன்பு வழங்கும் அமைதி கணநேரக் கண்ணோட்டமாகவே இருக்கும் ஆனால் ஒரு போதும் அது நிலையான ஒன்றாயிருக்காது. சாசுவதமான அமைதி சாத்தியமில்லை, கணநேரக் காட்சிகள் மட்டுமே. இரண்டு கணநேரக் காட்சிகளுக்கிடையில் மோதல், வன்முறை. வெறுப்பு, கோபம் என்று எல்லாம் இருக்கும்.

இன்னொரு வழி அன்பின் மூலம் அமைதியைக் காண்பதல்ல, நேரடியாய் அமைதி காண்பது. இந்த முறையில் உங்கள் வாழ்வே அன்பால் நிரப்பப்பட்டிருக்கும். ஆனால், அன்பின் இயல்பு வேறாயிருக்கும். அதில் உடைமைத்தனம் இருக்காது, அது ஒன்றில் மையம் கொண்டிருக்காது. அது யாரையும் சார்ந்திருக்காது, யாரும் உங்களைச் சார்ந்திருக்கும் படியும் செய்யாது. உங்கள் அன்பு நேசிப்பதாய் இரக்கம் காட்டுவதாய் இருக்கும்.

இப்பொழுது, யாரும் ஒரு காதலி (காதலன்) கூட உங்கள் அமைதியைக் குலைத்துவிட முடியாது. காரணம் உங்கள் அமைதி முன்பே வேரூன்றியிருப்பது, உங்கள் அன்பு உள்ளிருக்கும் அமைதியின் சாயையாக (Shadow)வே வெளிப்படும்.

'புத்தரின் அன்பில் வேதனையில்லை
நீங்கள் அன்பு செய்தாலும் செய்யாவிட்டாலும்
வருந்தும் நிலையில்தான் இருக்கிறீர்கள்.'

நீங்கள் அன்பு செய்யாவிடில் அதன் இன்மைக்காக வருந்துவீர்கள், அன்பு செய்கிறபோது அதன் இருப்புக்காக வருந்துவீர்கள். நீங்கள் மேற்பரப்பில் இருக்கிறீர்கள்.

அதனால் எதைச் செய்தாலும் அது உங்களுக்குக் கணநேரத் திருப்தியையே கொடுக்கும். மீண்டும், இருண்ட பள்ளத் தாக்கில் விழும்படி ஆகும்.

இதயம் இயல்பாகவே அமைதியின் பிறப்பிடம், எனவே நீங்களாய் எதையும் உருவாக்கும்படி இருக்காது. எப்போதும் இருக்கிற ஒன்றிடந்தான் நீங்கள் வருகிறீர்கள். இதயம் அன்பில் நிரம்பியிருப்பதை உணர இந்தக் கற்பனை உங்களுக்கு உதவும். ஆனால் அந்தக் கற்பனை அமைதியை உருவாக்கவில்லை. இதுதான் தந்த்ர பாவத்துக்கும் (Tantra Attitude) மேற்கத்திய அறிதுயில் (Hytmosis) முறைக்கும் உள்ள வித்தியாசம்.

கற்பனையின் மூலமே அதை நீங்கள் உருவாக்குவதாய் அறிதுயில் ஏற்படுத்துகிறவர் எண்ணுகிறார். நீங்கள் அதை கற்பனையில் உருவாக்கவில்லை. முன்பே உள்ள ஒன்றுடன் இசைவு கொண்டவராகிறீர்கள், என்கிறது தந்த்ரா. கற்பனை யின் மூலம் உருவாக்க முடிகிறதெல்லாம் சாசுவதமாகாது. அது உண்மையில்லை என்கிற போது மாயைதான்.

உங்கள் இரண்டு அக்குள் பிரதேசங்களுக்கிடையில் நிரம்பியுள்ள அமைதியை உங்களால் உணர முடிகிறபோது, அந்த அமைதி உங்கள் இதய மையத்தை ஊடுருவிப் பரவுகிற போது உலகம் ஒரு பொய்த் தோற்றமாய் தெரியும். இந்த உலகம் ஒரு மாயை என்று உணர்வதுதான் நீங்கள் தியானத்தில் நுழைந்து விட்டதற்கு அறிகுறி.

உலகம் ஒரு மாயை என்கிற எண்ணம் வேண்டாம். அப்படி எண்ண வேண்டிய அவசியமில்லாமலே நீங்கள் அதை உணர்வீர்கள்.

'இந்த உலகத்துக்கு என்னவாயிற்று?' திடீரென்று உங்கள் மனதில் தோன்றும். உலகம் ஒரு கனவாகிவிடும். எவ்வித பொருளுமின்றி திரையில் ஓடுகிற சினிமா போலாகிவிடும்.

ஆனால் உலகம் ஒன்றும் திரையில் காட்டப்படுகிற படமல்ல. அது உண்மையற்றதுமல்ல.

உலகம் உண்மையானது, ஆனால், ஒரு தொலைவை நீங்கள் ஏற்படுத்திக் கொண்டிருக்கிறீர்கள். அந்தத் தொலைவு மேலும் மேலும் பெரிதாகிக் கொண்டே போகிறது. உலகைப் பற்றிய உங்கள் உணர்வே சொல்லும் உலகத்துக்கும் உங்களுக்குமிடையே உள்ள தொலைவு கூடுதலா குறைவா என்பதை.

உலகம் மாயையாகிவிடுகிறபோது நீங்கள் உங்களுடைய இருப்புணர்வில் (Being) மையம் கொண்டுவிட்டீர்கள் என்று அர்த்தம். இப்போது உங்களுக்கும் உங்களுடைய மேற் பரப்புக்கும் (Surface) நடுவே ஓர் இடைவெளி ஏற்பட்டிருக் கிறது. அது உங்களிலிருந்து வேறானது. அதனை புறநோக் குடன் காண்கிறீர்கள். அதனுடன் உங்களை அடையாளப் படுத்திக் கொள்வதில்லை.

இந்த உத்தி மிகவும் எளிது. அதிக நேரம் தேவைப் படாது. சில நேரங்களில் உங்களுடைய முதல் முயற்சி யிலேயே அதன் அழகை, அற்புதத்தை நீங்கள் உணர்வீர்கள். முயன்று பாருங்கள். உங்களுடைய முதல் முயற்சியிலேயே அப்படி உணர முடியாது போனால் ஏமாற்றம் அடைந்து விடாதீர்கள். தொடர்ந்து செய்து வாருங்கள். அதை நீங்கள் எப்போது வேண்டுமானாலும் செய்ய முடியும், அத்தனை எளிதானது அது.

இரவில் உங்கள் படுக்கையில் படுத்தபடி அதை நீங்கள் செய்ய முடியும். காலையில் கண் விழித்ததும் கூடச் செய்யலாம். அதைச் செய்துவிட்டு எழுந்து கொள்ளுங்கள். இரவு படுக்கைக்குச் செல்வதற்குப் பத்து நிமிடம் முன் பாகவோ, காலையில் விழித்துக் கொண்டதும் எழுவதற்குப் பத்து நிமிடம் முன்பாகவோ அதைச் செய்யலாம்.

இந்த உலகம் ஒரு மாயை என்கிற எண்ணத்தை ஏற்படுத்திக் கொள்ளுங்கள், அயர்ந்து உறங்குவீர்கள். அப்படியோர் ஆழ்ந்த உறக்கம் முன்பு எப்போதுமே ஏற் பட்டிருக்காது. உறங்குவதற்கு முன் இந்த உலகம் ஒரு மாயையாய் தெரியுமெனில் உறக்கத்தில் கனவுகள் வராது.

தியானம்

உலகமே ஒரு கனவாகி விடும் போது கனவுகள் எப்படித் தொடர முடியும்? உலகம் ஒரு மாயையென்கிறபோது நீங்கள் முழுமையாய் தளர்வு நிலைக்குச் சென்று விடுகிறீர்கள், இல்லையேல் உலகின் மெய்ம்மை (Reality) உங்கள் மீது வந்து மோதும், உங்களைச் சம்மட்டியாலடிப்பது போல் இருக்கும்.

எனக்குத் தெரிந்தவரை, தூக்கத்தில் நடக்கும் வியாதி (Insomnia) உள்ள பலருக்கு இந்த உத்தியை ஒரு யோசனையாய் தெரிவித்திருக்கிறேன். அது நிரம்ப உதவியிருக்கிறது.

உலகம் மாயை என்கிறபோது
இறுக்கங்கள் மறையும்.

நீங்கள் புற எல்லையில் (Periphery) இருந்து போக முடியுமானால், முன்பே ஆழ்ந்த உறக்க நிலைக்குச் சென்று விட்டீர்கள் என்று அர்த்தம். உறக்கம் உங்களிடம் வருவதற்கு முன்பாகவே அதில் ஆழ்ந்து விடுகிறீர்கள்.

காலையில் உற்சாகத்துடன், புத்திளமையோடு எழுவீர்கள். உங்கள் மையத்திலிருந்து புற எல்லைக்குத் திரும்பும் போது சக்தியின் முழுமையான அதிர்வுகள் இருக்கும்.

உறக்கம் கலைந்துவிட்டது என்ற உணர்வு தோன்றியதும் உடனே கண்களைத் திறந்துவிடாதீர்கள். முதலில் இதைச் செய்யுங்கள், இரவு முழுதும் கழிந்த நிலையில் உங்கள் உடம்பு தளர்வு நிலையை அடைந்திருக்கும். உற்சாக உணர்வுடன் ஒரு பத்து நிமிடத்திற்கு இந்தச் சோதனையைச் செய்துவிடுங்கள், பிறகு, கண்களைத் திறவுங்கள், ஓய்வாயிருங்கள். உங்கள பிரக்ஞையை இதயத்துக்குக் கொண்டு வாருங்கள். அது அமைதியில் நிரம்புவதை உணருங்கள். பத்து நிமிடத்திற்கு அந்த அமைதியில் இருங்கள்.

'உங்கள் கண்களின் வழியே
அந்த அமைதி பரவுகிறபோது
இந்த உலகம் முற்றிலும்
வேறான ஒன்றாய் தெரியும்'

நாள் முழுக்க நீங்கள் வித்தியாசமாய் உணர்வீர்கள். அத்துடன் மக்கள் உங்களிடம் நடந்த கொள்ளும் விதத்தி லும் ஒரு மாறுபட்ட இயல்பைக் காண்பீர்கள்.

ஒவ்வோர் உறவிலும் ஏதோவொரு பங்களிப்பு இருக்கும். உங்களுடைய பங்களிப்பு இல்லையென்றால் மக்கள் உங்களிடம் வேறு விதமாய் நடந்து கொள்வார்கள், உங்களை வேறாய் உணர்வார்கள்.

நீங்கள் அமைதி நிரம்பியவராயிருக்கும்போது அவர்கள் உங்களிடம் நடந்து கொள்கிற விதமே தனிதான். அவர்கள் அப்போது அன்பாகவும், கருணையோடும், வெளிப்படை யாகவும், எதிர்ப்பில்லாமலும் இருப்பார்கள். உங்களிடையே ஒரு நெருக்கம் இருக்கும். எல்லாம் காந்தத்தின் வேலை. அமைதி தான் காந்தம்.

நீங்கள் அமைதியாயிருக்கும் போது அவர்கள் நெருங்கி வருவார்கள். அமைதியற்று காணப்பட்டாலோ தள்ளிச் சென்று விடுவார்கள். அதை நீங்கள் எளிதாய் கவனிக்க முடியும்.

நீங்கள் அமைதியாயிருக்கும் போது அது உங்களைச் சுற்றிப் பரவி அதிர்வுகளை உண்டாக்கும். அப்போது எல்லாருமே உங்களை நெருங்கிவர விரும்புவார்கள். உங்களைச் சுற்றி அமைதியின் வட்டங்கள் இருக்கும். அதை நெருங்குகிற யாரும் உங்களுக்கு அண்மையில் இருப்பதாய் உணர்வார்கள், ஒரு மரத்தின் மரத்தின் நிழலில் இருந்து ஓய்வுத் தன்மையை நீங்கள் உணர்வீர்களே அப்படி.

இதயத்தை மையப்படுத்துதல்
(HEART CENTERING)

சிவா, "ஆசிர்வதிக்கப்பட்டவர்களே, உங்கள் புலன்கள் இதயத்தில் உள்ளடக்கப்பட்டிருப்பதால், தாமரையின் மையத்தை வந்தடையுங்கள்" என்பார்.

தியானம்

இந்த உத்தியில் என்ன செய்ய வேண்டும்? 'புலன்கள் இதயத்தில் உள்ளடக்கப்பட்டுள்ளன...' முயன்று பாருங்கள். பல வழிகளில் அதில் சாத்தியம். நீங்கள் யாரேனும் ஒருவரைத் தொடுங்கள்; நீங்கள் இதயத்தோடு தொடர்புடையவராயின் அந்தத் தொடுகை உடனடியாய் உங்கள் இதயத்துக்குச் செல்லும். அதன் இயல்பை நீங்கள் உணர முடியும்.

தலை (அறிவு)க்குத்தக அமைந்த (Heart-Oriented) ஒருவரின் கையை நீங்கள் தொட்டால் அந்தக் கை குளிர்ச்சியாயிருக்கும். வெறுமனே குளிர்ச்சியல்ல. அதன் இயல்பிலும் குளிர்ச்சியிருக்கும். அந்தக் கை உயிரற்றதாய் உணர்ச்சியற்றதாயிருக்கும். அந்த நபர் இதயத்துக்குத்தக அமைந்தவராயிருந்தால் (Heart-Oriented) அதில் ஒரு வெது வெதுப்பு இருக்கும். அவருடைய கை உங்களுடையதுடன் உண்மையாகவே கரைந்துருகும். ஏதோ ஒன்று அவருடைய கையிலிருந்து உங்கள் கைக்கு வருகிற மாதிரி இருக்கும். அது வெதுவெதுப்பை பரப்பும்.

அந்த வெதுவெதுப்பு இதயத்திலிருந்து வருவது. அது ஒரு போதும் தலையிலிருந்து வருவதல்ல, தலை எப்போதுமே குளிர்ச்சியாய், உணர்ச்சி வயப்படாததாய், மதிப்பீடு செய்வதாய் இருக்கும், இதயம் கணக்குப் போடாது, அது உவகை நிரம்பியதாய் இருக்கும்.

தலை எப்போதுமே அதிகபட்சம் அடைவது எப்படி என்றே சிந்திக்கும், இதயமோ இன்னும் அதிகமாய்க் கொடுப்பது எப்படி என்றே எண்ணமிடும்.

அந்த வெதுவெதுப்பில் இருக்கிறது கொடுத்தல் — சக்தியைக் கொடுத்தல். ஊக்கத்தைக் கொடுத்தல் இப்படி எனவேதான் ஒரு மாறுபட்ட தன்மையை அதில் நீங்கள் உணர்வது. அந்த நபர் உண்மையிலேயே உங்களைத் தழுவிக் கொள்வாரானால் அப்படியே நீங்கள் அவரிடம் உருகிப் போவீர்கள்.

தொடுங்கள்! கண்களை மூடிக்கொண்டு எதை வேண்டுமானாலும் தொடுங்கள். உங்கள் அன்புக்குரிய வரை. உங்களுடைய காதலரை (காதலி)த் தொடுங்கள். உங்கள் குழந்தையை அல்லது உங்களுடைய தாயைத் தொடுங்கள். ஒரு நண்பரைத் தொடுங்கள். மரம் அல்லது மலரை ஏன் அந்த மண்ணைத்தான் தொடுங்களேன். கண் களை மூடிக் கொண்டு உங்கள் இதயத்துக்கு மண்ணோடு தொடர்பிருப்பதாய் உணருங்கள், அல்லது உங்கள் அன்பிற் குரியவருடன். தொடுகை இதயத்தோடு தொடர்புடையது என்பது உணருங்கள்.

ஓர் இசையைக் கேட்கும் போது அதைத் தலையால் கேட்கச் செய்யாதீர்கள். உங்கள் தலையை மறந்துவிடுங்கள், உங்களைத் தலையற்றவராய் எண்ணிக் கொள்ளுங்கள். இசை கேட்கும்போது உங்கள் இதயத்தால் கேளுங்கள். காதோடு இதயத்தைச் சேர்த்துக் கொள்ளுங்கள், தலையை அல்ல. இசை உங்கள் இதயத்தை நோக்கி வருவதை உணருங்கள். இதயமும் அதனுடன் சேர்ந்து அதிரட்டும். உங்கள் புலன்களை இதயத்தோடு இணைத்துக் கொள் ளுங்கள், தலையோடு அல்ல.

(உங்கள் படுக்கை அறையில் உங்களுடைய தலையற்ற படத்தை மாட்டி வைத்து, அடிக்கடி பார்த்துக் கொள் ளுங்கள். தலையில்லை என்பதை மனதில் பதியச் செய்து கொண்டால் பிறகு அதன் குறுக்கீடு இருக்காது)

"ஆசீர்வதிக்கப்பட்டவரே! எல்லாப் புலன்களும் இதயத்தில் உள்ளடக்கப்பட்டவை. தாமரையின் மையத் தைச் சென்றடையுங்கள்."

இதயம் தாமரை. புலன்கள் ஒவ்வொன்றும் அந்தப் பூவின் இதழ்கள். முதலில் உங்கள் புலன்களை இதயத்தோடு தொடர்புபடுத்திக் கொள்ளுங்கள். அடுத்து, ஒவ்வொரு புலனும் இதயத்தின் அடியாழத்துக்குச் சென்று உள்ளடக்கப் படுவதாய் எண்ணிக் கொள்ளுங்கள். இவ்விரண்டு செயல் களும் நிலைப்பட்ட பிறகே உங்களுடைய புலன்கள்

உங்களுக்கு உதவத் தொடங்கும். அவை உங்களை இதயத்துக்கு இட்டுச் செல்லும். உங்கள் இதயம் ஒரு தாமரையாகும்.

நீங்கள் இருதய மையத்தைத் தெரிந்து கொண்டு விட்டால் அங்கிருந்து தொப்பூழ் மையத்தை அடைவது சுலபம். தலையிலிருந்து (அறிவு மையம்) தொப்பூழ் மையத்தை நோக்கிச் செல்வதுதான் கடினம்.

உங்கள் அறிவு தன்னுடைய தலையை நிறுத்திக் கொள்கிறபோது, நீங்கள் உண்மையிலேயே இதயத்தில் உள்ளடக்கப்பட்டு விடுகிறபோது தன்னால் கீழ்நோக்கி விழுவீர்கள். இதயத்திலிருந்து தொப்பூழ் மையத்துக்குக் கதவு திறந்திருக்கிறது. எங்கு தொடங்கினீர்களோ அங்கேயே சென்று சேர்கிறீர்கள்.

நீங்கள் இதயத்துக்குத்தக அமைந்தவராயின் (heart oriented) இந்த முறை உங்களுக்கு உதவும். ஆனால், எல்லாருமே தங்களை இதயத்திலிருந்து செயல்படுகிறவராய் ஏமாற்றிக் கொள்கிறார்கள். ஒவ்வொருவரும் தங்களை அன்புமிகக் கொண்டவராய் எண்ணிக் கொள்கிறார்கள். அன்பு அப்படியோர் அடிப்படைத் தேவையாய் இருக்கிறது. தன்னிடம் அன்பு இல்லை. அன்பான இதயமில்லை என்றாகிவிட்டால் யாரும் தொல்லையற்றவராய் உணர முடியாது.

எதையும் பாரபட்சமின்றி கவனியுங்கள். உங்களைக் கவனிக்கிறபோதுகூட வேறு யாரையோ கவனிப்பதாய் பாவித்துக் கொள்ளுங்கள். அதன் பிறகு தீர்மானியுங்கள். உங்களை நீங்களே ஏமாற்றிக் கொள்ள எந்த அவசியமுமில்லை. அதனால் எவ்விதப் பயனுமில்லை. அப்படி உங்களை நீங்களே ஏமாற்றினாலும் இந்த உத்தியை (techrique) உங்களால் ஏமாற்ற முடியாது. எனவே, இந்த உத்தியைச் செய்யும்போது எதுவுமே நிகழவில்லை என்றுதான் உணர்வீர்கள்.

அதிஷாவின் இதயத்தியானம்
(ATISHA'S HEART MEDITATION)

"ஒன்றாய் சேர்வதற்கும், அனுப்புவதற்கும், எடுத்துச் செல்வதற்கும் பயிற்சி பெறுங்கள். உங்கள் மூச்சின் மூலம் பயணித்து அதைச் செய்யுங்கள்" என்பார் அதிஷா.

மேலும் அவர் சொல்வார்: 'பிறர் துன்பம் கண்டு இரங்குவதில் தொடங்குங்கள். மூச்சை உள்ளிழுக்கும் போது எச்சரிக்கையோடு கவனியுங்கள். அந்த மூச்சில் உலகத் தாரின் ஒட்டுமொத்த துன்பங்களையும் உள்ளிழுப்ப தாய் எண்ணிக் கொள்ளுங்கள். அத்தனை அறியாமைகளையும், மறுப்பதற்கானவைவற்றையும், நரக வேதனைகளையும் உள்ளிழுத்து விடுங்கள்.

மேற்கத்திய ஆக்கபூர்வ சிந்தனையாளர்களைப் பற்றி நீங்கள் படித்திருப்பீர்கள் அல்லது கேள்விப்பட்டிருப்பீர்கள். அவர்கள் இதற்கு மாறானதைத்தான் சொல்கிறார்கள். தாங்கள் என்ன சொல்கிறார்கள் என்பதே அவர்களுக்குத் தெரியாது.

நீங்கள் மூச்சை வெளிவிடும்போது உங்களுடைய துன்பங்களை, எதிர்மறை சமாசாரங்களை வெளியே வீசி எறியுங்கள். மூச்சை உள்ளிழுக்கும் போது உறுதியை, மகிழ்ச்சியை, ஆனந்தத்தை உள்ளிழுங்கள்!

அதிஷாவின் முறை அதற்கு நேர்மாறானது. நீங்கள் மூச்சை உள்ளிழுக்கும் போது உலகவுயிர்களின் கடந்தகால நிகழ்கால, எதிர்கால துன்பத்தையும், துயரத்தையும் உள் ளிழுங்கள். மூச்சை வெளிவிடும்போது உங்களிடமுள்ள மகிழ்ச்சியையும், பரம சுகத்தை (Blissfulness)யும், பாக்கியங் களையும் வெளிவிடுங்கள். அதன் மூலம் பிரபஞ்சத்துடன் ஐக்கியப்படுங்கள். இதுவே இரக்கங்காட்டும் முறை.

'துயரமானவற்றை உள்வாங்கிக் கொள்ளுங்கள் மகிழ்ச்சிகரமானவற்றை வெளித் தள்ளுங்கள்.'

உலகத்தின் துன்பங்களை — துயரங்களை நீங்கள் உள் வாங்கிக் கொண்டதும், அவை, அதற்கு மேலும் துன்பங்களாய் துயரங்களாய் இருக்காது.

இதயம் சக்தியை உடனடியாய் மாற்றி விடுகிறது. அது மாற்றும் திறன் கொண்டது. நீங்கள் பருகிய துன்பமெல்லாம் பேரின்பமாய் மாற்றப்படுகிறது. பிறகு அதை வெளியேற்றுங்கள்.

இந்த மாயத்தை, அற்புதத்தை உங்கள் இதயத்தால் செய்ய முடியும் என்பதை நீங்கள் அறிகிறபோது அதை மீண்டும் மீண்டும் செய்யவே நீங்கள் விரும்புவீர்கள். முயன்று பாருங்கள். நடைமுறைக் கேற்ற பயிற்சிகளில் இதுவும் ஒன்று. எளிதானது உடனடி பலன்களைத் தரக் கூடியது. இன்றே செய்து பார்த்துத் தெரிந்து கொள்ளுங்கள்.

உங்களோடு தொடங்குங்கள் (START WITH YOURSELF)

'வளர்ச்சி அனுபவத்தை உங்களிலிருந்தே தொடங்குங்கள்.'

அதிஷா சொல்வார்: 'பிரபஞ்சத்துடன் சேர்ந்து செய்வதற்குமுன் உங்களையே வைத்து ஆரம்பியுங்கள்' என்று.

அகவளர்ச்சியின் அடிப்படை இரகசியங்களுள் இதுவும் ஒன்று. உங்களோடு செய்ய முடியாத எதையும் உங்களால் அடுத்தவருடன் செய்ய முடியாது.

உங்களைத் துன்புறுத்திக் கொண்டால் அடுத்தவரையும் உங்களால் துன்புறுத்த முடியும். நீங்கள் மகிழ்ச்சியாய் இருந்தால் அடுத்தவரையும் உங்களால் மகிழ்ச்சியாய் வைத்திருக்க முடியும்.

அடுத்தவருக்கு எதைச் செய்வதற்கு முன்பாகவும் அதை உங்களிடம் முயன்று பாருங்கள்.

'உங்களிடம் என்ன இருக்கிறதோ அதைத்தான் அடுத்தவருடன் நீங்கள் பகிர்ந்து கொள்ளமுடியும்

உங்களிடம் இல்லாத ஒன்றை ஒருபோதும் பகிர்ந்து கொள்ள முடியாது

அதிஷா சொல்வார்: 'வளர்ச்சி அனுபவத்தை உங்களிடம் தொடங்குங்கள்' என்று. உலகத் துன்பங்களை யெல்லாம் உள்வாங்குவதற்கு முன் உங்களுடைய துன்பத்தோடு தொடங்குங்கள். ஆழக்கடலில் துளைந்தாட அதிவிரைவாய் செல்ல வேண்டுமா, முதலில் ஆழமற்ற நீர்நிலையில் நீந்தக் கற்றுக் கொள்ளுங்கள் என்கிறார் அவர். இப்பிரபஞ்சத்தின் துன்பத்தையெல்லாம் உடனே எடுத்துக் கொள்ள முனைந்தால் அது கருத்துப்பாங்கான (நடைமுறை யற்ற) சோதனையாக மட்டுமே இருக்கும். அது உண்மை யாகாது; உண்மையாகவும் முடியாது. அது சொற்கள் சார்ந்ததாய் நின்றுவிடும்.

'ஆகா, ஒட்டுமொத்த உலகின் துன்பங்களை நான் எடுத்துக் கொள்கிறேன்' என்று உங்களால் சொல்ல முடியும். ஆனால் உலகத் துன்பங்கள் பற்றி உங்களுக்கு என்ன தெரியும்? உங்களுடைய சொந்தத் துன்பங்களைக் கூட இன்னும் நீங்கள் அனுபவிக்க வில்லையே.

நம்முடைய துன்பங்களிலிருந்து நாம் தப்பிச் செல்லவே முனைகிறோம், நீங்கள் மகிழ்ச்சியற்றிருப்பதாய் உணர்ந்தால் ரேடியோ அல்லது டி.வி.யில் உங்களை ஈடுபடுத்திக் கொள் கிறீர்கள். துன்பத்தை மறக்க செய்தித்தாளைக் கையிலெடுக் கிறீர்கள், அல்லது திரைப்படத்துக்குப் போகிறீர்கள். உங்களுடைய நேசத்துக்குரிய பெண்ணை (ஆண்)த் தேடிச் செல்கிறீர்கள். கேளிக்கை விடுதியில் பொழுதைக் கழிக்கவோ, அங்காடியில் பொருள் வாங்கவோ போய் விடுகிறீர்கள்.

உங்களிடமிருந்து உங்களை விலக்கி வைக்கிற முயற்சி இது. அப்போது தானே உங்களுடைய காயத்தை நீங்கள் காண்கிற அவசியம் இருக்காது, அது எந்த அளவு உங்களைப் புண்ணாக்கியிருக்கிறது என்பதைத் தெரிந்து கொள்கிற அவசியம் இருக்காது.

'மக்கள் தங்களைத் தாங்களே
தட்டிக் கழித்துக் கொண்டிருக்கிறார்கள்
அவர்களுக்குத் துன்பத்தைப்பற்றி என்ன தெரியும்?
இப்பிரபஞ்சத்தின் துன்பத்தை
எப்படி அவர்களால் எண்ணிப் பார்க்கமுடியும்?

முதலில், நீங்கள் உங்களிடமிருந்தே தொடங்க வேண்டும். நீங்கள் மகிழ்ச்சியற்ற நிலையில் இருந்தால் அதைத் தியானமாக்கி விடுங்கள். அமைதியாய் உட்கார்ந்து அறைக் கதவுகளை மூடிக் கொள்ளுங்கள். முடிந்த அளவு தீவிரத்தோடு துன்பத்தை உணருங்கள். ஊறுபாட்டை உணருங்கள். உங்களை யாரேனும் இழிவு செய்திருப்பார்கள். அந்நிலை யில் அந்த ஊறுபாட்டை (Hurt)த் தவிர்ப்பதற்கு எதிராளியை பதிலுக்கு இழிவு படுத்துவதே சரியான வழியாய் தெரியும். அப்போது அவனை வென்றவராவீர்கள். அது தியானமாகாது.

உங்களை யாரேனும் இழிவு செய்திருந்தால், ஒரு மனப் புண்ணின் ஆழத்தை உணர்ந்து கொள்ள வாய்ப்பளித் தமைக்காக அவனுக்கு நன்றி சொல்லுங்கள். அவன் உங்களுக்குள்ளிருக்கும் புண்ணைக் கிளறிவிட்டான். அந்தப் புண்ணால் வாழ்க்கை நெடுகிலும் துயருற்றிருக்கிறீர்கள். எண்ணற்ற இழிவுகளை ஏற்றதில் உருவான புண் அது! அத்தனை துன்பங்களுக்கும் அவன் காரணமல்ல; ஆனால் ஒரு செயல் முறையை அவன் தொடங்கி வைத்திருக்கிறான்.

உங்கள் அறையைத் தாளிட்டுக் கொண்டு உள்ளே அமைதியாய் அமருங்கள். அவன் மீது எந்தக் கோபமு மில்லாமல், ஆனால், உங்களுக்குள் எழுந்த உணர்வு பற்றிய விழிப்போடு இருங்கள். அது— நீங்கள் புறக்கணிக்கப் பட்டதால், இழிவு செய்யப்பட்டதால் தோன்றிய உணர்வு. அப்போது அவன் மட்டுமல்ல உங்களை இழிவு செய்த அத்தனை ஆண்களும், பெண்களும் நினைவுக்கு வரு வார்கள். அவர்களை நினைவு படுத்திக் கொள்கிறபோது நீங்கள் அவர்களோடு மீண்டும் வாழ்கிறீர்கள்.

உங்கள் காயத்தை உணருங்கள், வலியை உணருங்கள். அதனால் தான் பல பிணி நீக்கும் முறைகளிலும் சிகிச்சை தொடங்குவதற்கு முன் எந்த மருந்தையும் எடுத்துக் கொள்ள வேண்டாம் என்று நோயாளிக்குத் தெரிவிப்பது. காரணம், மருந்து வலியில் இருந்து தப்பிக்கும் வழியா யிருப்பது தான். உங்கள் காயத்தைப் பார்க்க அவர்கள் உங்களை அனுமதிப்பதில்லை. உங்கள் துயருறும் நிலையை அவர்கள் அனுமதிப்பதில்லை. நீங்கள் பட்ட காயங்களை அவர்கள் வெளித் தெரியாமல் மறைக்கப் பார்ப்பார்கள்.

'உங்களுடைய துன்பத்தை நீங்கள்
அனுபவித்தாலன்றி
அதிலிருந்து எப்படி விடுபடுவீர்கள்?'

போதையூட்டும் பொருள்களை எந்த வடிவத்திலும் உபயோகிக்கக் கூடாது. அறிவியல் ரீதியாக அதுதான் சரி. முடிந்தால் காபி, தேநீர், புகைத்தல் போன்ற போதை தரும் பொருள்களை விட்டுவிடலாம், காரணம் இவையெல்லாம் தப்பிக்கிற வழிகளாய் இருப்பதுதான்.

நீங்கள் கவனித்திருக்கிறீர்களா? கலவரமுற்ற போதெல் லாம் உடனே புகைக்கத் தொடங்கியிருப்பீர்கள். அந்த நிலையிலிருந்து விலக அது ஒரு வழி. புகைக்கிற அனுபவம் உங்களைக் கவலையற்றவராய் உணரச்செய்கிறது. புகைத்தல் மார்பகத்தின் குறியீட்டுரு(Symbolic)வாகும். நீங்கள் உள் ளிழுக்கும் இதமான புகை தாயின் மார்பிலிருந்து பாலுறிஞ்சிய நாள்களுக்கு உங்களைக் கொண்டு செல்கிறது. முலைக்காம்பு இப்போது சிகரெட் வடிவத்தில். முலைக் காம்பின் குறியீடு சிகரெட்.

பின்னோக்கிச் செல்வதன் (Regression) மூலம் வயது வந்தவருக்குரிய பொறுப்புக்களையும், வேதனைகளையும் நீங்கள் தட்டிக்கழிக்க முனைகிறீர்கள். தற்கால மனிதன் முன்பு ஒரு போதும் இருந்திராத அளவு போதைப் பொருள் களை உட்கொள்ளக் காரணம் அவன் மிகப் பெரிய துன்பத்தில் இருந்து கொண்டிருப்பதுதான். அந்த போதைப் பொருள்கள் உங்கள் வலியை உணர இடமளிப்பதில்லை.

உங்கள் அறையின் கதவுகளை மூடிவிட்டு, டி.வி. பார்ப்பது, ரேடியோ கேட்பது, புத்தகம் படிப்பது போன்ற எல்லா வேலைகளையும் நிறுத்திவிடுங்கள். காரணம் அவையும் ஒரு விதத்தில் தந்திரமாய் போதையூட்டுவது தான். அமைதியாயிருங்கள், தனித்திருங்கள். பிரார்த்தனை கூட வேண்டாம். கடவுளிடம் பேசத் தொடங்கி விடுவீர்கள். பிரார்த்திப்பதுகூட உங்களிடமிருந்து தப்புகிற முயற்சிதான்.

அதிஷா சொல்கிறார்: நீங்களாயிருங்கள். அந்த வலியை, துன்பத்தை அப்படியே இருக்கவிடுங்கள். அதன் தீவிரத் தன்மையை அனுபவியுங்கள். அது கவலை தரலாம், இதயத்தை இரண்டாய் பிளக்கலாம். வலியைத் தாங்க முடியாமல் ஒரு குழந்தை போல் தரையில் புரண்டு அழலாம். உங்கள் உடம்பே உருக்குலையலாம். நீங்கள் திடீ ரென்று அந்த வலி இதயத்தில் மட்டுமல்ல உடம்பு முழுதிலும் இருப்பதாய் உணரலாம். உடம்பில் வலியைத் தவிர வேறெதையும் உணரமாட்டீர்கள்.

அந்த அனுபவம் மிகப் பெரிய முக்கியத்துவம் கொண்டது. அதில் ஈடுபடுங்கள், தூக்கியெறிய வேண்டாம். அது முக்கியமான சக்தி; அதை வரவேற்றுப் பருகுங்கள், உள்ளடக்குங்கள். அதனிடம் நன்றியுணர்வோடு இருங்கள். ‘இம்முறை நான் அதை தட்டிக் கழிக்கப் போவதில்லை, அதைப் புறக்கணிக்கப் போவதில்லை இம்முறை அதைத் தூக்கியெறியப் போவதில்லை. ஒரு விருந்தாளி போல் அதை ஏற்றுக் கொள்வேன். என்று உங்களுக்கு நீங்களே சொல்லிக் கொள்ளுங்கள்.

அதனைக் கிரகித்துக் கொள்ள சில நாள்கள் ஆகலாம். ஆனால் அது நிகழ்கிற நாளில் ஒரு கதவின் மீது நீங்கள் தடுக்குறுவீர்கள். அது உங்களைத் தொலைதூரத்துக்குக் கொண்டு செல்லும்.

‘உங்கள் வாழ்வின் புதிய பயணம் அது
ஒரு புது மாதிரியான இருப்புணர்வைப் பெறுவீர்கள்’

நீங்கள் வலியை ஒதுக்கித் தள்ளாமல் ஏற்றுக் கொண்டதிலிருந்தே அதன் சக்தியும், இயல்பும் மாறும். அது வலியாயிருக்காது.

துன்பத்தைப் பரவசமாய் மாற்ற முடியும் என்பதை ஒருவரால் நம்ப முடியாமல் போகலாம். ஆனால் அந்த வலி மகிழ்ச்சியாய் மாறவே செய்கிறது.

உள்ளே மையப்படுத்துதல்
(INNER CENTERING)

'ஒரு மையமில்லாமல் யாரும் உயிர் வாழமுடியாது. அது உருவாக்கப்பட்டதல்ல, மீண்டும் கண்டுபிடிக்கப் படுவது. அடிப்படைச் சாரமே (Essence) மையம், அது கடவுளால் வழங்கப்பட்ட உங்களுடைய இயல்பு. பண்பு என்பது சமுதாயத்தால் வளர்க்கப்படுவது, அது கடவுளால் கொடுக்கப்பட்டதல்ல. அது பேணி வளர்க்கப்படுவதே யன்றி இயற்கையாய் அமைந்ததல்ல.

அப்துல்லா
(ABDULLAH)

ஒரு சூஃபி ஞானி தன் வாழ்க்கை நெடுகிலும் ஆனந்த மாய் இருந்தார். அவர் எப்போதும் சிரித்துக்கொண்டிருப் பார். அவர் கவலையாயிருந்து யாரும் பார்த்ததில்லை. அவர் சிரிப்பு மயமாயிருந்தார். கொண்டாட்டத்தின் நறுமணம் அவருடைய ஜீவனில் இருந்தது.

தன்னுடைய முதுமையில், இறப்பை மகிழ்வோடு அனுபவித்தபடி, மரணப்படுக்கையில் இருந்த போதும்; பெருங்களிப்புடன் சிரித்தார். ஒரு சீடன் கேட்டான், "எங்களுக்குக் குழப்பமாயிருக்கிறது. இறந்து கொண்டிருக்கும் வேளையிலும் ஏன் இப்படிச் சிரிக்கிறீர்கள்? இதில் வேடிக்கையாய் என்ன இருக்கிறது? நாங்களோ துயரத்தி லிருக்கிறோம். உங்கள் வாழ்க்கையில் நீங்கள் ஒரு போதும்

துயருற்றதில்லையே, அது ஏன் என்று உங்களிடம் பலமுறை கேட்க விரும்பினோம். ஆனால் இப்போது, மரணத்தை எதிர் கொண்டிருக்கும் வேளையிலாவது ஒருவர் துயர்ப் படாமல் இருக்கமாட்டார். நீங்களோ இன்னும் சிரித்துக் கொண்டிருக்கிறீர்கள். உங்களால் எப்படி அதைக் கையாள முடிகிறது?" என்று.

அந்த முதியவர் சொன்னார், "அது எளிதான விஷயம். என்னுடைய குருவிடம் நான் கேட்டேன். அவரிடம் சென்ற போது எனக்குப் பதினேழு வயதிருக்கும், துன்பத்தில் மிகவும் அடிபட்டிருந்தேன். என்னுடைய குரு எழுபது வயது முதியவர். எவ்வித காரணமுமின்றி சிரித்தவாறு மரத்தடியில் அமர்ந்திருந்தார். அங்கே அவரைத் தவிர யாருமில்லை. எதுவும் நிகழ்ந்திருக்கவில்லை. யாரும் நகைச் சுவையாய் எதுவும் சொல்லிவிடவில்லை. அவர் வயிற்றைப் பிடித்தபடி சிரித்துக் கொண்டிருந்தார். 'என்ன விஷயம், உங்களுக்குப் பைத்தியம் பிடித்து விட்டதா?" என்று நான் அவரிடம் கேட்டேன்.

அவர் சொன்னார், "நானும் ஒரு காலத்தில் உன்னைப் போல் துயரத்தில் தான் இருந்தேன். அப்போது திடீரென்று, இது நம்முடைய வாழ்க்கை, இதில் தேர்ந்து கொள்ளும் உரிமை நமக்கிருக்கிறது என்று தோன்றியது.

"அன்று முதல் கண் விழிக்கிற ஒவ்வொரு நாள் காலையிலும் எனக்கு நானே சொல்லிக் கொள்வேன்: 'அப்துல்லா (அதுதான் என் பெயர்) உனக்கு என்ன வேண்டும் துன்பமா? சுகமா? இன்று நீ எதைத் தெரிவு செய்து கொள்ளப் போகிறாய்?' என்று. நான் சுகத்தையே தெரிவு செய்வேன், அதுதான் நடக்கும்."

ஆம், அதைத் தேர்வு செய்யுங்கள். முயன்று பாருங்கள். காலையில் தூக்கத்திலிருந்து விழித்த கணத்திலேயே உங்களிடம் கேட்டுக் கொள்ளுங்கள். 'அப்துல்லா, இன்று உன்னுடைய யோசனை என்ன? நீ தேர்ந்தெடுக்கப் போவது துன்பத்தையா? சுகத்தையா?' என்று.

துன்பத்தை யார் தான் தெரிவு செய்து கொள்வார்கள்? அது ஏன்? அது மிகவும் இயற்கைக்கு மாறானதாய் இருக்கிறது. துன்பத்தில் சுகமாய் உணர முடியும் என்றால் கூட நீங்கள் சுகத்தையே தேர்ந்தெடுப்பீர்கள், துன்பத்தை அல்ல.

உண்மையின் பிறப்பிடத்தைக் கண்டுபிடித்தல்
(FINDING THE REAL SOURCE)

"நீண்ட காலத்துக்குப் பின் ஒரு நண்பனை சந்திக்கிற போது உண்டாகும் மகிழ்ச்சியை உங்களுக்குள் பரவ விடுங்கள்" என்பார் சிவா.

ஒரு நண்பனைச் சந்திக்கிறபோது உங்கள் இதயத்தில் மகிழ்ச்சி பொங்குகிறது. நண்பனைச் சந்திக்கும் போது உங்களுக்குள் நிரம்பிய மகிழ்ச்சியை உணருங்கள். அந்த நண்பன் புறவெல்லையில் (Periphery) இருக்கட்டும், நீங்கள் ஆனந்த உணர்வில் மையம் கொண்டிருங்கள். இன்னும் பல சூழ்நிலைகளிலும் இதுபோல் நிகழ முடியும். சூரியன் உதிக்கிறது, உங்களுக்குள்ளேயும் ஏதோ ஒன்று உதிப்பதாய் உணர்கிறீர்கள். பிறகு அந்தச் சூரியனை மறந்துவிடுங்கள். அது புறவெல்லையிலேயே இருக்கட்டும். அது உங்களுக்குள் தோற்றுவித்த சக்தி உணர்வில் மையம் கொண்டிருங்கள். நீங்கள் கண்டு கொள்கிறபோது அது பரவுகிறது. அது உங்கள் உடம்பிலும், உயிரிலும் பரவி நிற்கட்டும். அதைக் காண்பவராய் மட்டும் இல்லாமல், அதனுடன் கலந்து கொள்ளுங்கள்.

மகிழ்ச்சிக்கும் ஆனந்தத்துக்கும், சுகத்துக்குமான கணங்கள் வெகு சொற்பமே. ஆனால் அவற்றை நீங்கள் தவறவிட்டுக் கொண்டேயிருக்கிறீர்கள். காரணம், நீங்கள் பொருளுக்கே (Object) முக்கியத்துவமளிப்பவராயிருப்பது தான்.

மகிழ்ச்சி ஏற்படுகிறபோதெல்லாம் அது வெளியில் இருந்து வருவதாகவே எண்ணிக்கொள்கிறீர்கள். நீங்கள் ஒரு

நண்பனைச் சந்தித்தீர்கள்—உண்மைதான், நண்பனைச் சந்தித்ததில் அவனிடமிருந்து அந்த மகிழ்ச்சி வந்ததாய் தோன்றும். உண்மையில் அது வல்ல காரணம். மகிழ்ச்சி எப்போதுமே உங்களுக்குள் இருக்கிறது. நண்பன் அது வெளிப்படுதற்கான சூழ்நிலையாகிறான். அந்த மகிழ்ச்சி உங்களிலிருந்து வெளிப்பட அவன் உதவுகிறான்.

மகிழ்ச்சியில் தான் என்றில்லை, எல்லாவற்றிலும் இப்படித்தான். கோபம், வருத்தம், துயரம், ஆனந்தம் என்று எல்லாவற்றிலும். உங்களுக்குள்ளிருக்கும் சங்கதிகள் வெளிப் பட மற்றவர்கள் அந்தச் செயலின் நிலையாகிறார்கள். அவர்கள் வினை முதல்கள் (Causes) அல்ல, உங்களுக்குள் எந்த விளைவையும் உண்டாக்குவதில்லை.

எது நிகழ்ந்தாலும் உங்களுக்கே நிகழ்கிறது. முன்பே உங்களிடம் இருப்பதை, அதன் மறைவிடத்திலிருந்து வெளிக் கொண்டுவரும் சூழ்நிலையாகவே அந்த நண்பனுடனான சந்திப்பு அமைகிறது. இப்படி நிகழும் போதெல்லாம் உங்கள் உள்ளார்ந்த உணர்விலேயே மையம் கொண் டிருங்கள். அப்போது வாழ்வு பற்றிய எல்லாவற்றிலும் வித்தியாசமான மனோபாவத்தைப் பெறுவீர்கள்.

எதிர்மறை உணர்ச்சிகளிலும் இதை நீங்கள் செய்து பாருங்கள். நீங்கள் கோபப்படும்போது, அதைத் தூண்டி விட்டவர் மீது மையம் கொள்ளாதீர்கள். அவரை புற வெல்லையில் விட்டுவிடுங்கள். நீங்களே கோபமாகி விடுங்கள். கோபத்தை அதன் முழுமையில் உணருங்கள். அது உள்ளுக்குள் நிகழ இடமளியுங்கள். அதைப் பகுத் தறிவுக்குட்படுத்தாதீர்கள். அந்த ஆள்தான் அதை உண்டு பண்ணினான் என்று சொல்லாதீர்கள். அவரை நிந்திக் காதீர்கள். அவர் செயலின் நிலை (Situation)யாக மட்டுமே இருந்தார். மறைந்து கிடந்த ஒன்று வெளிப்பட உதவியதற் காக அவரிடம் நன்றி பாராட்டுங்கள்.

நேர்மறையானதோ, எதிர்மறையானதோ ஒவ்வோர் உணர்ச்சியுடனும் இதை நீங்கள் பயன்படுத்த முடியும்.

உங்களுக்குள் பெரியதொரு மாற்றம் ஏற்படும். எதிர் மறையான உணர்ச்சியென்றால அது உங்களுக்குள் இருப் பதை உணர்வதன் மூலம் அதிலிருந்து நீங்கள் விடுபட முடியும். அது நேர்மறை உணர்ச்சியாயிருந்தால் நீங்களே அதுவாகிவிடுங்கள். அது மகிழ்ச்சியாயிருந்தால் நீங்கள் மகிழ்ச்சியாகவே மாறி விடுவீர்கள். அது கோபமாயிருந்தால் அந்தக் கோபம் மறைந்து விடும்.

இதுதான் நேர்மறை எதிர்மறை உணர்ச்சிகளுக் கிடையேயான வேறுபாடு.

ஓர் உணர்ச்சி பற்றிய விழிப்புணர்வு உங்களுக்குள் ஏற்படுகிறது, அதை நீங்கள் உணர்ந்ததால் அந்த உணர்ச்சி மறைகிறது. எதிர்மறை சமாசாரம் என்றால் இப்படித்தான்.

ஒரு குறிப்பிட்ட உணர்ச்சியை நீங்கள் உணர்ந்ததும் அந்த உணர்ச்சி உங்களுக்குள் பரவி உங்களுடைய இருப் புணர்வாகவே (Being) ஆகிவிடுமென்றால் அது நேர்மறை யானது. விழிப்புணர்வு இரண்டிலும் வெவ்வேறு விதமாய் செயல்படுகிறது.

அது நச்சுத்தன்மை கொண்ட உணர்ச்சியாயிருந்தால் விழிப்புணர்வின் மூலம் அதிலிருந்து விடுபடுகிறீர்கள். அது நல்லதாய், சுகமளிப்பதாய் பரவசமூட்டுவதாயிருந்தால் நீங்கள் அதனோடு ஒன்றாகி விடுகிறீர்கள். விழிப்புணர்வு அதை நிறைவு செய்கிறது.

சுழற்காற்றின் மையம்
(CENTRE OF THE CYCLONE)

'ஆசையின் உச்சத்திலும் அமைதி குலையாதிருங்கள்' என்கிறார் சிவா.

ஆசை உங்களைப் பற்றிப் பிடிக்கிறபோது அமைதி குலைந்து விடுகிறீர்கள். அது உண்மை, இயற்கை. ஆசை பற்றியதும் உங்கள் மனம் நிலையின்றித் தள்ளாடுகிறது, மேற் பரப்பில் சிற்றலைகள் அடிக்கின்றன. ஆசை உங்களை

தியானம்

எதிர்காலத்துக்குள் எங்கோ இழுத்துச் செல்கிறது. கடந்த காலம் உங்களை எதிர்காலத்தை நோக்கித் தள்ளுகிறது. நீங்கள் அமைதி குலைகிறீர்கள். ஆசை அமைதியற்றது (Disease)

'ஆசையின் உச்சத்திலும் அமைதி குலையாதிருங்கள்' என்கிறது சூத்திரம். ஆனால் அமைதி குலையாமல் இருப்பது எப்படி? அதிலும் ஆசையின் உச்சத்தில்! சில சோதனைகளை நீங்கள் செய்ய வேண்டியிருக்கும். அதன் பிறகே இதன் அர்த்தத்தை உங்களால் புரிந்து கொள்ள முடியும்.

நீங்கள் கோபத்தில் இருக்கிறீர்கள். கோபம் உங்களைப் பற்றியிருக்கிறது. தற்காலிகமாய் ஒரு பைத்தியம்போல் நடந்து கொள்கிறீர்கள். அதன் ஆளுகைக்குட்பட்டிருக் கிறீர்கள். புலன்கள் உங்கள் வசத்தில் இல்லை.

உங்களுடைய கோபம் புறவெல்லையில் (Periphery) இருக்கிறது என்பதை அறிவீர்கள். காய்ச்சலைப் போலத் தான் அதுவும். புறவெல்லையில் தடுமாற்றம் இருக்கிறது. அதனால் அமைதிக் குலைவும் இருக்கிறது. நீங்கள் அதைக் கூர்ந்து பார்க்க முடியும். உங்களால் ஒரு சாட்சி பாவத்தில் இருக்க முடிகிறபோது அமைதி குலையாமல் இருப்பீர்கள்.

'அமைதியான நிலைதான்
உங்களுடைய இயல்பான மனம்'

இயல்பான மனம் அமைதி குலைவதில்லை, அதன் அமைதியைக் குலைக்க முடியாது. ஆனால் அதை ஒரு போதும் நீங்கள் ஆராய்ந்து பார்த்திருக்க மாட்டீர்கள். கோபம் இருக்கும் போது அந்தக் கோபத்தோடு உங்களை அடையாளப் படுத்திக் கொள்கிறீர்கள். கோபம் உங்களி லிருந்து வேறான ஒன்று என்பதை நீங்கள் மறந்துவிடு கிறீர்கள். அதனுடன் ஒன்றாகி அதன் மூலம் எதையோ செய்யத் தொடங்கி விடுகிறீர்கள். இப்போது இரண்டு காரியங்களை நீங்கள் செய்யமுடியும்.

கோபம் வந்ததும் அந்தக் கோபத்துக்கு இலக்கான வரிடம் நீங்கள் வன்முறையாய் நடந்து கொள்வீர்கள். உங்களுக்கும் மற்றொருவருக்கும் இடையில் கோபம் இருக்கிறது.

நான் இங்கும், நீங்கள் அங்கும் இடையில் கோபமும். என்னுடைய கோபத்துக்கு இலக்காக நீங்கள் இருக்கிறீர்கள். நான் கோபத்திலிருந்து இரண்டு அளவுகளில் பயணிக் கிறேன். நான் உங்களை நோக்கிப் பயணிக்கிற போது நீங்கள் என்னுடைய பிரக்ஞையின் மையமாகி விடுகிறீர்கள். (என்னுடைய கோபத்தின் இலக்காகவும்), பிறகு என் னுடைய மனம் உங்கள் மீது ஒருமுகப்படுகிறது. அது கோபத்திலிருந்து நீங்கள் பயணிக்க ஒரு வழி.

மற்றொரு வழியும் இருக்கிறது: உங்களை நோக்கியே நீங்கள் பயணிப்பது. கோபத்துக்கு யார் காரணம் என்று நீங்கள் எண்ணிக் கொண்டிருக்கிறீர்களோ அவரை நோக்கி நீங்கள் செல்வதில்லை. கோபமாய் உணர்கிறவரை நோக்கி (அதாவது உங்களை)ச் செல்வீர்கள்.

பொதுவாக, இலக்கை நோக்கிச் செல்வதுதான் வழக்கம், நீங்கள் இலக்கை நோக்கிச் சென்றால் உங்கள் மனதின் சச்சரவுப் பகுதி அமைதியற்று விடும். 'நான் அமைதிக் குலைவுக்குள்ளானேன்' என்ற எண்ணம் வரும். உங்களுடைய இருப்புணர்வின் (Being) மையத்தை நோக்கிச் செல்வீர்களானால் மனதின் சச்சரவுப்பகுதியை சாட்சி பாவத்தில் இருந்து பார்ப்பீர்கள். அப்போது அப்பகுதியில் அமைதி குலைந்திருந்தாலும். 'என்னுடைய அமைதி குலையவில்லை' என்பீர்கள். எந்தவோர் ஆசையுடனும் அமைதிக் குலைவுடனும் இதை நீங்கள் சோதித்துப் பார்க்க முடியும்.

உங்கள் மனதில் பால் சார்ந்த (Sexual) ஆசை வருகிறது. உங்களுடைய உடம்பெங்கும் அது பரவுகிறது. நீங்கள் பாலுணர்வைத் தூண்டிய பொருளை நோக்கிச் செல் கிறீர்கள். அதை உங்கள் ஆசையின் இலக்கு என்று கூறலாம்.

அந்தப் பொருள் உங்கள் முன்பாய் இருக்கலாம், இல்லாம லும் போகலாம். நீங்கள் கற்பனையிலும் அந்த இலக்கை நோக்கிச் செல்லலாம். உங்கள் மையத்திலிருந்து நீங்கள் எவ்வளவுக்கெவ்வளவு விலகிச் செல்கிறீர்களோ அவ்வளவுக் கவ்வளவு உங்கள் அமைதி குலையும். உண்மையில் தொலைவும் அமைதிக் குலைவும் ஒரு விகிதத்தில் இருக் கின்றன. உங்கள் மையத்தில் இருந்து எவ்வளவு விலகு கிறீர்களோ அவ்வளவுக்கு அமைதி குலைகிறது. நீங்கள் மையத்துக்கு அருகிலிருந்தால் அமைதிக்குலைவும் குறை வாக இருக்கும். நீங்கள் மையத்திலேயே இருந்தால் உங்கள் அமைதி முழுமையாயிருக்கும்.

சுழற்காற்றில் எதனாலும் பாதிக்கப்படாத ஒரு மையம் இருக்கிறது. கோபம் என்கிற சுழற்காற்றிலும், பாலுணர்வு என்கிற சுழற்காற்றிலும், எந்தவோர் ஆசைப் பெருங்காற்றி லும் அந்த மையம் இருக்கும். மையம் அமைதியானது, அதில் புயலின் சீற்றமில்லை. சுழற்காற்றின் மையம் அமைதி யாகவே இருக்கும். கோபம் கடந்த ஏதோ ஒன்று கோபத்தில் இருக்கும்.

இதனை நினைவில் கொள்ளுங்கள்: எந்தவொன்றும் தனக்கு எதிரிடையான ஒன்று இல்லாமல் இருக்க முடியாது. எதிரிணை (Opposite) தேவை. அது இல்லாமல் வாழ்தல் இல்லை. உங்களுக்குள் அசைவற்ற மையம் ஒன்று இல்லாவிட்டால் அசைவு சாத்தியப்படாது. உங்களுக்குள் ஓர் அமைதி மையம் இருந்தால் தான் அமைதியின்மையை உங்களால் உணர முடியும். ஒப்பிட்டுப் பார்ப்பதற்கு இரண்டு பகுதிகள் — கருத்துகள் வேண்டும்.

ஒருவர் நோய் வாய்ப்பட்டிருக்கிறார் என்று வைத்துக் கொள்வோம். அவருக்குள் ஏதோவொரு பகுதியில் ஆரோக்கிய மையம் இருக்கக் கொண்டுதான் அவர் நோயை உணர்கிறார். அதனால் அவர் ஒப்பிட்டறிய முடி கிறது. உங்களுக்கு தலையை வலிப்பதாய் நீங்கள் சொல்கிறீர்கள். அந்த வலியை, தலைவலியைப் பற்றி நீங்கள்

எப்படி அறிந்தீர்கள்? நீங்கள் வேறொருவராய், சாட்சி பாவத்தில் இருந்து கவனித்ததால் தான் 'என்னுடைய தலை வலிக்கிறது' என்று சொல்ல முடிந்தது.

இந்த சூத்திரம் சொல்கிறது, 'ஆசையின் உச்சத்திலும் அமைதி குலையாதிருங்கள்' என்று. நீங்கள் என்ன செய்வீர்கள்? இந்த உத்தி அடக்கி வைப்பதற்கானதல்ல. 'கோபமாயிருந்தால் அதை அடக்கு, அமைதி குலையாதிரு' என்று இந்த உத்தி கூறவில்லை. நீங்கள் அடக்கி வைத்தால் அமைதியின்மையை அதிக அளவு தோற்றுவித்துக் கொண்டவராவீர்கள். கோபம் இருந்து அதை அடக்கி வைக்கிற முயற்சியும் இருந்தால் அது அமைதிக் குலைவை இரட்டிப்பாக்கிவிடும். கோபம் ஏற்படுகிற போது உங்கள் கதவை மூடிவிடுங்கள், அந்தக் கோபத்தையே தியான மாக்குங்கள். அது முழுமையாய் வெளிப்பட இட மளியுங்கள். அதை அடக்க முயலாதீர்கள்.

அடக்கி வைப்பது சுலபம். வெளிப்படுத்துவதும் சுலபம். நாம் இரண்டையுமே செய்கிறோம். சூழ்நிலை இட மளித்தால் வெளிப்படுத்துகிறோம். அந்தச் சூழ்நிலை சவுகரியமாய், ஆபத்தற்றதாய் இருக்க வேண்டும். உங்களால் அடுத்தவருக்குத் தீங்கு செய்ய முடிந்து அடுத்தவரால் உங்களுக்குத் தீங்கு செய்ய முடியாது என்கிற நிலையில் நீங்கள் கோபத்தை வெளிப்படுத்துவீர்கள். அடுத்தவரால் உங்களுக்குத் தீங்கு செய்ய முடியும் என்கிற நிலையில், உங்கள் கோபத்துக்குக் காரணமானவர் உங்களுடைய முதலாளி அல்லது உங்களைவிட பலசாலி என்கிறபோது அதை நீங்கள் அடக்கிக் கொண்டு விடுகிறீர்கள்.

வெளிப்படுத்தவதும் அடக்கி வைப்பதும் எளிது. ஆனால் சாட்சிபாவத்தில் நிற்பதுதான் கடினம். சாட்சி பாவம் என்பது இரண்டும் அல்ல. அது அடக்கிவைப்பதும் கிடையாது, வெளிப்படுத்துவதும் கிடையாது. கோபத்துக்கு இலக்கானவர்மீது அதை நீங்கள் காட்டவில்லையென்பதால் அது வெளிப்படுத்தப்படாததாகிறது. அதே சமயம் அது

அடக்கி வைக்கப்படுவதுமாகாது. அதை நீங்கள் வெற்றிடத்தில் (Vacuum) வெளிப்பட அனுமதிக்கிறீர்கள். அதைத் தியானமாக்கி விடுகிறீர்கள்.

ஒரு கண்ணாடி முன்பாய் நின்று உங்கள் கோபத்தை வெளிப்படுத்துங்கள் — அதற்குச் சாட்சியாய் இருங்கள். நீங்கள் தனிமையில் இருக்கிறீர்கள் உங்களால் அதைத் தியானமாக்க முடியும். நீங்கள் எதைச் செய்ய விரும்பினாலும் வெற்றிடத்தில் செய்யுங்கள். யாரையேனும் தாக்க விரும்பினால் வெற்றான ஆகாயத்தில் கையை வீசுங்கள். கோபப்பட விரும்பினால் கோபப்படுங்கள், வீறிட்டு அழ விரும்பினால் அழுதுவிடுங்கள்.

ஆனால் அதைத் தனிமையில் செய்யுங்கள், எல்லாவற்றையும் ஒரு நாடகமாய் பார்த்துக் கொண்டிருக்கிற ஓர் அங்கமாய் உங்களை பாவித்துக் கொள்ளுங்கள். அது உணர்வு சார்ந்த ஒரு நாடகம் (Psychodrama) ஆகிறது. நீங்கள் சிரித்து விடுங்கள். அது உங்களுக்குள் இருக்கும் வேண்டாதவற்றை வெளியேற்றி உங்களைத் தூய்மை செய்துவிடும். அதன் பிறகு நீங்கள் அதிலிருந்து விடுபட்டதாய் உணர்வீர்கள். விடுபடுவதோடு ஏதோ ஒன்றையும் அதன் மூலம் அடைந்திருப்பீர்கள். நீங்கள் பக்குவப்பட்டிருப்பீர்கள் ஒரு வளர்ச்சி வந்துவிட்டிருக்கும்.

கோபத்தில் இருக்கும் போதும் உங்களுக்குள் அமைதி குலையாத ஒரு மையம் இருப்பதை இப்போது தெரிந்து கொள்வீர்கள். அந்த மையத்தை வெளிக்காட்ட முயலுங்கள். அதை ஆசையில் வெளிக்காட்டுவது எளிது.

இந்த உத்தி பயனுள்ளது. அதன் மூலம் நிறைய அனுகூலங்களை நீங்கள் பெறமுடியும். ஆனால், அமைதி குலைவுற்ற நிலையில் நீங்கள் எல்லாவற்றையும் மறந்து விடுவீர்கள் என்பதால் அது கடினமாயிருக்கும். தியானம் செய்ய வேண்டியிருக்கும் என்பதையும் அப்போது மறந்து விடுவீர்கள். இப்படி முயன்று பாருங்கள். கோபம் வரும் வரை காத்திருக்க வேண்டியதில்லை. அந்தக் கணத்துக்காகக்

காத்திருக்க வேண்டாம். உங்கள் அறைக்கதவை மூடிவிட்டு நீங்கள் கோபத்தில் வெறிபிடித்தது போல் நடந்து கொண்ட பழைய அனுபவம் ஒன்றை நினைத்துப் பாருங்கள். அதை நினைவு கொள்வதோடு, மீண்டும் அதையே நடித்து விடுங்கள். அது உங்களுக்கு எளிதாயிருக்கும். மீண்டும் நடித்தல், மீண்டும் செய்தல், மீண்டும் வாழ்தல்.

உங்களை ஒருவர் இழிவு செய்ததை அதற்கான உங்கள் எதிர் வினையை நினைவுக்குக் கொண்டு வாருங்கள்.

கடந்த காலத்திலிருந்து ஒன்றை நினைவு கொள்வதில் திரும்பவும் அதைச் செய்து பார்ப்பதில் உங்களுக்கு நிறைய பலனுண்டு.

ஒவ்வொருவர் மனதிலும் வடு இருக்கிறது, ஆறாத ரணம் இருக்கிறது. நீங்கள் திரும்பச் செய்து பார்ப்பதில் சுமையற்றவராவீர்கள். நீங்கள் கடந்த காலத்துக்குச் செல்ல முடிகிறபோது, பூர்த்தியாகாதிருந்த ஒன்றைச் செய்து முடிக்கிறபோது சுமை நீங்கப் பெறுவீர்கள். உங்கள் மனம் புத்துணர்ச்சி அடையும், உங்களுக்குள்ளிருந்து குப்பைகள் வீசியெறியப்படும்.

கடந்த காலத்தில் நீங்கள் செய்ய நினைத்து தள்ளிப் போட்ட ஒன்றை நினைவு கொள்ளுங்கள். ஒருவரைத் தொலைத்துக்கட்ட விரும்பியிருப்பீர்கள். ஒருவரைக் காதலிக்க விரும்பியிருப்பீர்கள், அது இது என்று எதை யெதையோ விரும்பியிருப்பீர்கள். அவையெல்லாம் பூர்த்தி யாகாமல் நின்றிருக்கும். பூர்த்தி பெறாதவை உங்கள் மனதில் ஒரு மேகமாய் சுற்றித் திரிந்து கொண்டிருக்கும்.

'ஆசையின் உச்சத்திலும் அமைதி குலையாதிருங்கள்' குருட்ஜீவ் (Gurdjieff) இந்த உத்தியைப் பெருமளவில் பயன் படுத்தியிருக்கிறார். அவர் செயல் நிலைகளைத் தோற்று விக்க ஒரு பள்ளிக்கூடம் தேவைப்பட்டது. 'ஃபோண்டேன் லூ' என்கிற இடத்தில் ஒரு சிறிய பள்ளிக் கூடத்தை ஏற்படுத்தினார் அவர்தான் அங்கே செய்முறை குரு. சூழ்

நிலைகளை எப்படித் தோற்றுவிப்பதென்பதை அவர் நன்கறிந்திருந்தார்.

எல்லாரும் ஒரு குழுவாய் அமர்ந்திருக்கும் அறையில் நீங்கள் நுழைகிறீர்கள். அவர்கள் ஏதாவது செய்து உங்களைக் கோபமடையச் செய்வார்கள். அது தோற்று விக்கப்பட்ட ஒரு சூழ்நிலை என்று நீங்கள் கற்பனையே செய்ய முடியாத அளவுக்கு அத்தனை இயல்பாய் அதைச் செய்திருப்பார்கள். யாராவதொருவர் எதையாவது சொல்லி உங்களை இழிவு படுத்துவார், நீங்கள் அமைதி குலைவீர்கள். எல்லாருமே அந்த முயற்சியை முழுமைப் படுத்துகிற போது நீங்கள் பித்துப்பிடித்தது போலாகி விடுவீர்கள்.

திடீரென்று நீங்கள் வேகமாய் கத்த முற்படும்போது குருட்ஜீவ் உரத்த குரலில், 'நினைவிருக்கட்டும், அமைதியா யிரு' என்பார். நீங்கள் சரி செய்து கொண்டுவிடுவீர்கள். உங்கள் குடும்பம் ஒரு பள்ளிக்கூடமாக முடியும். உங்களால் ஒருவருக்கொருவர் அனுகூலமாயிருக்க முடியும். நண்பர்கள் சேர்ந்து ஒரு பள்ளிக் கூடமாக முடியும், அவர்கள் ஒருவருக்கொருவர் அனுகூலமாயிருக்க முடியும்.

உங்கள் குடும்பத்துடன் ஒன்றை நீங்கள் முடிவு செய்ய இயலும். தந்தைக்காகவோ தாய்க்காகவோ ஒரு சூழ் நிலையை உருவாக்க வேண்டுமென்று குடும்பம் தீர்மானித் தால், அப்போது ஒட்டு மொத்த குடும்பமும் அந்தச் சூழ்நிலையை உருவாக்கும் வேலையில் இறங்கிவிடும். தாய் அல்லது தந்தை வெறிபிடித்தவர் போலாகிவிடும் போது அவர்கள் சிரித்தபடி 'அமைதி குலையாதிருங்கள்' என்பார்கள். நீங்கள் ஒருவொருக்கொருவர் அவ்விதமாய் அனுகூலப்பட முடியும்.

உணர்ச்சிக் கொந்தளிப்பான ஒரு சூழ்நிலையில் (Hot Situation), உணர்ச்சிகளால் பாதிக்கப்படாத ஒரு மையத்தை (Cool Center) உங்களுக்குள் நீங்கள் காண்கிறபோது அதை உங்களால் மறக்க முடியாது. அதன் பிறகு சூடாகிற நிலைகளில் அதை நினைவு கொள்வீர்கள், அதை திரும்பப் பெறுவீர்கள்.

மேற்கில் இப்போதெல்லாம் ஒரு பிணிநீக்கும் உத்தியைப் பயன்படுத்துகிறார்கள். அது உணர்வு சார்ந்த நாடகம் (Psychodrama) எனப்படுகிறது. இது போன்ற உத்தியில் தான் அது அமைந்தது, அனுகூலமாயிருக்கிறது. இந்த 'சைக்கோ-டிராமா'வில் ஒன்றைத் திரும்பச் செய்கிறீர்கள். ஓர் ஆட்டத்தை (Game) ஆடுகிறீர்கள்.

தொடக்கத்தில் அது ஆட்டமாயிருக்கும், ஆனால் சற்று முன்பாகவோ பின்பாகவோ அதன் ஆளுகைக்குட்பட்டு விடுகிறீர்கள். உங்களுடைய மனமும், உடலும் புறத்தூண்டுதலின்றி தன்னால் இயங்கத் தொடங்கி விடுகிறது.

உணர்வு சார்ந்த நாடகத்தில் நடிக்கிற ஒருவர் கோபப்படுகிற சூழ்நிலையில் உண்மையாகவே கோபமுற்று விடுவதை நீங்கள் பார்க்கலாம். நீங்கள் நினைத்துக் கொண்டிருப்பீர்கள் அது வெறும் நடிப்பு என்று, ஆனால் அப்படியில்லை. அவர் ஆசை, அமைதிக் குலைவு, உணர்வு, மனநிலை இவற்றால் ஆட்கொள்ளப்படுகிறார். அந்நிலையில் அவருடைய நடிப்பு தத்ரூபமாய் அமைந்து விடுகிறது.

நீங்கள் நடிக்கிறீர்களா உண்மையாகவே செய்து கொண்டிருக்கிறீர்களா என்பதை உங்களுடைய உடம்பால் அறிய முடியாது. உங்கள் மனைவியிடமோ சிநேகிதியிடமோ நீங்கள் சீண்டி விளையாடத் தொடங்கும் போது அதில் பால்சார்ந்த உணர்வு இருப்பதாய் உங்களுக்குத் தோன்றாது. ஆனால் திடீரென்று அந்த விளையாட்டு உண்மையாகி விடும். பாலுணர்வுக்கு உடல் இடமளித்துவிடும்.

பாலுறவைப் பொறுத்தவரை உடம்பை ஏமாற்ற முடியும், அது உண்மையா, வெறும் தோற்றமா என்று உடம்பால் தெரிந்து கொள்ள முடியாது. நீங்கள் கற்பனை செய்வீர்கள், உடம்போ அதை உண்மையென்று எண்ணிக் கொள்ளும். அவ்விதமாகவே செயல்படவும் செய்யும்.

உணர்வு சார்ந்த நாடகம் இப்படியான முறைகளில் அமைந்ததுதான். நீங்கள் கோபமாயிருக்கவில்லை. கோபப்படுகிற மாதிரி நடிக்கிறீர்கள் அது பிறகு கோபமாகி

விடுகிறது. நாம் நடிக்கிறோம் என்பதை உணர்ந்திருப்பதால் உணர்வு சார்ந்த நாடகம் அழகாயிருக்கிறது. புறவெல்லையில் (Periphery) கோபம் உண்மையாகிறது, அதற்குச் சற்றுப் பின்னால் நீங்கள் மறைவிலிருந்து அதைக் கவனித்துக் கொண்டிருக்கிறீர்கள். இப்போது நீங்கள் அறிவீர்கள் கோபம் அங்கே இருந்தாலும் உங்கள் அமைதியை அது குலைத்துவிடவில்லை என்பதை.

ஏக காலத்தில் இயங்கும் இரண்டு விசைத்திறன்கள் (Forces) பற்றிய உணர்வு ஒரு கடந்து செல்லும் தன்மையை உங்களுக்கு வழங்கிவிடுகிறது. அதன் பிறகு உண்மையாகவே கோபமுற்ற நிலையிலும் அதை நீங்கள் உணர முடியும். இந்த உத்தியைப் பயன்படுத்திப் பாருங்கள். இது உங்களுடைய ஒட்டு மொத்த வாழ்க்கையையுமே மாற்றிவிடும்.

'அமைதி குலையாதிருப்பது எப்படியென்று
நீங்கள் அறிந்து கொண்டால், பிறகு
இந்த உலகம் உங்களுக்குத்
துன்பமளிப்பதாயிருக்காது'

உங்களுக்குள் குழப்பத்தை உண்டாக்க எதனாலும் முடியாது, எதுவும் உங்களுக்குத் தீங்கு செய்ய முடியாது. எந்தத் துன்பமும் உங்களுக்கில்லை, அதைப் புரிந்து கொண்டால் இன்னொன்றையும் நீங்கள் செய்ய முடியும். புறவெல்லையிலிருந்து உங்கள் மையத்தின் தொடர்பை விலக்கிக் கொண்டுவிட்டால் அதை நீங்கள் செய்ய முடியும். மையம் முழுமையாய் விலகிக் கொண்டுவிடுகிறபோது நீங்கள் எவ்வித பாதிப்புமின்றி ஆசைகளுடனோ, கோபத்துடனோ, ஏன் அமைதியைக் குலைக்கிற எதனுடனும் உங்களால் விளையாடிப் பார்க்க முடியும்.

இரண்டு முனைகள் (Extremes) பற்றிய உணர்வை உங்களுக்குள் தோற்றுவித்துக் கொள்ள இந்த உத்தி உதவும். அவை இரண்டு துருவ முனைகளாய் (Polar Opposites) முன்பே உங்களுக்குள் இருப்பவைதாம். அந்த எதிரெதிர்க் கொள்கைகள் கொண்ட நிலையை நீங்கள் உணர முடிகிற

போது, முதல் முறையாய் நீங்களே உங்களுடைய எஜமானாகி விடுகிறீர்கள். இல்லையேல் மற்றவர்கள் உங்களுக்கு எஜமானனாகியிருப்பார்கள். நீங்கள் வெறும் அடிமையாய் இருந்திருப்பீர்கள். உங்கள் மனைவி அறிவாள், மகன் அறிவான், உங்கள் தந்தையும் நண்பர்களும் அறிவார்கள் உங்களை ஒரு செயலுக்குத் தூண்ட முடியும், செயல்படாமல் தடுக்கவும் முடியும் என்று.

'யாரோ ஒருவர் உங்களை மகிழ்ச்சியாகவோ
மகிழ்ச்சியற்றவராகவோ செய்ய முடியுமென்றால்
நீங்கள் எப்படி எஜமானராயிருக்க முடியும்.
வெறும் அடிமையாகத்தான் இருப்பீர்கள்'

மற்றவர்களின் பிடியில் நீங்கள் சிக்கிக் கொண்டு விட்டால், அவர்கள் தங்களுடைய சிறிய அசைவிலும் உங்களை மகிழ்ச்சியற்றவராக்கிவிட முடியும், அல்லது இலேசாய் புன்னகைத்து உங்களை மகிழ்ச்சிடையச் செய்ய முடியும். ஆக, யாரோ ஒருவருடைய தயவில் நீங்கள் இருக்கும் படியாகும்.

உங்கள் மையத்தில் நிலைப்படுங்கள், அது உங்களை எஜமானாக்கும். இல்லையேல் நீங்கள் ஓர் அடிமையாய், பலருக்கும் அடிமையாயிருக்க நேரிடும், இப்பிரபஞ்சத்தில் ஒவ்வொன்றும் எஜமானாகி விடும் போது நீங்கள் பிரபஞ்ச முழுதுக்கும் அடிமையாகும்படி இருக்கும். ஆளுக்கொரு பக்கமாய் உங்களை இழுக்க நீங்கள் அலைப்புறுவீர்கள். தாங்கொணாத வேதனை தான் மிஞ்சும். தானே தனக்கு எஜமானாகி விட்டால் வேதனையைக் கடக்க முடியும்.

'நான்' என்பதை உணருங்கள்
(FEEL I AM)

சிவா கூறுவார்: "விழிகளில் தாமரை பூத்தவளே, தொடுதற்கினியவளே, நீ விழிப்புணர்வோடு பாடவும், காணவும், சுவைக்கவும் செய்கிறபோது நித்தியமானதைக் கண்டு கொள்வாய்" என்று.

தியானம்

நீங்கள் எதைச் செய்தாலும் அதை உணர்வோடு செய்யுங்கள். உங்களுக்குள் இருக்கும் எண்ணப் போக்கை, சக்தியை, உயிர்த் துடிப்பை, முழுமையைக் கண்டு கொள்ளுங்கள் என்கிறது இந்த உத்தி. ஆனால் நாம் அத்தகைய விழிப்புணர்வு கொண்டவர்களாயில்லை. குருட்ஜீவ் (Gurdjieff) இந்த சூத்திரத்தின் அடிப்படையில் தான் தன்னுடைய தியானத்தை முறைப்படுத்திக் கொண்டார். அது ரொம்ப கடினமானது. வெளிப் பார்வைக்கு வேண்டுமானால் எளிதாய் தெரியலாம். நீங்கள் தொடர்ந்து மறக்கவே செய்வீர்கள் மூன்று நான்கு நொடிகள்கூட உங்களால் நினைவு கொள்ள முடியாது.

நாம் நினைவோடுதான் இருக்கிறோம் என்ற உணர்வு இருக்கும் ஆனால் திடீரென்று உங்கள் சிந்தனை திசைமாறி விடும். தன்னினைவு (Self-remembering) கொண்டிருக்கும் நிலையில் வேறு சிந்தனை இருக்க முடியாது. நீங்கள் முழுக்கவும் வெறுமை(Empty)யாயிருக்க வேண்டும். தன் னினைவு மனதின் செயலல்ல. அது — 'ஆம், நான் இருக் கிறேன்' என்று சொல்வதாகாது. 'ஆம், நான் இருக்கிறேன்' என்கிற போதே உங்கள் தன்னினைவை நீங்கள் தவறவிட்டு விடுவீர்கள்.

நான் இருக்கிறேன் என்பதை உணருங்கள், ஆனால், வார்த்தையால் அல்ல. வார்த்தை வேண்டாம். உணர்ந்தால் போதும். எண்ணமிடாதீர்கள். முயற்சி செய்யுங்கள், கடின மாகத்தான் இருக்கும், ஆனாலும் முயற்சி செய்யுங்கள்.

நடக்கிறபோது நீங்கள் இருப்பதை உணருங்கள், உங்கள் இருப்பை உணருங்கள். வேறோர் எண்ணமோ, கருத்தோ வேண்டாம்.

நான் உங்கள் தலைமீது கைவைப்பதை, உங்கள் கையைத்தொடுவதை உணருங்கள். அதை வார்த்தையில் தெரிவிக்க வேண்டாம். தொடுகையை உணர்ந்தால் போதும். அத்துடன் தொடுகிற வரையும் உணருங்கள். இந்த

இரண்டுமே உங்கள் உணர்வில் இருக்கும். அப்போது உங்கள் பிரக்ஞையின் கூர்மை இருமடங்காகிறது.

> 'மரங்களடர்ந்த சாலையில் நடக்கிறீர்கள்
> மரங்களோடு மென்காற்றும் சூரியனும்
> உங்களைச் சுற்றியிருக்கும் உலகமிது
> அதைப்பற்றிய உணர்வோடிருங்கள்'

ஒரு கணம் நில்லுங்கள், திடீரென்று உங்கள் இருப்பை உணருங்கள். வார்த்தைகள் வேண்டாம், உணர்ந்தால் போதும்.

கண நேரக் கண்ணோட்டந்தான். ஆனாலும், அது எல்.எஸ்.டி.யைவிட இன்ப உணர்வைத் தருவது, அது கண நேரக் கண்ணோட்டம் என்றாலும் உண்மையானது. ஒரு கணம் உங்கள் இருப்புணர்வு மையத்துக்கு நீங்கள் வீசியெறியப்படுகிறீர்கள்.

நீங்கள் உலக சிந்தனை கடந்தவராகிறீர்கள். உங்கள் இருப்பை, இந்த வாழ்க்கை இயற்கையின் நியதிகளுக்குட் பட்டது என்பதை அறிவீர்கள். அதனை அறிவதற்கு ஒரு பிரத்யேக இடமோ, காலமோ வேண்டாம். எனக்கு அதைச் செய்ய நேரமில்லை என்று நீங்கள் சொல்ல முடியாது. உண்ணும்போதோ, குளிக்கும் போதோ எங்காவது செல்லும் போதோ இருக்கிற இடத்திலேயே இருக்கும் போதோ அதை நீங்கள் செய்ய முடியும். நீங்கள் எதைச் செய்து கொண்டிருந்தாலும் தன்னினைவு கொண்டிருப்பது உங்களால் முடிகிறதுதான். உங்கள் கணநேர இருப்புணர்வைத் தொடரப் பாருங்கள்.

ஒரு கணத்துக்கும் இன்னொரு கணத்துக்கும் இடையில் உங்கள் இருப்புணர்வுக்குத் தடையாய் ஏதோவோர் எண்ணம் குறுக்கிடும், ஏதோவொரு சிந்தனை குறுக்கிடும். அந்தச் சிந்தனையில் நீங்கள் சிக்கிக் கொள்வீர்கள். இதில் வருத்தப்படவோ, விரக்தி கொள்ளவோ ஏதுமில்லை. பிறவிகள் பலவாய் நாம் அந்தச் சிந்தனையோடு தொடர்

புடையவர்களாகவே இருக்கிறோம். இது யந்திரத்தனமானது ஒரு ரோபோ மாதிரி (Robot like). உடனடியாகவும், தன்னிச்சையாகவும் நாம் சிந்திக்கிற நிலைக்குத் தள்ளப் படுகிறோம்.

ஒரு கணமே யென்றாலும் அந்தக் கணநேரக் காட்சி போதும் தொடக்கத்திற்கு. ஏன் அதை இரண்டு கணத்துக்கு நீங்கள் பெற முடியாது? எப்போதும் ஒரு கணந்தான் உங்களிடம் இருப்பது, அதில் தான் நீங்கள் இருக்கிறீர்கள்.

முயற்சி தேவை, தொடர் முயற்சி.

நான் யார்?
(WHO AM I)

குருட்ஜீவ் தன்னினைவு குறித்து ஒருவிதத்தில் முயன்றார் என்றால் ரமணர் இன்னொரு விதத்தில் முயன்றிருக்கிறார். 'நான்யார்?' என்கிற விசாரணையை அவர் தியானமாக்கினார். மனம் தரும் எந்தப் பதிலிலும் அவர் திருப்தியடையவில்லை. மனம் சொல்லும், 'என்ன நீ அபத்தமாய் கேட்பது? நீயே அதுவாயிருக்கிறாய், இது வாயிருக்கிறாய். ஆணாயிருக்கிறாய், பெண்ணாயிருக்கிறாய். படித்தவனாகவும் படிக்காதவனாகவும், பணக்காரனாகவும் ஏழையாகவும் இருக்கிறாய். மனம் விடையளிக்கும் அதே சமயம் வினாக்கள்ளையும் எழுப்பிக் கொண்டேயிருக்கும். எந்த விடையையும் ஏற்காதீர்கள், மனம் தருகிற எல்லா விடைகளுமே தவறானவைதாம்.

அவை உங்கள் மனதின் உண்மையற்ற பகுதியில் இருந்து வருகிறவை. அவை வார்த்தையில் இருந்து வரு கிறவை. அவை திருமறைகளிலிருந்து சமூதாயத்திலிருந்து கட்டுப்பாடு செய்யும் விதத்தில் வருகிறவை.

நான் யார்? இந்தக் கேள்விக்கணை உங்கள் அடி யாழத்துக்குப் பாயவிடுங்கள். விடைகிடைக்காத கண மொன்று இருக்கவே செய்யும்.

அதுவே சரியான தருணம். விடையேதுமில்லாத கணத்தில் தான் நீங்கள் விடைக்கு வெகு சமீபமாய் இருப்பீர்கள். காரணம், மனம் அப்போது அமைதியில் இருக்கும், அல்லது, மனதிலிருந்து வெகு தொலைவுக்குச் சென்றிருப்பீர்கள். விடையேதுமில்லாத போது, உங்களைச் சுற்றி ஒரு வெற்றிடம் உருவாகியிருக்கிற போது உங்கள் கேள்வியே அபத்தமாகிவிடும். யாரிடம் நீங்கள் கேட்கிறீர்கள்? உங்களுக்கு விடையளிக்கும் நிலையில் இருப்பது யார்? திடீரென்று நீங்கள் கேட்பது நின்றுவிடும். கேட்டலுடன் உங்கள் மனதும் மறைந்துவிடும். காரணம் இந்தக் கேள்வியைக் கேட்டதே அந்த மனந்தான். அந்த கேள்விகளுக்கு விடையளித்ததும் அதே மனந்தான். இரண்டுமே மறைந்தன, இருப்பது நீங்கள் மட்டுந்தான்.

இதனை முயன்று பாருங்கள். அதற்கான சாத்தியங்கள் இருக்கின்றன. நீங்கள் விடாது முயன்றால் இந்த உத்தி ஓர் உண்மைக் காட்சியை உங்களுக்கு வழங்கும். அது நிலை பேறுடையதாயிருக்கும்.

இருப்புணர்வின் மையத்தில்
(TO THE VERY CENTER OF BEING)

சிவா கூறுவார்: "அறிதலின் மூலம் ஒவ்வொன்றும் கண்டுணரப்படுகிறது. அறிதலின் மூலம் உங்கள் சுயம் ஒரு வெற்றிடத்தில் ஒளிர்கிறது. ஒன்று அறிவதாய், மற்றொன்று அறியப்படுவதாய் இருப்பதைக் கண்டுணருங்கள்" என்று.

ஒன்றை நீங்கள் அறியும்போது அது அறிதலின் மூலமே அறியப்படுகிறது. அந்தப் பொருள் உங்களுடைய அறியும் திறனால்தான் மனதை வந்தடைந்தது.

ஒரு பூவைப் பார்க்கிறீர்கள், அது ரோஜா என்பதை அறிகிறீர்கள். ரோஜா வெளியே இருக்கிறது, நீங்கள் உள்ளே இருக்கிறீர்கள். உங்களிலிருந்து ஏதோ ஒன்று ரோஜாவை வந்தடைகிறது. உங்களிலிருந்து ஏதோ ஒன்று ரோஜாவின்

மீது செலுத்தப்படுகிறது. அது சக்தியாயிருக்கும். அது ரோஜாவை வந்தடைந்து அதன் வடிவத்தை, வண்ணத்தை, வாசத்தை எடுத்துக் கொண்டு உங்களிடமே திரும்பி வரும், 'இது ஒரு ரோஜா' என்கிற தகவலைத் தெரிவிக்கும்.

எல்லா அறிவும் — நீங்கள் அறிகிற எதுவும் இந்த அறியும் திறனால்தான் வெளிப்படுத்தப்படுகின்றன. அறிதல் ஒரு திறன். அறிவு இந்தத் திறனால் சேகரிக்கப்படுகிறது.

ஒரு ரோஜாவைப் பற்றி நீங்கள் அறிகிற போது அறிகிற வரை மறந்தால் உங்கள் அறிவு பாதியாகத்தான் இருக்கும். ஆக ஒரு ரோஜாவைப் பற்றி அறிவதில் மூன்று அம்சங்கள் இருக்கின்றன. ஒன்று அறியப்படுவது (Known) ரோஜா, மற்றொன்று அறிபவர்(Knower)—நீங்கள், அந்த இரண்டுக்கும் இடையிலாத தொடர்பு—அறிவு (Knowledge). ஆக அறிவென்பது மூன்று பகுதிகளைக் கொண்டிருக்கிறது அறிபவர். அறியப்படுவது, அறிதல் என்பதாய்.

அறிதல் என்பது இரண்டு முனைகளை இணைக்கிற பாலம் மாதிரி — பொருளுக்கும், அறிபவருக்கும் இடையில் உள்ளது. சாதாரணமாய் உங்கள் அறிவு அறியப்படுவதை மட்டுமே வெளிப்படுத்தி நிற்கும். அறிபவர் வெளிப்படுத்தப் படுவதில்லை. உங்கள் அறிவு ஒருமுனை கொண்டதாயிருக்கிறது. அது ரோஜாவைச் சுட்டிக் காட்டுகிறதேயன்றி உங்களைச் சுட்டிக்காட்டவில்லை. அது உங்களைச் சுட்டிக் காட்டினால்தான் உங்களை நீங்கள் அறிய மூடியும், இல்லையோ உலகத்தைப் பற்றிய அறிவு மட்டுமே உங்களிடம் இருக்கும்.

தியான உத்திகளனைத்தும் அறிபவனை வெளிப்படுத்துவதற்காக ஏற்பட்டவையே.

குருட்ஜீவ் இது போன்ற ஓர் உத்தியையே பயன் படுத்தினார். அதனை அவர் 'தன்னை நினைவுபடுத்திக் கொள்ளுதல்' (Self-remembering) என்று அழைத்தார். "எந்த ஒன்றை அறிவதாயினும் அறிபவரையும் நினைவில் கொள்ளுங்கள்" என்பார் அவர்.

இப்போது நான் சொல்வதை நீங்கள் கேட்டுக் கொண்டிருக்கிறீர்கள். இரண்டு வழியில் நீங்கள் கேட்க முடியும். ஒன்று — உங்கள் மனதை என்னிடம் ஒரு முகப் படுத்துவது — அப்போது கேட்பவரை மறந்து விடுகிறீர்கள். சொல்கிறவர் அறியப்படுகிறார், கேட்பவர் மறக்கப்படுகிறார்.

குருட்ஜீவ் சொல்வது பேசுகிறவரோடு கேட்பவரையும் அறிந்து கொண்டிருங்கள் என்பதைத்தான். உங்கள் அறிவு இரண்டு முனைகளைக் கொண்டதாய் அறிபவரையும், அறியப்படுவதையும் சுட்டிக் காட்டுவதாயிருக்க வேண்டும். அது பொருளிருக்கும் திக்கில் மட்டுமே செல்வதாயிருக்கக் கூடாது. ஏககாலத்தில் அறிபவரையும், அறியப்படுகிற வரையும் நோக்கிச் செல்ல வேண்டும். இதைத்தான் அவர் 'தன்னை நினைவுபடுத்திக் கொள்ளுதல்' என்றது.

புத்தர் இதனை 'சம்யாக் ஸ்மிருதி' — சரியான சிந்தனையோடு இருப்பது என்பார். நீங்கள் ஒரு பக்கத்தை மட்டுமே அறிந்து கொண்டிருக்கும் போது உங்கள் மனம் சரியான சிந்தனை கொண்டதாகாது. அது இருபக்கத்தையும் அறிந்து கொண்டிருக்க வேண்டும். அப்போது ஓர் அற்புதம் நிகழ்கிறது— நீங்கள் அறியப்படுவதையும், அறிபவரையும் பற்றிய உணர்வோடிருந்தால் திடுதிப்பென்று ஒரு மூன்றாவது நிலையை அடைவீர்கள். அது இரண்டும் அற்ற நிலை. நீங்கள் சாட்சி பாவத்துக்குச் சென்று விடுகிறீர்கள். உங்கள் மனம் அறிபவராயும், உலகம் அறியப்படுவதாயும் இருக்கிற போது மூன்றாவது முனையில் பிரக்ஞை சாட்சி பாவம் கொண்டு விடுகிறது.

மூன்றாவது முனை் கடக்கக் கூடியதல்ல.

> 'எது கடக்க முடியாததோ
>
> அது இறுதியானது
> அதுவே முடிவான குறிக்கோள்'

கடக்கக் கூடியதெல்லாம் தகுதியற்றதாகி விடுகின்றன.

தியானம்

ஒரு ரோஜாப் பூவின் அருகே நீங்கள் அமர்ந்திருக்கிறீர்கள். முதலில் செய்ய வேண்டியது முழுமையான கவனத்தோடு இருப்பதுதான், ரோஜாவின் மீது முழுக் கவனத்தையும் வைப்பது. அப்போதுதான் ஒட்டுமொத்த உலகமும் மறைந்து ரோஜா மட்டுமே உங்கள் கண்ணுக்குத் தெரியும்.

ரோஜாவின் இருப்பில் உங்களுடைய பிரக்ஞை முழுதாய் படிந்திருக்கும். எத்தனைக்கு ரோஜா கவனத்தைக் கவர்கிறதோ அத்தனைக்கு உலகம் பின்னுக்குத் தள்ளப்படும்.

'ரோஜா மட்டுமே தெரிகிறபோது
உங்கள் கண்ணிலிருந்து
உலகம் மறைகிறபோது
ரோஜாவே உலகமாகிவிடுகிறது'

ரோஜாவின் மீது கவனத்தை ஒரு முனைப்படுத்துவதில் இது முதல் நடவடிக்கை. உங்களால் ரோஜாமீது ஒரு முனைப்பட முடியவில்லை என்றால் நீங்கள் அறிபவர் பகுதிக்குச் செல்வது கடினம். காரணம், அப்போது உங்கள் மனம் வேறுவழியில் திரும்பியிருக்கும். ஆக, ஒருமுனைப் படுவதே தியானத்தில் முதல் நடவடிக்கையாகும்.

உலகம் மறைந்து ரோஜா மட்டுமே தெரிகிறபோது நீங்கள் உள்நோக்கிச் செல்கிறீர்கள். ரோஜாவிலிருந்து நீங்கள் செல்லத் தொடங்குகிறீர்கள். அறிபவராகிய உங்களைப் பற்றிய உணர்வோடு தொடங்குங்கள்.

தொடக்கத்தில் நீங்கள் தவறவிடுவீர்கள். அறிபவர் நிலைக்கு நீங்கள் மாறும்போது ரோஜா உங்கள் பிரக்ஞை யிலிருந்து நழுவிவிடும். அது மங்கித் தொலைவுக்குச் சென்றுவிடும். திரும்பவும் நீங்கள் ரோஜாவுக்கு வருகிறீர்கள், உங்கள் சுயத்தை மறக்கிறீர்கள். அந்தக் கண்ணாமூச்சி விளையாட்டு தொடரும். தொடர்ந்து முயற்சி செய்தால் திடீரென்று இரண்டுக்கும் இடையில் இரண்டையும்

நோக்கியவாறு இருப்பீர்கள். இந்த நடுமுனையே சமன் செய்கிற சாட்சி பாவம்.

அதை அறிந்ததும் நீங்கள் இரண்டுமாகி விடுகிறீர்கள். அறிகிற மனமும், அறியப்படுகிற பொருளும் உங்களுடைய இரண்டு இறகுகளாகின்றன. அவை உங்களுடைய விரிவு களாகும். உலகமும், தெய்வத்தன்மையும் உங்களுடைய விரிவுகள். இருப்புணர்வின் மையத்தில் இருக்கிறீர்கள், அந்த மையமே சாட்சிபாவம்.

உள்ளே கவனம் வைத்தல்
(LOOKING WITHIN)

இந்த உத்திகள் உள்ளே கவனம் வைத்தல் தொடர் பானவை. இவற்றுள் நுழைவதற்கு முன் கண்களைப் பற்றித் தெரிந்து கொண்டிருக்க வேண்டும், காரணம் இந்த உத்திகள் அவற்றையே சார்ந்திருக்கின்றன. அவை உடம் புடன் மிகக் குறைவாகத் தொடர்புடையவை. ஒரே சமயத்தில் உடல் சார்ந்ததாயும் உடல் சாராததாயும் இருக் கின்றன.

உங்கள் உடம்பும் நீங்களும் சந்திக்கும் முனையாய் உங்களுடைய கண்கள் இருக்கின்றன. உடம்பின் வேறெந்தப் பகுதியிலும் தொடர்பு அத்தனை ஆழமாயிருப்பதில்லை.

உங்கள் உடலும் நீங்களும் மிகவும் வேறாயிருக் கிறீர்கள். உங்களுக்கிடையில் இருக்கும் தூரம் அதிகம். ஆனால் கண்களின் முனைப்பகுதியில் நீங்கள் உடலுக்குச் சமீபமாயும், உடல் உங்களுக்குச் சமீபமாயும் இருக்கிறீர்கள். அதனால்தான் அகமுகப் பயணத்தில் (Inner Journey) கண்கள் பயன்படுத்தப்படுகின்றன. கைகளில் இருந்தோ, இதயத்தில் இருந்தோ உடம்பின் வேறெந்தப் பகுதியில் இருந்தோ அது சாத்தியம் அல்ல. வேறு எங்கிருந்தென்றா லும் உங்கள் பயணம் நெடியதாகவே இருக்கும், தொலைவு அதிகம். ஆனால், கண்களில் இருந்து உங்களுக்குள் நுழைய ஓரடி எடுத்து வைத்தால் போதும்.

தியானம்

கண்கள் திரவம்போல் இடையறாது அசைந்து கொண்டே இருக்கும். அந்த அசைவில் ஓர் ஒழுங்கு, லயம் (Rhythm), நுட்பம் இருக்கும். உங்கள் கண்கள் குறிப்பான நோக்கம் ஏதுமற்றதாய், கட்டுப்பாடற்றதாய் அலைவதில்லை. அவற்றில் ஒரு லயம் இருக்கும், அது பலவற்றை வெளிக்காட்டும்.

உங்கள் மனதில் பால்சார்ந்த (Sexual) எண்ணம் இருந்தால் கண்களின் அசைவு வித்தியாசமாயிருக்கும். உங்களுடைய கண்களையும், அவற்றின் அசைவுகளையும் கொண்டே உங்களுக்குள் எந்த மாதிரி எண்ணம் ஓடுகிறது என்பதைச் சொல்லிவிடலாம். நீங்கள் பசியாய் உணரும் போது உங்களுக்குள் உணவு பற்றிய எண்ணம் இருக்கும், உங்களுடைய கண்களின் அசைவும் மாறுபட்டதாயிருக்கும்.

ஆக, கண்ணசைவும் எண்ணமிடுதலும் ஒன்றோ டொன்று இணைந்திருப்பதை நினைவு கொள்ளுங்கள். அதனால்தான் உங்கள் கண்கள் அசையாமல் நிலைத்து நின்றுவிடுகிறபோது உங்களுடைய சிந்தனையும் நின்று விடுகிறது. அல்லது இப்படிச் சொல்லலாம், உங்கள் சிந்தனையோட்டம் நின்று விடுகிறபோது கண்களும் தானாகவே அசைவதை நிறுத்திக் கொள்ளும் என்று. இன் னொரு விஷயம், கண்கள் ஒரு பொருளிலிருந்து இன் னொன்றுக்காய் தொடர்ந்து தாவிக்கொண்டேயிருக்கும். தாவுவது அதன் இயல்பு. ஓடுகின்ற ஆற்றைப் போலவே அது அசைந்து கொண்டிருக்கும்.

'அசைவில் இருக்கிறது உயிர்த்துடிப்பு
அசைவில் இருக்கிறது வாழ்க்கை'

ஒரு குறிப்பிட்ட முனைப்பகுதியில், குறிப்பிட்ட பொருளில் உங்கள் பார்வையை நீங்கள் நிறுத்த முயற்சிக் கலாம். ஆனால், அசைவது கண்களின் இயல்பு.

ஒரு குறிப்பிட்ட பகுதியில் — சுவரில் உள்ள ஒரு புள்ளி என்று வைத்துக் கொள்ளுங்களேன், உங்கள்

கண்களை நீங்கள் நிறுத்த முடியும். அந்தப் புள்ளியையே நீங்கள் ஊன்றிய பார்வையாய் பார்த்துக் கொண்டிருப்பீர்கள். ஆனாலும் அசைவுகள் இருக்கும், அசைவது இயல்பு. ஒன்றிலிருந்து இன்னொன்றுக்குத் தாவ நீங்கள் இடமளிக்காதபோது அது வெளியிலிருந்து உள்ளே திரும்பும். அவற்றுக்கு மாற்றம் அவசியம்.

ஒன்றிலிருந்து இன்னொன்றுக்குத் தாவுவது வெளிப்படையான அசைவு, இயல்பாய் நிகழ்வது. மற்றொரு சாத்தியம் இருக்கிறது. அது தந்த்ரா — யோகாவினுடையது. அப்போது கண்கள் புறப்பொருளிலிருந்து உள்ளார்ந்த பிரக்ஞை(Consciousness)க்குச் செல்லும். இவற்றை உங்களால் நினைவு கொள்ள முடிகிறபோது இந்த உத்திகளைப் புரிந்து கொள்வது எளிதாயிருக்கும்.

உள்ளே நோக்குதல்
(SEEING WITHIN)

சிவா கூறுவார்: "கண்களை மூடியவாறு, உங்கள் இருப்புணர்வை ஆழ்ந்து நோக்குங்கள், உங்களுடைய உண்மையான இயல்பைக் கண்டு கொள்வீர்கள்."

'கண்களை மூடி' — என்றால் கண்களை மூடிக் கொண்டு விடுவதுதான். ஆனால் இந்த 'மூடுதல்' மட்டும் போதாது. கண்களை மூடுவதோடு அதன் அசைவுகளையும் நிறுத்திக் கொண்டால்தான் முழுமையாய் மூடிக் கொண்டதாகும். இல்லையேல் அவை மூடிய நிலையிலும் பார்த்துக் கொண்டுதானிருக்கும். பொருளின் வடிவத்தைப் பார்க்கும், அது தொடர்பாய் எண்ணமிடும்.

உண்மையான பொருள்கள் அங்கேயிருப்பதில்லை. ஆனால் வடிவங்கள், எண்ணங்கள், ஞாபகங்கள் இருக்கவே செய்யும். ஆக உங்கள் கண்கள் முழுமையாய் மூடியிருப்பதாகாது. முழுமையாய் மூடியது என்றால் எதையுமே காணாமல் இருப்பது. இந்த வேறுபாட்டைப் புரிந்து கொள்ளுங்கள். உங்கள் கண்களை மூடிக்கொள்வது சுலபம்.

இரவில் உங்கள் கண்களை மூடிக்கொண்டு விடுகிறீர்கள், ஆனால் உங்களுடைய உள்ளார்ந்த சுபாவத்தை அது வெளிப்படுத்திவிடாது. கண்களை மூடிக் கொண்டால் புறப்பொருள் (வெளியில் இருப்பது) மட்டுமல்ல, புறப் பொருள் பற்றிய வடிவமும் எண்ணமும் கூட பார்வையில் படக்கூடாது.

திடீரென்று பார்வையற்றது போல் உங்கள் கண்கள் வெறும் இருட்டைச் சந்திக்க வேண்டும். உண்மை நிலைக்கு மட்டுமல்ல, கனவு நிலைக்கும் அது பார்வையற்றதாகிவிட வேண்டும்.

நீங்கள் அதைப் பழகலாம். ஆனால் அதற்கு தேவைப் படுகிற அவகாசம் நீண்டதாயிருக்கும். அதைத் திடீரென்று செய்ய முடியாது, பயிற்சி தேவைப்படும் நீண்ட நாளைக்கு.

உங்கள் கண்களை மூடிக் கொள்ளுங்கள். அதை எப்போது வேண்டுமானாலும் செய்ய முடியும். அது எளிதான காரியந்தான். உங்கள் கண்களை மூடிக் கொள் வதோடு உள்ளார்ந்த விதத்தில் கண்களின் அசைவு களனைத்தையும் நிறுத்திவிடுங்கள். எந்தவோர் அசை வுக்கும் இடமளிக்காதீர்கள். அவை திடீரென்று பாறையாகி விட்டதுபோல் உணருங்கள், அவை (கண்கள்) பாறையாகி விட்ட நிலையிலேயே இருங்கள். திடீரென்று ஏதோவொரு நாள் உங்கள் பார்வை உள்நோக்கித் திரும்பியிருப்பதை உணர்வீர்கள்.

நீங்கள் உடம்பின் புறத்தோற்றத்தை மட்டுமே பார்க் கிறீர்கள். உங்கள் உடம்பைக் கண்ணாடியிலோ, கைகளை வெளியில் இருந்தோ பார்த்திருப்பீர்கள். உடம்பின் உள்ளே எப்படியிருக்கும் என்று அறிய மாட்டீர்கள். உங்கள் சுயத்தில் நீங்கள் ஒரு போதும் பிரவேசித்ததில்லை.

கண்களை மூடிக்கொண்டு உள்ளிருப்பதை முழுமை யாய் பாருங்கள். உள்ளிருக்கும் உறுப்புகளை ஒவ்வொன் றாய் பாருங்கள். முதலில், பாத விரல்களுக்குப் போங்கள்,

முழு உடம்பையும் மறந்து விட்டு, அங்கே தங்கிக் கவனியுங்கள். கால்களின் வழியே ஒவ்வோர் உறுப்பாய் மேலே செல்லுங்கள். அப்போது பல நிகழ்வுகள் இருக்கும்.

பிறகு, உங்கள் உடம்பு உணர்வுமிக்கதொரு வாகனமாகும், அதை உங்களால் கற்பனை செய்யவும் இயலாது. பிறகு, நீங்கள் யாரையேனும் தொட்டால் உங்கள் கையினூடே அவரிடம் செல்வீர்கள், அந்தத் தொடுகை அவருள் ஒரு நிலைமாற்றத்தை உண்டு பண்ணும்.

'ஓர் ஆசானின் தொடுகைக்கும்
குருவின் தொடுகைக்கும் வித்தியாசம் இருக்கிறது'

உங்கள் உடம்பின் எந்தவொரு பகுதியில் நீங்கள் கவனத்தை ஒரு முனைப்படுத்தினாலும் அந்தப் பகுதி உயிரோட்டமுடையதாகிவிடும்.

பிறகு, உங்கள் கண்களின் பக்கம் முழுமையாய் திரும்புங்கள், அடுத்தவருடைய கண்களை உற்றுப்பாருங்கள். நீங்கள் அவருக்குள் நுழைந்து அவருடைய அடியாழத்துக்குச் செல்வீர்கள்.

கண்களை மூடுங்கள், உங்கள் உள்ளிருப்பை முழுமையாய் கவனியுங்ககள். முதலில் உங்கள் உள்மையத்திலிருந்து உடம்பைக் கவனியுங்கள். உங்கள் உடம்பிலிருந்து வேறாகி விடுவீர்கள். காரணம்? காண்பவர் ஒருபோதும் காணப்படுவதாய் இருப்பதில்லை. பொருளைக் காண்பவர் பொருளிலிருந்து வேறுபட்டவர்.

உள்ளிருந்து உங்கள் உடம்பை நீங்கள் முழுமையாய் பார்க்க முடிகிறபோது 'நீங்கள் தான் உடம்பு' என்கிற மாயையில் விழ மாட்டீர்கள். அப்போது நீங்கள் வேறாய் முற்றிலும் வேறானவராய் இருப்பீர்கள். இதுதான் முதல் பகுதி. உங்களால் தடையின்றி செல்ல முடியும். உங்கள் மனதின் அடியாழத்துக்குச் செல்ல முடியும். அதுவே மனதுக்குள்அமைந்த குகை.

அந்த மனக்குகையில் நுழைந்து விட்டால் நீங்கள் மனதிலிருந்தும் விலகிவிடுகிறீர்கள். அப்போது மனதையும் வேறொரு பொருளாய்க் காண்பீர்கள், அதனுள் நுழைவதும் வித்தியாசமாய் தெரியும். மனதில் நுழைவதை 'உங்கள் இருப்புணர்வை முழுமையாய் காண்பது' எனலாம்.

'உடலையும் மனதையும் உள்நுழைந்து,
உள்ளிருந்து நோக்க வேண்டும்'

அப்போது ஒரு சாட்சியாக மட்டுமே நீங்கள் இருப்பீர்கள், அந்த சாட்சிக்குள் உங்களால் நுழைய முடியாது. அதனால்தான் அது உங்களுடைய உள்ளார்ந்த மையப் பகுதி (Core)யாய் இருக்கிறது. அதுவே நீங்கள், உங்களுடைய சுயம்.

நீங்கள் எதில் நுழைய முடிகிறதோ, எது காணக் கூடியதோ அது நீங்களல்ல. எதனுள் நீங்கள் புகமுடியாதோ, எதனுள் அசைய முடியாதோ, எதை உங்களால் காண முடியாதோ அதுவே உங்களுடைய உண்மையான சுயம். சாட்சிபாவத்தை ஒரு சாட்சியாய் நின்று நீங்கள் பார்க்க முடியாது, அது அபத்தமாகி விடும். சாட்சிபாவத்தில் பார்ப்பவன், பார்க்கப்படுவது என்று தனித்தனியே கிடையாது.

எதை உங்களால் பார்க்க முடிகிறதோ அது நீங்களல்ல.

முழுமையாய் கவனித்தல்
(LOOKING AS A WHOLE)

"ஒரு கிண்ணத்தைப் பார்க்கும்போது அதன் பக்கங்களையோ மூலப்பொருளையோ பார்க்காதீர்கள். சில கணங்களில் முழுமையான உணர்வை அடைவீர்கள்" என்பார் சிவா.

கிண்ணமென்று எந்தப் பொருளை வேண்டுமானாலும் கவனியுங்கள். ஆனால் வித்தியாசமான தன்மையுடன் கவனியுங்கள்.

இரண்டு நிபந்தனைகள்: பக்கங்களில் பார்க்காதீர்கள், முழுமையாய் பாருங்கள். சாதாரணமாய் ஒரு பொருளை பகுதிகளாய் பார்ப்போம். அப்படிப் பார்ப்பதில் பிரக்ஞை (Conscious) இருக்காது.

உங்களை நான் பார்த்தால் முதலில் உங்களுடைய முகத்தைப் பார்ப்பேன், பிறகு, உங்களுடைய உடம்பின் முண்டப்பகுதியை(Torso)ப் பார்ப்பேன். அதன் பிறகு உங்கள் முழு உடம்பையும் பார்க்கிறேன். ஒரு பொருளை முழுமையாய் பாருங்கள், பகுதிகளாய் பார்க்காதீர்கள். ஏன் தெரியுமா? பகுதிகளாய் பிரித்துப் பார்க்கிற போது கண்கள் ஒரு பகுதியிலிருந்து இன்னொரு பகுதிக்குச் செல்ல வாய்ப்பிருக்கிறது. பொருளை முழுமையாய் பாருங்கள், அது உங்களால் முடிகிறதுதான்.

முயன்று பாருங்கள். முதலில் பொருளைத் துண்டு துண்டாய் பாருங்கள். திடுதிப்பென்று முழுமையாய் பார்க்க முயலவும். ஒரு பொருளை முழுமையாய் பார்க்கிற போது கண்கள் அலையத் தேவையில்லை.

இரண்டாவதாக, பொருளின் மூலப்பொருள் என்ன வென்று பார்க்கவேண்டாம். கிண்ணம் மரத்தால் இருப்ப தாய் வைத்துக் கொள்வோம், மரத்தைப் பார்க்கவேண்டாம். கிண்ணத்தின் வடிவத்தைப் பாருங்கள்.

அது தங்கத்தாலோ வெள்ளியாலோ செய்யப் பட்டிருக்கலாம். மூலப்பொருளை விடுங்கள், வடிவத்துக்கு முக்கியத்துவம் கொடுங்கள்.

முதலாவதாய் — பொருளை முழுமையாய் பார்ப்பது இரண்டாவது வடிவத்தை மட்டுமே பார்ப்பது, பொருளை யல்ல. ஏன்? பொருள் உடல் சார்ந்தது, வடிவம் ஆன்மா சார்ந்தது. நீங்கள் தூலப் பொருளிலிருந்து தூலமல்லாத ஒன்றை நோக்கிச் செல்லுங்கள். அது பயன் தருவதா யிருக்கும்.

முயன்று பாருங்கள், யாருடனும் நீங்கள் அதை முயன்று பார்க்க முடியும். யாரோ ஓர் ஆண் அல்லது பெண் நிற்கிறார். அந்த ஆணை அல்லது பெண்ணை முழுமையாய் கவனிக்க முயலுங்கள். தொடக்கத்தில் இது இயற்கைக்கு ஒவ்வாத காரியமாய் படலாம், காரணம், நீங்கள் அதைப் பழக்கப்படுத்திக் கொண்டிருக்கவில்லை. ஆனால், முடிவில் அது அருமையாயிருக்கும். அந்த நபருடைய உடல் அழகானதா இல்லையா, வெள்ளையா கறுப்பா, ஆணா பெண்ணா என்று எண்ணமிட்டுக் கொண் டிராதீர்கள். எண்ணமிட வேண்டாம், அந்த உருவத்தை மட்டும் கவனித்தால் போதும்.

சில கணங்களில் விழிப்புணர்வு பெறுவீர்கள். அந்த உருவை முழுமையாய் பாருங்கள். கண்களை அலைய விடாதீர்கள். மூலப் பொருள் பற்றிய சிந்தனை வேண்டாம். நீங்கள் திடீரென்று உங்களுடைய சுயத்தை உணர்வீர்கள். ஏதோ ஒன்றைக் கவனிக்கிற போது உங்கள் சுயத்தைப் பற்றிய உணர்வை அடைகிறீர்கள். எதனால்? காரணம் உங்களுடைய கண்களுக்கு வெளிப்புறம் பார்வையை ஓட்ட முடியாமல் போகிறது.

உருவத்தை முழுதாய் காண்கிறபோது உறுப்புகளின் பக்கம் கவனம் செல்லாது. மூலப் பொருள் (material) பார்வையிலிருந்தும் (எண்ணத்திலிருந்தும்) நழுவிவிட முழுதாய் நிற்பது உருவம் மட்டுமே. இப்போது நீங்கள் தங்கமா, மரமா, வெள்ளியா என்று எண்ணிக் கொண்டிருப் பதில்லை.

'அலைபாயும் கண்கள் ஓரிடத்தில்
நிலை கொள்ளும்படி ஆகிறபோது,
அது பார்வையை வெளிச் செலுத்த முடியாமல்
உள் நோக்கித் திரும்புகிறது'

அப்போது உங்கள் சுயத்தை நீங்கள் உணர்வீர்கள். சுயத்தை உணரும் கணங்கள் பரவசத்துக்குரியவை. முதல் தடவையாய் நீங்கள் சுயத்தை உணர்கிறபோது ஏற்படுகிற

பரம சுகம் நீங்கள் அறிந்திருந்த வேறெதனுடனும் ஒப்பிட முடியாதது.

உள்வட்டம்
(INNER CIRCLE)

லூ சூ (Lu Tsu) சொல்வார்: ஒரு வட்டத்தில் ஒளியை நகரச் செய்கிறபோது விண்ணுக்கும் மண்ணுக்கும் வெளிச்சத்துக்கும் இருளுக்கும் உள்ள சக்திகள் படிகமாகிவிடும்.

உங்களுடைய பிரக்ஞை வெளிநோக்கிச் செல்வது, இது உண்மை. இதை வெறுமனே நம்பத் தேவையில்லை. ஒரு பொருளை நீங்கள் பார்க்கிற போது உங்கள் பிரக்ஞை அதன்மீது தான் இருக்கும்.

உதாரணமாய், என்னை நீங்கள் பார்க்கிறீர்கள். அப்போது உங்களை மறந்து என்மீது ஒருமுகப்படுகிறீர்கள். உங்கள் சக்தி என்னை நோக்கி வருகிறது. உங்களுடைய கண்கள் என்னையே துளைக்கின்றன. இது 'மனதைப் புறம் நோக்கித் திருப்புவது' (Extroversion) ஆகும்.

ஓர் அழகி பூவைப் பார்க்கிறீர்கள். அதனால் கவரப்படுகிறீர்கள். அந்தப் பூவின் மீது ஒருமுகப்பட்டு விடுகிறீர்கள் உங்களையே நீங்கள் மறந்து போகிறீர்கள். பூவின் அழகையே கருத்துடன் ஊன்றிக் கவனிக்கிறீர்கள்.

ஒவ்வொரு கணத்திலும் அது நிகழ்கிறதுதான். அழகான பெண்ணொருத்தி உங்களைக் கடந்து செல்கிறாள்; உங்கள் ஆற்றல் அவளைப் பின் தொடர்கிறது. இந்த வெளிநோக்கிச் செல்லும் ஒளியை நாம் அறிவோம். இது கதையின் ஒருபாதி. ஒளிபாய்ந்தோடுகிற ஒவ்வொரு முறையும் பின் புலத்தில் (Background) நீங்கள் விழுந்து விடுகிறீர்கள், உங்களை நீங்கள் மறந்து போகிறீர்கள்.

அந்த ஒளி திரும்பி வருகிறபோது நீங்கள் காண்பவரும், காணப்படுவதுமாகி விடுவீர்கள். அப்போது தன்னை அறிந்தவராவீர்கள்.

சாதாரணமாய், நாம் இப்படித்தான் வாழ்ந்து கொண்டிருக்கிறோம். பாதி உயிர்ப்புடனும் பாதி சவத்துப் போனதுமாய் வாழ்கிற வாழ்க்கையிது. நம்மிடமிருக்கும் ஒளி கொஞ்சம் கொஞ்சமாய் வெளியேறுகிறது, அது ஒரு போதும் திரும்புவதில்லை. நீங்கள் வெறுமையாகி உள்ளே ஓர் இருண்டதுவாகத்தான் மிஞ்சுகிறது. ஒளியைத் திரும்பக் கொண்டு வரும் இரகசிய வித்தை உங்களுக்குப் பிடிபட்டு விட்டால் நீங்கள் வெளியில் செலுத்தும் சக்தியை ஒரு படிகம் போல் உருட்டித் திரட்டி விடலாம் என்கிறது 'தாவோயிஸ' (Taoist) அனுபவம். அது முடிகிறதுதான். அதுவே ஒருமுனைப்படுத்தும் முறைகளின் ஒட்டுமொத்த விஞ்ஞானம்.

என்றாவது ஒருநாள் கண்ணாடி முன் நின்று கொண்டிருக்கும்போது ஒரு சிறிய சோதனையைச் செய்து பாருங்கள். நீங்கள் கண்ணாடியைப் பார்க்கிறபோது உங்கள் முகமும் கண்களும் அதில் தெரிகின்றன. உங்களுடைய சொந்த முகந்தான் ஆனால் கண்ணாடி பிரதிபலிக் கிறதையே பார்க்கிறீர்கள். அது உங்களுக்கு வெளியே உள்ள பொருளாகிறது. ஒரு கணம் இந்தச் செயற்பாங்கை எதிரிடையாய் (Reverse) திருப்புங்கள். கண்ணாடியில் பிரதிபலிப்பதை நீங்கள் பார்ப்பதற்குப் பதிலாய் அந்தப் பிரதிபலிப்பு (Reflection) உங்களைப் பார்ப்பதாய் கொள் ளுங்கள். அப்படிச் சில நிமிடம் முயல்கிறபோது நீங்கள் மிகவும் உயிரோட்டமுடையவராகி விடுவீர்கள். அப்போது ஒரு மாபெரும் சக்தி உங்களுக்குள் நுழையும். அதற்கு முன் நீங்கள் அறிந்திராதது என்பதால் அதைக் கண்டு நீங்கள் அஞ்சக்கூடும். சக்தியின் முழுமையான வட்டத்தை ஒரு போதும் நீங்கள் பார்த்திருக்க மாட்டீர்கள்.

தாவோயிஸ நூல்கள் இது பற்றிக் குறிப்பிடவில்லை யென்றாலும் எனக்கென்னமோ இது ஓர் எளிதான பயிற்சியாகத்தான் தெரிகிறது, யாரும் செய்யக் கூடிய அளவுக்கு எளிதானதாய். உங்கள் குளியலறைக் கண்ணாடி

முன் நின்று அதில் தெரியும் உங்களுடைய பிம்பத்தைப் பாருங்கள். பிறகு செயல்முறையை மாற்றுங்கள். பிம்பம் உங்களைப் பார்க்கும். அதை நீங்கள் உணரும் போது ஒரு மாற்றம் நிகழ்வதைக் காண்பீர்கள், ஒரு மகத்தான சக்தி உங்களை நோக்கி வருகிறது.

தொடக்கத்தில் உங்களுக்கு நடுக்கம் ஏற்படலாம். ஆனால், சில நாள்கள் செய்து வந்தபின் நாள் முழுதும் உயிரோட்டத்துடன் இருக்க முடிவதை உணர்ந்து வியப்படைவீர்கள். வெளிவிடுவது போலவே உள் நோக்கித் திருப்பவும் கற்றுக்கொண்ட நிலையில் வட்டம் முழுமையடைகிறது. வட்டம் முழுமையடைய அங்கே மகத்தான அமைதி நிலவும்.

பூர்த்தியாகாத வட்டம் அமைதியற்ற தன்மையையும், பூர்த்தியானது அமைதியையும் தரும். அது உங்களை மையம் கொள்ளச் செய்கிறது. மையம் ஆற்றல் மிக்கது. அந்த ஆற்றல் உங்களுடையது.

ஒரு ரோஜாவைப் பாருங்கள். முதலில் சில கணங்களும், பிறகு சில நிமிடமும் பாருங்கள். பிறகு செயல் முறையை எதிரிடையாய் மாற்றுங்கள்.

இப்போது ரோஜாப்பூ உங்களைப் பார்த்துக் கொண்டிருக்கிறது. அந்த ரோஜா உங்களுக்கு வழங்கக் கூடிய சக்தி உங்களை வியப்பிலாழ்த்தும். மரங்களுடனும், நட்சத்திரங்களுடனும், மக்களுடனும் அதை நீங்கள் செய்து பார்க்க முடியும். நீங்கள் நேசிக்கிற ஓர் ஆண் அல்லது பெண்ணுடன் செய்திட சிறப்பு. முதலில் அடுத்தவரைப் பார்க்கத் தொடங்குகிறீர்கள். அவர் உங்களிடம் சக்தியைத் திருப்புவதை உணருங்கள். உங்களுடைய வெகுமதி உங்களிடமே திரும்பி வருகிறது. நீங்கள் நிறைவுற்றதாய், ஒரு புதிய சக்தி உங்கள் மீது வர்ஷிக்கப்பட்டதாய், உங்களை முழுசாய் நனைப்பதாய், உங்களுக்குக் கதகதப்பைத் தருவதாய் உணர்வீர்கள்.

ஒளிபற்றிய தியானங்கள்
(MEDITATION ON LIGHT)

'உங்களுக்குள் ஒரு ஜ்வாலை எரிந்து கொண்டிருக்கிறது. உங்கள் உடம்பு அந்தச் ஜ்வாலையைச் சுற்றி ஒளிப் பிரபையாய் திகழ்கிறது.

பொன்னொளித் தியானம்
(GOLDEN LIGHT MEDITATION)

தினமும் இதனை இரண்டு முறை செய்து பாருங்கள். தகுதியான நேரம் காலையில் உங்கள் படுக்கைவிட்டு எழு வதற்குச் சற்று முன்பானது. நீங்கள் கவனமுடன், விழிப்பாய் உணர்கிறபோது ஓர் இருபது நிமிடம் அதைச் செய்யலாம். காலையில் முதல் காரியமாய் அதைச் செய்யுங்கள். படுக்கையைவிட்டு எழவேண்டுமென்பதில்லை, இருந்த படியே செய்யலாம். காரணம், உறக்கத்திலிருந்து விழிக்கிற போது நீங்கள் நுட்பமாகவும். எதையும் ஏற்கிறவராயும் இருப்பீர்கள். உங்களிடம் புத்துணர்வும், ஆழ்ந்த செயல் விளைவும் இருக்கும், இந்த முறை (Method) சில இடை வெளிகள் மூலம் உங்கள் உள்ளார்ந்த மையப்பகுதியில் நுழையும்.

அதிகாலையில் நீங்கள் விழிக்கிறபோது இந்த உலகம் முழுதுமே விழிப்படைகிறது. உலகெங்கிலும் விழிப்பூட்டும் சக்தி பேரலையாய் பரவிநிற்கும். அந்த அலையைப் பயன் படுத்திக் கொள்ளுங்கள், வாய்ப்பைத் தவற விடாதீர்கள்.

மிகப் பழைமையான மதத்தைச் சேர்ந்தவர்கள் அதிகாலையில் சூரியோதயத்தின் போது பிரார்த்திப்பது வழக்கம். காரணம், எழுகிற சூரியனோடு பிரபஞ்ச சக்திகளும் எழுகின்றன. அந்தக் கணத்தில் சக்தி அலையின் மீது நீங்கள் எளிதாய் பயணிக்க முடியும். மாலையில் சக்தி வீழ்ச்சியுறும் என்பதால் அது கடினம். அப்போது போக்கு (Current)க் கெதிராய் நீங்கள் போரிடும் படி இருக்கும்.

காலையிலோ அந்தப் போக்குடன் நீங்களும் உடன் செல்வீர்கள்.

ஆக, தொடங்குவதற்குத் தகுதியான நேரம் அதிகாலை எனலாம். அப்போது நீங்கள் பாதி தூக்கம், பாதிவிழிப்பில் இருப்பீர்கள். இந்தச் செய்முறை ரொம்பவும் எளிதானது. எவ்வித தோற்ற அமைவும் யோகாசனமும் தேவைப்படாது, குளித்துவிட்டுத் தான் செய்ய வேண்டும் என்பதுமில்லை.

படுக்கையில் படுக்கிற மாதிரி கீழே மல்லாந்து படுத்துக் கொள்ளுங்கள். கண்களை மூடி வைத்திருங்கள்.

மூச்சை உள் வாங்கும் போது ஒரு பேரொளி உங்கள் தலையிலிருந்து உடம்புக்குள் நுழைவதாய் அகக் காட்சியில் காணுங்கள். உங்கள் தலைக்குச் சமீபமாய் சூரியன் உதயமாகி பொன்னிற ஒளியை உங்கள் உடம்பில் பொழிவது போல் அந்தக் காட்சியை மனக்கண்ணில் தோன்றச் செய்யுங்கள். அந்தப் பொன்னொளி உங்கள் தலையிலிருந்து பாதவிரல்கள் வரைக்கும் பரவுவதாய் கற்பனை செய்து கொள்ளுங்கள். நீங்கள் மூச்சை உள்வாங்குகிற போது இந்த அகக்காட்சியுடன் அதைச் செய்யுங்கள்.

மூச்சை வெளிவிடும்போது வேறொன்றைக் காட்சியாக்கிப் பாருங்கள். உங்கள் பாதவிரல்களின் வழியே இருள் ஒரு நதியாய் நுழைந்து தலையின் மூலம் வெளியேறுவதாய் கற்பனை செய்து கொள்ளுங்கள். மெதுவாய், ஆழ்ந்து மூச்சு விட்டபடி செய்யவேண்டும். அப்போதுதான் காட்சியாக்கிப் பார்ப்பது சாத்தியம்: உறக்கத்திலிருந்து விழிக்கிறபோது உடல் அமைதியாய் ஓய்வு நிலையில் இருப்பதால் மூச்சுகள் ஆழ்ந்து, நிதானமுடன் இருக்கும்.

மீண்டும் சொல்கிறேன்: மூச்சை உள்வாங்கும்போது உங்கள் தலையின் வழி ஒரு பொன்னொளி உங்களுக்குள் நுழைகிறது. பொன்னிறப்பூவொன்று அதை எதிர்நோக்கி யிருப்பதாய் எண்ணிக் கொள்ளுங்கள். அந்தப் பொன் னொளி உங்கள் உடம்பு முழுவதையும் கழுவி சுத்தம்

செய்யும். உடம்பு படைப்புத்திறன் கொண்டுவிடும். இச்சக்தி ஆண் தன்மை உடையது.

நீங்கள் மூச்சை வெளிவிடுகிறபோது உங்களுக்குள் பாத விரல்களால் நுழைகிற இருள், இருண்ட நதி பெண் சக்தி ஆகும். அது உங்களை அமைதிப்படுத்தும், ஏற்புத்தன்மை உடையவராக்கும்.

இப்பயிற்சியை, அதிகாலையில் இருபது நிமிடம் செய்து வாருங்கள். இரண்டாவது உகந்த நேரம் இரவு படுக்கைக்குச் செல்லும் நேரமாகும்.

படுக்கையில் படுத்து சில நிமிடம் ஓய்வாயிருங்கள். உறக்கத்துக்கும் விழிப்புக்கும் இடையே அலைப்புறுவதாய் உணரும் போது அச்செய்முறையைத் தொடங்கி இருபது நிமிடத்திற்குத் தொடருங்கள். அதைச் செய்து கொண்டிருக்கும்போதே நீங்கள் உறக்கத்திலாழ்ந்து விட்டாலும் நல்லது தான். காரணம் அந்தச் செயல் விளைவு (impact) உங்கள் ஆழ்மன உணர்வில் தங்கி வேலை செய்யும்.

மூன்று மாதம் இப்படிச் செய்துவர — மூலாதாரம் என்கிற பாலுணர்வு மையத்தில் சேகரமாகிக் கொண்டிருந்த சக்தி மேல் நோக்கிச் செல்லத் தொடங்கும்.

ஒளியின் இதயம்
(HEART OF LIGHT)

“விழித்திருக்கும் போதும், உறங்கும் போதும், கனவு காணும்போதும் ஒளியாய் உங்களைக் கருதிக் கொள்ளுங்கள்” என்பார் சிவா.

விழித்தெழும்போதும், அங்குமிங்குமாய் செல்கிற போதும், உண்கிறபோதும், உழைக்கிறபோதும் உங்களை ஒளியாய் நினைவு கொள்ளுங்கள். உங்கள் இதயத்தில் ஓர் ஜ்வாலை எரிகிறாற்போல், உங்கள் உடம்பு அந்த ஜ்வாலையைச் சுற்றிய ஒளிப்பிரமையாய் நினைவு படுத்திக் கொள்ளுங்கள். இதயத்தின் ஜ்வாலையையும், அதைச் சுற்றி

யிருக்கும் ஒளிப்பிரபையாய் உங்கள் உடம்பையும் கற்பனை செய்து பாருங்கள். அதை உங்களுடைய மனதின் அடியாழத்துக்கும் உணர்வு நிலைக்கும் செல்லவிடுங்கள். அதை உள்ளீர்த்து (Imbibe) விடுங்கள்.

கொஞ்சம் அவகாசம் தேவைப்படும். ஆனால் தொடர்ந்து நீங்கள் அதையே எண்ணியும், உணர்ந்தும், கற்பனை செய்து கொண்டும் இருந்தால் ஒரு கட்டத்தில் அதை உங்களால் நாள் முழுதும் நினைவு கொள்ள முடியும். விழித்திருக்கும் போதும், வீதியில் செல்லும் போதும் ஓர் அசைந்தாடும் சுடராயிருப்பீர்கள். தொடக்கத்தில் வேறு யாரும் உணர்ந்திருக்கமாட்டார்கள். ஆனால் அதை நீங்கள் தொடரும் போது மற்றவர்களும் அதை உணர்வார்கள். நீங்கள் யாரிடமும் எதையும் சொல்லாதீர்கள். ஒரு ஜ்வாலையைக் கற்பனை செய்யுங்கள். அதைச் சுற்றிய ஒளிப் பிரபையாய் இருக்கும். அது தூல உடம்பல்ல, மின்னாற்றல் கொண்ட இலேசான உடம்பு. அதைத் தொடர்ந்து செய்து வாருங்கள்.

நீங்கள் தொடர்ந்து முயன்று வர மூன்று மாத அளவில், உங்களுக்கு ஏதோ நேரிட்டதாய் மற்றவர்கள் உணர்வார்கள். உங்களைச் சுற்றி ஒரு நேர்த்தியான ஒளி பரவிநிற்பதை அவர்களால் உணர முடியும். அவர்கள் பக்கமாய் நீங்கள் வரும்போது ஒரு வெதுவெதுப்பை அவர்கள் அனுபவிப்பார்கள். நீங்கள் அவர்களைத் தொட்டால் நெருப்பு சுட்டது போல் உணர்வார்கள். விநோதமாய் ஏதோ ஒன்று உங்களுக்கு நேர்ந்து விட்டதாகவே அவர்கள் எண்ணிக் கொள்வார்கள்.

இப்போது நீங்கள் அடுத்த கட்டத்துக்குச் செல்லலாம். இரண்டாவது கட்டத்தில் அதைக் கனவோடு சேர்க்க வேண்டும். அது உண்மைநிலை (Reality) அடையும். இப்போது அது ஒரு கற்பனையாய் இருக்காது. கற்பனையின் வழியே உண்மையான ஒன்றை நீங்கள் வெளிக் கொண்டு வந்துவிட்டீர்கள். அது உண்மையாகிவிட்டது.

தியானம்

'ஒவ்வொன்றிலும் ஒளியிருக்கிறது,
உங்களுக்குள்ளும், அதை நீங்கள்
உணர்ந்திருக்கமாட்டீர்கள், ஆனால்,
ஒவ்வொரு துணுக்கிலும் ஒளியுண்டு.'

அது மின்னணுக்களை உள்ளடக்கியிருப்பதாய் விஞ்ஞானிகள் கூறுவார்கள்.

ஒளியே அனைத்துக்கும் பிறப்பிடம். நீங்கள் ஒளிச் சுருக்கம். உங்கள் கற்பனையின் மூலம் உண்மையான ஒன்றை வெளிக் கொண்டு வந்தீர்கள். அதை உள்ளீர்த்துக் கொள்ளுங்கள், உங்களால் கனவுகளுக்கும் அதைக் கொண்டுசெல்ல முடியும்.

உறக்கத்தில் விழும் போது அந்தச் ஜ்வாலை பற்றியே எண்ணமிடுங்கள், அதைப் பார்த்துக் கொண்டிருங்கள். உங்களை ஒளியாய் உணருங்கள்.

தொடக்கத்தில் சில கனவுகள் இருக்கும். உங்களையே ஒளியாய், உங்களுக்குள் ஒரு ஜ்வாலை இருப்பதாய் அந்தக் கனவுகளின்போது உணர்வீர்கள். அந்த உணர்வு கனவுகளில் நுழைந்துவிட்டால் கனவுகள் மறையத் தொடங்கும். பிறகு, ஆழ்ந்த உறக்கம் இருக்கும்.

நீங்கள் ஒளி, ஜ்வாலை, பற்றி எரிகிற ஜ்வாலை என்கிற உண்மை கனவு காணும் போது வெளிப்படும். கனவுகள் மறையும் போது அந்த உணர்வை உறக்கத்துக்குக் கொண்டு செல்வீர்கள். இப்போது நீங்கள் வாயிலருகே நிற்கிறீர்கள், உறக்கத்தின் வாயிலருகில்.

நீங்கள் ஜ்வாலையாய் இருக்கிற உணர்வுடன் உறக்கத் தில் நுழையும், உறக்கத்தை அடைவது உங்கள் உடம்புதான், நீங்களல்ல.

யோகாவும், தந்த்ராவும் மனிதமனத்தை மூன்று பிரிவு களாய் பிரித்து வைத்திருக்கின்றன. அது மனதின் வாழ்வு என்பதை நினைவில் கொள்ளுங்கள். அவை— விழிப்புநிலை, உறக்க நிலை, கனவு நிலை என்கிற மூன்று பிரிவுகளாகும்.

இவை உங்கள் பிரக்ஞை (Consciousness)யின் பிரிவுகளல்ல, மனதின் பிரிவுகள். பிரக்ஞை நான்காவது பிரிவாகும்.

கிழக்கில் அதற்குப் பெயரேதும் சூட்டப்படவில்லை. அவர்கள் சுருக்கமாய் அதை 'துரியா' (Turiya) என்று அழைப்பார்கள் அவ்வளவுதான். முதல் மூன்றுக்கும் பெயர்கள் உண்டு, இவை மேகங்கள் ஆகும். அவற்றை விழித்திருக்கும் மேகம், உறங்கும் மேகம், கனவு காண்கிற மேகம் என்று அழைக்கலாம். அந்த மேகங்கள் உலவும் ஆகாயம் பெயரிடப்படாமல் விடப்பட்டது, அதுவே நான்காவது. இம்மூன்று நிலைகளையும் கடந்து இந்த உத்தி உதவியாயிருக்கும்.

நீங்கள் ஒரு ஜ்வாலையாய் ஒளியாய் இருப்பதாகவும், உறக்கம் உங்களுக்கு நேரிட்டதல்ல என்றும் உணர்கிற போது நீங்களே பிரக்ஞை (Consciousness)யாகி விடுகிறீர்கள். ஒரு தன்னுணர்வு முயற்சியை நீங்கள் மேற்கொள்கிறீர்கள், இப்போது அந்தச் ஜ்வாலையைச் சுற்றி ஒரு படிகம் போலாகிறீர்கள். உடம்புக்குத்தான் உறக்கம், உங்களுக்கல்ல.

கிருஷ்ணர், கீதையில் இதைதான் குறிப்பிட்டார்:

'யோகிகள் ஒரு போதும் உறங்குவதில்லை' என்று.

'மற்றவர்கள் உறங்கும் போது
அவர்கள் விழித்திருக்கிறார்கள்'

அவர்களுடைய உடம்பு உறங்காது என்றில்லை. உடம்பு மட்டுமே உறங்கும். உடம்புக்கு ஓய்வு தேவை. உணர்வுக்கு ஓய்வு தேவைப்படாது. காரணம் இயந்திர நுட்பம் கொண்டது உடம்பு, இயந்திரத்தைப் போல் பகுதிகளற்றது உணர்வு. உடம்புக்கு எரிபொருள் தேவை, ஓய்வு தேவை. அது இளமையோடிருந்து, முதுமையுற்று, மரணமடைகிறது. உணர்வு பிறப்பதோ, முதுமையடைவதோ, மரிப்பதோ இல்லை. அதற்கு எரிபொருளும், ஓய்வும் தேவைப்படுவதில்லை. அது சக்தி, தொடர்ந்து நிலைத்திருக்கும் சக்தி. உறக்கத்தின் வாயில் வழியே இந்தச்

ஜ்வாலையை, ஒளியை நீங்கள் ஏந்திச் செல்கிற போது உங்கள் உடம்பு மட்டுமே ஓய்வு கொள்கிறது. நீங்கள் ஒரு போதும் உறங்குவதில்லை. உங்கள் உடம்பு உறங்கும் போது அதை அறிவீர்கள். விழிப்பும், உறக்கமும், கனவும் மனதின் பகுதிகள், நீங்கள் அவற்றைக் கடந்து செல்கிற, அவற்றின் எதுவுமாயில்லாத நான்காம் நிலையை அடைகிறீர்கள்.

தூய வெளி காணல்
(SEEING ETHERIC PRESENCE)

சிவா கூறுவார்: "அருள் செய்யும் பண்புடைய தேவீ! உன் வடிவத்துக்குக் கீழும் மேலுமாய் பரவி நிற்கும் தூய வெளியில் நுழைவாயாக" என்று.

இறகினைப் போல் தொடுவதற்கு அறிந்திருந்தாலன்றி உங்களால் இந்த முறையைச் செய்ய முடியாது. இதனை வேறு விதமாயும் செய்ய முடியும், ஆனால் அது மிகவும் கடினம். முன்பு சொன்ன முறையை முதலில் செய்து பாருங்கள், இரண்டாவதாய் சொன்ன முறையும் எளிதாகி விடும்.

நீங்கள் இலேசாகி மிதப்பதாய், பறக்க முடிவதாய் உணரும்போது, உங்கள் உடம்பைச் சுற்றி ஒரு நீலஒளி உருவாவதையும் உணர்வீர்கள். உங்களால் மிதக்கவும் பறக்கவும் முடியும் என்று உணர்கிற போதுதான் அதை நீங்கள் பார்க்க முடியும். உங்கள் உடம்பு இலேசாகி, எவ்வித பாரமும் இல்லாமல், தரையை நோக்கி ஈர்க்கப்படும் (புவி யீர்ப்பு) தன்மை இல்லாமல் இருக்க வேண்டும்.

இப்படி ஓர் எடையற்ற தன்மையை உணரும்போது கண்களை மூடி உங்கள் உடம்பின் தோற்றத்தை மனக் கண்ணில் நிறுத்துங்கள். கண்கள் மூடிய நிலையில் உங்கள் பாதவிரல்களை அவற்றின் உருவத்தை, கால்களையும் அவற்றின் உருவத்தையும் பிறகு ஒட்டு மொத்த உடம்பையும் உணருங்கள். நீங்கள் புத்தர் மாதிரி சித்தாசனாவில் அமர்ந்திருந்தால் அந்த நிலையில் உங்கள் உருவத்தை

உணருங்கள். உள்ளுக்குள் உங்கள் உடம்பின் உருவத்தை உணரமுயலுங்கள். அது உங்கள்முன் தெளிவாய் தோன்றும். அந்த வடிவத்தைச் சுற்றி ஒரு நீல ஒளி இருப்பதையும் அதே சமயத்தில் நீங்கள் உணர்வீர்கள்.

தொடக்கத்தில் கண்களை மூடிக்கொண்டு அதைச் செய்யுங்கள். அந்த ஒளிபரவும்போது ஒரு நீல ஒளிப் பிரபையை(Bluish Aura)யும் உருவைச் சுற்றியிருக்கக் காண் பீர்கள். சில சமயம் இரவில், வெளிச்சமில்லாத அறையில் அதைச் செய்யும்போது உங்கள் உடம்பைச் சுற்றி — ஒரு நீல ஒளியை இம்மியும் பிசகாமல் காண்பீர்கள். நீங்கள் உண்மையிலேயே அதைப் பார்க்க விரும்பினால்— கண்களை மூடாமல் திறந்து வைத்துக் கொண்டு, ஒரு இருட்டறையில் அதைச் செய்து பாருங்கள்.

இந்த நீல ஒளிதான் மிகத்தூய்மையான உடலில் இருப்பது. உங்களுக்குப் பல உடம்புகள். இந்தத் தூய உடம்பை — ஈதர்த்தன்மை* (Etheric) கொண்ட உடம்பை வைத்து பரவசத்தின் உச்சத்தை நீங்கள் அடைய முடியும். ஏழு உடம்புகள் இருக்கின்றன. அவற்றில் எந்த உடம்பைக் கொண்டும் தெய்வத் தன்மையில் நுழையலாம். ஒவ்வொரு உடம்பும் ஒரு வாயில்.

ஈதர் உடம்பு எளிதாய் புரிந்து கொள்ளக் கூடியது. உடம்பு எத்தனை ஆழ்ந்ததோ அத்தனைக்கு அது கடினம். ஆனால் ஈதர் உடம்போ உங்களுக்கு மிக அண்மையில் இருப்பது. அது உங்கள் தூல உடம்பை ஊடுருவும், உங்கள் உடம்பைச் சுற்றி ஒரு மங்கிய நீல ஒளியாய் தொளதொள ஆடைபோல் இருக்கும்.

எப்போதெல்லாம் உங்களை ஒருவர் நேசிக்கிறாரோ, உங்களை ஆழ்ந்த நேசமுடன் தொடுகிறாரோ அப்போது அவர் தொடுவது உங்கள் ஈதர் உடம்பைத்தான். அதனால்

---

* Ether—அண்ட வெளியில் வியாபித்து இருப்பதாய் சொல்லப்படும் பொருள்.

தான் ஒரு மென்மையான வருடலை நீங்கள் உணர முடிகிறது. அதை நீங்கள் புகைப்படம் எடுக்கவும் முடியும். காதல் கொண்ட இருவர் கலவியில் ஈடுபட்டு, அந்தக் கலவி நாற்பது நிமிடத்திற்கு மேல் தொடர்ந்தும், வெளிப்பாடு (Ejaculation) இல்லாத நிலையில் ஒரு நீல ஒளி தோன்றும். அதையும் புகைப்படம் எடுக்க முடியும்.

முதலில், உங்கள் தூல உடம்பைச் சுற்றியுள்ள உருவத்தை உணருங்கள். பிறகு அந்த உணர்வு வளர்வதற்கு உதவுங்கள். அதற்கு என்ன செய்ய வேண்டும்?

அமைதியாய் இருந்து கொண்டு அதைப் பாருங்கள். உங்களைச் சுற்றியுள்ள நீல உருவையே பார்த்துக் கொண்டிருந்தால் போதும், வேறு எதுவும் செய்ய வேண்டாம். அது வளர்வதை, பரவுவதை மேலும் மேலும் பெரிதாவதைக் காண்பீர்கள். காரணம், நீங்கள் எதையும் செய்யாமல் இருக்கும்போது சக்தி முழுதும் ஈதர் ஒளிக்குத் தான் செல்லும். இதனை நினைவில் வையுங்கள். நீங்கள் எதையாவது செய்து கொண்டிருந்தால் ஈதரிலிருந்து சக்தி வெளியேறும்.

உங்கள் ஈதர் உருவம் மின்சாரத் தேக்கம் மாதிரி. நீங்கள் எதையும் செய்யாதிருந்தால் சக்தி அங்கே சேகரம் ஆகும். அச்சக்தி பெருகும் போது நீங்கள் அமைதியாகி விடுவீர்கள்.

ஈதர் உருவிற்கு எப்படிச் சக்தியூட்டுவது, அதை எப்படியெல்லாம் வீணடிக்கக் கூடாது என்பதை நீங்கள் தெரிந்து கொண்டால், ஓர் இரகசியத் திறவு கோல் உங்கள் கைக்குக் கிடைத்த மாதிரி.

ஊடுருவும் ஒளியின் இருப்பு
(TRANSLUCENT PRESENCE)

சிவா கூறுவார், 'இப்பிரபஞ்சத்தை ஒரு நிரந்தர ஒளிக் கீற்றாய் உணர்ந்துகொள்' என்று.

இந்த உத்தி உள்ளார்ந்த உணர்வுத்திறனை அடிப் படையாய் கொண்டது.

கதவுகளை மூடி அறையை இருட்டாக்கிக் கொள் ளுங்கள். ஒரு சிறிய மெழுகுவர்த்தியின் வெளிச்சம் இருக் கட்டும். மெழுகுவர்த்தியின் அருகே அன்புடன், பிரார்த் தனைக்குரிய மனோபாவத்துடன் அமரவும். மெழுகுவர்த்தி யிடம். 'உன்னை என்னிடம் வெளிப்படுத்து' என்று பிரார்த்திக்கவும். குளித்துவிட்டு, குளிக்கும் போது குளிர்ந்த நீரை கண்களின் மீது வீசிவிட்டு இதனைத் தொடங்கவும். பிரார்த்தனைக்கான மனநிலையுடன் மெழுகுவர்த்தியின் முன்பாய் அமரவும். மற்றவற்றை மறந்துவிட்டு அதை மட்டுமே கவனிக்க வேண்டும்.

சின்ன மெழுகுவர்த்தி, அதன் ஜ்வாலை. அதையே கவனித்திருங்கள். ஐந்து நிமிடத்திற்குப் பிறகு மெழுகு வர்த்தியில் பலமாறுதல்கள் உண்டாகியிருப்பதாய் உணர் வீர்கள். மாற்றங்கள் மெழுகுவர்த்தியில் இல்லை, உங்கள் கண்களில் தான்.

அன்பான மனோபாவத்துடன், ஒட்டுமொத்த உலகை யும் மறந்து, ஒரு முனைப்போடு, இதயத்தின் இரக்க உணர்வோடு அந்த மெழுகுவர்த்தியை அதன் ஜ்வாலை யைப் பாருங்கள். அப்போது அந்தச் ஜ்வாலையைச் சுற்றி புதிய வண்ணங்களைக் காண்பீர்கள். வானவில்லின் அத்தனை வண்ணங்களும் அங்கே இருக்கும்.

'எங்கெல்லாம் ஒளி இருக்கிறதோ
அங்கெல்லாம் வானவில்லும் இருக்கும்'

ஒளியில் அனைத்து வண்ணங்களும் உண்டு. உங் களுக்குத் தேவை நுட்பமான உணருந்திறன். உங்கள் கண் களிலிருந்து நீர் வடிந்தாலும் பரவாயில்லை. அந்தக் கண்ணீர் உங்களுடைய கண்களை சுத்தமாய் வைத்திருக்க உதவும், புத்துணர்ச்சியை வழங்கும்.

சில சமயம் அந்த மெழுகுவர்த்தியை அதன் ஜ்வாலையை நீங்கள் ஒரு புதிராய் உணரலாம். அது

சாதாரண மெழுகுவர்த்தியல்ல, வசீகரிக்கும் அழகுடையது. ஒரு நுட்பமான தெய்வத் தன்மையும் கொண்டது. மெழுகு வர்த்திபோல் வேறு பல பொருள்களுடனும் நீங்கள் அதைச் செய்து பார்க்க முடியும்.

உணருந்திறன் வளரவேண்டும். உங்களுடைய ஒவ் வொரு புலனும் உயிரோட்டமுடையதாயிருக்க வேண்டும். இந்த உத்தியை நீங்கள் சோதித்துப் பாருங்கள்.

'இப்பிரபஞ்சம் ஒரு நிரந்தர ஒளிக்கீற்று' எங்கும் ஒளி யிருக்கிறது பல உருவங்களில், பல அமைப்புகளில். ஒளியின் நிகழ்வு இல்லாத இடமேது! ஒளியை அடித்தளமாய்க் கொண்டு தான் ஒட்டுமொத்த நடப்புகளும்.

ஓர் இலையை, பூவை, ஒரு பாறையைக் கவனியுங்கள். அதிலிருந்து கதிர்கள் ஒளிர்வதைக் காண்பீர்கள். கொஞ்சம் பொறுமையோடு காத்திருக்க வேண்டும். அவசரம் வேண்டாம். நீங்கள் அவசரத்தில் இருந்தால் எதுவும் வெளிப்படாது. அமைதியாய் காத்திருங்கள். ஒரு புதிய நடப்பைக் கண்டு கொள்வீர்கள். ஆனால் அது முன்பே உள்ளதுதான். நீங்கள் அது குறித்த கவனத்தோடும். விழிப் புணர்வோடும் இருந்திருக்க மாட்டீர்கள்.

இப்பிரபஞ்சத்தை நிரந்தரமான ஒளிக்கீற்றாய் உணரும் போது உங்கள் மனம் அமைதியுறும். நிலைபேறுடைய பிரபஞ்சத்தின் இருப்பை உணர்வீர்கள். நீங்கள் அதில் ஒரு பகுதி, பெரிய இசைத் தொகுப்பில் ஒரு சுரம் (Note) மாதிரி. எந்தவொரு சுமையுமில்லை, இறுக்கமுமில்லை. துளி கடலில் விழுந்தது. ஆனால், தொடக்கத்தில் பெரிய அளவில் கற்பனை தேவைப்படும். நீங்கள் உணர்வுத்திறன் தொடர் பான வேறுபயிற்சிகளையும் முயன்று பார்க்கலாம்.

ஒருவருடைய கையை உங்கள் கைகளில் எடுத்துக் கொள்ளுங்கள். கண்களை மூடிக் கொண்டு அவரிடமிருந்து வரும் உயிர்த்துடிப்பை (Life) உணருங்கள். உங்களுடைய உயிர்த்துடிப்பும் அடுத்தவரிடம் செல்ல இடமளியுங்கள்.

ஒரு மரத்தினருகே அமர்ந்து அடி மரத்தைத் தொட்டுப் பாருங்கள். கண்களை மூடி, மரத்திலிருந்து எழும் உயிர்த் துடிப்பை உணருங்கள்.

இந்த முறையை மூன்று மாதத்திற்குச் செய்துவர உலகம் உங்களுக்கு வித்தியாசமாய் தெரியும், நீங்களும் வித்தியாசமானவராகிறீர்கள்.

இருட்டில் தியானங்கள்
(MEDITATIONS ON DARKNESS)

மண்ணின் இருளிலிருந்து தான் விதை தன்னுடைய வாழ்க்கையைத் தொடங்குகிறது. கருவறை இருட்டில் குழந்தை தன்னுடைய வாழ்க்கையைத் தொடங்குகிறது.

'எல்லாத் தொடக்கங்களும் இருட்டிலிருந்து தான்
செயலின் தொடக்கத்துக்குத்
தேவைப்படுகிறவற்றுள் இருட்டும் ஒன்று'

தொடக்கம் புதிரானது, எனவே இருட்டு தேவைப்படுகிறது. தொடக்கம் நுண்மை (Delicate) யானது, எனவே இருட்டு தேவைப்படுகிறது. தொடக்கம் மிக நெருக்கமானதுங்கூட. அதனாலும் இருட்டு அவசியப்படுகிறது. இருட்டு ஆழமானது, ஊட்டமளிக்கும் பேராற்றல் கொண்டது. பகல் உங்களுக்குக் களைப்பைத் தரும், இரவு இளமையின் துடிப்பைத் தரும்.

காலைப் பொழுதுடன் நாள் தொடங்குகிறது, தொடர்கிறது. ஆனால் இருட்டு பற்றிய அச்சம் உங்களுக்கிருந்தால் இன்னொரு நாள் வரப் போவதில்லை. ஒருவர் இருட்டைத் தவிர்க்க விரும்பினால் பகல் ஒளி சாத்தியமில்லை. இருண்ட இரவைக் கடந்து தான் விடியலை நீங்கள் காணமுடியும். மரித்தல் முதலில், வாழ்தல் பிறகு.

வழக்கமான தொடர் வரிசையில் பிறப்பு முதலிலும் இறப்பு பிறகும் வரும். ஆனால், அகவுலகில், அகமுகப்

பயணத்தில் அது நேர்மாறானது மரணம் முதலில் வாழ்க்கை பிறகு என்கிற விதமாய்.

உள் இருள்
(INNER DARKNESS)

சிவா கூறுவார்: "இருண்ட இரவில் மழை பெய்யும் போது இருளின் கருமையும் உருவங்களில் ஓர் உருவமாகிறது" என்று.

"நீங்கள் கருமையில் எப்படி நுழைவீர்கள்?" அதற்கு மூன்று நிலைகள் உண்டு.

நிலை-1

இருட்டையே வெறித்துப் பாருங்கள். கடினந்தான். ஒரு ஜ்வாலையை ஒளிப்பொருளை உற்று நோக்குவது எளிது. காரணம், அது ஒரு பொருளாயிருக்கிறது. அதை நோக்கி உங்கள் கவனத்தை நீங்கள் செலுத்த முடியும். இருட்டு ஒரு பொருளல்ல. அது எங்கும் பரவியிருக்கிறது. அதை ஒரு பொருளாய் நீங்கள் பார்க்க முடியாது.

வெற்றிடத்தை கண்களை அகலவிரித்து ஊன்றிப் பாருங்கள். இடர்ப்பாடில்லாத உணர்வோடு பாருங்கள். அது உங்கள் கண்களுக்குள் நுழையத் தொடங்கும். இருட்டு உங்களுடைய கண்களுக்குள் நுழைய நீங்கள் அதனுள் நுழைகிறீர்கள்.

இருண்ட இரவில் இந்த உத்தியைச் செய்யும் போது கண்களை அகலத் திறந்திருங்கள். உங்கள் கண்களை மூடியிருக்க வேண்டாம். கண்கள் மூடியிருப்பின் உங்களுக்குள்ள ஒரு மாறுபட்ட இருட்டை அறிய முடியும். அது உங்கள் மனதில் இருக்கும் சொந்த இருட்டு. ஆனால், அது உண்மையானதல்ல. உண்மையில் அது எதிர்மறையானது.

இங்கே வெளிச்சம் இருக்கிறது. நீங்கள் கண்களை மூடிக் கொண்டால் அந்த இருட்டைப் பெறமுடியும்.

சன்னலை ஒரு முறை பார்த்துவிட்டுக் கண்களை மூடிக் கொண்டால் சன்னலின் எதிர்மறை வடிவம்தான் உங்களுக்குக் கிடைக்கும். நமது அனுபவங்கள் எல்லாம் வெளிச்சத்தைச் சார்ந்தவை. எனவே, கண்களை மூடிய நிலையில் நாம் காண்பது எதிர்மறை அனுபவமாகவே இருக்கும். அதை நாம் இருட்டு என்கிறோம். அது அத்தனை சரியாக இருக்காது. காரணம் அது உண்மையானதல்ல.

கண்களைத் திறவுங்கள், இருட்டில் கண்களைத் திறந்தபடி இருங்கள். அப்போது ஒரு மாறுபட்ட இருட்டு கிடைக்கும். அது நேர்மறையானது. அதை வெறித்துப் பாருங்கள், தொடர்ந்து கண்களை அகலவிரித்து ஊன்றிப் பாருங்கள். கண்ணீர் வரத்தொடங்கும், கண்களில் வலி ஏற்படும். அது பற்றிக் கவலைப் படாமல் தொடர்ந்து நோக்கியிருங்கள். அப்போது அங்கிருக்கும் உண்மையான இருட்டு உங்களது கண்களில் நுழையும். அது ஓர் ஆறுதலான உணர்வை வழங்கும். உண்மையான இருட்டு உங்களுக்குள் நுழைந்து உங்களை நிரப்பிவிடும்.

இந்த இருட்டின் நுழைவால் உங்களிடமிருந்த எதிர் மறையான இருள் விலகிவிடும். இது புலன்களால் உணரத் தக்க ஒரு நிகழ்வு. உங்களிடம் எப்போதும் உள்ள இருட்டு எதிர்மறையானது, அது வெளிச்சத்துக்கு மாறானது. அது வெளிச்சமற்ற நிலையில் ஏற்பட்டதல்ல. சிவன் சொல்லும் இருட்டு அதுவல்ல.

அது உருவங்களின் உருவாய், வடிவங்களின் வடிவாய் இருக்கும் உண்மையான இருட்டு.

அந்த இருட்டுக்குப் பயந்துதான் நம்முடைய பாதுகாப்புக்குப் பல வெளிச்சங்களை உண்டாக்கி ஒளி மிக்க உலகில் வாழ்ந்து கொண்டிருக்கிறோம் உண்மையான இருட்டுடன் நமக்கிருந்த தொடர்புகளை இழந்துவிட்டோம். அதுதான் சிவன் சொல்லும் இருட்டு, இருட்டின் சாரம். நாம் கண்களை மூடியிருக்கும் போது புறவுலக வெளிச்சம் உள்ளில் எதிர்மறையாய் பிரதிபலிக்கிறது. அதனால்

தியானம்

உண்மையான இருட்டுடன் தொடர்பில்லாமல் போனது. அச்சத்தின் உச்சத்துக்குத் தள்ளப்பட்ட நாம் அதற்கு முதுகு காட்டி நிற்கிறோம், அதிலிருந்து முற்றாய் விலகிவிட்டோம்.

ஆக இது கடினமானது. ஆனால் உங்களால் செய்யக் கூடியதுதான். செய்தால் அது அற்புதம். உங்கள் இருப் புணர்வே அதனால் மாறிவிடும். இருள் உங்களுக்குள் நுழையும்போது, நீங்களும் அதனுள் நுழைகிறீர்கள். அது எப்போதுமே பரஸ்பரமானதாய் (Mutual) இருக்கும். பிரபஞ்சநடப்பு உங்களுக்குள் நுழையாமல், நீங்கள் பிரபஞ்ச நடப்புக்குள் நுழைய முடியாது. நீங்கள் அதைச் சிதைக்க முடியாது, நீங்கள் எதிலும் வலுக் கட்டாயமாய் நுழை வதற்கில்லை. உங்கள் மனம் திறந்திருக்க வேண்டும், உங்களிடம் வருவதை ஏற்கும் தன்மை இருக்க வேண்டும். பிரபஞ்சத்தின் உண்மைகளுக்கு உங்களுக்குள் நுழைய வழி விடுவீர்களானால் நீங்களும் அதனுள் நுழைய இயலும், இது எப்போதுமே பரஸ்பரமானது. கட்டாயப்படுத்த முடியாது. நீங்கள் அதற்கு இடமளிக்கிற காரியத்தை மட்டுமே செய்ய முடியும்.

இன்றைய நகரங்களில், நகரங்களில் உள்ள வீடுகளில் உண்மையான இருட்டைக் காண்பது கடினமாகிவிட்டது. செயற்கை வெளிச்சத்தின் மூலம் எல்லாவற்றையுமே நாம் செயற்கையாய் மாற்றிவிட்டோம். இருட்டையும் மாசுபடுத்தி யிருக்கிறோம், அதில்கூட சுத்தமில்லாமல் போய்விட்டது. இருட்டை உணரக்கூடிய ஏதேனும் ஒரு தொலைவான இடத்துக்குச் செல்வது நல்லது. மின்சாரமே இல்லாத ஒரு குக்கிராமம் அல்லது மலையுச்சிக்கு சென்று அங்கே ஒரு வாரகாலமேனும் இருந்து உண்மையான இருட்டை அனுபவித்துவிட்டு வரலாம்.

நீங்கள் அங்கிருந்து திரும்பி வரும்போது ஒரு வித்தி யாசமான ஆளாய் வருவீர்கள். காரணம், அந்த முழுமை யான இருட்டில் ஒரு வாரம் இருந்ததில் உங்களுடைய அச்சங்களத்தனையும் மேலே வந்துவிட்டிருக்கும். அச்

கறுத்தும் உருவங்களைப் பார்த்திருப்பீர்கள். உங்களது பிரக்ஞையற்ற நிலையையும் உணர்ந்திருப்பீர்கள். ஒட்டு மொத்த மனித சமுதாயத்தையே கடந்து செல்வதாய் உணர்ந்திருப்பீர்கள். இதுவரை நீங்கள் இவ்வுலகில் கடந்து வந்த மொத்தத்தையும் திரும்பவும் கடப்பது போன்று இருந்திருக்கும். உங்களது ஆழ்ந்த பிரக்ஞையற்ற நிலையில் பல விஷயங்கள் எழுந்திருக்கும். அவை உண்மையானவை போலவே தெரியும். அவை உங்கள் மனதால் தோற்றுவிக்கப் பட்டவை என்றாலும் மிகவும் தத்ரூபமாய் இருப்பதால், அசலாக நடப்பது போல் தெரிவதால் நீங்கள் அச்ச முற்றிருப்பீர்கள்.

இப்போது உங்களுடைய பிரக்ஞையற்ற நிலையை நீங்கள் வழிக்குக் கொண்டுவந்து விட்டீர்கள். இந்த இருளின் மேல் செய்த தியானம் உங்களுடைய எல்லா பித்தையும் முழுதும் தெளிவாக்கி விட்டிருக்கும். முயன்று பாருங்கள், உங்கள் வீட்டிலேயே முயன்று பாருங்கள். ஒவ்வோர் இரவும் இருட்டில் ஒரு மணி நேரம் இருங்கள். எந்தவொரு செயலுமின்றி இருங்கள். இருட்டை வெறித்துப்பார்த்தபடி இருக்கவும். சிந்தனைகளும் வேண்டா. நீங்கள் உருகுவதை உணர்வீர்கள். ஏதோ ஒன்று உங்களுக்குள் பிரவேசிப்பதை, அந்த ஏதோ ஒன்றில் நீங்கள் பிரவேசிப்பதையும் உணர்வீர்கள்.

தினமும் ஒருமணி நேரமாய் மூன்று மாதங்களுக்கு இருளில் தங்கி வாழுங்கள். அப்போது உங்களுடைய தனித் தன்மைகளை இழந்ததை. விலகியிருத்தலை உணர்வீர்கள்.

அப்போது—
நீங்கள் ஒரு தீவாய் இருக்கமாட்டீர்கள்;
கடலாகி விடுவீர்கள்.

இருளுடன் ஒன்றிவிடுவீர்கள். இருள் பெருங்கடலாகும். இப்பிரபஞ்சத்தில் அதைவிடப் பெரியதோ, சாசுவதமா னதோ வேறொன்றில்லை. அது உங்களுக்காக எப்போதும் காத்துக் கொண்டிருக்கிறது.

தியானம்

நிலை – 2

உங்கள் தாயின் அருகாமையில் இருக்கும் உணர்வோடு கீழே படுத்துக் கொள்ளுங்கள். இருளே தாய், எல்லா வற்றுக்கும் தாய். எண்ணிப்பாருங்கள்: அங்கே ஏதுமில்லை என்கிற போது என்ன இருந்தது? இருளைத்தவிர வேறெதையும் நீங்கள் எண்ணிப் பார்க்க முடியாது. எல்லாமே மறைந்த பின் இருப்பதென்ன. இருள்... இருள் மட்டுமே.

தாயின் கருவறை இருளடர்ந்தது. இருளைத் தாயின் கருவறையாய் பாவித்துக் கொண்டு கீழே படுங்கள். அது உண்மையாகிவிடும். அதில் ஓர் இதம் இருக்கும். சற்று முன் பின்னாயினும் இருளை உணர ஆரம்பிப்பீர்கள். கருப்பை உங்களைச் சுற்றி எல்லாப் பக்கங்களிலும் அரவணைப்பதை அதனுள் நீங்கள் இருப்பதை உணர்வீர்கள்.

நிலை – 3

நீங்கள் நடக்கும் போதும், வேலைக்குச் செல்லும் போதும், பேசும் போதும், சாப்பிடும் போதும் அல்லது எது செய்தாலும் உங்களுடன் இருளின் ஒரு பகுதியை எடுத்துச் செல்லுங்கள். உங்கள் உள்ளே பிரவேசித்திருந்த இருட்டின் பகுதி அது. தீச்சுவாலையைப் போல் இருட்டையும் எடுத்துச் செல்லுங்கள்.

> 'ஒரு ஜ்வாலையைக் கொண்டு செல்லும்போது
> உங்களை வெளிச்சமாய் உணருங்கள்'

அப்போது உங்கள் உடம்பில் ஒரு விநோத ஒளிக்கதிர் பரவி நிற்கும். கூர்ந்து அறியும் திறன் உடையவர்கள், அதை உணரத் தொடங்குவார்கள். இருளை எடுத்துச் செல்லும் போதும் இது போன்றே நிகழும்.

இருளை உங்களுக்குள் எடுத்துச் செல்லும் போது உங்கள் முழு உடம்பும் ஓய்வாக, அமைதியாக மாறுவதை அதனால் ஏற்படும் குளிர்ந்த தன்மையால் உணர்வீர்கள். நீங்கள் வெளிச்சத்தை எடுத்துச் செல்லும் போது, சிலர்

உங்களிடம் கவரப்படுவார்கள். நீங்கள் இருட்டை எடுத்துச் சென்றாலோ சிலர் உங்களிடமிருந்து நழுவி ஓடுவார்கள். அவர்கள் அச்சமுற்றவராய், பயமுறுத்தப்பட்டவராய் ஆவார்கள். அத்தனை அமைதியை அவர்களால் தாங்கிக் கொள்ளமுடியாது.

நாள் முழுதும் இப்படி நீங்கள் எடுத்துச் செல்லும் இருள் உங்களுக்கு வெகுவாய் பயன்படும். காரணம் அப்போது நீங்கள் ஆழ்ந்த சிந்தனையில் லயித்து, இருளைத் தியானம் செய்யும்போது அதனுடன் ஒன்ற ஏதுவாகும். நாள் முழுதும் உள்ளே வைத்திருந்த இருள் வெளியில் உள்ள இருளைக் காண உதவும். உள்ளேயிருப்பது வெளியே உள்ளதைச் சந்திக்க வெளிவரும்.

நீங்கள் இருளை எடுத்துச் செல்வதை, உங்கள் உடம்பின் ஒவ்வொரு துவாரமும் ஒவ்வோர் உயிர் அணு (Cell)வும் இருளால் நிரம்பியிருப்பதை நினைவில் கொண் டாலே, தளர்வு நிலையில் — ஓய்வாயிருப்பதை உணர் வீர்கள். உங்களுக்குள்ளிருக்கிற எல்லாமும் நிதானப்படும்.

உங்களால் ஓட முடியாது, நடப்பீர்கள். அந்த நடையும் மெதுவாகி விட்டிருக்கும். ஒரு கர்ப்பிணிப் பெண்ணைப் போல் மெதுவாய் நடப்பீர்கள். உங்களுக்குள் ஏதோ ஒன்றை எடுத்துச் செல்கிறீர்கள்.

நீங்கள் கொழுந்து விட்டெரியும் நெருப்பை எடுத்துச் செல்லும்போது இதற்கு நேர்மாறாகவே நடக்கும். உங்கள் நடையில் வேகம் இருக்கும். நீங்கள் ஓடுவதற்கு விரும்பு வீர்கள். மிகவும் சுறுசுறுப்பு அடைவீர்கள். இருளை எடுத்துச் செல்லும் போது உங்களிடம் ஓய்வுத் தன்மை காணப்படும். ஆனால், மற்றவர்கள் உங்களைச் சோம்பேறியாய் எண்ணத் தொடங்கி விடுவார்கள்.

நான் பல்கலைக் கழகத்தில் இருந்த காலத்தில் இந்தச் சோதனையை இரண்டு வருடம் செய்து பார்த்தேன். காலையில் படுக்கைய்ய விட்டு எழுவதே சிரமமாகிற

அளவுக்கு சோம்பேறியானேன். என்னுடைய பேராசிரி யர்கள் எனது நிலையைக் கண்டு கவலை அடைந்தனர், என்னில் ஏதோ பெரிய தவறு நடந்திருக்கும் என்று நினைத்தனர்.

என்னை மிகவும் நேசிக்கும் எங்கள் துறையின் தலைமைப் பேராசிரியர் தேர்வுக் காலத்தில் எனது விடுதிக்கு வந்து தேர்வு நடக்கும் இடத்துக்கு என்னைக் கூட்டிச் செல்வார். நான் தேர்வுக் கூடத்துக்குள் நுழைந்த பிறகே அங்கிருந்து நகர்வார்.

இந்தப் பயிற்சியை முயன்று பாருங்கள். உங்கள் கருவறையில் இருளை எடுத்துச் செல்லுங்கள். இருளுடன் ஒன்றுவது வாழ்வில் ஏற்படும் அழகான அனுபவம். நடக்கும் போதும், உண்ணும் போதும், அமர்ந்திருக்கும் போதும், எதைச் செய்கிற போதும் இருள் உங்களுள் நிரம்பி யிருப்பதை நினைவில் வையுங்கள். அதன் பிறகு எல்லாம் எப்படி மாறுகின்றன என்பதைக் கவனியுங்கள். நீங்கள் மனக்கிளர்ச்சியடைய மாட்டீர்கள், இறுக்கம்கொள்ள மாட்டீர்கள். கனவுகளே இல்லாத அளவுக்கு அயர்ந்து உறங்குவீர்கள். மதுவில் தன்னுடைய நிலையை இழந்த வனைப்போல் நாள் முழுதும் காணப்படுவீர்கள்.

உள் இருளை எடுத்துச் செல்லுதல்
(CARRYOUT INNER DARKNESS)

"நிலவொளியற்ற மழை பொழியும் இரவு இல்லாவிடில், உங்கள் கண்களை மூடிக் கொண்டு, உங்கள் முன்பாய் கருமையைக் கண்டுகொள்ளப் பாருங்கள். பிறகு கண் களைத் திறந்து வெளியிலுள்ள கருமையைக் காணுங்கள். ஆக, நமது குற்றங்கள் எப்போதைக்குமாய் மறைந்துவிடும்" என்பார் சிவா.

இது கொஞ்சம் கடினந்தான். முந்தைய தியானத்தில் நீங்கள் உண்மையான இருளை உங்களுக்குள் சுமந்து

சென்றீர்கள். இந்தத் தியானத்தில் பொய்யான இருளைச் சுமந்து செல்கிறீர்கள். கண்களை மூடுங்கள், இருளை உணருங்கள். கண்களைத் திறவுங்கள். திறந்த கண்களுடன் உள்ளிருக்கும் இருளை வெளியே கொண்டு வந்து பாருங்கள். இப்படித்தான் நீங்கள் பொய்யான இருளை வெளியே கொண்டு வந்து தூக்கியெறிய முடியும். இதைச் செய்யக் குறைந்தபட்சம் மூன்றிலிருந்து ஆறுவார காலம் ஆகும். பொய்யான இருளை வெளியேற்ற முடிந்த அன்றுதான் உங்களால் உண்மையான உள்இருளை அனுபவிக்க முடியும்.

'உண்மையானதைக் கொண்டு செல்லுங்கள்
பொய்யானதை வெளியேற்றி விடுங்கள்'

இந்த அனுபவம் மந்திரவித்தை மாதிரி. உங்களால் உள்ளே இருக்கும் இருளை வெளியே கொண்டுவர முடிந்தால் அதை நீங்கள் வெளிச்சமுள்ள அறையிலும் கொண்டுவர முடியும். அப்போது உங்கள் முன்பாய் ஒரு கருமைப் பரப்பு படர்ந்து விரியும். இந்த அனுபவம் இயற்கைக்கு மாறான விந்தையாகும். வெளிச்ச அறையே அதை விந்தையாக்குவது. இதனை நீங்கள் சூரிய வெளிச் சத்திலும் செய்ய முடியும். நீங்கள் உள்இருளுக்குள் வந்தால் அதை வெளிக் கொண்டு வருவதும் முடிகிறதுதான்.

அது நிகழமுடியும் என்பதை அறிந்து கொண்டு விட்டால் நீங்கள் இருளைப் பெற்றுவிடுவீர்கள், சூரிய வெளிச்சத்திலும் இரவின் இருளை, சூரியன் இருக்கும் போதே இருளை உங்களால் பரவச் செய்ய முடியும். இருள் எப்போதும் இருக்கத்தான் இருக்கிறது. அதை நீங்கள் பார்க்க முடியாது, சூரிய வெளிச்சம் அதை மூடியிருக்கும். அதை எப்படி வெளிப்படுத்துவது என்று ஒருமுறை நீங்கள் தெரிந்து கொண்டுவிட்டால், அதை உங்களால் வெளிக் காட்ட முடியும். இதுதான் செய்முறை. முதலில் உள்ளே அதை உணருங்கள். அதை ஆழமாய் உணர்ந்தால்தான் உங்களால் அதை வெளியிலும் கண்டுணர முடியும். பிறகு

கண்களைத் திறக்கவும், அதை வெளியில் உணரவும். அதற்கு அவகாசம் தேவைப்படும்.

உள்ளிருக்கும் இருளை வெளியேற்ற முடிந்தால், குற்றங்கள் மறையக் காண்பீர்கள் எப்போதைக்குமாய். உங்களுக்குள் இருளை உணர்ந்தால் நீங்கள் அமைதியும் நிதானமும் கொண்டவராவீர்கள். கிளர்ச்சியற்ற நிலையில் உங்களுக்குள் குறைகள் இருக்காது. இதனை நினைவில் கொள்ளுங்கள்: நீங்கள் கிளர்ச்சியுற்றிருக்கும் போதுதான் குற்றங்கள் ஏற்படுகின்றன.

யாரோ உங்களை இழிவு செய்கிறார், அதை எதிர்த் தாக்கின்றி ஏற்றுக்கொள்ள உங்களுக்குள் இருள் இல்லை என்று வைத்துக் கொள்வோம். அப்போது நீங்கள் கோபா வேசமாகி விடுகிறீர்கள். நீங்கள் வன்முறைக்கும் கொலைக் கும்கூட தயார். ஒரு பைத்தியக்காரன் செய்வதையெல்லாம் செய்வீர்கள்.

யாரோ உங்களைப் புகழ்கிறார். அப்போது நீங்கள் பித்து நிலை அடைகிறீர்கள். அது இன்னோர் உச்சம்.

யாரேனும் உங்களை இழிவு செய்யும் பட்சத்தில் உங்களுக்குள் இருள் நிரம்பியிருப்பதாய் நினைவு கொள் ளுங்கள். உங்களிடம் எதிர்வினை (Reaction) இருக்காது.

ஒரு தெருவின் வழியே செல்கிறீர்கள், அழகான பெண்ணொருத்தியைக் கண்டு கிளர்ச்சியடைகிறீர்கள். அப்போது உங்களுக்குள் இருள் நிரம்பியிருப்பதாய் உணருங்கள். அந்தக் கட்டுக் கடங்காத உணர்ச்சி (Passion) மறைந்துவிடும். நீங்கள் முயன்று பாருங்கள். நம்ப வேண்டு மென்பதில்லை, சோதனை அடிப்படையில்தான்.

நீங்கள் உணர்ச்சி வேகத்தில், விருப்பத்தில், பாலுணர் வில் நிரம்பியிருப்பதாய் உணரும் போது உள்ளிருக்கும் இருளை நினைவு கூருங்கள். கணநேரம் கண்களை மூடி இருளை உணருங்கள். வேகமோ, விருப்பமோ, பாலுறவு நாட்டமோ அங்கிருக்காது. உள்ளிருட்டு அவற்றை உள்

வாங்கிக் கொண்டது. நீங்கள் முடிவற்ற வெற்றிடமாகிறீர்கள். அதனுள் எதுவும் விழ முடியும். விழுகிற எதுவும் திரும்பாது. உணர்வுகளுக்கு ஒரு படுகுழியாய் — நரகமாய் நீங்கள் இருக்கிறீர்கள்.

சக்தியை மேலே எழுப்புதல்
(MOVING ENERGY UPWARDS)

தன்னுடைய சக்தியை உணர்வதே முதல் செய்கை. அதை எப்படி உபயோகிப்பது என்பது முதலாவது கேள்வியாய் இருக்க வேண்டாம். முதலில், அதை எப்படி உணர்வது, எப்படி தீவிரமாய், முழுமையாய் உணர்வது என்பதைத் தெரிந்து கொள்ளுங்கள். ஒருமுறை உங்கள் சக்தியை நீங்கள் உணர்ந்துவிட மனதால் அறியும் திறன் (Insight) ஏற்படும். அதுதான் அதன் அழகு.

சக்தி உங்களை நெறிப்படுத்தத் தொடங்கும். ஆனால் நீங்கள் அதை வழிப்படுத்தவில்லை. அது தன்னுடைய இணக்கத்தின் பேரிலேயே செல்கிறது, நீங்கள் அதைப் பின் பற்றுகிறீர்கள். சக்தி தானே இயங்கிட அங்கே முழுச் சுதந்திரம் நிலவும்.

உயரே செல்லும் உயிர்ச்சக்தி–1
(THE ASCENT OF LIFE - ENERGY-1)

சிவா சொன்னார்: உங்களுடைய சாரத்தை ஒளிக் கதிர்களாய் கருதிக் கொள்ளுங்கள். ஒரு மையத்திலிருந்து இன்னொரு மையத்துக்கு என்று அது உங்கள் முது கெலும்பின் கண்ணி வழியே மேலெழுவதாய் உணருங்கள். உங்களுக்குள்ளிருக்கும் உயிர்ச்சக்தி அவ்விதமாய் மேலெழும்.

இதன் அடிப்படையில் தான் பல யோக முறைகளும் அமைந்தன. முதலில் புரிந்து கொள்ளுங்கள், பிறகு செயலில் கொண்டு வரலாம். உங்கள் உடம்புக்கும் மனதுக்கும்

முதுகெலும்பு அதன் கண்ணி இவையே ஆதாரம். உங்கள் முதுகெலும்பு முற்றுப் பெறும் இடத்தில் உங்கள் தலையும், மனதும் இருக்கிறது. ஒட்டுமொத்த உடம்புக்கும் முது கெலும்பே வேர் ஆகும். உங்கள் முதுகெலும்பு இளமையா யிருந்தால் நீங்களும் இளமையோடிருப்பீர்கள். முதுகுத் தண்டு முதுமையுற்றால் நீங்களும் முதுமையுற்றவராவீர்கள். உங்களால் முதுகெலும்பை இளமையாய் வைத்திருக்க முடிந்தால் முதுமை அத்தனை சுலபத்தில் அண்டாது.

எல்லாமும் உங்கள் முதுகுத்தண்டைச் சார்ந்திருக்கும். உங்கள் முதுகுத்தண்டு உயிரோட்டத்துடன் இருந்தால் உங்கள் மனத்திறன் வியப்பூட்டுவதாயிருக்கும். உங்கள் முதுகெலும்பு மந்தமாய், செயலற்றிருந்தால் உங்கள் மனமும் மழுங்கிவிடும். உங்கள் முதுகுத்தண்டை உயிரோட்டத் துடன், இளமை, புத்துணர்வு கொண்டதாய் வைத்திருக்க 'யோகா' பலவாறும் முயல்கிறது.

முதுகுத் தண்டுக்கு இரண்டு முனைகள் உள்ளன. அதன் தொடக்கம் பாலுணர்வு மையமாயும் (மூலாதாரம்) முடிவு சஹஸ்ராரமாயும் (ஏழாவது மையம்) உள்ளது. முதுகுத்தண்டின் தொடக்கம் பூமியுடன் ஒட்டுதலாயிருக் கிறது. பாலுணர்வு மிகவும் பூமி சார்ந்ததாய் இருக்கிறது. 'பிரக்ருதி' என்று அழைக்கப்படும் ஐம்பூதங்களில் ஒன்றான பூமியுடன் உங்கள் முதுகுத் தண்டின் தொடக்க மையத்துக்கு ஒரு இயற்கையான தொடர்பு உண்டு. தலையில் உள்ள கடைசி மையம் (சஹஸ்ராரம்) உங்களை தெய்விகத் தன்மை யுடன் தொடர்புபடுத்துகிறது.

உங்கள் வாழ்க்கை ஒன்று பால் சார்ந்ததாய் (Sex oriented) இருக்க வேண்டும், அல்லது தெய்விகத்துடன் ஒன்றி யிருக்க வேண்டும்.

பாலுணர்வு மையத்திலிருந்து உங்கள் சக்தி கீழே பூமிக்குச் செல்லும் அல்லது சஹஸ்ராரத்திலிருந்து பிரபஞ் சத்துக்குச் செல்லும். சஹஸ்ராரத்திலிருந்து பிரமனிடம்,

பிரபஞ்ச இருப்புக்குச் செல்வீர்கள். பாலுணர்வினால் உலகாயத வாழ்வில் ஈடுபடுவீர்கள்.

நீங்கள் மேல் நோக்கிச் செல்லாவிடில் உங்கள் துன்பம் ஒரு போதும் முடிவதில்லை. ஆனந்தக் காட்சிகளைக் காண்பீர்கள் ஆனால் அவை உருவெளித் தோற்றமாய் (மாயை) ஒரு சில கணங்களே நீடிப்பதாயிருக்கும்.

ஆனால், உங்கள் சக்தி மேலெழத் தொடங்கும் போது உண்மையான காட்சிகளை அதிக அளவில் காண்பீர்கள். அது ஒருமுறை சஹஸ்ரத்தை அடைந்து அங்கிருந்து வெளியேறும் போது முழுமையான பரமசுகத்தைப் பெறுவீர்கள். அதுவே நிர்வாண நிலை எனப்படுவது. அதற்குப் பிறகு அங்கே எவ்விதத் தோற்றமும் இருக்காது. நீங்கள் அந்தப் பரமசுகமாகவே மாறிவிடுவீர்கள். சக்தியை ஈர்ப்பு சக்திக்கெதிராய் எப்படி முதுகுத் தண்டின் வழியே கொண்டு செல்வது என்பது தான் யோகா, தந்த்ராவின் செயல்பாடாகும். பாலுணர்வு ஈர்ப்பு விசையைப் பின் பற்றுவதால் எளிதாயிருக்கிறது.

பூமி எல்லாவற்றையும் கீழே இழுக்கும் தன்மை கொண்டது. உங்கள் பாலுறவுத் திறனும் பூமியால் இழுக்கப் படுகிறது. நீங்கள் அதைக் கேள்வியுற்றிருக்கமாட்டீர்கள். ஆனால், விண்வெளி வீரர்கள் அதை உணர்ந்திருக் கிறார்கள். அவர்கள் புவியீர்ப்பு விசை(Gravity)க்கப்பால் செல்கிறபோது அவர்களுடைய பாலுணர்வு வெகுவாய் குறைந்துவிட்டது. உடலின் எடை குறையக் குறைய உடலுறவில் ஈடுபடும் எண்ணமும் கரைகிறது மறைகிறது.

பூமி உங்களது உயிர்ச்சக்தியை தன்பால் இழுத்தபடி இருக்கிறது. இது இயற்கை, ஏனெனில் உயிர்ச்சக்தி உண்டானது இந்தப் பூமியிலிருந்து தான். உணவு உண்பதன் மூலம் உங்களிடம் உயிர்ச் சக்தியை ஏற்படுத்திக் கொள் கிறீர்கள். அது பூமியிலிருந்து உண்டானது, பூமியே அதைத் தன்பால் இழுத்துக் கொள்கிறது. எல்லாமும் அதன்

மூலாதாரத்திடம் போகும். பூமியிலிருந்து உயிர்ச்சக்தி வருவதும், மீண்டும் பூமிக்கே செல்வதுமாய் இருந்தால் உங்களுக்கு பிறப்பு, இறப்பு உண்டாகிக் கொண்டேயிருக்கும். நீங்கள் அதிலிருந்து வெளியேற முயலாவிட்டால் பிறப்பு இறப்பிலேயே உழல்வீர்கள். விண்வெளி வீரர்கள் புவியீர்ப்பு விசையைத் தாண்டி மேலே செல்வதைப் போன்று நீங்களும் இதிலிருந்து விடுபட முயற்சி செய்யலாம். வட்டத்தை விட்டு வெளியே வர அதற்கப்பால் குதிக்க வேண்டும். அப்போது புவியீர்ப்பு விசையைத் தகர்க்க முடியும், முறியடிக்கவியலும்.

அதை எவ்வாறு முறியடிப்பது? இப்போது அதைக் காணலாம். சக்தியை எவ்வாறு மேலெழுப்பி சஹஸ்ராரத் துக்குக் கொண்டு செல்லலாம் என்பதைக் காண்போம். புதிய மையங்களைக் கண்டுபிடிக்கலாம். உங்களுக் குள்ளேயே ஒவ்வோர் ஏற்றத்திலும் புதிய மனிதனைக் காணலாம். சஹஸ்ராரத்திலிருந்து (தலை) விடுபட்டவுடன் நீங்கள் புதிய மனிதராய் மாறிவிடுவீர்கள்.

'உங்களுக்குள் ஞானம் பிறந்துவிட்டால்
இவ்வுலகத்தைச் சேர்ந்தவராயிருக்க மாட்டீர்கள்'

தெய்வத்தன்மை அடைவீர்கள். கிருஷ்ணரையும், புத்தரையும் கடவுள் என்று சொல்லும் போது இதுதான் அர்த்தமாகிறது. அவர்களுடைய உடல்களும் உங்களுடை யதைப் போன்றதே. அவர்களும் உங்களைப் போலவே பிணியில் வருத்தமுற்றவர்கள்தாம். மனிதர்களைப் போலவே இறந்தார்கள். அவர்களுக்கும் உங்களுக்கும் உள்ள வித்தி யாசம் அவர்களுடைய உடலின் சக்தி புவியீர்ப்பு விசை உடைத்து மேலே செல்வதாயிருந்தது.

அதை நீங்கள் பார்க்க முடியாது, அது உங்கள் கண் களுக்குத் தென்படாது. சில நேரம் ஒரு புத்தாவின் பக்கமாய் அமர்ந்திருக்கும் போது அதை உங்களால் உணர முடியும். திடீரென்று உங்களுக்குள் ஒரு சக்தி எழுச்சியை உணர்வீர்கள், அச்சக்தி மேல்நோக்கிச் செல்லும். புத்தாவின்

சக்தியோடு ஒப்பிடும் போது பூமியின் சக்தி குறைவானது. எனவேதான் உங்கள் சக்தி அப்போது கீழ் நோக்கி இழுக்கப் படுவதில்லை. பூமியினுடையதைவிட வலுவான ஏதோ வொரு சக்தி கிருஷ்ணர், புத்தர், இயேசு இவர்களிடம் இருந்தது.

அந்த இயற்கையான அமைப்பை எப்படி முறியடிப்பது? அதை உடைப்பதற்கு இந்த உத்தி வெகுவாய் உதவும். முதலில் அடிப்படையானதைப் புரிந்துகொள்வோம். உங்கள் பாலுணர்வு சக்தி கற்பனையினால் உந்தப்படுவதை நீங்கள் கருத்தூன்றிக் கவனித்தால் அறிய முடியும். உங்கள் பாலுணர்வு மையம் கற்பனையில் செயல்படத் தொடங்குகிறது. கற்பனையின்றி உண்மையாக அது செயல்படுவதில்லை, நீங்கள் ஒருவருடன் காதல் கொண்டிருக்கும் போது அது நன்கு செயல்பட முடிகிறது. காரணம்——

'காதல் உங்களுடைய
கற்பனையை வளப்படுத்தும்'

நீங்கள் காதல் கொண்டிராவிடில் அதன் செயல்பாடு கடினமாகவே இருந்திருக்கும்.

உங்கள் பாலுறவு மையம் கற்பனையாய் இயக்கப்படுவதால்தான் உங்களுக்குக் கனவில் கூட விறைப்புத் தன்மை ஏற்படுகிறது, விந்து வெளிப்படுகிறது. அந்த நடப்புகள் உண்மை, ஆனால், கனவுகள் வெறும் கற்பனை. நல்ல உடல் திண்மையும், உடல் நலமும் உள்ள ஒருவனுக்கு இரவில் பத்துமுறை விறைப்பு ஏற்படும். மனதில் பாலுறவு எண்ணம் மிகச் சிறிதளவு இருந்தாலும் விறைப்பு தோன்றும். உங்கள் மனம் கொண்ட பல சக்திகளில், மனத்திறன்களில் விருப்பமும் ஒன்று.

பாலுணர்வை நீங்கள் விரும்ப இயலாது. பாலுணர்வைப் பொறுத்தவரை விருப்பம் செயலிழந்தது (Impotent), போதுமான விளைவை அது உண்டு பண்ணாது. நீங்கள் ஒருவரிடம் காதல் கொண்ட நிலையில் உங்களைச்

செயல் இழந்தவராகவே உணர்வீர்கள். ஆதலால் முயல வேண்டாம். விருப்பம் பாலுணர்வோடு சேர்ந்து செயல் புரிவதில்லை. அங்கு கற்பனை மட்டுந்தான் செயல்புரிய முடியும். அதைப் பற்றிக் கற்பனை செய்யுங்கள், அந்த மையம் செயல்படத் தொடங்கும். இந்த உண்மைக்கு நான் அவ்வளவு முக்கியத்துவம் கொடுத்து அழுத்திச் சொல்வது எதற்காக? கற்பனையைக் கொண்டு ஒரு சக்தியை செயலாற்ற வைக்க முடியுமானால் அதே கற்பனையைக் கொண்டு உங்கள் சக்தியை மேல் முகமாய் அல்லது கீழ் முகமாய் செலுத்த முடியுமே. கற்பனையைக் கொண்டு இரத்த ஓட்டத்தை நிகழ்த்த முடியாது. கற்பனையின் மூலம் உங்கள் உடம்பில் வேறெதையும் செய்ய முடியாது. ஆனால் பாலுணர்வு சக்தியை கற்பனையால் இயங்க வைக்க முடியும். அதன் போக்கையும் உங்களால் மாற்ற முடியும்.

இந்தச் சூத்திரம் சொல்கிறது, 'உங்கள் சாரமாயுள்ளதை ஒளிக் கதிர்களாய் வெளிச்ச ரேகைகளாய் கருதிக் கொள்ளுங்கள்...' என்று. உங்களை, உங்கள் இருப்புணர்வை (being) ஒளிக்கதிர்களாய் எண்ணிக் கொள்ளுங்கள். மையத்தி லிருந்து மையத்துக்கு, முதுகுத் தண்டுக்கு மேலாய் கதிர்களைச் செலுத்தும் போது உங்களுக்குள் உயிரோட்டம் மேலெழுகிறது.

யோகா உங்கள் முதுகுத் தண்டை ஏழு மையங்களாய் பிரித்திருக்கிறது. சில அமைவுகள் ஒன்பதாகவும், சில மூன்றாகவும், நான்காகவும் பிரித்திருக்கின்றன. எனினும், செயல்படுவதற்கு ஐந்து மையங்கள் போதுமானதாயிருக்கும். முதலாவது பாலுணர்வு மையம். இரண்டாவது தொப் புளுக்குப் பின்னாலிருப்பது, மூன்றாவது இதயத்துக்குப் பின்னாலிருப்பது, நான்காவது இரண்டு புருவங்களுக்குப் பின்னால், நெற்றியின் நடுப்பகுதியிலிருப்பது. ஐந்தாவது சஹஸ்ராரம் — உச்சந்தலையிலிருப்பது.

இந்தச் சூத்திரம் சொல்கிறது 'கருதிக் கொள்ளுங்கள்...' (Consider Yourself) என்று. உங்கள் கண்களை மூடி நீங்கள்

ஒளியாயிருப்பது போல் கற்பனை செய்து கொள்ளுங்கள். இது வெறும் கற்பனையல்ல. தொடக்கத்தில் கற்பனைபோல் தெரிந்தாலும் உண்மை தான். காரணம்—

'இங்கே ஒளியில்லாமல் எதுவுமில்லை,
ஒவ்வொன்றும் தன்னுள் ஒளியை வைத்துக் கொண்டிருக்கிறது'

எல்லாவற்றிலும் ஒளியிருக்கிறது, எல்லாவற்றிலும் மின்சாரம் இருக்கிறது என்று விஞ்ஞானம் சொல்கிறது. நீங்கள் உட்பட — எல்லாமும் ஒளித்துகள்களை உள்ளடக்கி யிருப்பதாய் தந்த்ரா சொல்கிறது.

முதலில் உங்களை ஒளிக்கதிர்களாய் கற்பனை செய்து கொள்ளுங்கள். பிறகு உங்கள் கற்பனையை பாலுணர்வு மையத்துக்குக் கொண்டு செல்லுங்கள். உங்கள் கவனத்தை அங்கே ஒருமுனைப்படுத்தி, பாலுணர்வு மையத்திலிருந்து அந்த ஒளிக்கதிர்கள் மேலெழுவதாய் உணருங்கள்.

உங்கள் பாலுணர்வு மையத்தை சஹஸ்ரத்துடன் இணைப்பதற்கு பிரிப்புகள் (Divisions) அவசியம். எனவே சிறு மையங்கள் அதில் உதவியாயிருக்கும். உங்களால் பாலுணர்வு மையத்துக்கும் சஹஸ்ரத்துக்கும் நேரடி தொடர்பு ஏற்படுத்த முடிந்தால் மற்ற மையங்கள் தேவை யில்லை.

ஒளிக் கற்றையாயுள்ள உங்கள் சக்தி பாலுணர்வு மையத்திலிருந்து நாபி மையத்துக்கு ஒளியாறுபோல் பாய்வதை உணருங்கள். உடன், உங்களுக்குள் வெதுவெதுப் பாய் ஏதோ ஒன்று எழும்புவதை உணர்வீர்கள். சிறிது நேரத்தில் நாபியில் சூடேறும். உங்களால் அந்தச் சூட்டை உணரமுடியும். உங்கள் கற்பனையால் பாலுணர்வு சக்தி மேலே எழும்பத் தொடங்கும். பிறகு உங்களுடைய நாபி மையம் வெளிச்சத்தால் முழுதும் நிரம்பி அதுவே ஒளிக் கற்றைகளுக்கு ஆதாரமாயிருப்பதை உணர்வீர்கள். அவ்வாறு ஏற்பட்டவுடன் அந்த ஒளிக்கற்றைகளை மேலே இதய மையத்தை நோக்கிச் செலுத்துங்கள். அந்த வெளிச்சக்

தியானம்

கதிர்கள் இதய மையத்திலிருந்து வரத் தொடங்கியதும் உங்கள் இதயத்துடிப்பில் மாறுதல் ஏற்படும். நீங்கள் ஆழ்ந்து மூச்சுவிடுவீர்கள். உங்கள் இதயப் பிரதேசத்தில் வெது வெதுப்பை உணர்வீர்கள். மேலே செல்லுங்கள்.

அந்த வெதுவெதுப்புடன், உங்களுள் ஒரு புத்துணர்வு உண்டாவதையும் உணர்வீர்கள். உள்ளிருந்த ஒளி மேலெழும். பாலுணர்வு சக்திக்கு இரண்டு பகுதிகள் உண்டு. ஒன்று — பவுதிகமானது மற்றது மனம் சார்ந்தது. உங்கள் உடலில் உள்ள அனைத்துக்கும் இரண்டு பகுதிகள் உண்டு. உங்களது உடலும் மனதும் போல் உங்களுக்குள்ள எல்லாவற்றிலும் இரண்டு பகுதிகள். இதில் பொருட்பாகமா யிருப்பது விந்து. இது மேலே ஏறாது. அவ்வாறு செல்ல அதற்கொரு பாதை இல்லை. இதனைக் கொண்டுதான் மேல் நாட்டினர் நமது 'யோகா'வையும், தந்த்ராவையும் முட்டாள் தனமானது என்கிறார்கள். அதனால் அதை முழுதுமாய் ஏற்பதற்கில்லை என்ற முடிவுக்கு வருகின்றனர்.

பாலுணர்வு சக்தி எப்படி மேலெழும்பும், அது முடியாத காரியம் என்பது அவர்களுடைய கருத்து. அவர்கள் சொல்வது சரியாய் பட்டாலும் உண்மையில் அக் கருத்து தவறானதே. விந்து—ஒரு பொருட்சார்ந்த பாகம், ஆனால், அது மட்டுமே அதன் முழுமையாகாது. விந்து— பாலுணர்வின் உடல் மட்டுந்தான், உயிரல்ல. ஆம், அது மட்டுமே பாலுணர்வு சக்தியாகாது. மனம் சார்ந்த பகுதி ஒன்றுள்ளது. அது மேலெழும்பக் கூடியது. அதற்குத்தான் முதுகுத் தண்டு உபயோகப்படுத்தப் படுகிறது. அதன் நடுவேயுள்ள மையங்களும் அது மேலெழுவதில் உபயோக மாகிறது. அதை ஒருவரால் உணரமட்டுமே முடியும். ஆனால், உங்கள் உணர்ச்சிகள் மரத்துக் கிடக்கின்றனவே.

ஓர் உளவியல் நிபுணர் தன்னிடம் ஆலோசனை பெற வந்த பெண்ணைப் பற்றி எழுதியது நினைவுக்கு வருகிறது. அவர் அவளிடம் ஒரு சிலவற்றை உணரச் சொன்னார். ஆனால், அவள் செய்ததெல்லாம் உணராமலேயே செய்யப்

பட்டதாய் அவருக்குப் பட்டது. அவர் தன்னுடைய கையை அவளுடைய கையில் வைத்து அழுத்தி அவளது கண்களை மூடிக் கொள்ளும்படி சொன்னார். அப்போது அவள் உணர்ந்ததைச் சொல்லுமாறு கேட்டார். அவள் உடனே, 'நான் உங்களுடைய கைகளை உணர்கிறேன்' என்றாள். அதற்குச் சிகிச்சையளிப்பவர் சொன்னது: "சரியில்லை. இது நீங்கள் உணர்ந்ததாகாது. இது உங்கள் சிந்தனை. அனுமானம். நான் எனது கையை உங்களுடைய கையில் வைத்தேன். நீங்கள் என்னுடைய கையை உணர்வதாய் சொல்கிறீர்கள். ஆனால் இது அனுமானந்தான். நீங்கள் என்ன உணர்ந்தீர்கள்?" என்று கேட்டார்.

'நான் உங்கள் விரல்களை உணர்கிறேன்' என்றாள் அவள்.

சிகிச்சையளிப்பவர் திரும்பவும் சொன்னார்: "இல்லை. இது உணர்வல்ல. எதையும் அனுமானிக்க (Infer) வேண்டாம். உங்கள் கண்களை மூடிக்கொண்டு, எனது கையிருக்கும் இடத்துக்கு உங்கள் கையை நகர்த்துங்கள். பிறகு என்ன உணர்ந்தீர்கள் என்பதைச் சொல்லுங்கள்" என்று.

இப்போது அவள், "ஓ, நான் முழுமையாய் கவனிக்கத் தவறிவிட்டேன். ஒரு அழுத்தத்தை, கதகதப்பை உணர்கிறேன்" என்றாள்.

ஒருவருடைய கை உங்களைத் தொடுகிறபோது உணரப்படுவது கையல்ல, கதகதப்பும் அழுத்தமுந்தான். கை ஓர் அனுமானம், உணர்வாகாது. கதகதப்பும் அழுத்தமுந்தான் உணர்வு. இப்போது அவள் உணர்ந்து கொண்டிருந்தாள். நாம் உணர்வை முற்றாய் இழந்தோம். உணர்வை நீங்கள் அபிவிருத்தி செய்து கொள்ள வேண்டும். அதன் பிறகே அத்தகைய உத்திகளை உங்களால் செய்யமுடியும். இல்லையேல் அவை வேலை செய்யாது. நீங்கள் எல்லாவற்றையும் அறிவுத்திறன் கொண்டு செய்யப் பார்ப்பீர்கள். 'என்ன உணர்கிறோம்' என்பதைச் சிந்தியுங்கள். ஆனால் நாம் எதிர்பார்ப்பது நடப்பதில்லை.

பலரும் என்னிடம் வந்து, "இந்தச் செய்முறை சிறப்பானது என்கிறீர்கள். ஆனால், எனக்கு எதுவும் நடந்ததாய் தெரியவில்லை" என்று கூறுகின்றனர். அவர்கள் முயற்சி செய்திருப்பார்கள். ஆனால், அதனுடைய ஒரு பரிமாணத்தைத் தவறவிட்டிருக்க வேண்டும். அது— உணர்தல் என்னும் பரிமாணம்.

உணர்வு மையம் வேலை செய்யத் தொடங்க வேண்டும். அப்போதுதான் இந்த உத்திகள் உதவக்கூடும். இல்லையேல், சக்தி எழுகிறது ஆனால் உணர்வேதுமில்லை என்று தான் எண்ணிக் கொண்டிருப்பீர்கள். அங்கே உணர்வேதுமில்லையென்றால் கற்பனை செயலிழந்திருக்கும், விரும்பிய விளைவை உண்டு பண்ணாதிருந்திருக்கும். கற்பனை உணர்வு மட்டுமே உங்களுக்குப் பலன் தரமுடியும். எந்தவொரு குறிப்பான முயற்சியும் அதற்குத் தேவையில்லை. படுக்கைக்குச் செல்லும்போது உங்கள் படுக்கையை, தலையணையை, குளிர்ச்சியை உணருங்கள்.

கண்களை மூடிக்கொண்டு குளிர்சாதனப் பெட்டியிலிருந்து வரும் ஓசையைக் கேளுங்கள். தெருவில் ஏற்படும் போக்குவரத்து சப்தத்தைக் கேளுங்கள். இல்லாவிடில் கடிகாரத்தில் எழும் ஓசையைக் கவனியுங்கள். ஓசையைக் கேட்பதோடு நிறுத்திக் கொள்ளுங்கள். அதற்குப் பெயரிட வேண்டாம், அதைப் பற்றி ஒன்றும் கூற வேண்டாம். மனதை உபயோகிக்க வேண்டாம். உங்களுக்கு ஏற்பட்ட உணர்விலேயே வாழுங்கள்.

காலையில் விழித்தெழும் போதே சிந்திக்கத் தொடங்க வேண்டாம். இன்னும் சிறிது நேரத்துக்கு நீங்கள் மீண்டும் குழந்தையாய் இருக்கலாம். ஏதுமறிந்திராத ஒரு புதிய குழந்தையாய் இருக்கலாம். எனவே, சிந்திக்க வேண்டாம். நீங்கள் அன்று என்ன செய்யப் போகிறீர்கள், எப்போது அலுவலகம் புறப்படுவது, எந்த நேரத்துக்கு மின்சார ரயிலைப் பிடிப்பது இப்படி எதையும் எண்ணமிட்டுக் கொண்டிருக்க வேண்டாம். சிந்தனையைத் தவிர்த்திடுங்கள், பிற்பாடு அதற்கு அவகாசம் இருக்கிறது. காத்திருங்கள்.

சிறிது நேரத்துக்கு சுற்றிலும் எழுகிற சப்தங்களைக் கேளுங்கள். ஒரு காகம் கரைவதை, காற்றின் பேரொலியை, அவை மரங்களில் ஏற்படுத்தும் சலசலப்பை, குழந்தை அழுகின்ற ஒலியை, பால்காரன் போடும் கூச்சலை, பாத்திரத்தில் பால் ஊற்றப்படும் ஓசையைக் கேளுங்கள். அங்கு என்ன நேர்ந்தாலும், நிகழ்ந்தாலும் அதை உணருங்கள். கூர்ந்த அறியும் திறனுடன் (Sensitive), ஏற்றுக் கொள்வதற்கு இசைவாய் (Open) இருங்கள்.

கூர்ந்து அறியும் திறனையும், உணர்வையும் உரு வாக்குங்கள். அப்போது இந்த உத்திகளைச் செய்வது எளிதாயிருக்கும். உங்களுக்குள் வாழும் தன்மை இருப்பதை உணர்வீர்கள். இந்தச் சக்தியை வேறெங்கும் விட்டு விடாமல் சஹஸ்ராரத்துக்குச் செல்ல இடமளியுங்கள்.

இதனை நினைவில்கொள்ளுங்கள். நீங்கள் இச் சோதனையை எங்கே செய்தாலும் இடையில் விட்டு விடாதீர்கள். அதை முழுமையாய் செய்து முடியுங்கள். யாரும் உங்களைத் தொந்தரவு செய்யாதபடி கவனமா யிருங்கள். நீங்கள் இச்சக்தியை இடையில் விட்டால் அது தீங்கு விளைவிப்பதாகிவிடும். அதை விடுவிக்க வேண்டும். எனவே, அதைத் தலைக்குக் கொண்டு வரவும். உங்கள் தலையில் அது வெளியேற திறப்பு வாயில் இருப்பதாய் உணருங்கள்.

இந்தியாவில் சஹஸ்ரத்தை நாம் ஆயிரம் இதழ்த் தாமரையாய் கற்பனை செய்கிறோம். சஹஸ்ரம் என்றால் ஆயிரம் இதழ்களைக் கொண்டது என்று அர்த்தம். ஆயிரம் இதழ்கள் கொண்ட ஒரு தாமரையை, அதன் ஒவ்வோர் இதழிலிருந்தும் ஒளிச்சக்தி பிரபஞ்சத்துக்குச் செல்வதை கருத்துரு செய்து பாருங்கள். இது ஓர் அன்புச் செய்கை. ஆனால் இந்த நேசம் இயற்கையுடனானது அல்ல, இறுதி யான ஒன்றுடனானது. மேலும் இது ஒரு பரவச உணர்வின் உச்சம் (Orgasm) ஆகும்.

இந்த உச்சகட்ட உணர்வு இரண்டு வகை. ஒன்று பால் சார்ந்தது (Sexual), இன்னொன்று ஆன்மா சார்ந்தது

தியானம்

(Spiritual). முந்தையது கீழ் மையத்திலிருந்தும் பிந்தையது உயர் மையத்திலிருந்தும் வருவது. உயர்நிலையில் உயர்ந்ததையும், தாழ்நிலையில் தாழ்ந்ததையும் நீங்கள் எதிர்கொள்கிறீர்கள். உடலுறவின் போதுகூட இப்பயிற்சியை நீங்கள் செய்யலாம். உங்கள் சக்தியை மேலெழும்பச் செய்யுங்கள். அப்போது அந்த உடலுறவு இயக்கம் 'தந்த்ரா' சாதனமாகிறது, தியானமாகிறது.

ஆனால் இச்சக்தியை உடம்பின் ஏதோவோர் இடத்தில், ஏதோவொரு மையத்தில் விட்டு விடாதீர்கள். யாரேனும் ஒருவர் உங்களைக் காணவருவார், அல்லது உங்களுக்கு வேலை இருக்கும். அல்லது ஒரு தொலைபேசி அழைப்பு வரும், நீங்கள் நிறுத்தும்படி ஆகும். எனவே அந்தப் பயிற்சியை யாருடைய தொந்தரவும் இல்லாத நிலையில் செய்யுங்கள். இல்லையேல் எந்த மையத்தில் நீங்கள் சக்தியை விட்டுச் செல்கிறீர்களோ அந்த மையம் துன்பத்துக்குள்ளாகும், மனம் சார்ந்த நோய்களை நீங்கள் உருவாக்கிக் கொள்வீர்கள். இச்செய்முறை முழுக்க முழுக்க இடையூறின்றி தனிமையில் செய்யப்பட வேண்டியது. அரை குறையாய் விடுவதற்கில்லை.

இதில் உங்களுக்குப் பலவித அனுபவங்கள் நேரிடும். பாலுணர்வு மையத்திலிருந்து ஒளிக்கதிர்கள் மேலெழுவதை உணரும் போது, பாலுணர்வு மையத்தில் எழுச்சிகளும் (Erections) கிளர்ச்சிகளும் (Sensations) இருக்கலாம். பலரும் அச்சமுற்றவர்களாய் என்னிடம் வந்திருக்கிறார்கள். தாங்கள் தியானத்தைத் தொடங்கிய போதெல்லாம் ஆழ்நிலையில் ஓர் எழுச்சி இருந்ததாய் அவர்கள் தெரிவித்தார்கள். 'இது என்ன?' என்று ஆச்சரியப்பட்டார்கள். தியானத்தில் பாலுணர்வு கலந்துவிடக் கூடாது என்பதே அவர்களுடைய அச்சம். ஆனால், வாழ்க்கை இயங்கிக் கொண்டிருப்பதை நீங்கள் அறிந்திருக்கவில்லை. அது ஒரு நல்ல அறிகுறி. சக்தி உயிரோட்டத்துடன் இருப்பதையே அது காட்டுகிறது. எனவே நீங்கள் எதுவோ தவறாகி விட்டதாய் எண்ணி அச்சமுற வேண்டியதில்லை.

நீங்கள் தியானத்தைத் தொடங்கும்போது பாலுணர்வு மையம் மிகவும் நுட்ப உணர்வு கொண்டதாய், உயிரோட்டமும், கிளர்ச்சியும் உடையதாயிருக்கும். தொடக்கத்தில் இக்கிளர்ச்சி பால்சார்ந்த கிளர்ச்சி போலவே இருக்கும். தியானம் ஆழமடைந்ததும், சக்தி மேல் நோக்கிப் பாய்வதை உணர்வீர்கள். சக்தியின் பாய்ச்சலில் பாலுணர்வு மையம் அமைதியாகி, கிளர்ச்சி குறைந்துவிடும்.

சக்தி உண்மையிலேயே சஹஸ்ரத்தை நோக்கிச் செல்லும்போது பாலுணர்வு மையத்தில் கிளர்ச்சியேதும் இருக்காது. அது முழுக்கவும் அசைவற்று, அமைதியாயிருக்கும். மேலும் அது குளிர்ச்சித் தன்மை பெற்றுவிடும். கதகதப்பு தலைக்கேறி விடும். இது உடல் சார்ந்தது. பாலுணர்வு மையம் கிளர்ச்சியுற்றால் வெப்பமடையும். அந்த வெப்பத்தை நீங்கள் உணர முடியும். அது உடல் சார்ந்தது. சக்தி செல்லும்போது பாலுணர்வு மையம் மேலும் மேலும் குளிர்ச்சியடையும். வெப்பம் தலைக்கேறும். உங்களுக்குத் தலைசுற்றுவதாய் உணர்வீர்கள்.

சமயத்தில், தலைச்சுற்றலுடன் உமட்டலும் இருப்பதாய் உணர்வீர்கள். காரணம் முதல் முறையாய் சக்தி தலைக்கு வந்திருக்கிறது, உங்கள் தலை அதனுடன் பழக்கப்பட்டிருக்கவில்லை. அது இணக்கமாகிவிடும். எனவே அது குறித்து அஞ்சவேண்டாம். சில சமயம் நீங்கள் பிரக்ஞையற்றவராகி விடலாம். அது மாதிரி நடக்கிறது தான். அவ்வாறு ஏற்பட்டால் மிக நிறைவான சக்தி மேலேறி அது நிரம்பி வழிய அல்லது வெடிக்கத் தயாராய் உள்ளது என்று பொருள். நீங்கள் பிரக்ஞையற்றவராவீர்கள். ஆனால், அந்தப் பிரக்ஞையற்ற நிலை ஒரு மணிநேரத்துக்கு மேல் இருப்பதில்லை. ஒரு மணி நேரத்துக்குள் அந்த சக்தி தானாகவே பின்னடைகிறது அல்லது விடுவிக்கப்படுகிறது. நான் ஒரு மணி நேரம் என்று சொன்னாலும் உண்மையில் அது 48 நிமிடமாகவே இருக்கும். பிரக்ஞையற்ற நிலைக்குப்பின் உங்களைப் புதிதாய் உணர்வீர்கள். அந்த உணர்வு அப்

போதுதான் முதல்முறையாய் ஆழ்ந்த உறகத்தை அடைந்தது போல் இருக்கும்.

யோகா இதனை யோக தந்திரம்—யோக நித்திரை என்கிற பிரத்யேகப் பெயரால் அழைக்கிறது. அது ஆழ மானது. உங்கள் அடியாழத்திலுள்ள மையத்துக்கு நீங்கள் செல்கிறீர்கள். ஆனால், அஞ்ச வேண்டியதில்லை. உங்கள் தலை ஒருதாமரை போல் திறந்து கொள்வதாய் உண ருங்கள். அதன் மூலம் சக்தி பிரபஞ்ச வெளியில் விடுவிக்கப் படுவதையும் உணருங்கள். இச்சக்தி விடுபட்டவுடன் உங்களுக்குள் குளிர்ச்சித் தன்மை திரும்ப வரும். முன்பு ஏற்பட்ட வெப்பத்துக்கு மாறாய் முன்னெப்போதும் உணர்ந்திராத குளிர்ச்சியை அடைவீர்கள். ஆனால், இந்த உத்தியை முழுதுமாய் செய்து முடிக்கவும், ஒரு போதும் அரைகுறையாய் விடவேண்டாம்.

உயரே செல்லும் உயிர்ச்சக்தி–2
(THE ASCENT TO LIFE ENERGY-2)

சிவா கூறுவார்: 'மைய இடைவெளிகளில் இச்சக்தியை மின்னலாய் உணருங்கள்' என்று.

இதுவும் அதே செய்முறைதான், சிறிய வேறுபாட்டுடன் கூடியது. ஒரு மையத்துக்கும் இன்னொரு மையத்துக்கும் இடையில் நீங்கள் இதனை மின்னலாய் உணர முடியும் — ஓர் ஒளி தாவிக் குதிப்பதாய். சிலருக்கு இரண்டாவது முறை உகந்ததாய் தெரியும், சிலருக்கு முதலாவது முறையே பொருந்தும். அதனால்தான் இந்த மாறுதல்.

சிலர் விஷயங்களை படிப்படியாய் கற்பனை செய்ய முடியாதவர்களாய் இருக்கிறார்கள். சிலருடைய கற்பனை ஒன்றிலிருந்து மற்றொன்றுக்கு அப்படியே தாவும் தன்மை உடையதாயிருக்காது. உங்களால் படிப்படியாய் சிந்திக்கவும் கற்பனை செய்யவும் முடியுமென்றால் முதல் முறையே சிறந்தது.

ஆனால் இந்த முதலாம் முறையை நீங்கள் முயற்சித்துப் பார்க்கிறபோது திடீரென்று ஒரு மையத்திலிருந்து இன்னொரு மையத்துக்குத் தாவிக் குதிப்பதாய் உணர்ந்தால் முதலாவது முறையைத் தொடர வேண்டாம். இரண்டாவது முறையே உங்களுக்கு உகந்ததாயிருக்கும். இரண்டாவது முறை அதீத உண்மையாயிருக்கும். காரணம் ஒளி உண்மை யிலேயே தாவிக் குதிக்கிறது.

அந்த —

'ஒளியில் இருக்கிறது ஒரு துள்ளல்'

பெண்களுக்கு முதல் முறையே எளிதாயிருக்கும். ஆண்களுக்கு இரண்டாம் முறை எளிது.

பெண் மனம் படிப்படியாய் ஏற்படும் தன்மையை (Gradualness) கருத்தில் கொள்ளும். ஆண் மனமோ தாவிக் குதிப்பது. அது ஒன்றிலிருந்து இன்னொன்றுக்குத் தாவும். ஆண் மனதில் ஒரு நுட்பமான அசவுகர்ய உணர்வு இருக்கும். பெண் மனம் தாவிக் குதிக்காது, அது படிப்படி யான செயற்பாங்கில் நம்பிக்கை வைக்கும். அதனால் தான் ஆண்—பெண் தர்க்க முறை (Logic) வேறுபட்டிருப்பது.

இந்தச் செய்முறை பற்றி மேலும் இரண்டு மூன்று விஷயங்கள். மின்னல் தோன்றும் போது தாங்க முடியாத வெப்பத்தையும் நீங்கள் உணரும்படி இருக்கும். அப்படி நீங்கள் உணர்ந்தால் இதை முயற்சிக்க வேண்டாம். அப்போது ஒளிக் கதிர்களுடனான முதலாவது முறையே சிறந்தது. ஒளிக்கதிருடன் வெப்பத்தையும் உணரும்படி ஆனதற்காய் அஞ்சவேண்டாம். மனிதர்களிடையே உள்ள வேறுபாட்டை அது சார்ந்திருக்கிறது. அப்போது ஒளிக் கதிர்கள் குளிர்ச்சியாயிருப்பதாய் நம்புங்கள், எண்ணிக் கொள்ளுங்கள். பிறகு கதகதப்பாய் உணர்வதற்குப் பதிலாய் எதுவும் குளிர்ச்சியாயிருக்கும். அம்முறை கூட பலனளிப்பது தான். ஒன்றை நினைவில் கொள்ளுங்கள்: உங்களால் எந்த முறையை தாங்கிக்கொள்ள முடியாதோ அந்த முறையை உடனே நிறுத்திக்கொண்டு விடுங்கள். அனாவசியத்

தொல்லைகள் உள்ளுக்குள் இருந்தால் உங்களால் தீர்க்க முடியாத அளவு பிரச்சினைகள் உருவாகிவிடும்.

ஒலியற்ற ஒலி கேட்டல்
(LISTENING TO THE SOUNDLESS SOUND)

காது சக்தியுடன் தொடர்புடைய தியானங்களெல்லாம் பெண்மை இயல்பு கொண்ட தியானங்களாகும். அவை— இணக்கமானவை. நீங்கள் எதையும் செய்யாமல் சும்மா கேட்டுக் கொண்டிருந்தால் போதும். பறவைகளின் ஒலியைக் கேட்பது, 'பைன்' (Pine) மரங்களினூடே செல்லும் ஒலி அல்லது ஏதோவோர் இசையைக் கேட்பது. இவற்றில் பேரமைதி உண்டாகி உங்கள் மீது வர்ஷிக்கும். கண்களின் வழியே என்பதைவிட காதுகளின் வழியே என்பது எளிது. காரணம்— காது இணக்கமானது, எதிர்த்துப் போரிடுவ தில்லை. இப்பிரபஞ்ச இருப்பில் அது ஒன்றும் செய்ய முடியாததாகவே இருக்கும். அது நிகழ்வதற்கு இடமளிக்கும். காது ஒரு வாசற்கதவு, எதையும் அனுமதிக்கும்.

நாதபிரும்ம தியானம்
(NADABRAHMA MEDITATION)

நாதபிரும்மத் தியானம் என்பது மிகப் பழைமையான திபெத்திய உத்தி. அது விடியற்காலையில் செய்யப்படுவதா யிருந்தது. ஆனால், எந்த நேரத்திலும், தனியாகவோ அல்லது மற்றவர்களுடன் சேர்ந்தோ செய்யக் கூடியதுதான். வெறும் வயிற்றோடு செய்ய வேண்டும். அதன்பிறகு குறைந்த பட்சம் பதினைந்து நிமிடமாவது செயலற்றிருக்க வேண்டும். இந்தத் தியானம் ஒரு மணி நேரம் நீடிப்பது, மூன்று நிலைகள் கொண்டது.

முதல் நிலை: 30 நிமிடம்

மிகவும் ஓய்வு நிலையில் உட்கார்ந்து கண்களை மூடிக் கொள்ளுங்கள், உதடுகளையுந்தான். தேனீக்களைப் போல்

ரீங்காரம் செய்யுங்கள். அந்த ஒலி மற்றவர்களுக்கும் கேட்கும்படி சத்தமாயிருக்கட்டும். அதனால் ஏற்படும் அதிர்வுகளை உங்கள் உடம்பு முழுதும் உண்டாக்குங்கள். அவ்வாறு செய்யும் போது அந்த ரீங்காரம் ஒரு நிலையில் தானாகவே தொடர்ந்து கொண்டிருக்கும். நீங்கள் அதைக் கேட்பவராவீர்கள். இதற்கு பிரத்யேகமாய் எவ்வித மூச்சுப் பயிற்சியும் கிடையாது. எனவே, ரீங்கார ஒலியை கூட்டிக் கொள்ளவோ குறைத்துக் கொள்ளவோ செய்யலாம். உங்கள் உடம்பை மென்மையாய் அசைத்து அதை உணருங்கள்.

இரண்டாம் நிலை: 15 நிமிடம்

இரண்டாம் நிலை இரண்டு ஏழரை நிமிடப் பகுதி களாய் பிரிக்கப்பட வேண்டும்.

முதல் பகுதியில் உள்ளங்கைகள் மேல் நோக்கியிருக்க கைகளை அசையுங்கள். கைகளை வெளிப்புறமாய் வட்ட வடிவில் சுழற்றுங்கள். நாபிப்பகுதியில் ஆரம்பித்து இரண்டு கைகளையும் முன்னே செலுத்தி, பின்பு அதை இரண்டாய் பிரியச் செய்து இரண்டு பெரிய வட்டங்களாய், எதிரெதிரே தெரியும் கண்ணாடிகள் போல் இடப்புறமாயும், வலப் புறமாயும் சுற்றுங்கள். மெதுவாய் சுற்ற வேண்டும். அது பார்ப்பதற்கு அசைவற்றிருப்பதுபோல் தெரியவேண்டும். நீங்கள் சக்தியைப் பிரபஞ்ச வெளியில் விடுவதாய் எண்ணிக் கொள்ளுங்கள்.

ஏழரை நிமிடத்திற்குப் பிறகு கைகளைத் திருப்பி உள்ளங்கைகளை கீழே விடுங்கள். கைகளை எதிரும் புதிருமாய் சுழற்ற ஆரம்பியுங்கள். இப்போது கைகளிரண் டும் நாபியை நோக்கி சேர்ந்து வரும். உடலின் பக்கங்களில் பிரிந்து செல்லும். வெளிப்புற சக்தியை உள்ளே வாங்கு வதாய் உணருங்கள்.

மூன்றாம் நிலை: 15 நிமிடம்

அப்படியே அமைதியாய் உட்கார்ந்திருங்கள் அல்லது படுத்துவிடுங்கள். அசைவற்றிருங்கள்.

தியானம்

'தம்பதிகளுக்கான நாதபிரும்ம தியானம்' (NADABRAHMA FOR COUPLES)

மாஸ்டர் (குரு) தம்பதிகளுக்காகவென்றே இத் தியானத்தில் சில மாற்றங்களை அழகாய் செய்து கொடுத் திருக்கிறார். இருவரும் ஒருவர் முகத்தை ஒருவர் பார்த்தாற் போல் எதிரெதிராய் உட்கார்ந்து கொள்ள வேண்டும். ஒரு போர்வையால் தங்களை மூடிக் கொண்டு ஒருவருடைய வலது கையை அடுத்தவர் தமது இடது கையாலும், அவருடைய இடது கையைத் தம்முடைய வலது கையாலும் மாற்றிப் பிடித்துக்கொள்ள வேண்டும். ஆடையென எதையும் அணியாதிருப்பது சிறப்பு. நான்கு சிறிய மெழுகு வர்த்திகளை எரியவிட்டு அறையில் வெளிச்சத்தைக் கொண்டு வரலாம், இந்தத் தியானத்துக்கென்று குறிப்பிட்ட வாசனையுள்ள ஊதுபத்தியைப் பயன்படுத்தலாம்.

உங்கள் கண்களை மூடிக்கொண்டு முப்பது நிமி டத்திற்கு ரீங்கார ஒலி (hum) யெழுப்பலாம். கொஞ்ச நேரத்தில் சக்திகள் சந்திப்பதை, இரண்டறக் கலப்பதை, ஒன்றாவதை உணர்வீர்கள்.

ஓம் (Aum)

"'ஓம்' என்ற ஒலியை உங்களுக்குள் ஒரு குறிப்பட்ட குரலோடு ஓதுங்கள். ஒலி முழுமையான ஒலித்தன்மையில் நுழையும்போது நீங்களும் அதில் நுழைகிறீர்கள்" என்பார் சிவா.

'ஓம்' என்பது ஆதாரமான ஒலி. அ—உ—ம் என்ற மூன்று சப்தங்கள் அதில் ஒன்று சேர்கின்றன. உலகின் எல்லா ஒலிகளுக்கும் அவையே அடிப்படையாய் அமைந் தன. பவுதிகத்தில் எலக்ட்ரான், ந்யூட்ரான், ப்ரோட்டான் என்கிற மூன்றும் எப்படி அடிப்படை மூலக்கூறுகளா யினவோ அவ்வாறே ஒலிகளுக்கெல்லாம் மூலமாய் விளங்குகிறது இந்த மூன்று ஒலிகளும். இதை நாம் ஆழமாய் புரிந்துகொள்ள வேண்டும்.

ஓர் ஒலியைக் கூட்டியும் குறைத்தும் வெளிப்படுத்துவது ஒரு நுட்பமான விஞ்ஞானம். முதலில் நீங்கள் அதை வெளிப்படையாய் சத்தமாய் உச்சரிக்கவேண்டும். அப்போது தான் மற்றவர்கள் அதைக் கேட்க முடியும். முதலில் சத்தமாய் தொடங்குவது நல்லது. ஏன்? ஏனெனில் அதை நீங்கள் உச்சரிக்கும் போது நீங்களும் கேட்க முடியும்.

நீங்கள் எப்போது பேசினாலும் மற்றவர்களுடன்தான் பேசுகிறீர்கள். உங்கள் பேச்சை நீங்கள் கேட்பது மற்றவர்களோடு பேசும் போதுதான். எனவே, இந்த இயல்பான பழக்கத்தில் இருந்தே தொடங்குங்கள்.

'ஓம்' என்று ஒலியை உச்சரிக்கும் போதே அந்த இராகம் ஒலியுடன் இணைவதை உணருங்கள். ஓம் என்ற ஒலியை உச்சரிக்கும் போதே அந்த ஒலியால் நிரம்பி விடுங்கள். மற்றவற்றை மறந்துவிடுங்கள். ஒலியுடன் ஒன்றுவது எளிது. ஏனெனில் ஒலி உங்கள் உடம்பில் அதிர்வுகளை ஏற்படுத்தக் கூடியது. உங்கள் மனதின் மூலம் அது அதிர்வுகளை ஏற்படுத்தும். ஏன்? உங்கள் நரம்பு மண்டலம் முழுதையுமே அதிரச் செய்ய ஒலியால் முடியும். அது உங்களை எதிரொலிக்கச் செய்யும். உங்கள் உடம்பு முழுதும் அந்த ஒலியால் நிறைவடைந்திருப்பதை உணருங்கள். ஒவ்வோர் உயிர் அணு (Cell)விலும் அதன் அதிர்வு இருக்கும். இராகத்தோடு உச்சரிப்பது சுருதி கூட்டுவதாகும். ஒலியின் சுருதி நீங்கள்,

'உங்களை ஒலியோடு இணைத்துக் கொள்ளுங்கள்
ஒலியாக விடுங்கள்'

அதன் பிறகு உங்களுக்கும் ஒலிக்குமிடையே ஆழ்ந்த இணக்கம் ஏற்பட்டு விட்டிருப்பதை உணர்வீர்கள். அதன் மீது உங்களுக்கு ஓர் அன்புணர்வு ஏற்படவும் செய்யும்.

'ஓம் என்கிற ஒலி அழகானது,
இசையானதுங்கூட'

நீங்கள் அதை எத்தனைக்கு உச்சரிக்கிறீர்களோ அத்தனைக்கு ஒரு நுட்பமான இனிமை உங்களுக்குள்

நிரம்பியதாய் உணர்வீர்கள். சில ஒலிகள் மிகவும் கசப்பாய் இருக்கும், சில ஒலிகள் மிகக் கர்ண கடூரமாயிருக்கும். ஓம் என்பது இனிய ஒலி, தூய ஒலி. அதை உச்சரியுங்கள். அதனால் நிறைந்திருங்கள்.

நீங்கள் அதனுடன் இணைவதை உணரும்போது அதை வெளியில் சப்தமாய் சொல்வதை நிறுத்திக்கொள்ளுங்கள். பின்பு உங்கள் உதடுகளையும் மூடிக் கொண்டு விடுங்கள். 'ஓம்' என்று உள்ளுக்குள் சொல்லிக் கொள்ளுங்கள். உள்ளாகவே உரத்துச் சொல்லுங்கள். அந்த ஒலி உங்கள் உடலின் ஒவ்வொரு பாகத்தையும், ஒவ்வோர் உயிரணுவையும் தொடரவேண்டும். அதனால் நீங்கள் புத்துணர்வு பெற்றதாய் உணர்வீர்கள். ஏனெனில் அப்போது உங்கள் உடம்பு ஓர் இசைக் கருவியாய் மாறி உள்ளது. அதற்குச் சுருதி கூட்டி இணக்கமாய் இருக்கச் செய்யவேண்டும். அந்த இணக்கம் குலைந்தால் நீங்களும் குலைந்து விடுவீர்கள். இசை விரும்பத் தக்கது.

'நீங்கள் இசை கேட்கிறபோது
நிறைவாய் உணர்வீர்கள்'

ஆமாம், இசையில் இணக்கமாகிற நீங்கள் ஏன் இரைச்சலில் நிலைகுலைந்து போகிறீர்கள், காரணம், உங்களுக்குள் இசைத்தன்மை உடையவராகவே இருக்கிறீர்கள் நீங்கள். நீங்கள் ஒரு இசைக்கருவி, அது நிகழ்வுகளை எதிரொலிக்கிறது.

ஓம் என்று உள்ளே உச்சரியுங்கள், உங்கள் ஒட்டு மொத்த உடம்பு அத்தோடு சேர்ந்து நடனமாடுவதை உணர்வீர்கள். உங்கள் உடம்பு குளியலில் தூய்மையடைந்தது போல் ஓர் உணர்வு கிடைக்கும். தோலில் உள்ள ஒவ்வொரு துவாரமும் தூய்மையாகிறது. அதை நீங்கள் தீவிரமாய் உணர்கிறபோது அது உங்களுக்குள் மேலும் ஊடுருவும். உச்சரிப்பதை மேலும் மெதுவாக்குங்கள். மிகக் குறைந்த மெதுவான ஒலி மிக ஆழமாய் செல்லக் கூடியது. இது ஹோமியோபதி சிகிச்சை மாதிரி. மருந்தின் அளவு குறைவா

யிருந்தால் அதிக அளவில் அது ஊடுருவும். நீங்கள் ஆழத்துக்குச் செல்ல விரும்பினால் மேலும்மேலும் நுட்பமாய் செல்ல வேண்டும்.

செப்பமற்ற, கரடுமுரடான ஒலிகள் உங்கள் இதயத்தி னுள் நுழைய முடியாது. அவை உங்கள் காதுகளில் நுழையும், இதயத்தில் நுழைவதற்கில்லை. பாதை குறுக லானது, இதயம் மென்மையானது. மிகவும் மெதுவான, ஓசை நயத்துடன் கூடிய, அணு அளவிலான ஒலியே அதனுள் வர அனுமதிக்கப்படுகிறது. அந்த ஒலி உங்கள் இதயத்தின் உள்ளே புகாதவரை மந்திரங்கள் பூர்த்தியடைவ தில்லை. மந்திரங்கள் இதயத்தில் நுழைந்தால் தான் அதற்கான பலன்கள் ஏற்படும். நீங்கள் உயிருடன் இருப் பதற்கு நடு ஆதாரமாயிருப்பது உங்கள் இதயமே. ஆனால் உச்சரிப்பது மிக மெதுவாய், மென்மையாயிருக்கட்டும்.

மெதுவாயும், நுட்பமாயும் உச்சரிக்க வேண்டும் என்பதற்கு வேறு சில காரணங்களும் உண்டு. புலன்களுக்கு வெளியில் ஒலி புலப்படாததால் அதை உள்ளே உணர அதிகக் கவனம் செலுத்த வேண்டும். முரட்டுத் தனமான சப்தங்களுக்கு அவ்வளவாய் ஒன்றும் கவனம் தேவைப் படாது.

ஓர் ஒலியானது இசையாயிருந்தால், இணக்கமாய் இருந்தால் நீங்கள் அதை உங்களுக்குள் கேட்டே ஆகும் படி இருக்கும். அதை எச்சரிக்கையோடு நீங்கள் கேட்க வேண்டியிருக்கும். உங்களிடம் எச்சரிக்கை உணர்வு (Alert-ness) இல்லாவிட்டால் அப்படியே தூங்கிப் போவீர்கள், எது முக்கியப்பகுதியோ அதைத் தவறவிடுவீர்கள். அதுதான் மந்திரங்களில், உச்சரிப்பதில், ஒலியைப் பிரயோகிப்பதில் உள்ள பிரச்சினை அது உறக்கத்தைத் தந்துவிடும்.

நீங்கள் எந்தவொரு சப்தத்தையும் அது குறித்த எச்சரிக்கையின்றி மீண்டும் சொன்னால் உங்களை அது உறக்கத்திலாழ்த்திவிடும். காரணம் கூறியது கூறல் (Repetition) என்றாலே எந்திரத் தனமானதுதான். ஓம்—ஓம்—ஓம்

என்பது எந்திரத்தனமாகிவிட்டால் அத சலிப்பையே உண்டு பண்ணும்.

எனவே, இரண்டு காரியங்களை நீங்கள் செய்ய வேண்டும்.

ஒலியின் அளவைக் குறைப்பது, நீங்கள் எச்சரிக்கை உணர்வோடிருப்பது. எத்தனைக்கு ஒலி நுட்பமாகிறதோ அத்தனைக்கு உங்கள் எச்சரிக்கைத் தன்மையும் அதிகரிக்கும். உங்கள் கவனம் மேலும்கூட நீங்கள் மேலும் மென்மையாய் உச்சரிக்கவேண்டும். அப்போது ஒரு நிலையில் ஒலியானது ஒலியற்ற தன்மைக்குள் நுழையும் அல்லது முற்றாய் ஒலி நிறைந்த தன்மைக்குள் நுழையும். நீங்கள் முழுமையான விழிப்புணர்வை அடைவீர்கள். ஒலியானது எப்போது பள்ளாத்தாக்கைச் சென்றடைகிறதோ, பள்ளத்தாக்கின் ஆழ்மையத்தைச் சென்றடைகிறதோ அப்போது உங்கள் எச்சரிக்கை உணர்வு அதன் உச்சத்துக்குச் சென்றுவிடும். அங்கே ஒலியானது நிறைந்த ஒலியிலோ அல்லது ஒலியற்ற தன்மையிலோ கரைந்துவிடும். நீங்கள் முழுமையான விழிப்புணர்வில் கரைவீர்கள்.

தேவவாணி தியானம்
(DEVAVANI MEDITATION)

ஒவ்வோர் இரவும் நீங்கள் உறங்கச் செல்வதற்கு முன் உங்களுக்குப் பெருமளவில் உதவக் கூடிய ஒரு சிறு உத்தியை உங்களால் செய்ய முடியும்.

விளக்குகளை அணைத்து விடுங்கள், உறங்குவதற்காய் விரிக்கப்பட்ட உங்கள் படுக்கையில் அமருங்கள், ஒரு பதினைந்து நிமிடத்திற்கு அமர்ந்திருங்கள். கண்களை மூடிக் கொண்டு ஒரே தொனிகொண்ட, பொருளற்ற ஒலியை எழுப்புங்கள் லா...லா...லா — என்கிற மாதிரி. அத்துடன் புதிய ஒலிகளை மனம் வழங்குதற்காய் காத்திருங்கள். நீங்கள் நினைவில்கொள்ள வேண்டியதெல்லாம் அந்த ஒலிகள் அல்லது வார்த்தைகள் உங்களுக்குத் தெரிந்த எந்த மொழி

யாகவும் இருக்கக் கூடாது. நீங்கள் ஆங்கிலம், ஜெர்மன், இத்தாலிய மொழிகளை அறிந்திருந்தால் அதற்கு இடமில்லை. நீங்கள் அறிந்திராத திபெத்திய, சீன, ஜப்பானிய மொழியென்று எதற்கும் இடமுண்டு.

நீங்கள் அறிந்திராத மொழியில் பேசுங்கள். முதல் நாளில் சில கணங்களுக்குச் சிரமமாயிருக்கும். பின்னே தெரியாத மொழியில் எப்படிப் பேசுவதாம்? பேச முடியும். ஒருமுறை தொடங்கிவிட்டால் சப்தங்கள், பொருளற்ற வார்த்தைகள் என்று வந்துகொண்டேயிருக்கும். பிரக்ஞையை ஒரு புறம் ஒதுக்கிவிட்டு பிரக்ஞையற்ற தன்மைக்கு இடமளியுங்கள், பேசலாம்.

பிரக்ஞையற்ற தன்மை பேசும்போது அது மொழி யேதும் அறிந்திராது. அது ரொம்பப் பழைய முறை பழைய ஏற்பாட்டில் (Old Testament) இருந்து வருகிறது. இன்னமும் அமெரிக்காவிலுள்ள பழைய தேவாலயங்களில் இதைக் கடைப்பிடிக்கிறார்கள். அந்நாளில் இதனை 'புரியா மொழி நிறைந்த வழிபாடு'(Glossolalia) என்பார்கள்.'நாக்கில் பேசுவது' என்பதும் உண்டு. பிரக்ஞையற்ற தன்மையில் நுழைவதற்கு உதவும் அதிசயமான முறை. 'லா, லா, லா' என்று தொடங்குங்கள், பின்பு எதுவருமோ அதைப் பற்றிக் கொள்ளலாம். முதல் நாள் மட்டும் சற்று கடினமாயிருக்கும். ஒரு தடவை செய்துவிட்டால் அதன் சூட்சுமம் உங்களுக்குப் புரிந்து விடும், அதற்கான சாமர்த்தியம் வந்துவிடும்.

பின்பு 15 நிமிடத்திற்கு உங்களுக்குத் தோன்றியதை யெல்லாம் வெளியில் கொட்டுங்கள். ஓசைதான்... உளறல் தான், ஆனால், ஒரு மொழி போல் உபயோகியுங்கள். இந்த 15 நிமிட நேரமும் உங்கள் பிரக்ஞை மனதுக்கு ஓய்வளிக் கிறீர்கள் என்பதைப் புரிந்துகொள்ளுங்கள். பிறகு அப்படியே படுத்து உறங்கிவிடுங்கள். உறக்கம் ஆழ்ந்ததாயிருக்கும். ஒரு சில வாரத்தில் உங்கள் உறக்கத்தின் ஆழ்ந்த தன்மையை உணரத்தொடங்குவீர்கள். தினமும் காலையில் எழும்போது புத்துணர்வோடு இருப்பதாய் உணர்வீர்கள்.

தியானம்

தேவவாணி என்பது தியானிப்பவர் மூலம் வெளிப்படுகிற ஒரு தெய்விகக் குரல். தியானம் செய்பவர் ஒரு காலிப் பாத்திரம்போல், இரு கடல்களை இணைக்கும் நீர்க்காலைப் போல் (Channel) ஆகிவிடுகிறார்.

இது பிரக்ஞை மனத்தை மிகவும் தளர்த்தி ஓய்வாய் இருக்கச் செய்கிறது. இதனை இரவில் கடைசி காரியமாய் செய்யும்போது ஆழ்ந்த உறக்கம் ஏற்படும் என்பது உறுதி.

இதில் ஒவ்வொன்றும் 15 நிமிடமாய் நான்கு நிலைகள் உள்ளன. இந்த முறை நெடுகவும் கண்களை மூடிக் கொண்டிருங்கள்.

தேவவாணி தியானத்துக்கான வழிகாட்டுதல்

முதல்நிலை : 15 நிமிடம்

மென்மையான இசையொலியைக் கேட்டவாறு சுமார் 15 நிமிடத்திற்குப் படுக்கையில் அமர்ந்திருக்கவும்.

இரண்டாம் நிலை: 15 நிமிடம்

'லா லா லா' என்கிற மாதிரி பொருளற்ற ஒலிகளை எழுப்புங்கள். பரிச்சயமற்ற வார்த்தை போன்ற ஒலிகள் எழும் வரை தொடருங்கள். இந்த ஒலிகள் நமக்குத் தெரிந்திராத மூளையின் பகுதியில் இருந்து வரவேண்டும். அது — வார்த்தைகளைக் கற்றுக் கொள்வதற்கு முன்பிருந்த மூளை போன்றது. இந்த உச்சரிப்புகள் மென்மையான பேச்சு நடையில் இருக்கலாம். அழவோ, கத்தவோ, சிரிக்கவோ, கிறீச்சிடவோ வேண்டாம்.

மூன்றாம் நிலை: 15 நிமிடம்

எழுந்து நின்று, தொடர்ந்து பேசுங்கள். ஒலிகளுக்கேற்ப உங்கள் உடலும் இணக்கமாய் அசைய இடமளியுங்கள். உங்கள் உடல் ஓய்வாயிருந்தால் நட்பமான சக்தி ஏற்பட்டு உங்களைக் கட்டுப்பாடின்றி அலைக்கழிக்கும்.

நான்காம் நிலை: 15 நிமிடம்

அப்படியே அமைதியாய் அசைவற்றுப் படுத்து விடுங்கள்.

இசையும் ஒரு தியானம்
(MUSIC AS MEDITATION)

சிவா கூறுவார்: "நீங்கள் கம்பி (நாண்)யுடைய இசைக் கருவிகளிலிருந்து வரும் இசையைக் கேட்கும் போது அவற்றின் மையமான கூட்டு ஒலியைக் கேளுங்கள். அவ் விதமாய் எங்கும் வியாபித்திருக்கும் இசைத் தன்மையுடன் கலந்து கொள்ளுங்கள்"

நீங்கள் ஒரு சிதார் இசைக்கருவியின் மூலம் இசையைக் கேட்டுக் கொண்டிருக்கிறீர்கள் (அல்லது அதைப் போன்ற ஏதோவோர் இசைக்கருவி) அதிலிருந்து பலவிதமான சுரங்கள் உண்டாகின்றன. கவனமாயிருந்து மையக் கருத்தினை, அதற்கு முதுகெலும்பு போன்றதாயிருப்பதை, அதைச் சுற்றியோடும் சுரங்களை (Notes), அவற்றைப் பிடித்து வைத்திருக்கும் அடி நாதத்தைக் கேளுங்கள்.

நமது முழுஉடம்பும் முதுகெலும்பால் இருத்தி வைக்கப்பட்டுள்ளது. அதே போன்று, இசையைக் கேட்கும் போது கவனமாய் கேட்டு அதனுள்ளே ஊடுருவி அதன் முதுகெலும்பைக் கண்டுபிடியுங்கள். முதுகெலும்பு போல் எல்லாவற்றையும் பிணைத்து நிற்பதைக் கண்டுபிடியுங்கள்.

சுரங்கள் (இசைக் குறிமானங்கள்) வரும், போகும் மறைந்தும் போகும். ஆனால் நடுமையம் நிரம்பி வழிந்து கொண்டே இருக்கும். அது பற்றிய உணர்வோடிருங்கள்.

அடிப்படையில் ஆரம்ப காலத்திலிருந்தே இசை தியானத்தில் உபயோகப்படுத்தப் பட்டிருக்கிறது. குறிப்பாக இந்திய இசை ஒரு தியான முறையாகவே வளர்க்கப் பட்டிருக்கிறது. இந்திய நடனமும் ஒரு தியானமுறை

தியானம்

யாகவே வளர்க்கப்பட்டது. இசைக் கலைஞனுக்கு அது ஓர் ஆழ்ந்த தியானம், இசையைக் கேட்பவருக்குந்தான். ஒரு நடனக் கலைஞரோ இசைக் கலைஞரோ ஒரு தொழில் வல்லுநராயும் விளங்கமுடியும். அங்கே தியானம் இல்லா விடில் அவர் வெறும் தொழில் வல்லுநர்தான். அவர் சிறந்த தொழில் வல்லுநராய் திகழ முடியும். ஆனால் அதில் ஆன்மா இருக்காது, வெறும் உடல்தான் இருக்கும். இசைக் கலைஞர் ஆழ்ந்து தியானிப்பவராயும் இருந்தால் தான் அங்கு ஆத்மா வரும்.

இசை வெளிப்படையாகிற விஷயம். சிதார் வாசிக்கிற ஒருவர் சிதாரை மட்டும் மீட்டுவதில்லை, தன்னுள்ளிருக்கும் எச்சரிக்கை உணர்வையும் (Alertness) மீட்டுகிறார். சிதார் இசை வெளியே செல்கிறது, விழிப்புணர்வு உள்ளே செல்கிறது. இசைப்பவரின் கவனம் உள்ளார்ந்த மையத்தில் இருக்கும். எச்சரிக்கை உணர்வு சமாதி நிலையைத் தருகிறது. அதுவே பரவசமாகிறது, அதுவே உச்சமாகிறது. ஆனால், இசையைக் கேட்கும் போது நீங்கள் என்ன செய்து கொண்டிருக்கிறீர்கள். நீங்கள் தியானித்துக் கொண்டிருப்ப தில்லை. மாறாக, இசையை ஒரு மது வகையாய் பயன் படுத்துகிறீர்கள். நீங்கள் ஓய்வாயிருக்கவும், தன்னை மறக்கவும் அதைப் பயன்படுத்துகிறீர்கள்.

இதுதான் துரதிருஷ்டம், துன்பமளிப்பது: விழிப்புணர் வுக்காக ஏற்படுத்திய உத்திகளைத் தூக்கத்துக்குப் பயன் படுத்தினால் வேறென்ன சொல்வது. இப்படித்தான் மனிதன் தனக்குத் தானே தீங்கு செய்து கொள்கிறான்.

இந்தச் சூத்திரம் சொல்கிறது: கம்பியில் மீட்டப்படும் இசையினைக் கேட்கும் போது அதனுடைய முழுமையான மைய ஒலியைக் கேளுங்கள் என்று, அவ்விதமாய் இறைத் தன்மையுடன் கலந்து கொள்ளுங்கள் என்று. அதன் பிறகு அறிவீர்கள், எதைத் தெரிந்து கொள்ள வேண்டும், எது தெரிந்து கொள்ளத் தகுதியானது என்பதை. நீங்கள் எங்கும் நிறைந்தவராவீர்கள்.

அந்த இசையுடன் அதன் ஒருங்கிணைந்த மைய ஒலியைக் கண்டுபிடித்தால் நீங்கள் விழிப்பூட்டப்பட்டவராவீர்கள். அந்த விழிப்புணர்வோடு எங்கும் இருப்பீர்கள்.

நீங்கள் இப்போது ஒரு தடத்தில் நிலை கொண்டுள்ளீர்கள். அந்தப் பகுதிக்கு நாம் தன்முனைப்பு (Ego) என்று பெயரிடுவோம். நீங்கள் விழிப்படையக் கூடுமெனில் இந்தத் தடம் அழியும். அப்போது நீங்கள் எங்காவது இருக்கமாட்டீர்கள், எங்கும் இருப்பீர்கள் — தானே சகலமும் ஆகிவிட்டது போல்.

> 'நீங்கள் கடலாவீர்கள்
> முடிவற்றதாவீர்கள்
> எல்லை வகுப்பது மனம், தியானத்தில்
> எல்லையற்ற தன்மை வரும்'

ஒலியின் மையம்
(THE CENTER OF SOUND)

சிவா கூறுவார்: 'நீர்வீழ்ச்சியின் நிற்காத ஒலியினைப் போன்ற, ஒலிமையத்தில் குளியுங்கள். அல்லது, காதுகளில் விரல்களை வைத்து மூடிக் கொண்டு ஒலிகளின் மூல ஒலியைக் கேளுங்கள்,

இந்த உத்தியை பல வழிகளில் செய்ய முடியும். ஒரு வழி எந்த இடத்தில் வேண்டுமானாலும் உட்கார்ந்தபடி தொடங்குவது. எப்போதுமே ஒலிகள் இருக்கத்தான் செய்கின்றன. சந்தையிலும் சரி, இமாலயப் பிரதேசத்திலும் சரி அது இருக்கவே செய்கிறது. அமைதியாய் உட்காருங்கள். ஒலியுடன் விசேஷமாய் ஏதோ ஒன்று இருக்கிறது. எங்கெங்கு ஒலிகள் இருக்கின்றனவோ அங்கெல்லாம் நீங்கள்தான் மையம். ஒவ்வொரு திசையில் இருந்தும், ஒவ் வோர் இடத்திலிருந்தும் ஒலிகள் உங்களிடம் வருகின்றன.

இது பார்வை கண்கள் கொண்டுவருவது போன்றதல்ல. பார்வை நீண்ட கோட்டில் அமைவது. உங்களை

நான் பார்க்கும்போது உங்களை நோக்கி ஒரு கோடு போடப்படுகிறது. ஒலி வட்ட வடிவமானது, அது கோடுகளில் செல்வதில்லை. ஆக, எல்லா ஒலிகளும் வட்டங்களாய் வருகின்றன, நீங்கள் மையமாயிருக்கிறீர்கள். நீங்கள் எங்கிருந்தாலும் ஒலியின் மையமாகிறீர்கள். ஒலிகளின் கடவுளாய், பிரபஞ்சத்தின் மையமாய் இருக்கிறீர்கள். ஒலிகள் உங்களிடம் வருகின்றன.

இந்தச் சூத்திரம் சொல்கிறது 'ஒலிகளின் மையத்தில் குளியுங்கள்' என்று. நீங்கள் எங்கிருந்து கொண்டு இதைச் செய்தாலும் கண்களை மூடிக் கொள்ளுங்கள். பிரபஞ்சம் முழுதும் ஒலிகளால் நிரம்பியிருப்பதை உணருங்கள். ஒலிகளின் மையம் நீங்கள், அவை உங்களை நோக்கி வருகின்றன என்பதை உணரும் போது நீங்கள் ஓர் ஆழ்ந்த அமைதியை உங்களுக்குத் தருகிறீர்கள். இந்தப் பிரபஞ்சம் முழுதும் ஒரு வட்டமாய் இருக்கும். நீங்கள் அதன் நடுமையத்தில் இருப்பீர்கள். எல்லாமும் உங்களை நோக்கி வருகின்றன, உங்களை நோக்கி விழுகின்றன.

'ஒரு நீர் வீழ்ச்சியின் தொடரொலி போன்று...' நீங்கள் அருவிக்கரையில் இருந்தால் கண்களை மூடிக் கொள்ளவும். அங்கே உங்களைச் சுற்றியெழும் எல்லா சப்தங்களையும் உணருங்கள். ஒவ்வொரு பக்கத்திலிருந்தும் ஒரு மையத்தை உங்களுக்குள் உருவாக்கவும். மையத்துக்கு ஏன் முக்கியத்துவம்? மையம் ஒலியற்றது, மையத்தில் ஒலியிருக்காது. அதனால்தான் மற்ற ஒலிகளை நீங்கள் கேட்க முடிவது.

மையம் அமைதியே வடிவம் கொண்டது, நிசப்தமானது. அதனால்தான் உங்களுள் நுழைகிற, உங்களிடம் வருகிற, உங்களில் ஊடுருவுகிற, உங்களை வட்டமிடுகிற சப்தங்களை நீங்கள் கேட்க முடிகிறது.

இந்த நடுமையத்தை, ஒலிகள் வந்து சேரும் இடத்தை உங்களால் கண்டு பிடிக்க முடிந்தால் திடீரென்று ஒலிகள் மறையும், ஒலியற்ற தன்மைக்குள் நீங்கள் பிரவேசிப்பீர்கள்.

எல்லா ஒலிகளையும் கேட்கிற மையத்தை உங்களால் உணர முடிந்தால் பிரக்ஞை அங்கே மாற்றப்படும்.

'ஒலிகளால் நிரம்பிய இவ்வுலகத்தை
நீங்கள் ஒருகணத்தில் கேட்பீர்கள்'

இன்னொரு கணத்தில் உங்கள் விழிப்புணர்வு உள் நோக்கித் திரும்பும், ஒலியற்ற தன்மையை நீங்கள் கேட்பீர்கள். அது— வாழ்வின் மையம்.

ஒருமுறை நீங்கள் அதைக் கேட்டுவிட்டால் பிறகு வேறெந்த ஒலியும் உங்களைத் துன்புறுத்தாது, தொந்தரவு செய்யாது. அவை உங்களிடம் வரும், உங்களை அடையாது. அவை எப்போதும் உங்களிடம் வரும், ஆனால், ஒரு போதும் உங்களை அடையாது. ஒலியும் புக முடியாத முனையொன்று உண்டு, அந்த முனைப்பகுதி நீங்கள்தான்.

இதை நீங்கள் சந்தையில் செய்து பார்க்க முடியும். சந்தையைப் போல் இரைச்சல் மிக்க வேறொரு இடம் கிடையாது. உங்களைப் பித்துக் கொள்ளச் செய்து விடும் ஒலிகள், சப்தங்கள். ஆனால், நீங்கள் எது நல்ல ஒலி, எது மோசமானது, எது எது அமைதியைக் குலைக்கிறது, எது அழகானது, எது இணக்கமானது என்றெல்லாம் எண்ணத் தொடங்கிவிடாதீர்கள். நீங்கள் அங்கே இருப்பது ஒலி களைப் பற்றிச் சிந்திப்பதற்கல்ல. மையத்தைப் பற்றி மட்டும் சிந்தித்தால் போதுமானது. நல்லதோ, கெட்டதோ, அழகானதோ, இல்லையோ உங்களிடம் வரும் ஒலிகள் பற்றிய சிந்தனை வேண்டாம். நீங்கள் மையமாய் இருக் கிறீர்கள், ஒலிகள் உங்களை நோக்கி வருகின்றன என்பதை மட்டும் சிந்தித்துக் கொண்டால் போதும்.

ஒலிகள் காதுகளால் கேட்கப்படுவதில்லை. காதுகள் அவற்றைக் கேட்க முடியாது. அவை எடுத்துச் செல்கிற, ஒப்படைக்கிற வேலையைத் தான் செய்யும். வேண்டாத ஒலிகளை உள்ளே அனுப்பாமல் வெளியிலேயே வடிகட்டி விடும். அவை — உபயோகமற்றவற்றை உள்ளே அனுப்பு

தியானம்

வதில்லை. அவை ஒலிகளைத் தெரிவு செய்யும். தேவை பானதைத் தேர்ந்தெடுக்கும். அதை மட்டும் உள்ளே நுழைய அனுமதிக்கும், அதைத்தான் நீங்கள் கேட்கிறீர்கள். இப்போது அந்த மையம் உங்களுக்குள் எங்கிருக்கிறது என்று கண்டுபிடியுங்கள். காதுகள் மையம் அல்ல. எங்கோ அடியாழத்திலிருந்து கேட்கிறீர்கள். காதுகள் ஒலிகளைத் தேர்ந்தெடுத்து அனுப்புகின்றன. நீங்கள் எங்கிருக்கிறீர்கள்? உங்கள் மையம் எங்கே இருக்கிறது?

நீங்கள் ஒலிகளோடு இயங்கும் போது அதன் வேலைப் பாடுகளை ஊன்றிக் கவனித்தால் சற்று முன் பின்னாய் என்றாலும் ஓர் ஆச்சரியம் உங்களுக்குக் காத்திருக்கும். காரணம் — அந்த மையம் உங்கள் தலையில் இல்லை. அது தலையில் இருப்பது போல் தோன்றும். ஒலிகளை ஒரு போதும் நீங்கள் கேட்டதில்லை. வார்த்தைகளைத்தான் கேட்டிருப்பீர்கள். வார்த்தைகளுக்குத் தலையே மையம், ஒலிகளுக்கு அது மையமாகாது. ஜப்பானியர்கள் சொல் வார்கள், 'மனிதன் தலையால் சிந்திப்பதில்லை, வயிற்றால் சிந்திக்கிறான்' என்று. காரணம் அவர்கள் நெடுங்கால மாகவே ஒலிகளில் ஈடுபட்டிருக்கிறார்கள்.

நீங்கள் ஒவ்வொரு கோயிலிலும் கண்டாமணி (Gong) வைத்திருப்பதைப் பார்த்திருப்பீர்கள். அது இறைவனை நாடி வருபவர்களைச் சுற்றி ஒலிகளை உண்டு பண்ணு வதற்காய் வைக்கப்பட்டது. அங்கே யாராவது தியானத்தில் ஈடுபட்டிருக்கலாம், அவர்களை இந்த மணியின் ஓசை தொந்தரவு செய்வதாய் படலாம். ஆனால், அது அவ்வா றில்லை. ஏனெனில், அங்கே தியானம் செய்பவர்கள் காத்திருப்பது அந்த ஒலிக்காகத்தான்.

அங்கே வருகிற ஒவ்வொருவரும் அந்த மணியை அடிக்கிறார்கள். மீண்டும் மீண்டும் மணி அடிக்கப்படுவதில் ஓசை எழுகிறது. தியானிப்பவர் திரும்பவும் தன்னுள் நுழைகிறார். இந்த ஒலி எங்கே ஆழத்துக்குப் போகிறது என்பதை அவர் கவனிக்கிறார். முதலில் மணி அடிக்கிறது,

அதைச் செய்தவர் அங்கே வந்திருப்பவர்களில் ஒருவர். இரண்டாவது முறை அடிப்பது தியானிப்பவருக்குள் நிகழ்வதாகும். அது உள்ளில் எங்கோ நிகழ்கிறது. எங்கே அது? ஒலி எப்போதும் தாக்குவது வயிற்றில் தொப்புள் பகுதியில் தான், வேறெங்கும் அல்ல. அது தலையில் தாக்குமெனில் அது ஒலியல்ல என்று நீங்கள் புரிந்து கொள்ளலாம், அது வார்த்தைகளாயிருக்கும். பின்பு நீங்கள் ஒலியைப் பற்றி சிந்திக்கத் தொடங்கவும், அதன் தூய்மை இழக்கப்பட்டு விடுகிறது.

"ஒலிகளின் மையத்தில் குளியுங்கள் அல்லது காது களை விரல்களால் மூடிக் கொண்டு ஒலிகளின் மூல ஒலியைக் கேளுங்கள்." உங்கள் விரல்களைப் பயன்படுத்தி ஒலியை நீங்கள் ஒலியை உண்டுபண்ண முடியும் அல்லது காதுகளில் வலுக்கட்டாயமாய் எதையேனும் வைத்து அடைத்து ஒலியை உண்டு பண்ணலாம். அப்போது ஏதோ ஓர் ஒலி கேட்கும். அது என்ன ஒலி? காதுகளை மூடிய நிலையில் நீங்கள் அதைக் கேட்பது ஏன்? அடைபட்ட காதுகளில் ஒலி எப்படி உண்டாகும்?

எவ்வாறு நிழற்படத்திற்கு எதிர்மறை (Negative) படங்கள் உள்ளனவோ அவ்வாறே ஒலிகளுக்கும் எதிர்மறை (Negative) ஒலிகள் உண்டு. கண்கள் அந்த எதிர்மறைப் படங்களைக் காண்பது போலவே காதுகள் அந்த எதிர்மறை ஒலிகளைக் கேட்கும். எனவே நீங்கள் காதுகளை மூடிய நிலையிலும் ஒலி உலகின் எதிர்மறை அலைகளைக் கேட்கிறீர்கள். எல்லா ஒலிகளும் நின்றுவிட்டன. திடீரென்று ஒரு புதிய ஒலி கேட்கிறது. இந்த ஒலி, ஒலியின்மையின் ஒலி ஓர் இடைவெளி வந்துவிட்டது. ஏதோ ஒன்றைத் தவற விடுகிறீர்கள், பின்பு இந்த இன்மை(Absence)யைக் கேட் கிறீர்கள். அல்லது காதுகளில் விரல்கள் வைத்து 'ஒலிகளின் ஒலி'யைக் கேளுங்கள். அது — உண்மையில் ஓர் ஒலியல்ல. ஒலியற்ற தன்மை அல்லது, அது இயற்கையான ஒலியா யிருக்கும், காரணம் அது எதனாலும் உருவாக்கப்பட வில்லை.

'காதுகளில் விரல்களை வைத்துக் கொண்டு ஒலிகளின் ஒலியைக் கேளுங்கள்' — இந்த ஒலியின் இன்மை ஒரு நுட்ப மான அனுபவம். அது உங்களுக்குக் கொடுக்கக் கூடியது என்ன? ஒலிகளற்ற கணத்தில் நீங்கள் உங்களிடமே திரும்ப வந்து சேர்கிறீர்கள்.

ஒலிகளுடன் நாம் தொடர்ந்து செல்கிறோம், ஒன்றில் இருந்து இன்னொன்றுக்கு. இதனைப் புரிந்து கொள்ள முயலுங்கள். ஒலியால் நாம் உறவு கொள்கிறோம, மற்றொருவருடன் தொடர்பு வைக்கிறோம்.

ஒலி இன்னொன்றை நோக்கிச் செல்வதற்கு சாதன மாவதுபோல் ஒலியற்ற தன்மையும் ஒரு சாதனமாகிறது. ஒலியால் அடுத்தவருடன் தொடர்பு கொள்கிறீர்கள், ஒலியற்ற தன்மையால் நீங்கள் உங்களுக்குள்ளாகவே ஒரு பள்ளத்தில் விழுகிறீர்கள். அதனால் தான் உள்ளே செல் வதற்கு ஒலியற்ற தன்மையை உத்திகள் பயன்படுத்துகின்றன.

சில கணமே என்றாலும் பேச்சற்றவராய், கேளாத வராய் ஆகிவிடுங்கள்.

'உங்களைவிட்டு நீங்கள்
வேறு எங்கே போக முடியும்?'

திடீரென்று நீங்கள் உங்களுக்குள் நிற்பதைக் காண்பீர்கள். எந்த ஓர் அசைவுக்கும் வழியிருக்காது. அதனால்தான் அதிக அளவில் அமைதியை— நிசப்தத்தைக் கடைப்பிடிக்க வேண்டியுள்ளது. அதில், மறுபக்கம் செல் வதற்கான எல்லா பாலங்களும் தகர்க்கப்பட்டுவிட்டன.

'அல்லது, காதுகளில் விரல்கள் வைத்து ஒலிகளின் ஒலியைக் கேளுங்கள்.' ஒரே உத்தியில் இரண்டு எதிரிடை யானவைகள் காண்பிக்கப்படுகின்றன.

ஒலிகளின் மையத்தில், ஓர் அருவியின் தொடர் ஒலியினைப் போன்றதில் குளியுங்கள். இது ஓர் எல்லை. 'அல்லது உங்கள் விரல்களைக் காதுக்குள் வைத்துக் கொண்டு ஒலிகளின் ஒலியைக் கேளுங்கள்' இது மற்றோர்

எல்லை. ஒன்று, உங்கள் மையத்துக்கு வரும் ஒலிகளைக் கேட்கச் செய்கிறது. மற்றொன்று, ஒலிகளைக் கேட்பதை நிறுத்தச் சொல்கிறது. நிறுத்துவதோடு, ஒலியில்லா மையத்தை உணரச் சொல்கிறது.

இங்கே கொடுக்கப்பட்டிருக்கும் 'அல்லது' என்பது இரண்டில் ஒன்றைத் தேர்ந்தெடுப்பதற்காக அல்ல. இரண்டுமே செய்யப்பட வேண்டியதுதான். அதனால் தான் இரண்டும் ஒரே முறையில் சொல்லப்பட்டுள்ளது. முதலில் ஒன்றைச் சில மாதத்திற்குச் செய்யுங்கள். மற்றதைச் சில மாதத்திற்குச் செய்யுங்கள். இதனால் இரண்டு எதிர்மறை களையும் ஒரே நேரத்தில் எதிர் கொள்ளத் தயாராவீர்கள். இவ்விரு எல்லைகளுக்கும் நீங்கள் எளிதாய் சென்றுவர முடிந்தால் எப்போதும் இளமையாயிருப்பீர்கள்.

ஒலியின் தொடக்கமும் முடிவும்
(THE BEGINNING AND END OF SOUND)

'தொடக்கத்திலும், படிப்படியாகவும் எந்த ஓர் எழுத்தின் ஒலியையும் செம்மை செய்து எழுப்புக' என்பார் சிவா.

நீங்கள் இதை எப்படிச் செய்யமுடியும்? ஒரு கோயிலுக்குச் செல்லுங்கள். அங்கே ஒரு மணி இருக்கும். மணியைக் கையில் பிடித்துக் கொண்டு காத்திருங்கள். முதலில் முழுமையான எச்சரிக்கை உணர்வுடன் இருங்கள். அங்கே ஒலி இருக்கும். அதன் தொடக்கத்தை நீங்கள் தவறவிட்டுவிடக் கூடாது. உங்கள் வாழ்க்கையே அதைச் சார்ந்திருக்கிறது என்பது போன்ற முழு கவனத்துடன் இருக்க வேண்டும். இந்தக் கணத்தில் யாரோ உங்களைக் கொல்ல வருவது போன்ற விழிப்புணர்வில் இருங்கள். இல்லையேல் நாம் செத்துப் போவோம் என்ற உணர்வோடு இருங்கள். நீங்கள் எச்சரிக்கையோடு இருந்தீர்களானால் அங்கே சிந்தனை இருக்காது. எனவே காத்திருக்கவும்.

மனம் எப்போது சிந்தனையற்றிருக்கிறது என்பதை உணர்ந்து, அங்கே மேகமூட்டம் இல்லை என்பதை அறிந்து, எச்சரிக்கையோடு இருந்தால் ஒலியுடன் செல்லுங்கள்.

அங்கே ஒலியில்லை என்றால் கண்களை மூடிக் கொள்ளுங்கள். பிறகு, ஒலியுண்டான போது கவனியுங்கள். அந்த ஒலியுடன் செல்லுங்கள். ஒலியானது மெல்லக் குறையும், மிகவும் நுட்பமாகி பின்பு இல்லாமல் போய் விடும். பிறகு ஒலியுடன் தொடர்ந்து செல்லுங்கள். விழிப் புணர்வோடு, எச்சரிக்கையாய் செல்லுங்கள். அந்த ஒலியுடனேயே கடைசி வரை செல்லுங்கள். ஒலியின் இரண்டு முனைகளை—ஆரம்பம் முடிவு என்று இரண்டை யும் பாருங்கள்.

இப்போது இம்முறையை வேறான ஓர் ஒலி கொண்டு முயலுங்கள். ஒரு மணி, கண்டாமணி அல்லது வேறு எதுவாகவும் அது இருக்கலாம். பிறகு, கண்களை மூடிக் கொள்ளுங்கள். 'ஓம்' என்கிற மாதிரி ஒன்றை உச்சரியுங்கள். அது கடினமாயிருக்கலாம். அதனால்தான் நாம் முதலில் வெளிப்புறத்தில் செய்கிறோம். உங்களால் வெளிப்புறத்தில் செய்ய இயலுமானால், அதை உள்நோக்கியும் செய்ய முடியும். மனம் வெறுமையாகும் வரை ஒரு கணம் பொறுத் திருந்து பின்னர் உள்ளே ஒலியை உண்டாக்குங்கள். அதை உணருங்கள், அதனுடன் செல்லுங்கள். அது முழுதுமாய் மறையும் வரை பின் தொடருங்கள்.

இதைச் செய்து முடிக்க அதிக நேரம் பிடிக்கும். இதற்குச் சில மாதம் தேவைப்படும். அந்தக்கால கட்டத்தில் உங்களது விழிப்புணர்வு அதிகரித்துக்கொண்டே போகும். ஒலிக்கு முன்பாயிருந்த நிலையையும், பின்பான நிலையை யும் கவனிக்கவேண்டும். எதையும் தவறவிட்டு விடக்கூடாது.

நீங்கள் ஒருமுறை அந்த அளவுக்கு விழிப்புணர்வுடன் இருந்தால், ஒலியின் ஆரம்பத்தையும் முடிவையும் உங்களால் கண்காணிக்க முடியும். இந்த நடைமுறையின் மூலம் (Process) நீங்கள் முற்றிலும் வேறான நபராகி விடுவீர்கள்.

ஒஷோ

உள் வெற்றிடத்தைக் காணல்
(FINDING THE SPACE WITHIN)

"உங்களின் உள்ளார்ந்த மையம் வெற்றிடமாய் இருக்கிறது. எல்லாச் செயல்களும் புறவெல்லையில் தான் நடக்கிறது. உள்ளார்ந்த மையம் ஒரு பூஜ்யம் போன்றது."

தெளிவான ஆகாயத்தில் நுழையுங்கள்
(ENTER THE CLEAR SKY)

சிவா கூறுவார்: "கோடையில் நீங்கள் காணும் ஆகாயம் முடிவற்ற தெளிவோடு இருக்கும். அத்தகைய தெளிவில் நுழையுங்கள்" என்று.

ஆகாயத்தின் மீது தியானம் செய்யுங்கள். அது மேகங்களில்லாத ஒரு கோடைக்கால ஆகாயம். அது தெளிவாய், அதன் வெறுமை முடிவற்றதாயிருக்கிறது. அதனுள், அதன் கன்னித் தன்மையினுள் எதுவும் செல்வதில்லை. அதனை ஆழ்ந்து சிந்தியுங்கள், அதன் மேல் தியானம் செய்யுங்கள். அந்தத் தெளிவினுள் நுழையுங்கள். அந்த வெற்றிடம் போன்று தெளிவாகி விடுங்கள்.

ஆகாயத்தின் பேரில் தியானம் செய்வதென்பது அழகானது. நன்றாய் படுத்துக் கொள்ளுங்கள், அதனால் பூமியை நீங்கள் மறப்பீர்கள். ஆளரவமற்ற கடற்கரையில் அல்லது வேறிடத்தில் ஆகாயத்தை நோக்கியவாறு மல்லாந்து படுங்கள். மேகங்களற்ற தெளிவான ஆகாயம் உதவியாயிருக்கும். அந்தத் தெளிவில் நுழைந்து விரிந்து பரந்த ஆகாயத்துடன் ஒன்றிவிடுங்கள்.

ஆகாயத்தின் தெளிவை நோக்குவது, அதனுடன் ஒன்றாவது என்கிற இந்த உத்தி பெருமளவில் முயற்சிக்கப் பட்டது. பல மரபுகளிலும் இது பயன்படுத்தப்பட்டிருக்கிறது. குறிப்பாக தற்காலத்திய மனதுக்கு இது மிகவும் உபயோகமாயிருக்கும். காரணம்—இங்கே ஆகாயத்தைத்

தவிர வேறெதுவும் தியானம் செய்வதற்கு விட்டு வைக்கப் படவில்லை. உங்களைச் சுற்றிக் கவனித்தீர்களானால் எல்லாமே மனிதன் உருவாக்கியதாயிருக்கும். எல்லா வற்றுக்கும் அளவுகள், எல்லைகள், வரையறைகள் உண்டு. ஆகாயம் மட்டுமே எல்லையற்றதாய், தியானத்துக்கேற்றதாய், அமைதியாய், அமைதி உண்டாக்குவதாயிருக்கிறது.

இந்த உத்தியை முயன்று பாருங்கள், இது பயனுடைய தாய் இருக்கும். ஆனால், மூன்று விஷயங்களை நினைவில் கொள்ளவேண்டும்.

முதலாவது — கண்களை இமைக்காமல் ஊன்றிப் பார்ப்பது. கண்களில் வலி ஏற்பட்டாலும், கண்ணீர் வடிந்தாலும் அதைப் பற்றிக் கவலை கொள்ள வேண்டாம். அந்தக் கண்ணீரும் உங்கள் சுமைகளை இறக்கி வைப்பதில் ஒரு பகுதிதான். அந்தக் கண்ணீர்த் துளிகள் உங்கள் கண்களை மாசற்றதாய், அப்போதுதான் குளித்தது போன்ற உணர்வுடன் வைத்திருக்கும். நீங்கள் தொடர்ந்து கண்களை அகல விரித்துக் கவனியுங்கள்.

இரண்டாவது — ஆகாயத்தைப் பற்றிய சிந்தனை வேண்டாம். உங்களால் ஆகாயம் பற்றிச் சிந்திக்க முடியும். பல கவிதைகளை ஆகாயம் பற்றிய அழகான கவிதைகளை உங்களால் நினைவு கொள்ள முடியும். அப்போது முக்கியப் பகுதியைத் தவறவிட்டு விடுவீர்கள். அதைப்பற்றி நீங்கள் சிந்திக்க வேண்டாம், நீங்கள் அதில் நுழைய வேண்டும், அதனுடன் ஒன்றாக வேண்டும். காரணம், அதைப் பற்றி நீங்கள் சிந்திக்கத் தொடங்கிவிட்டால் மீண்டும் ஒரு தடுப்பு (Barrier) உருவாகி விடும். திரும்பவும் ஆகாயத்தைத் தவறவிடுவீர்கள், உங்கள் மனதுக்குள்ளாகவே அடங்கி விடுவீர்கள்.

'ஆகாயத்தைப் பற்றி எண்ணமிடாதீர்கள்
நீங்களே ஆகாயமாகி விடுங்கள்'

கண்களை அகலவிரித்து, ஆகாயத்தினுள் செல்லுங்கள்.

நீங்கள் ஆகாயத்தினுள் நுழைந்தால், உடனே ஆகாயம் உங்களுக்குள் நுழையும்.

அதை நீங்கள் எப்படிச் செய்ய முடியும்? ஆகாயத்தினுள் நுழைவதை? மேலும் கண்களை அகலவிரித்து நோக்குங்கள். எல்லையையே காணப்போகிற முயற்சியுடன் உன்றிக் கவனியுங்கள். ஆழ்ந்து செல்லுங்கள். உங்களால் முடிந்தவரை ஆழத்துக்குச் செல்லுங்கள். அந்தக் கணத்தில் தடை அகன்றுவிடும். இந்தச் செய்முறை குறைந்த பட்சம் நாற்பது நிமிடத்திற்குச் செய்யப்பட வேண்டியது. அதற்குக் குறைந்தால் அது பயன்படாது.

நீங்கள் அதனுடன் உண்மையிலேயே ஒன்றிவிட்டதாய் உணர்ந்தால், அதற்குப் பின் கண்களை மூடிக் கொள்ளலாம். ஆகாயம் உங்களுள் நுழைந்ததும் கண்களை மூடி விடலாம். உங்களால் அதை உள்ளிலும் பார்க்க முடியும். ஆனால், அதை நாற்பது நிமிடத்திற்குப் பிறகு செய்யவும். நீங்கள் ஒருமையுற்றதை, ஆகாயத்துடன் உங்களுக்குத் தொடர்பு ஏற்பட்டதை உணர்ந்தால், மனம் அங்கே இல்லையென்றானால் கண்களை மூடிக் கொள்ளலாம். உள்ளிருக்கும் ஆகாயத்துடனேயே நீங்களும் இருங்கள்.

'அத்தகைய தெளிவில் நுழையுங்கள்' என்கிற மூன்றாவது விஷயத்துக்கு அந்தத் தெளிவுத் தன்மை உதவும், தொட்டு அசுத்தப்படுத்தப்படாத (Uncontaminated), மேகங்களில்லாத அந்த ஆகாயத்தை அடைய தெளிவு உதவும். உங்களைச் சுற்றியுள்ள தெளிவுத் தன்மையை உணர்ந்திருங்கள். அது பற்றிய சிந்தனை வேண்டாம். தெளிவு, தூய்மை, மாசற்றத் தன்மை இவற்றை உணர்ந்திருங்கள். நீங்கள் அவற்றை எண்ணிப் பார்ப்பதைவிட உணர்வது நல்லது. ஒருமுறை ஆகாயத்தை உற்று நோக்குகிற போதே உணர்வு வரும். இதில் உங்கள் பங்கு ஏதுமில்லை கற்பனை செய்வதற்கு. அவை முன்பே அங்கிருக்கின்றன. நீங்கள் ஊன்றிக் கவனித்தால் அவை உங்களுக்கு நிகழத் தொடங்கும்.

நீங்கள் மேகங்களற்ற, ஏற்றுக் கொள்வதற்கு இசைவான (Open) ஆகாயத்தில் தியானித்தால், மனம் மறையத் தொடங்குவதை திடீரென்று உணர்வீர்கள். இடைவெளிகள் இருக்கும். திடுதிப்பென்று உங்களுக்குள் அந்தத் தெளிவான ஆகாயம் நுழைந்ததை உணர்வீர்கள். போக்குவரத்து நின்று ஒருவரும் நகர முடியாமல் போகிற மாதிரி கொஞ்ச நேரத்துக்கு எண்ணங்கள் நின்றுவிடும்.

அது தொடக்கத்தில் சில கணங்களாயிருக்கும். அந்தக் கணங்கள் போதும் மாறுவதற்கு. போகப் போக மனம் நிதானப்பட்டு பெரிய இடைவெளிகள் தோன்றும். சேர்ந் தாற்போல் பல நிமிடத்திற்கு அங்கே எண்ணங்கள் இருக்காது, மேகங்கள் இருக்காது. எண்ணங்களும் மேகங் களும் இல்லையென்கிற போது வெளியில் இருக்கும் ஆகாயமும், உள்ளிலிருப்பதும் ஒன்றாகிவிடும். காரணம், எண்ணமே தடையாயிருந்தது, எண்ணமே தடைச் சுவரை எழுப்பியது. எண்ணத்தால் தான் வெளியில் உள்ளது வெளியிலும் உள்ளிலிருந்தது உள்ளிலுமாய் இருப்பது. எண்ணம் இல்லை என்கிறபோது 'வெளி'யும் 'உள்'ளும் தங்கள் எல்லைகளை இழந்து விடுகின்றன, ஒன்றாகி விடுகின்றன. உண்மையிலேயே எல்லைகள் ஒரு போதும் இருந்ததில்லை. அவை எண்ணத்தால் தோன்றியவை.

ஆனால், இது கோடைக் காலமில்லை என்றால் என்ன செய்வீர்கள்? ஆகாயம் மேகமூட்டத்துடன், தெளிவில்லாமல் இருந்தால் அப்போது உங்கள் கண்களை மூடிக் கொண்டு உள்ளிருக்கும் ஆகாயத்தில் நுழையுங்கள். கண்களை மூடிய நிலையில், ஏதேனும் எண்ணங்களைக் கண்டீர்களானால் அவற்றை ஆகாயத்தில் மிதக்கும் மேகங்களாய்ப் பாருங்கள். பின்புலத்தில் இருக்கும் ஆகாயத்தை உணருங்கள், எண் ணங்களில் அக்கறை வேண்டாம்.

நாம் எண்ணங்களில் அதிகக் கவலை கொள்கிறோமே தவிர, இடைவெளிகளை உணர்வதில்லை. ஓர் எண்ணம் கடந்து இன்னோர் எண்ணம் வருவதற்கு முன் அங்கே ஓர்

இடைவெளி இருக்கும். அந்த இடைவெளியில் ஆகாயம் இருக்கும். எண்ணங்களில்லாத போது அங்கே இருப்ப தென்ன?

வெறுமை(Emptiness)தான்.

ஆகாயம் மேகங்களால் சூழப்பட்டிருந்தால், உங்கள் மனதை உள்ளிருக்கும் ஆகாயத்தில் ஒரு முகப்படுத்துங்கள். அங்கே — எண்ணங்கள் வந்து போகும். எண்ணங்களில் அதிக கவனம் செலுத்த வேண்டாம். அவை செல்கின்ற இடத்தில் கவனம் வையுங்கள்.

உதாரணமாய், நாம் இந்த அறையில் அமர்ந்திருக் கிறோம். இந்த அறையை நான் இரண்டு விதத்தில் காண முடியும். ஒன்று உங்களைப் பார்த்தபடி நீங்கள் இருக்கும் இடத்தில் அக்கறை காட்டாதிருப்பது, அறையின் தன்மையை உணராமல் இருப்பது.

உங்களைப் பார்த்து உங்கள் மீது என் மனதை நான் ஒரு முகப்படுத்துகிறேன். அல்லது, என்னுடைய கவனத்தை அறைமீது செலுத்தி உங்கள் மீது அக்கறை காட்டா திருப்பது. நீங்கள் அங்கிருந்தாலும் என்னுடைய கவனம், முக்கியத்துவம் அறைமீது தான். அப்போது ஒட்டுமொத்த கண்டுணர்தலும் மாறுகிறது. இதனை உங்கள் உள்ளுலகில் செய்துபாருங்கள்.

ஆகாயத்தைக் கவனியுங்கள், அதில் எண்ணங்கள் செல்கின்றன. அவற்றைக் கவனிக்க வேண்டாம். அவை அங்கே இருப்பதை, செல்வதைக் குறித்துக் கொண்டால் போதும்.

தெருவில் போக்குவரத்து இருக்கிறது. தெருவைக் கவனியுங்கள், போக்குவரத்தில் அக்கறை வேண்டாம். யார் போய்க் கொண்டிருக்கிறார்கள் என்று ஆராயாதீர்கள், அவர்கள் போய்க் கொண்டிருக்கும் இடத்தை உணர்ந் திருங்கள், அது போதும். அப்போது கோடைக்கால ஆகாயம் (தெளிவானது) உங்களுக்குள் குடியேறும்.

எல்லாவற்றையும் உள்ளடக்குங்கள்
(INCLUDE EVERYTHING)

சிவா கூறுவார்: "அன்பானவனே, இந்தக் கணத்தில் மனதையும், அறிதலையும், மூச்சையும், தோற்றத்தையும் உட்கொண்டிரு" என்று.

இது கொஞ்சம் கடினமான உத்திதான். ஆனாலும், உங்களால் செய்ய முடிந்தால் அது வியக்கத்தக்கதாய், அழகானதாய் இருக்கும்.

தியானத்தில் அமர்ந்திருக்கும் போது உங்கள் உடல், மனம், மூச்சு, எண்ணம், அறிதல் என்று எல்லாவற்றையும் உள்ளடக்கியிருங்கள். எதையும் பிரிக்கவேண்டாம், எதையும் உடைத்துத் துண்டுகளாக்க வேண்டாம். சாதாரணமாய் பிரித்துப் பார்ப்பது நம் வழக்கம். 'இந்த உடம்பு நான் ஆகாது' என்போம். உபயோகித்துக் கொள்ளப்பல உத்திகள் உண்டு. ஆனால் இது முற்றிலும் மாறுபட்டது, அவற்றுக்கு எதிரானது.

எதையும் பிரிக்காதீர்கள். 'நான் உடம்பில் இல்லை, நான் மூச்சில் இல்லை, நான் மனதில் இல்லை' என்று சொல்லிக் கொண்டிராதீர்கள். 'நான் எல்லாமுமாய் இருக்கிறேன்' என்று சொல்லுங்கள், எல்லாமுமாய் இருங்கள். உங்களுக்குள் துண்டு போடுகிற வேலை வேண்டாம். இது ஒரு உணர்வு. உங்களிடமுள்ள ஒவ்வொன்றையும், எல்லாவற்றையும் உள்ளடக்குங்கள். எந்த ஒன்றின் மீதும் தனிக் கவனம் செலுத்த வேண்டாம். எந்த ஒன்றிலும் மையம் கொண்டுவிடாதீர்கள். மூச்சு வரும் போகும், எண்ணங்கள் வரும் போகும். உங்கள் உடம்பின் வடிவம் மாறிக் கொண்டேயிருக்கும். நீங்கள் அதைக் கருத்தூன்றிக் கவனித்திருக்க மாட்டீர்கள்.

மூடிய கண்களோடு நீங்கள் உட்கார்ந்திருந்தால் உங்களது உடல் ஒரு சமயம் பெரிதாயிருப்பதுபோல் உணர்வீர்கள், சில நேரம் சிறிதாயிருப்பதுபோல் உணர்வீர்கள்.

சில சமயம் கனத்தும், சில சமயம் இலேசாய் பறக்கலாம் போல் இருக்கும். உருவம் பெரிதாவதை சிறுத்துப் போவதை உங்களால் உணர முடியும். கண்களை மூடி அமருங்கள், சில சமயம் உங்கள் உடம்பு பெரிதாகி அறையையே அடைத்துக் கொண்டாற்போல் உணர்வீர்கள். சில சமயம் அணுவின் அளவுக்கு அது சிறிதாகிவிட்ட உணர்வு இருக்கும். உருவம் ஏன் மாறுகிறது? உங்கள் கவனம் மாறு மில்லையா அப்படித்தான் உருவமும் மாறுகிறது.

நீங்கள் எல்லாவற்றையும் உட்கொண்டிருந்தால் அது பெரிதாகி விடுகிறது. 'இது நான் அல்ல, 'அது நான் அல்ல' என்று ஒவ்வொன்றையும் விலக்குகிற போது அது மிகச் சிறிதாய், நுட்பமானதாய் ஓர் அணுவைப் போலாகி விடுகிறது.

உங்கள் இருப்புணர்வில் (Being) எல்லாவற்றையும் உள்ளடக்கியவராயிருங்கள், எதையும் தூக்கியெறிய வேண்டாம். 'இது நான் அல்ல' என்று சொல்லாதீர்கள். எல்லாவற்றையும் உள்ளடக்கி 'நான் இருக்கிறேன்' என்று சொல்லுங்கள். உட்கார்ந்தபடி இதை நீங்கள் செய்கிறபோது அற்புதமாயிருக்கும். முற்றிலும் புதிய நிகழ்வுகள் உங்களுக்கு ஏற்படும். உங்களுள் ஒரு மையம் இல்லை என்பதை உணர்வீர்கள். மையம் இல்லை என்றானதும் அங்கே சுயமும் இருக்காது, தன் முனைப்பும் (Ego) இருக்காது. பிரக்ஞை மட்டுமே இருக்கும்.

பிரக்ஞை தன்னுள் எல்லாவற்றையும் அடக்கி இருக்கும் அந்த ஆகாயத்தைப் போன்று. அது வளரும் போது உங்களுடைய மூச்சை மட்டுமல்ல, உங்கள் உருவத்தையும் உள்ளடக்கியதாயிருக்கும்.

முடிவாய் பிரபஞ்சமும் உங்களில் உட்கொள்ளப்பட்டு விடும். எல்லாவற்றையும் உட்கொண்டிருப்பதை நினைவு கொள்வதே அடிப்படையில் முக்கியம். எதையும் விலக் காதீர்கள்.

தியானம்

*'எல்லாவற்றையும் ஒன்று சேருங்கள்
வளருங்கள், விரிவடையுங்கள்'*

முதலில் அதை உங்கள் உடம்பில் முயன்றுபாருங்கள், பிறகு புற உலகிலும் முயன்று பார்க்கலாம்.

மரத்தடியில் அமர்ந்து மரத்தைக் கவனியுங்கள். பிறகு உங்கள் கண்களை மூடிக்கொண்டு அந்த மரம் உங்களுக்குள் இருப்பதாய் உணருங்கள். ஆகாயத்தைப் பாருங்கள், அந்த ஆகாயம் உங்களுக்குள் இருப்பதாய் உணருங்கள். உதித்தெழும் சூரியனைப் பாருங்கள். பிறகு கண்களை மூடி, சூரியன் உங்களுக்குள் உதித்தெழுவதாய் உணருங்கள்.

மிகப் பெரிய அனுபவம் உங்களுக்கு ஏற்படும். மரம் உங்களுக்குள் இருப்பதாய் உணரும்போது நீங்கள் இளமை யோடும் புத்துணர்வோடும் இருப்பதாய் உடனே உணர்வீர்கள். இது கற்பனையல்ல.

*'மரமும் நீங்களும் இந்த மண்ணுக்குரியவர்கள்
நீங்களிருவரும் இதே மண்ணில், இதே பிரபஞ்சத்தில்
வேரூன்றியவர்கள்'*

எனவே, மரம் உங்களுக்குள் இருப்பதாய் நீங்கள் உணரும்போது அது உங்களுக்குள் இருக்கவே செய்கிறது. இது கற்பனையல்ல, விளைவை நீங்கள் உடனே உணர முடியும். மரத்தின் உயிரோட்டத்தை, பசுமையை, புதிதாய் இருப்பதை உங்கள் இதயத்தில் நீங்கள் உணர முடியும். அதில் வீசிச் செல்கிற மென்காற்றையும் உணர்வீர்கள். பிரபஞ்சத்திலுள்ள எதையும் உங்களுக்குள் உள்ளடக்குங்கள், எந்தவொன்றையும் விளக்காதீர்கள்.

ஆக இதனை நினைவில் வையுங்கள்: எல்லாவற்றையும் உள்ளடக்குவதை தியானமாய் மட்டுமல்ல, வாழ்க்கை முறையாகவும் ஆக்கிக் கொள்ளுங்கள். மேலும் மேலும் உள்ளடக்க முயலுங்கள். எத்தனைக்கு உள்ளடக்குகிறீர் களோ அத்தனைக்கு விரிவடைகிறீர்கள். பிரபஞ்ச மூலை களுக்கும் உங்கள் எல்லைகள் விரிவடையும்.

'ஒருநாள் பிரபஞ்சமே உங்களுக்குள் அடங்கி
நீங்கள் மட்டும் இருப்பீர்கள்'

இதுவே சகல மதங்களின் முடிவான குறிக்கோளா யிருக்கும்.

விமானத்தில் ஒரு தியானம்
(A MEDITATION FOR THE JET-SET)

உயரமான இடத்தில் பறந்து கொண்டிருக்கும் போது தியானிப்பது மற்ற இடங்களில் தியானிப்பதைவிட சிறப்பு. உயரத்துக்கேற்ப தியானமும் எளிதாயிருக்கும். தியானத் துக்கு உயரமான இடத்தைத் தேடுகிறவர்கள் இமய மலைக்குப் போகிறார்கள். இது காலகாலமாகவே நடக்கிறது.

எங்கே புவியீர்ப்பு விசை குறைவாயிருக்கிறதோ, பூமி வெகு தொலைவில் இருக்கிறதோ அங்கே மண்ணின் இழுக்கும் சக்தியும் தொலைவானதாகவே இருக்கும். மனிதன் உருவாக்கிய நேர்மையற்ற சமுதாயத்தில் இருந்து வெகு தொலைவில் உள்ளீர்கள்.

'நீங்கள் மேகங்களாலும், நட்சத்திரங்களாலும்
நிலவாலும், சூரியனாலும், அகன்ற
விண்வெளியாலும் சூழப்பட்டிருக்கிறீர்கள்'

ஒன்று செய்யுங்கள். அந்தப் பரந்த வெளியுடன் ஒன்றாவதாய் உணருங்கள். அதை மூன்று படிகளாய் செய்யலாம்.

முதற்படியில்: நீங்கள் விமானம் முழுவதையும் அடைத்துக் கொள்வது போல் பெரிதாகி விட்டதாய் சில நிமிடத்திற்கு நினைத்துக் கொண்டிருங்கள்.

இரண்டாவது படி: விமானத்தைவிட மேலும் மேலும் பெரிதாகி விட்டதாய் உணரத் தொடங்குங்கள். உண்மை யில் இப்போது அந்த விமானமே உங்களுக்குள் அடங்கி விடும்.

மூன்றாவது படி: ஆகாயமளவுக்கு விரிவடைந்ததாய் உணருங்கள். அந்த மேகங்களும், நிலவும், நட்சத்திரங்களும் இப்போது உங்களுக்குள் அசைந்து கொண்டிருக்கும். நீங்கள் மிகப் பெரியதாய், எல்லையற்றதாய் ஆகிவிடுகிறீர்கள்.

இந்த உணர்வு உங்கள் தியானமாகிவிடும், நீங்கள் இறுக்கமற்றவராய், ஓய்வுத் தன்மையை உணர்வீர்கள்.

பொருள்களற்ற தன்மையை உணருங்கள்
(FEEL THE ABSENCE OF THINGS)

பதஞ்சலி சொல்கிறார்:

'சமாதியில் மிகத்தூய்மையான நிர்விச்சார நிலையை அடையும் போது அங்கே ஓர் ஆன்ம ஒளி தோன்றத் தொடங்கும்,

உங்களின் உள்ளார்ந்த இருப்புணர்வு (Being) ஒளித் தன்மையால் நிரப்பப்பட்டிருக்கிறது.

> 'பிரக்ஞை என்பது ஒளி
> பிரக்ஞை மட்டுமே ஒளி'

நீங்கள் பிரக்ஞையற்ற நிலையில் இருந்து கொண்டிருக் கிறீர்கள். ஏனென்று தெரியாமலே செயல்களைச் செய் கிறீர்கள், பொருள்களை விரும்புகிறீர்கள். ஏனென்று தெரியாமலே விஷயங்களைக் கேட்கிறீர்கள். தன்னுணர்வற்ற உறக்கத்தில் இழுபடுகிறீர்கள். நீங்கள் எல்லாருமே உறக்கத் தில் நடப்பவராயிருக்கிறீர்கள். உறக்கத்தில் நடப்பது மட்டுமே ஆன்மா சார்ந்த பிணியாகும். பிரக்ஞையுடைய வராய் இருங்கள்.

பொருள்களின் மீது பிரக்ஞை வைப்பதிலிருந்து தொடங்குங்கள். எச்சரிக்கை உணர்வோடு பொருள்களைக் கவனியுங்கள். ஒரு மரத்தைக் கடந்து செல்லும்போதும் எச்சரிக்கை உணர்வோடு கவனிக்க வேண்டும். கொஞ்சம் நில்லுங்கள், மரத்தைக் கவனியுங்கள். கண்களைத் தேய்த்து

விட்டுக் கொண்டு எச்சரிக்கை உணர்வோடு கவனியுங்கள். உங்கள் எச்சரிக்கை உணர்வை கூடுதலாய் சேகரித்துக் கொண்டு மரத்தைப் பார்க்கும் போது வித்தியாசம் தெரியும். ஆம், அந்த மரம் அதிக பசுமையுடன் அதிக உயிரோட்டத்துடன், மிகவும் அழகாய் காணப்படும். அதே மரந்தான் ஆனால் மாறியது நீங்கள் மட்டுமே.

ஒரு பூவைக் கூர்ந்து பாருங்கள். உங்கள் பிரபஞ்ச இருப்பே இந்தப் பார்வையைச் சார்ந்திருப்பது போல் இருக்க வேண்டும். உங்களுடைய ஒட்டு மொத்த விழிப்புணர்வையும் அந்தப் பூவிடம் கொண்டு வாருங்கள். திடீரென்று பூவின் புறத்தோற்றம் மாறிவிடும். அது ஒளி மிக்க கதிர்களை வீசுவதாய் பளபளப்புடன் இருக்கும். ஆதியந்தமற்ற ஒன்றின் ஒளிவட்டமாய், காலத்தால் மாற்ற மடையாத (Eternal) ஒன்று தானே பூவடிவில் உலகியலுக்கு வந்தது போலிருக்கும்.

உங்கள் கணவருடைய(மனைவியுடைய), நண்பருடைய, பிரியமானவருடைய முகத்தைப் பாருங்கள். எச்சரிக்கை உணர்வோடு பாருங்கள். அதன் மேல் தியானம் செய்யுங்கள். திடீரென்று நீங்கள் உடம்பை மட்டுமல்ல உடம்புக் கப்பாற்பட்டதையும் காண்பீர்கள். ஆன்மாவின் ஒளிப் பிரபை உடலைச் சுற்றியிருக்கும். அன்புக்குரியவரின் முகம் அதற்கு மேலும் அன்புக்குரியவரின் முகமாயிருக்காது, தெய்வத்தின் முகமாய் தெரியும்.

எச்சரிக்கை உணர்வோடும், விழிப்புணர்வோடும் உங்கள் குழந்தையைப் பாருங்கள். அவன் விளையாடு வதைக் கவனியுங்கள். திடீரென உணரப்படும் பொருளில் உருமாற்றம் உண்டாகியிருக்கும்.

உதாரணமாய் ஒரு பறவை மரத்தில் இருந்தபடி பாடுகிறது. அப்போது நீங்களும் அந்தப் பறவையின் பாட்டும் மட்டுமே உலகில் இருப்பது போல் அதில் முழுக் கவனத்தையும் வையுங்கள். உங்கள் இருப்புணர்வை(Being) பறவையின் பாட்டில் ஒருமுகப்படுத்தும்போது வேறு

பாடு தெரியும். போக்குவரத்து இரைச்சல் இருக்காது, அப்படியே இருந்தாலும் எங்கோ தொலைவில் கேட்பது போல் இருக்கும்.

> 'அந்தச் சிறுபறவையும் அதன்பாடலும்
> உங்கள் உயிரை நிரப்பியிருக்கும்'

"நீங்களும் அந்தப் பறவையும் மட்டுமே இருக்கிறீர்கள். பிறகு அந்தப் பாடல் நின்றுவிடுகிறது. பாடல் இல்லாத தன்மையைக் கவனியுங்கள். அப்போது புலனால் அறிந்த பொருள் சூட்சுமமானதாகிவிடும்.

எப்போதும் நினைவில் கொள்ளுங்கள்: ஒரு பாடல் நின்று விடுகிறபோது குறிப்பிட்ட ஒரு பண்புத் திறத்தை (Quality) அது சுற்றுப்புறச் சூழ்நிலையில் விட்டுச் செல்லும். அதை 'இன்மை' (Absence) எனலாம். அது இருந்தபடி இருக்காது. சூழ்நிலை முற்றாய் மாறிவிட்டிருக்கும். காரணம் பாடல் இருந்தது, பின்பு அந்தப் பாடல் மறைந்தது. பாடல் இல்லாது போன தன்மையைக் கவனியுங்கள். பிரபஞ்ச முழுதுமே அந்தத் தன்மையால் நிரப்பப் பட்டு விடுகிறது.

> 'அந்தப்பாடல் அழகானது, காரணம்
> அது நிசப்தத்தின் பாடல்'

ஆம், மற்றெல்லாப் பாடல்களையும் விட அதுவே அழகான பாடல். ஒரு பாட்டு ஒலியைப் பயன்படுத்திக் கொள்ளும், ஒலி மறைகிறபோது அது இல்லாத தன்மை (Absence) நிசப்தத்தைப் பயன்படுத்திக் கொள்ளும். ஒரு பறவை பாடி ஓய்ந்ததும் அங்கே நிலவுகிற அமைதி ஆழமானது. உங்களால் கவனிக்க முடிந்தால், எச்சரிக்கை யோடு இருக்க முடிந்தால் வெகு சூட்சுமமான (Subtle) ஒரு பொருளின் மீது இப்போது தியானம் செய்கின்றீர்கள்.

அழகான ஒரு நபர் போய்க் கொண்டிருக்கிறார். அந்த நபரைக் கவனியுங்கள். அவர் போன பின்பு அவர் இல்லாததைக் கவனியுங்கள். அவர் எதையோ விட்டுச் சென்றிருக்கிறார். அவருடைய சக்தி அந்த அறையையே

மாற்றிவிடுகிறது. அந்த அறை முன்பிருந்ததுபோல் இருக்காது.

ஒரு நல்ல மூக்கு வெகு சிலரிடந்தான் இருக்கிறது. மனிதஇனம் பெரும்பாலும் மூக்கின் உணர்வை இழந்து விட்டதென்றே சொல்லவேண்டும். விலங்குகளைப் பொறுத்தவரை சிறப்பாகவே இருக்கிறது. அவை மனிதர்களைவிட கூடுதலாய் முகரும் திறன் பெற்றிருக்கிறது. மனிதனின் மூக்கிற்கு என்னமோ ஆகிவிட்டது, ஏதோ ஒன்று தவறாய் போய்விட்டது. வெகு சிலருக்கே திறமை யுள்ள மூக்கு இருக்கிறது. உங்களுக்கு மூக்குத் திறமை இருந்தால் ஒரு பூவின் அருகே இருந்து அதன் வாசம் உங்களை நிரப்ப விடுங்கள். மெதுவாய் அந்தப் பூவிட மிருந்து நகர்ந்து செல்லுங்கள். ஆனாலும் அதன் வாசத்தில் கவனமுடையவராயிருங்கள். நீங்கள் நகர்ந்து செல்லச் செல்ல அந்த வாசம் நுட்பமாகி விடுகிறது. அந்த வாசத்தை உணர உங்களுக்குக் கூடுதலாய் விழிப்புணர்வு தேவைப்படும்.

மூக்கைத் தவிர உடல் முழுவதையுமே மறந்து விடுங்கள். உங்களுடைய எல்லாச் சக்திகளையும் மூக்கிற்குக் கொண்டு வாருங்கள். அப்போது வெகுதூரத்தில் இருந்தாலும் உங்களால் அந்தப்பூவின் வாசத்தை நுகர முடியும். மேலும், பின்னாக நகர்ந்து செல்கிறீர்கள். வேறு எவரும் அவ்வளவு தூரத்தில் இருந்து பூவின் வாசனையை நுகர முடியாது. ஆனால், அது உங்களால் முடியும். எனினும் வெகு தொலைவு நகர்ந்து சென்ற பின் வாசத்தை நுகர முடியாது போகும். இப்போது அதன் இல்லாத தன்மையை நுகருங்கள். அதன் இருப்புணர்வின் (Being) மற்றொரு பகுதி அது. இல்லாத பகுதி இருட்டுப் பகுதி.

வாசமில்லாத தன்மையை உங்களால் நுகர முடிந்தால், உணர முடிந்தால் ஒரு வேறுபாட்டை நீங்கள் காண முடியும். இப்போது உணர்வுக்குரிய பொருள் சூட்சுமமாகி விடுகிறது.

ஊதுபத்தியைக் கொண்டும் நீங்கள் இதனைச் செய்து பார்க்க முடியும். அதன் மேல் தியானம் செய்யுங்கள், நுகருங்கள், உணருங்கள், அதனால் நிரம்பியிருங்கள். பிறகு அதிலிருந்து பின்னாகச் செல்லுங்கள். தொடர்ந்து அதன் மேல் தியானம் செய்யுங்கள். அதை மிகவும் நுட்பமாக விடுங்கள்.

ஒரு கணம் வரும், அப்போது— ஏதோவொன்று இல்லாது போனதாய் உணர்வீர்கள். அந்நிலையில் ஆழ்ந்த விழிப்புணர்வை நீங்கள் அடைந்திருப்பீர்கள்.

ஆனால், அந்தப் பொருள் முற்றாய் மறையும் போது அதன் இருப்புத் தன்மையும் (Presence) மறைகிறது. இன்மை (Absence)யும் மறைகிறது. சிந்தனை மறைகிறது, மன மற்றிருத்தல்(No-Mind) என்ற கருத்தும் மறைகிறது. அப்போது தான் நீங்கள் முடிவாய் அடையவேண்டியதை அடைந்தவராவீர்கள்.

'இது அருட் தன்மை உங்கள்மீது இறங்கி வரும் நேரம் இந்தக் கணத்தில் பூக்கள் உங்கள் மீது வர்ஷிக்கும்'

இப்போது வாழ்வின் பிறப்பிடத்தோடு உங்களுக்குத் தொடர்பு கிட்டும், உங்கள் இருப்புணர்வோடு தொடர்புடையவராவீர்கள். இக்கணத்திலிருந்து நீங்கள் யாசித்து வாழ்பவரல்லர். நீங்கள் சக்கரவர்த்தியாகிவிட்டீர்கள். உங்களுக்கு மணிமுடி சூட்டப் படுகிற நேரம் இது. அதற்கு முன்பு நீங்கள் சிலுவையில் இருந்தீர்கள். இப்போது சிலுவை மறைந்து, மணிமுடி சூட்டப்பட்டது.

உள்ளீடற்ற மூங்கில்
(HOLLOW BAMBOO)

திலோபா சொல்வார்: "வெற்றான மூங்கிலைப் போல் எவ்விதத் தொல்லையுமில்லாத உடம்புடன் ஓய்வில் இருங்கள்" என்று.

திலோபாவின் பிரத்யேக முறைகளில் இதுவும் ஒன்று. ஒவ்வொரு குருவும் தனக்கென்று ஒரு முறையை வைத்திருப்பார், அதைக் கொண்டுதான் அவர் சிறந்த ஒன்றைப் பெறுவதற்கான தகுதி உடையவராகியிருப்பார், அந்த முறையைக் கொண்டே அடுத்தவர்களுக்கும் உதவ விரும்புவார். 'வெற்று மூங்கிலைப் போல் தொல்லையற்ற உடம்புடன் இரு' என்பது திலோபாவின் சிறப்புத் தன்மை.

ஒரு மூங்கில் தனக்குள் உட்குழிவாய் துளையுள்ளதாய் இருக்கும். நீங்கள் ஓய்வு கொள்ளும்போது அந்த மூங்கிலைப் போல் உள்ளுக்குள் ஏதுமில்லாதவராய் உணருங்கள். உங்கள் சருமம், எலும்புகள், இரத்தம் எல்லாம் மூங்கிலின் பகுதிகள், உள்ளே வெற்றிடம்.

நீங்கள் முழுமையான மவுனத்தில் உட்கார்ந்திருக்கும் போது, செயலேதுமின்றி இருக்கும் போது உங்கள் நாக்கு மேலண்ணத்தைத் தொட்டுக் கொண்டு, மனம் எவ்வித சிந்தனையிலும் தடுமாறாமல் ஒரு சாட்சிபாவத்தில் இருக்கும்போது எந்தவொரு செயலுக்கோ விளைவுக்கோ காத்திராமல் துளையான மூங்கிலாய் உங்களை உணருங்கள். அப்போது எல்லையற்ற சக்தி உங்களுக்குள் விழத் தொடங்கும். நீங்கள் அறிந்திராத ஒன்று உங்களை நிரப்பக் காண்பீர்கள். அது புரியாத புதிராய் தெய்வத் தன்மையாய் இருக்கும்.

'உள்ளீடற்ற மூங்கில் ஒரு புல்லாங்குழல் ஆகிறது
தெய்வத்தன்மை அதை வாசிக்கத் தொடங்குகிறது'

நீங்கள் வெற்றாக இருக்கும் போது தெய்வத்தன்மை உங்களுக்குள் பிரவேசிக்கத் தடையேதுமில்லை

முயன்று பாருங்கள், அழகான தியானங்களுள் இதுவும் ஒன்று. மூங்கிலைப் போலாகும் தியானம். நீங்கள் செய்ய வேண்டியது வேறொன்றுமில்லை. நீங்கள் மூங்கிலாகி விடுங்கள், மற்றதெல்லாம் நிகழும், திடீரென்று ஏதோ ஒன்று உங்கள் காலியிடத்தில் இறங்கி வருவதாய் உணர்வீர்கள்.

நீங்கள் கருவறையாகி விட ஒரு புதிய வாழ்க்கை உங்களுக்குள் நுழைகிறது. ஒரு விதை உள்ளே விழுகிறது. இந்த மூங்கில் முற்றாய் மறைகிற கணமும் வருகிறது.

மரணத்திற்குள் நுழைதல்
(ENTERING INTO DEATH)

வாழ்க்கை என்பது சாவை நோக்கிச் செல்லும் ஒரு புனித யாத்திரை. தொடக்கத்திலிருந்தே இறப்பும் வந்து கொண்டிருக்கிறது. நீங்கள் பிறந்த கணத்திலிருந்தே அது உங்களை நோக்கி வரத் தொடங்குகிறது.

மனதுக்கேற்பட்டிருக்கும் பெருந்துன்பம் அது, மரணத்துக்கெதிரான நிலையைக் கொண்டிருப்பதுதான். மரணத்துக் கெதிராயிருக்கும் போது மிகப் பெரிய புதிரை நீங்கள் தவறவிடுகிறீர்கள். வாழ்க்கையையே நீங்கள் தவற விடுகிறீர்கள் என்றும் சொல்லலாம். காரணம், இரண்டும் ஒன்றோடொன்று அத்தனை ஆழமான தொடர்புடையது. அவை இரண்டல்ல எனலாம். வாழ்க்கை வளர்ச்சி பெறுகிறது, மரணம் அதில் மலர்ந்து கொண்டிருக்கிறது. பயணமும், இலக்கும் தனித்தனியானவை அல்ல. இலக்கை எட்டும் போது பயணம் முடிகிறது.

சிவா கூறுவார்: 'உங்கள் உருவத்திலிருந்து எழும் நெருப்பில் கவனத்தை ஒருமுகப்படுத்துங்கள். கால் விரல் நுனியில் இருந்து மேலெழும் நெருப்பில் உடம்பே எரிந்து சாம்பலாகட்டும் ஆனால் நீங்கள் எரிந்து விடாதீர்கள்' என்று.

புத்தர் இந்த உத்தியை மிகவும் விரும்பினார். இந்த உத்தியில் தனது சீடர்களையும் அவர் ஈடுபடுத்தியிருக்கிறார்.

புத்தரிடம் தீட்சை பெற வருகிறவர்களுக்கு அவர் கூறும் முதல் காரியம் இதுதான்: 'சுடுகாட்டுக்குச் சென்று அங்கே சடலம் எரிக்கப்படுவதைக் கருத்தூன்றிக் கவனித்து வாருங்கள்' என்பதே. மூன்று மாத காலத்துக்கு அந்தச் சீடர்

அங்கேயே இருந்து அதைக் கவனிக்கவேண்டும், வேறொன்றும் செய்ய வேண்டியதில்லை.

புத்தர் கூறுவார்: "அதைப் பற்றிச் சிந்திக்காதீர்கள், சும்மா பார்த்துக் கொண்டிருங்கள்" என்று. சற்று முன் பாகவோ பின்பாகவோ உங்களுடைய உடலும் எரிக்கப் பட்டுவிடும் என்கிற எண்ணம் வராமல் தடுப்பது கடினம். தொடர்ச்சியாக மூன்று மாத காலம் என்பது ஒரு நீண்ட அவகாசம். இரவும் பகலும் எப்போதெல்லாம் உடல் எரிக்கப்படுகிறதோ அப்போதெல்லாம் ஆன்ம சாதகன் அதைப் பார்த்தபடி தியானம் செய்ய வேண்டும். சற்று முன்போ பின்போ தன்னுடைய உடலும் சிதையில் எரிக்கப்படுவதை அவர் காண்பார். நீங்கள் சாவைக்கண்டு அஞ்சுபவராய் இருந்தால் இந்த உத்தியைச் செய்ய முடியாது. ஏனென்றால் அந்தப் பயமே உங்களைப் பாதுகாப்பதாகிவிடும். உங்களால் அதனுள் நுழைய முடியாது. அதனை நீங்கள் கற்பனை செய்தாலும் அது மேலெழுந்தவாரியாய் இருக்கக் கூடியது. உங்களுடைய ஆழ்ந்த இருப்புணர்வு அங்கே இருக்காது. அதனால் உங்களுக்கு எதுவும் நடவாது.

'வாழ்வில் மரணத்தைப் போல்
நிச்சயத்தன்மை உடையது வேறொன்றில்லை'

நினைவில் வையுங்கள், நீங்கள் பயந்தாலும் பயப்படா விட்டாலும் மரணம் மட்டுமே நிச்சயமானது.

மற்ற எல்லாமே எதிர்பாராத வகையில் நடக்கிறவை தாம். அவை நடக்கலாம், நடக்காமல் போகலாம். மரணம் மட்டும் தற்செயலானதல்ல.

மனித மனத்தைப் பாருங்கள். நாம் எப்போதுமே மரணத்தை ஓர் எதிர்பாராத நிகழ்ச்சி என்றுதான் பேசு கிறோம். யாராவது ஒருவர் இறக்கிறபோதெல்லாம் அவருடைய மரணம் சரியற்றவேளையில் (Untimely) நேரிட்டதாகவே சொல்கிறோம்.

மரணம் ஒரு விபத்தல்ல, அது மரணந்தான். மற்ற தெல்லாம் எதிர்பாராதவை. மரணம் மட்டும் முன்பே உறுதி செய்யப்பட்டது. நீங்கள் இறக்க வேண்டியிருக்கும். இதனை நான் சொல்லும் போது மரணம் எங்கோ தொலைவில் இருப்பதாய், எதிர்காலத்தில் நிகழக் கூடியதாய் தோன்றலாம். அது அப்படியல்ல. நீங்கள் முன்பே இறந்தவர்தான். பிறந்த கணத்திலேயே இறந்து போனீர்கள். மரணமும் பிறப்புடன் உறுதி செய்யப்பட்ட ஒரு நிகழ்வு தான். ஒரு பகுதி முன்பே நிகழ்ந்தது—அது பிறப்பு. இப்போது இரண்டாம் பகுதி நிகழவேண்டும். ஆக நீங்கள் முன்பே அரைவாசி இறந்தவர்தான்.

ஒருமுறை பிறந்து விட்டாலே ஒருவர் இறப்பின் ஆட்சி எல்லைக்குள் நுழைந்தவராகிறார். இப்போது எதையும் மாற்ற முடியாது, அதை மாற்றுவதற்கு வழியேது மில்லை. நீங்கள் அதில் நுழைந்தாயிற்று. பிறப்பிலேயே பாதி இறந்தவராயிருக்கிறீர்கள். இரண்டாவதாய் — மரணம் கடைசியில் நிகழ விருப்பதல்ல, அதுமுன்பே தொடங்கி விட்ட ஒரு நடைமுறை (Process)

'வாழ்க்கையைப் போலவே மரணமும்
ஒரு நடை முறையைக் கொண்டிருப்பது'

நாம் இருமைத் தன்மை (Duality)யை உண்டாக்கினோம். ஆனால் வாழ்வும் மரணமும் நம்முடைய இரண்டு பாதங்களாயிருக்கின்றன, இரண்டு கால்களாயிருக்கின்றன. வாழ்வும் மரணமும் ஒரே நடைமுறையைக் கொண்டிருக்கிறது. நீங்கள் ஒவ்வொரு கணத்திலும் இறந்து கொண்டிருக்கிறீர்கள்.

நான் இதனை வேறு மாதிரியாய் சொல்கிறேன்: நீங்கள் மூச்சை உள்ளிழுப்பது வாழ்க்கை, மூச்சை வெளிவிடுகிற போது அது மரணம்.

ஒரு குழந்தை செய்கிற முதல் காரியம் மூச்சை உள்ளிழுப்பது. அது மூச்சை வெளிவிடுவதில்லை. காரணம்

அதன் மார்புக்கூட்டுக்குள் காற்று இல்லை. அது மூச்சை உள்ளிழுத்து தானாக வேண்டும். அது முதலில் செய்வது மூச்சை உள்ளிழுப்பதே. வயதான மனிதன் இறக்கும் போது செய்யும் கடைசிச் செயல் மூச்சை வெளியே விடுதல். இறந்து கொண்டிருக்கும் போது நீங்கள் மூச்சை உள்ளே இழுக்க முடியாது. உங்களால் அப்படிச் செய்ய முடியுமா என்ன? மனிதன் செய்கிற முதல் காரியம் மூச்சை உள்ளிழுப்பது, கடைசி காரியம் மூச்சை வெளியில் விடுவது.

'மூச்சை உள்ளிழுப்பது பிறப்பு,
மூச்சை வெளியேற்றுவது மரணம்'

நீங்கள் ஊன்றிக் கவனிக்காதிருந்திருக்கலாம். ஆனால், கவனியுங்கள். நீங்கள் எப்போதெல்லாம் மூச்சை வெளி விடுகிறீர்களோ அப்போதெல்லாம் அமைதியாயிருக் கிறீர்கள். மிக ஆழ்ந்து நெடுமூச்சாய் வெளிவிடவும். உங்களுக்குள் ஓர் அமைதி உண்டாகும். நீங்கள் மூச்சை உள்ளிழுக்கிற போதெல்லாம் பரபரப்பாய் உணர்வீர்கள். மூச்சை உள்ளிழுக்கும் போது துரித கதியில் ஒரு பரபரப்பு உண்டாகும். ஆனால், எல்லாரும் பொதுவாய் சொல்வது மூச்சை நன்றாக உள்ளிழுக்க வேண்டுமென்றுதான். நான் உங்களிடம் ஆழமாய் சுவாசியுங்கள் என்று சொன்னால் நீங்கள் முதலில் செய்வது மூச்சை உள்ளே இழுப்பதாகும்.

உண்மையில் மூச்சை வெளியே விடுவதற்கு பயப்படு கிறோம். அதனால் சுவாசித்தல் மிகக் குறுகியதாகி விட்டது. நீங்கள் மூச்சை வெளியே விடுவது கிடையாது. மூச்சை உள்வாங்கிக் கொண்டே இருப்பீர்கள். உங்கள் உடல் மூச்சை வெளியே விடுகிறது, ஏனென்றால் தன்னுள் மூச்சை வைத்துக் கொண்டிருக்க அதற்கு இயலாது. அதற்கு இரண்டும் தேவை; வாழ்வும், சாவும்.

முதல் நிலை:

ஒரு சோதனையை முயன்று பாருங்கள். நாள் முழுதும் உங்கள் நினைவுக்கு வருகிறபோதெல்லாம் மிக ஆழ்ந்து

மூச்சை வெளியேற்றவும், மூச்சை உள்ளிழுக்காதீர்கள். அந்த வேலையை உங்கள் உடம்பு பார்த்துக் கொள்ளும். ஆழ்ந்த அமைதியை அனுபவியுங்கள். காரணம், இறப்பு அமைதி யானது, நிசப்தமானது. உங்களால் மூச்சை வெளியேற்று வதில் அதிகக் கவனம் செலுத்த முடிந்தால் நீங்கள் அகந்தையற்றவராய் உணர்வீர்கள். உள்மூச்சில் அகந்தை அதிகரித்தும் வெளிமூச்சில் அது குறைந்தும் இருக்கும். மூச்சை வெளியேற்றுவதில் அதிகக் கவனம் செலுத்துங்கள். நாள் முழுதும் நினைத்துக் கொண்ட போதெல்லாம் ஆழ்ந்து மூச்சை வெளியேற்றுங்கள், மூச்சை உள்ளிழுக்க வேண்டாம். நீங்கள் எதுவும் செய்ய வேண்டியதில்லை, உங்கள் உடம்பு பார்த்துக் கொள்ளும்.

வெளிமூச்சு பற்றிய இந்த வலியுறுத்தல் இச் சோதனையைச் செய்துபார்ப்பதில் உங்களுக்குப் பெரு மளவு உதவும். காரணம், நீங்கள் இறப்பதற்குத் தயாரா கிறீர்கள். ஒரு தயார் நிலை தேவைப்படுகிறது. இல்லாவிடில் இந்த முறை ஒரு பலனுமளிக்காது. நீங்கள் ஏதாவதொரு வகையில் இறப்பை ருசித்திருந்தால்தான் அதற்குத் தயாராயிருக்க முடியும். ஆழ்ந்து மூச்சுவிடுங்கள். அதன் ருசி கிடைக்கும். அது மிகவும் அழகானது.

இறப்பு அழகானது, வேறெதுவும் அது போன்றிருப் பதில்லை. அதன் அமைதியை, நிசப்தத்தை, ஓய்வுத் தன்மையை, தொல்லையற்ற நிலையை வேறு எதிலும் காண முடியாது. ஆனால், நாமோ இறப்பைக் கண்டு அஞ்சுகிறவர் களாயிருக்கிறோம். ஏன் அத்தனை அச்சம்? அது இறப்பைப் பற்றிய அச்சமல்ல, அதை நாம் அறியாதிருப்பதுதான் அதற்குக் காரணம். நீங்கள் ஒரு போதும் எதிர் கொண் டிராத ஒன்றைக் குறித்து ஏன் அஞ்சுவது? ஒன்றைத் தெரியாதிருக்கும் நிலையில் அதைப் பற்றிய அச்சம் எப்படி வரும்? குறைந்தபட்சம் அது அஞ்சத்தக்க ஒன்று என்றாவது தெரிந்திருக்கவேண்டும். ஆதலால் நீங்கள் இறப்பைப் பற்றி அஞ்சவில்லை. அச்சம் வேறொன்றைப் பற்றியது. நீங்கள்

உண்மையில் ஒரு போதும் வாழ்ந்திருக்கவில்லை. அதுதான் மரண பயத்தைத் தோற்றுவித்தது.

நீங்கள் வாழ்ந்து கொண்டிருக்கவில்லை என்பதால் பயம் வருகிறது. 'நான் இன்னும் வாழ்ந்த பாடில்லை, அதற்குள் மரணம் வந்தால் என்னாவது?' நிறைவடையாமல், வாழ்ந்து பார்க்காமல் நான் சாகப் போகிறேன். வாழாதவர்களுக்குத் தான் மரணபயம் வரும். நீங்கள் வாழ்ந்து கொண்டிருந்தால் மரணத்தையும் வரவேற்பீர்கள், வாழ்க்கையைப் போல. நீங்கள் வாழ்க்கையை அறிந்திருப்பீர்கள், மரணத்தையும் அறிந்து கொள்ள விரும்புவீர்கள். ஆனால் நாம் வாழ்க்கையை இன்னும் அறிந்து கொள்ளவில்லை என்று அஞ்சுகிறோம், அதனுள் ஆழமாய் நுழைந்திருக்கவில்லை என்றே அஞ்சுகிறோம்.

நீங்கள் இந்த முறையில் நுழைய விரும்பினால் இந்த ஆழமான பயத்தைப் பற்றி அறிந்திருக்க வேண்டும். இந்த பயத்தைத் தூக்கியெறிந்த பிறகே நீங்கள் இதில் நுழைய முடியும். இது உங்களுக்கு உதவக் கூடியது. மூச்சை வெளி விடுவதில் அதிகக் கவனம் செலுத்துங்கள். நாள் முழுதும் நீங்கள் ஓய்வாயிருப்பதை உணர்வீர்கள். உள்ளில் ஒரு நிசப்தம் உண்டாக்கப்படுகிறது.

இரண்டாம் நிலை:

இன்னொரு சோதனை மூலம் இந்த உணர்வை நீங்கள் ஆழமாக்கிக் கொள்ளமுடியும். தினமும் பதினைந்து நிமிடத்திற்கு மூச்சை ஆழ்ந்து வெளியேற்றுங்கள். தரையிலோ, இருக்கையிலோ அமர்ந்து கொண்டு ஆழமான மூச்சை வெளிவிடுங்கள். மூச்சை வெளிவிடும்போது கண்களை மூடிக்கொள்ளுங்கள். காற்று வெளியே செல்லும் போது நீங்கள் உள்ளே செல்லுங்கள். காற்று உள்ளே செல்லும்போது நீங்கள் வெளியேறுங்கள்.

நீங்கள் காற்றை வெளியே விடும்போது ஒரு வெற்றிடத்தை உள்ளே உண்டாக்குகிறீர்கள். ஏனென்றால்

மூச்சு தான் வாழ்தல். நீங்கள் ஆழ்ந்து மூச்சை வெளியேற்றும் கணத்தில் உள்ளே காலியாய் இருக்கின்றீர்கள். வாழ்வு வெளியேறிவிட்டிருக்கும். ஒரு வகையில் நீங்கள் இறந்தவராவீர்கள். ஒரு கணத்தில் நீங்கள் இறந்துபட்டிருக்கிறீர்கள். அந்த இறப்பின் நிசப்தத்தில் உள்ளே நுழையவும், காற்று வெளியே செல்கிறது. கண்களை மூடிக்கொண்டு நீங்கள் உள்ளே செல்லுங்கள். அங்கே இடமிருக்கிறது, நீங்கள் தாராளமாய் செல்லலாம்.

கீழே குறிப்பிடப்பட்டிருக்கும் முறையை செய்வதற்கு முன் இந்தச் சோதனையை பதினைந்து நிமிடத்திற்குச் செய்யுங்கள். அதனால் நீங்கள் அதற்குத் தயாராவீர்கள். தயாராவது மட்டுமல்ல, அதை வரவேற்கவும் செய்வீர்கள். அங்கே இறப்பு பற்றிய அச்சமிருக்காது. ஏனெனில் இப்போது இறப்பென்பது ஓர் ஓய்வெடுத்தலாய் இருக்கும். ஆழ்ந்த அமைதியான உறக்கம் போன்றது இறப்பு.

மூன்றாம் நிலை:

கீழே படுத்துக் கொள்ளுங்கள். உங்களையே இறப்பாய் நீங்கள் எண்ணிக் கொண்டு விடுங்கள். உங்கள் உடல் இப்போது ஒரு பிணம்போல் உள்ளது. ஓய்வாய் படுத்துக் கொண்டு, பின் உங்கள் கவனத்தை கால் விரல் நுனியில் வையுங்கள். கண்களை மூடிக்கொண்டு உள்ளே செல்லுங்கள். கால் விரல் நுனியிலிருந்து மேலெழும் வெப்பத்தை — நெருப்பை உணருங்கள். அந்த நெருப்பு எல்லாவற்றையும் எரித்துவிடுகிறது. அந்த நெருப்பு எழும் போது உங்கள் உடல் மறைந்து கொண்டே இருக்கிறது. கால் நுனியில் இருந்து மேலே செல்லுங்கள்.

ஏன் கால் நுனியில் இருந்து தொடங்குவது? அது மிக எளிதானது. காரணம், கால் என்பது உங்களுடைய 'நான்' என்பதிலிருந்து தொலைவில் உள்ளது. உங்களது 'நான்' தலையில் இருக்கிறது. அதனால் அங்கிருந்து ஆரம்பிப்பது கடினமாயிருக்கும். எனவே, தொலைவில்

உள்ளதிலிருந்து ஆரம்பியுங்கள். கால் நுனிதான் உங்களில் தான் என்ற முனைப்புக்கு அதிக தொலைவில் உள்ள புள்ளி.

கால் நுனிகள் எரிவதை உணருங்கள். அங்கு எரிந்த சாம்பல்தான் மிச்சமிருக்கும். பிறகு மெதுவாய் செல்லுங்கள். நெருப்பு எதிர்ப்படுகிற எல்லாவற்றையும் எரித்தபடி செல்லும். கால்கள், தொடைகள் என்று ஒவ்வொன்றாய் மறையும்.

அவை சாம்பலாவதைப் பார்த்துக்கொண்டே யிருங்கள். தீ மேலெழுகிறது, அது கடந்து சென்ற பகுதிகள் இப்போது இல்லை. மேல் நோக்கிச் செல்லுங்கள், கடைசி யாய் தலைப்பகுதி மறைகிறது. நீங்கள் ஒரு குன்றின் மீது நின்று சகலத்தையும் கவனிப்பவராய் இருப்பீர்கள். உடல் கிடக்கும் மரித்து, எரிந்து, சாம்பல் குவியலாம். நீங்கள் கவனிப்பவராய், சாட்சி பாவத்தில் இருப்பீர்கள். சாட்சி யிடம் அகந்தை இருக்காது.

அகந்தையற்ற நிலையை அடைவதற்கு இதுவே சிறந்த உத்தி. ஏன்? காரணம் பல விஷயங்களை அது உள்ளடக்கி யுள்ளது. அது எளிதானதாய் தோன்றினாலும் அத்தனை எளிதானதல்ல. உள்ளேயிருக்கும் செயல் கருவிகள் மிகுந்த சிக்கலானவை, எளிதில் புரிந்து கொள்ள இயலாது. முதல் விஷயம், உங்களது நினைவுகளும் உங்கள் உடம்பின் ஒரு பகுதியே. நினைவு (Memory) ஒரு பருப்பொருள் (Matter), அதனால்தான் அதை மூளையின் உயிரணுக்களில் (Cells) பதிவு செய்ய முடிகிறது. உங்கள் மூளையிலுள்ள சில அணுக்களை அகற்றினால் சில நினைவுகளும் உங்களில் இருந்து மறைந்து விடுகின்றன.

நினைவில் வையுங்கள்: இதுதான் நீங்கள் புரிந்து கொள்ள வேண்டியது. அங்கே நினைவுகள் இருந்தால் அங்கு உடலும் இருக்கிறது என்று பொருள்.

உங்களது உடல் இறந்துவிட்டது, எரிக்கப்பட்டு விட்டது, நெருப்பு எல்லாவற்றையும் அழித்துவிட்டது என்ற

ஆழ்ந்த உணர்ச்சிக்கு நீங்கள் உண்மையாகவே சென்றிருந்தால் அந்தக் கணத்தில் உங்களுக்கு ஒரு நினைவும் இருக்காது. அந்தக் கணத்தில் நீங்கள் கவனித்திருந்தால் மனது இருந்திருக்காது. எல்லா இயக்கங்களும் நின்றிருக்கும். சிந்தனைகளின் ஓட்டமிராது. சும்மா கவனித்திருங்கள் என்னை நடக்கிறதென்று.

இதை நீங்கள் அறிந்தவுடன், தொடர்ந்து அதே நிலையில் இருங்கள். உங்களிடமிருந்து உடலை உங்களால் பிரிக்க முடியும் என்று தெரிந்தபோது, உங்களுக்கும் உடலுக்கும் நடுவே ஓர் இடைவெளியை ஏற்படுத்துங்கள். ஒருசில கணங்களுக்கு உடலில் இருந்து வெளியே இருங்கள். இதை நீங்கள் செய்ய முடிந்தால் உடலில் இருப்பீர்கள், உடலில் இல்லாமலும் இருப்பீர்கள். முன்பு வாழ்ந்தது போலவே உங்களால் தொடர்ந்து வாழ்ந்து கொண்டிருக்க முடியும். ஆனால் நீங்கள் முன்பிருந்த அதே நபராய் இருக்கமாட்டீர்கள்.

இந்த உத்தியைச் செய்ய குறைந்தபட்சம் மூன்று மாதம் தேவைப்படும். அதைச் செய்து கொண்டேயிருங்கள். அது ஒரே நாளில் நடந்துவிடாது. தினமும் ஒரு மணி நேர அளவில் மூன்று மாதத்திற்கு செய்து கொண்டிருந்தால் ஒரு நாள் உங்கள் கற்பனையின் உதவியோடு இடைவெளி உருவாக்கப்பட்டிருக்கும். உடல் சாம்பலாகிவிட்டிருப்பதை உண்மையிலேயே காண்பீர்கள்.

இந்தக் கவனித்தலில் நீங்கள் ஓர் ஆழ்ந்த நடப்பை உணர்வீர்கள்— அகந்தை என்கிற தன்முனைப்பு ஒரு பொய்யான இருப்பு கொண்டதென்பதை. அது அங்கே இருந்ததற்குக் காரணம் உடம்புடனும், எண்ணங்களுடனும், மனதுடனும் உங்களை அடையாளப் படுத்திக் கொண்டது தான். நீங்கள் மனதும் அல்ல, உடலும் அல்ல. உங்களைச் சுற்றியுள்ள எலலாவற்றிலிருந்தும் வேறுபட்டவர் நீங்கள். உங்கள் புறவெல்லையில் இருந்து வேறுபட்டவராயிருக்கிறீர்கள்.

மரணத்தைக் கொண்டாடுதல் (CELEBRATING DEATH)

நான் மூன்று துறவிகளைப் பற்றிக் கேள்விப்பட்டிருக் கிறேன். அவர்களின் பெயர்கள் சொல்லப்படவில்லை. ஏனெனில், தங்களுடைய பெயர்களை அவர்கள் யாரிடமும் சொன்னதில்லை. அவர்கள் எந்த ஒன்றுக்கும் பதிலளித்த தில்லை. எனவே, சீனாவில் 'மூன்று சிரிக்கும் துறவிகள்' என்று அவர்கள் அறியப்பட்டார்கள்.

அவர்கள் மூவரும் ஒன்றே ஒன்றை மட்டும் செய்தார்கள். ஒரு கிராமத்துக்குச் சென்று அங்குள்ள சந்தையில் நின்றபடி சிரிப்பார்கள். அங்கிருப்பவர்களிடமும் சிரிப்பு தொற்றிக் கொள்ளும். கூட்டமே சேர்ந்து சிரிக்கும். பிறகு — அந்த ஊர் முழுதும் சிரிக்கத் தொடங்கும்.

அவர்கள் அங்கிருந்து வேறோர் ஊருக்குச் செல் வார்கள். அவர்கள் வெகுவாய் நேசிக்கப்பட்டார்கள். அது தான் அவர்களுடைய நெறிமுறை பற்றிய விளக்கப் பேருரை. அவர்களிடமிருந்த ஒரே செய்தி—சிரிப்பு. அவர்கள் எதையும் போதிக்கவில்லை, ஓர் உகந்த சூழ் நிலையை உருவாக்கினார்கள்.

அவர்கள் நாடெங்கிலும் பிரபலமானார்கள். 'சிரிக்கும் துறவிகள்' என்று போற்றப்பட்டனர். சீனதேசமே அவர் களை அன்புடன் நேசித்தது. அவர்களை மரியாதையுடன் நடத்தியது. இதுவரை எவரும் அது மாதிரி, அறிவுரைகள் கூறியதில்லை, வாழ்க்கை என்பது சிரிப்பு மட்டுமே, வேறொன்றுமில்லை. அவர்கள் குறிப்பாக யாரைப் பற்றியும் சிரிக்கவில்லை. ஆனால், சும்மா சிரித்துக் கொண்டே யிருந்தார்கள். அவர்கள் பிரபஞ்சத்தின் நகைச்சுவைக்குரிய எல்லாமும் புரிந்தது போன்று சிரித்தார்கள். அவர்கள் சீன தேசம் முழுவதிலும் ஒரு வார்த்தைகூட உபயோகிக்காமல் பெருமகிழ்ச்சி பரவச் செய்தார்கள். அவர்களுடைய பெயர் களை மக்கள் கேட்டபோதும் அவர்கள் சிரித்தார்கள். அதனால் அவர்களுக்கு 'மூன்று சிரிக்கும் துறவிகள்' என்று பெயர் வந்தது.

தியானம்

பின்னர் அவர்களும் வயோதிகர்களானார்கள். ஒரு கிராமத்தில் அம்மூவரில் ஒருவர் இறந்து போனார். அந்தக் கிராமமே என்ன நடக்கப் போகிறது என்ற எதிர்பார்ப்பில் இருந்தது. அவர்களில் ஒருவர் இறந்த போது இப்போதாவது அவர்கள் அழுவார்கள் என்று எதிர்பார்த்தனர். அதைப் பார்ப்பதற்காய் எல்லாரும் கூடினர். சிரித்துக் கொண்டே யிருந்தவர்களை அழும்படியான நிலையில் பார்க்கும் படியாகுமோ என்று நினைத்தார்கள். ஆனால் அங்கு சென்று பார்த்தபோது வேறாயிருந்தது. இறந்து போன துறவியின் உடலருகே மற்ற இரு துறவிகளும் அமர்ந்து சிரித்துக் கொண்டிருந்தார்கள்.

'இதையேனும் விளக்குங்கள்' என்று கிராம மக்கள் அவர்களிடம் கேட்டனர்.

எனவே, அவர்கள் முதல் தடவையாய் பேசினார்கள். அவர்கள் சொன்னது:

'இந்த மனிதர் ஜெயித்துவிட்டார். அதனால் நாங்கள் சிரிக்கிறோம். எங்கள் மூவரில் முதலில் இறக்கப் போவது யார் என்று வியப்பில் இருந்தோம். இவர் எங்களைத் தோல்வியடையச் செய்துவிட்டார். எங்கள் தோல்வியை நினைத்துச் சிரிக்கிறோம். இவர் வெற்றி பெற்றதை எண்ணிச் சிரிக்கிறோம். மேலும், இவர் எங்களுடன் பல வருடம் ஒன்றாய் வாழ்ந்திருக்கிறார். நாங்கள் ஒன்றாய் சிரித்துக் கொண்டிருந்தோம். நாங்கள் மூவரும் மகிழ்ச்சி அடைந் திருக்கிறோம். ஒவ்வொருவரும் அடுத்தவரின் அருகில் இருப்பதால் பெருமகிழ்ச்சி அடைந்திருக்கிறோம். இவரது பிரிவுபசாரத்துக்கு இதைவிட வேறு சிறப்பான வழிகள் இல்லை. எங்களால் சிரிக்க மட்டுமே முடியும்.

கிராமம் முழுதுமே துக்கத்திலாழ்ந்தது. ஆனால் அந்தத் துறவியின் உடலை எரியூட்டக் கூடிய மேடையில் வைத்தபோது இந்த இரண்டு துறவிகள் மட்டுமல்ல மூன்றாவது துறவியும் — மரித்துப் போனவர், சிரித்துக் கொண்டிருப்பதாய்பட்டது.

காரணம், மரித்துப் போன அந்த மூன்றாவது நபர் தன்னுடைய தோழர்களிடம் "என்னுடைய உடையை மாற்றாதீர்கள்' என்று சொல்லியிருந்தார். ஒருவர் இறந்ததும் அவரைக் குளிப்பாட்டி, வேறோர் உடையை அணிவிப்பது பொதுவான நடைமுறையாய் இருந்தது. எனவே அவர் சொன்னார், 'என்னைக் குளிப்பாட்ட வேண்டாம், நான் ஒருபோதும் அழுக்கடைந்து இருக்கவில்லை. என் வாழ்க்கை முழுதும் சிரித்துக்கொண்டே இருந்ததில் என்னுள் அசுத்தம் சேர்ந்துவிடவில்லை. என்மீது தூசும் படிய வில்லை. சிரிப்பு என்னை எப்போதும் இளையவனாய், புதியவனாய் வைத்து உள்ளது. ஆதலால் என்னைக் குளிப்பாட்ட வேண்டாம். எனது உடைகளை மாற்ற வேண்டாம்" என்று.

அவருடைய விருப்பத்தை மதித்து அவரது உடைகளை அவர்கள் மாற்றவில்லை. அவரின் உடலில் தீவைத்தபோது தமது உடைக்குள் பல பொருள்களை அவர் மறைத்து வைத் திருந்ததாகவே தெரிந்தது. ஏனெனில் அவை வெடித்தன. அவர் வைத்திருந்தது சீன வெடிகள். அவை ஆகாயத்தில் 'சர்'ரென பாய்ந்தன. அப்போது அந்தக் கிராமம் முழுவதும் சிரித்தது.

இரண்டு துறவிகளும் சொன்னார்கள்: 'நீ சரியான அயோக்கியன். இறந்த பிறகும் எங்களைத் தோற்கடித்து விட்டாய். இப்பிரபஞ்சத்தின் நகைச்சுவை புரிந்துகொள்ளப் படுகிறபோது அது பிரபஞ்சச் சிரிப்பாகிவிடும். அது உன்னதமானது, ஒரு புத்த நிலையில் உள்ள ஒருவர் மட்டுமே அப்படிச் சிரிக்க முடியும். இம்மூன்று துறவிகளும் மூன்று புத்தர்களாயிருந்திருக்க வேண்டும்.

மூன்றாவது கண்ணுடன் கவனிப்பது
(WATCHING WITH THIRD EYE)

இது உலகத்துக்குக் கீழ்த்திசை நாடுகளின் பங்களிப்பு. இரண்டு கண்களுக்கு நடுவே புருவ மத்தியில் உள்ளே ஒரு

மூன்றாவது கண் உள்ளது. அதனுள் எப்போதும் செயலடங்கிய நிலை இருக்கும். புவியீர்ப்பு விசைக்கெதிராய் ஒருவர் தன்னுடைய பாலுணர்வு சக்தியை மேலேற்றுவதற்குக் கடினமாய் உழைக்க வேண்டும். அந்தச் சக்தி மூன்றாவது கண்ணை அடையும் போது அது திறக்கிறது. அதைச் செய்வதற்குப் பல செய்முறைகளையும் முயன்று பார்த்துவிட்டார்கள். ஏனெனில், அந்தக் கண் திறக்கும் போது திடீரென ஒளி வெள்ளம் உண்டாகும். இதற்கு முன் கண்டறியாத பலவற்றைத் தெளிவாய்க் காண முடியும், தெரிந்து கொள்ள முடியும்.

நான் கவனித்தலை, சாட்சிபாவத்தை வலியுறுத்தக் காரணம் மூன்றாவது கண்ணை செயலுக்குக் கொண்டுவர அதுவே அருமையான முறை. கவனித்தல் உள்ளில் இருக்கிறது. புறக்கண்களை அதற்குப் பயன்படுத்த முடியாது, அவற்றால் வெளியேதான் பார்க்க முடியும். அவற்றை மூடிக்கொள்ள வேண்டும். நீங்கள் உள்ளே பார்க்க முயலும் போது அப்போது தான் அங்கே பார்க்கக் கூடிய ஒரு கண் இருப்பது நிச்சயமாகிறது. உங்கள் எண்ணங்களைக் காண்பது யார்? புறக்கண்களல்ல. உங்களுக்குள் எழுகிற கோபத்தை யார் காண்பது? அந்தப் பார்க்குமிடம் 'மூன்றாவது கண்' என்று குறியீடாய் சொல்லப்படுகிறது.

கௌரிசங்கர் தியானம்
(GOURISHANKAR MEDITATION)

இந்த உத்தி ஒவ்வொரு நிலையும் 15 நிமிடம் கொண்ட நான்கு நிலைகளை உள்ளடக்கியது. முதல் இரு நிலைகளும் தியானிப்பவரை மூன்றாவது நிலைக்குத் தயார்ப்படுத்துகிறது. முதல் நிலையில் மூச்சு சரியான முறையில் இருந்தால், இரத்தத்தில் உருவான கரியமில வாயு உங்களை கௌரிசங்கரை (எவரஸ்டு சிகரம்)ப் போல் உணரச் செய்யும் என்பார் ஓஷோ.

முதல் நிலை: 15 நிமிடம்

மூடிய கண்களுடன் அமருங்கள். நாசியின் வழியே ஆழ்ந்து மூச்சு வாங்கி நுரையீரலை நிரப்புங்கள். முடிந்த அளவுக்கு மூச்சை நிறுத்தி வைத்து பிறகு மெல்ல வாய்வழியே வெளிவிடுங்கள். முடிந்த அளவுக்கு நுரை யீரலைக் காலி செய்யுங்கள். இந்த சுவாசச் சுழற்சியை முதல் நிலை நெடுகவும் தொடருங்கள்.

இரண்டாவது நிலை: 15 நிமிடம்

இயல்பான மூச்சுக்குத் திரும்புங்கள். சாந்தமான நோக்குடன் ஒரு மெழுகுவர்த்தியைப் பாருங்கள் அல்லது நீல ஒளி வீசும் விளக்கைப் பார்க்கலாம். உங்கள் உடம்பு அசைவற்றிருக்கட்டும்.

மூன்றாவது நிலை: 15 நிமிடம்

மூடிய கண்களுடன் நில்லுங்கள். உங்கள் உடம்பு தளர்வாய், ஏற்புத் தன்மையுடன் இருக்கட்டும். உங்களுக் குள்ளிருக்கும் நுட்பமான சக்திகள், உங்களுடைய கட்டுப் பாட்டையும் மீறி உங்கள் உடம்பை அசைத்துப் பார்க்கும். நீங்களாய் அசையாதீர்கள், அசைவு நிகழுமெனில் நிகழ விடுங்கள்.

நான்காம் நிலை: 15 நிமிடம்

மூடிய கண்களுடன் தரையில் படுக்கவும். அமைதி யாய், அசைவற்றிருக்கவும்.

முதல் மூன்று நிலைகளும் ஒரு நிலையான சீர்த்தன்மை யுடன் இணைந்து செயல்பட வேண்டும். அமைதியூட்டும் பின்னணி இசை விரும்பத்தக்கது. இயல்பான இதயத் துடிப்பைவிட ஏழு மடங்காய் அந்த இசைத் துடிப்பு இருக்க வேண்டும், முடிந்தால் மிகுந்த ஒளிவீசும் மின் விளக்கையும் ஏககாலத்தில் ஒளிரச் செய்யவும்.

மண்டல தியானம்
(MANDALA MEDITATION)

இது ஆற்றல் மிக்க, இன்னொரு தூய்மை செய்யும் உத்தி. ஓர் இயற்கை சார்ந்த மையத்தை விளைவாய்க் கொள்ளும் சக்தி வட்டத்தைத் தோற்றுவிக்கும். ஒவ்வொரு நிலையும் 15 நிமிடமாய் நான்கு நிலைகள் கொண்டது.

முதல் நிலை : 15 நிமிடம்

கண்களைத் திறந்தபடி ஓடுங்கள். முதலில் மெது வாகவும், படிப்படியாய் வேகத்தை அதிகரித்துக் கொண்டு ஓடுங்கள். முடிந்த அளவு முழங்கால்களை உயர்த்தவும். ஆழ்ந்த மூச்சுடன் சக்தியை சீராய் செல்லவிடுங்கள். மனதையும் உடலையும் மறந்துவிடுங்கள். தொடர்ந்து இயங்குங்கள்.

இரண்டாம் நிலை: 15 நிமிடம்

கண்களை மூடிய படி அமருங்கள். வாய் திறந்து, தளர்வாய் இருக்கட்டும். காற்றில் நாணல் வளைகிற மாதிரி இடுப்புக்கு மேல் உங்கள் உடம்பைச் சுழற்றுங்கள். காற்று உங்களை இப்படியும் அப்படியும், முன்னும் பின்னும், சுற்றிச் சுற்றியும் தள்ளுவதாய் உணருங்கள். இது உங் களுடைய விழிப்புற்ற சக்தியைத் தொப்புள் மையத்துக்குக் கொண்டு வரும்.

மூன்றாம் நிலை: 15 நிமிடம்

கண்கள் திறந்திருக்க, மல்லாந்து படுங்கள். தலையை அசைக்காமல் கண்களை மட்டும் கடிகாரச் சுற்றாய் சுழற்றவும். பெரிய கடிகாரத்தின் இரண்டாவது முள்ளைத் தொடர்வது போல் குழிவுகளுக்குள் அவற்றை வேகமாய் முழுமையாய் வீசுங்கள் மூச்சு ஒரே சீராகவும், தாடை தளர்வாயும், வாய் திறந்தபடியும் இருக்க வேண்டும். உங்களுடைய மையசக்திகளை மூன்றாவது கண்ணுக்குக் கொண்டுவர இது உதவும்.

நான்காம் நிலை: 15 நிமிடம்

கண்களை மூடி, அசைவற்றிருக்கவும்.

சாட்சிபாவத்தை அறிதல்
(FINDING THE WITNESS)

சிவா கூறுவார்: "கவனம் புருவ மத்தியிலும், மனம் எண்ணத்துக்கு முன் பாயும் இருக்கட்டும். வடிவம் மூச்சுப் பிராணனுடன் கலந்து உச்சந்தலைக்குச செல்லவிடுங்கள். அங்கே ஒளி மழையில் அது நனையட்டும்?"

இந்த உத்தி பித்தகோரஸிற்கு (Pythacoras) வழங்கப் பட்டது. இந்த உத்தியை அவர் கிரேக்கத்துக்கு எடுத்துச் சென்றார். மேற்கத்திய ஞானத்தின் பிறப்பிடமாய், ஊற்றுக் கண்ணாய் அவர் திகழ்ந்தார்.

இது மிகவும் ஆழமான முறைகளில் ஒன்றாகும். இதனை அறிந்துகொள்ள முயலுங்கள். 'புருவங்களின் மத்தி யில் கவனம் வைத்தல்...' நவீன தேகவியலும், விஞ்ஞான ஆராய்ச்சியும் இரண்டு புருவங்களுக்கிடையில் உள்ள சுரப்பி (Gland) உடம்பிலேயே மிகவும் புரியாத புதிர் என்று தெரிவிக்கின்றன. இதனை பினியல் சுரப்பி (Pinel gland) என்றும் அழைப்பார்கள். திபெத்தியர்களுக்கு இது மூன்றா வது கண். சிவ நேத்ரா என்கிறது தந்த்ரா— சிவனுடைய கண். இரண்டு கண்களுக்கிடையில் மூன்றாவது கண் இருக்கின்றது, ஆனால், அது இயங்கிக் கொண்டிருப் பதில்லை. அதைத் திறப்பதற்கு நீங்கள் ஏதாவது செய்தாக வேண்டும். இது கண்திறக்கும் உத்தி.

கண்களை மூடுங்கள், உங்கள் கண்களை இரண்டு புருவங்களுக்கும் மத்தியில் ஒருமுகப்படுத்துங்கள். இரு கண்களின் பார்வையையும் அங்கே குவித்து முழுமையாய் கவனம் செலுத்துங்கள்.. ஊன்றிக் கவனிப்பதற்கு இது ஓர் எளிய வழி. உடம்பின் வேறெந்த பாகத்தையும் அத்தனை எளிதாய் நீங்கள் கருத்தூன்றிக் கவனிக்க முடியாது. இந்தச்

சுரப்பி வேறெதையும்விட அதிகமாகவே உங்கள் கவனத்தை எடுத்துக் கொண்டுவிடும். நீங்கள் அதில் கவனம் வைத்தால் உங்களுடைய இரண்டு கண்களும் மூன்றாவது கண்ணிடம் வசியப்பட்டுவிடும். அவை நிலைகுத்தி நிற்கும், அவற்றால் அசைய முடியாது. நீங்கள் உடம்பின் வேறெந்தப் பகுதி யிலேனும் கவனம் வைக்க முயன்றால் அது கடினமா யிருக்கும்.

இந்த மூன்றாவது கண் கவனத்தைப்பற்றிக் கொள்ளும், கட்டாயப்படுத்தும். உலகின் அனைத்து முறைகளும் இதைப் பயன்படுத்தியிருக்கின்றன.

கவனத்தைப் பயிற்றுவிக்க இது ஒரு எளியமுறை. கவனமாயிருக்கும் முயற்சியில் அந்த சுரப்பியும் உங்களுக்கு உதவும். அது காந்த சக்தி கொண்டது. உங்கள் கவனத்தை கட்டாயப்படுத்தி ஈர்க்கிறது.

'கவனம் தான் (Attention) மூன்றாவது கண்ணுக்கு உணவு என்கிறது பழைமையான தந்த்ரா நூல்கள். அது பசித்திருக்கிறது. பிறவிகள் பலவாய் உங்களுடன் பசியோடு வந்து கொண்டிருக்கிறது. நீங்கள் அதன்மீது கவனம் செலுத்தினால் அது உயிர்த் துடிப்போடு விளங்கும்.

கவனம்தான் அதன் உணவென்று நீங்கள் அறிகிற போது, உங்கள் கவனம் மூன்றாவது கண்ணின் காந்த விசையால் இழுபடுவதை உணர்கிற போது கவனம் கடினமான ஒன்றாயிருக்காது.

எது சரியான முனைப்பகுதி (Point) என்பதை அறிந்து கொள்ளவேண்டும். உங்கள் கண்களை மூடுங்கள். இரண்டு கண்களையும் மத்தியப் பகுதிக்குக் கொண்டு செல்லுங்கள், சரியான முனையை உணருங்கள். அந்த முனையை நீங்கள் நெருங்கியதும் திடீரென்று உங்களுடைய கண்கள் நிலை குத்தி நிற்கும். அவற்றை அசைப்பது சிரமமாகிற போது, தெரிந்து கொள்ளுங்கள், நீங்கள் சரியான இடத்தைப் பற்றிக் கொண்டீர்கள் என்பதை.

முதல் தடவையாய் இரண்டு புருவங்களுக்கிடையே கவனம் வைக்கிறபோது விநோத நிகழ்வொன்றை நீங்கள் அனுபவித்தறிவீர்கள்.

முதல் முறையாய் எண்ணங்கள் உங்கள் முன்பாக ஓடக் காண்பீர்கள். நீங்கள் சாட்சியாயிருப்பீர்கள். அது திரையில் படம் ஓடுகிற மாதிரி ஓடும். உங்களுடைய கவனம் மூன்றாவது கண்ணில் குவிந்துவிடுகிறபோது. உடனே நீங்கள் எண்ணங்களின் சாட்சியாகி விடுகிறீர்கள்.

சாதாரணமாய் நீங்கள் எதற்கும் சாட்சியாய் நிற்பதில்லை. எண்ணங்களுடன் உங்களை அடையாளப் படுத்திக் கொள்கிறீர்கள். கோபம் வந்தால் நீங்கள் கோபாவேசமாகி விடுகிறீர்கள். ஓர் எண்ணம் தன்போக்கில் போகிற போது நீங்கள் சாட்சியாயிருந்து விடுவதில்லை, அந்த எண்ணத்தோடு நீங்களும் போகிறீர்கள். நீங்கள் எண்ணமாகிறீர்கள், எண்ணத்தின் வடிவத்தை எடுத்துக் கொள்கிறீர்கள். பேராசை வரும் போது உங்கள் வடிவமே பேராசையாகி விடுகிறது.

'எண்ணத்துக்கும் உங்களுக்கும்
இடைவெளியே இருப்பதில்லை'

ஆனால், மூன்றாவது கண்ணில் உங்கள் கவனம் குவிகிற போது, திடீரென்று நீங்கள் சாட்சியாக மாறி விடுகிறீர்கள். மூன்றாவது கண்ணின் வழியே எண்ணங்கள் மேகங்களாகி வான்வெளியில் ஓடுவதை, மக்கள் வீதியில் போவதை நீங்கள் காண்பீர்கள்.

சாட்சிபாவத்தை மேற்கொள்ள முயலுங்கள். நிகழ்வது எதுவாயினும் சாட்சியாயிருந்து விடுங்கள். நீங்கள் நோயுறலாம், உங்கள் உடம்பு வேதனைப்படலாம், நீங்கள் துன்பத்தையும், துயரத்தையும் அனுபவிக்கலாம். எது வாயினும் சாட்சியாய் இருந்துவிடுங்கள். அதனுடன் உங்களை அடையாளப் படுத்திக் கொள்ள வேண்டாம். ஒரு சாட்சியாய் வெறுமனே கவனிப்பவராய் இருங்கள்

போதும். சாட்சிபாவம் சாத்தியமாகிற போது உங்கள் கவனம் மூன்றாவது கண்ணில் குவிந்திருக்கும்.

மூன்றாவது கண்ணில் மையப்படுகிறபோது உங்கள் எண்ணங்களுடன் நீங்கள் மோத முடியும். மூச்சின் நுட்பமான மெல்லிய அதிர்வுகளை உங்களால் உணர முடியும். மூச்சின் வடிவத்தை, சாரத்தை உணர்ந்து கொள்வீர்கள்.

முதலில் 'வடிவம்' என்றால் என்ன, மூச்சின் சாரம் என்றால் என்ன என்பதைப் புரிந்து கொள்ளுங்கள்.

நீங்கள் சுவாசிக்கும் போது காற்றை மட்டும் சுவாசிக்கவில்லை. விஞ்ஞானம் கூறும், நீங்கள் — பிராணவாயு, ஹைட்ரஜன் இவற்றுடன் இதர வாயுக்களையும் சேர்த்துதான். சுவாசிக்கிறீர்கள் என்று. அவர்கள் (விஞ்ஞானிகள்) சொல்கிறார்கள் நீங்கள் காற்றை சுவாசிப்பதாய். ஆனால் தந்த்ரா கூறுகிறது — காற்று ஒரு சாதனம் என்று. அது பிராணா (உயிர்மூச்சு)வைச் சுமந்து வருகிறது. காற்று ஓர் ஊடகம், பிராணா அதன் உட்பொருள். நீங்கள் காற்றோடு பிராணனையும் சுவாசிக்கிறீர்கள்.

மூன்றாவது கண்ணில் ஒருமுகப்படுவதன் மூலம் மூச்சின் சாரத்தை — பிராணாவை நீங்கள் உணர்கிறீர்கள். பிராணாவை உங்களால் உணர முடிந்தால் அங்கிருந்து மேலே ஊடுருவிச் செல்வதும் முடிகிறதுதான்.

இறகைப் போல் தொடுதல்
(TOUCHING AS A FEATHER)

சிவா கூறுவார்: 'கண்ணின் மணிகளை ஓர் இறகைப் போல் மெலிதாய் தொடுகிறபோது அவற்றுக்கிடையே ஒரு மென்மையான சக்தி ஏற்பட்டு இதயத்தை அடையும், இப்பிரபஞ்சத்தை ஊடுருவிப் பரவி நிற்கும்.

மூடிய கண்களின் மீது உள்ளங்கைகளை வைத்து கண்ணின் மணி (Eye ball)களைத் தொடவும், இறகால்

வருடுவதுபோல் செய்ய வேண்டுமே தவிர அழுத்தம் கூடாது. அழுத்தம் கொடுத்தால் முக்கியப் பகுதியைத் தவற விடுவீர்கள், முழு உத்தியுமே அதனால் தவறிவிடும்.

தொடக்கத்தில் அழுத்தம் கொடுக்கவே செய்வீர்கள். கொஞ்சம் கொஞ்சமாய் அழுத்தத்தைக் குறைத்து. உள்ளங் கைகள் கண்ணின் மணிகளை வெறுமனே தொட்டுக் கொண்டிருக்கும்படி செய்யுங்கள். அழுத்தமில்லாத தொடுகை, அழுத்தம் இருந்தால் உத்தி செயல்படாது. ஆகவே, இறகு மாதிரித் தொடுங்கள்.

ஏன்? கத்தியால் செய்ய முடியாத காரியத்தை ஓர் ஊசி செய்துவிடும். நீங்கள் அழுத்தம் கொடுத்தால் அதன் இயல்பே மாறிவிடும். அது துன்புறுத்தலாக இருக்கும்.

கண்களின் வழியே பாயும் சக்தி நுட்பமானது. நீங்கள் அழுத்தம் கொடுத்தால் கண்களின் வழியே பாயும் சக்தி எதிர்ப்பு காட்டத் தொடங்கிவிடும். ஒரு போராட்டம் பின் நிகழ்வாகும்.

அது நுட்பமானது, மென்மையானது. உங்கள் உள்ளங்கை தொடாததுபோல் தொடவேண்டும் ஓர் இறகு மாதிரி. எவ்வித அழுத்தமும் கூடாது. உள்ளங்கை கண்மணியைத் தொடுகிற உணர்விருந்தால் போதும்.

நீங்கள் தொடும் போது என்ன நிகழும்? சக்தி உங்கள் விழிகளுக்குள் செல்லும். நீங்கள் அழுத்தம் கொடுத்தால் அது கையுடன் சண்டையிடத் தொடங்கும். சண்டையிட்டு வெளியேறும்.

கதவு (கண்கள்) மூடிய நிலையில் சக்தி வந்த வழியே திரும்பிவிடும். அப்போது உங்கள் முகமும், தலையும் மென்மையடைந்த உணர்வைத்தரும்.

இரண்டு கண்களுக்குமிடையில் ஒரு மூன்றாவது கண் உண்டு. அது விவேகக் கண். அதற்கு 'பிரக்னை சக்ஸு' (Prajna-Chakshu) என்று பெயர். இரண்டு கண்களிலுமிருந்து விழுகிற சக்தி மூன்றாவது கண்ணைத் தாக்குகிறது.

அதனால் தான் ஒருவர் இலேசாகி மிதக்கிற மாதிரி, ஈர்ப்பு விசை இல்லாதது போல் உணர்வது. அது உடல் சார்ந்த செயல்முறை. அது துளித்துளியாய் சொட்டவும் இலேசாகி விட்ட உணர்வு உங்கள் இதயத்தில் நுழையும். இதயத் துடிப்பு நிதானப்படும், மூச்சும் சீராக இருக்கும். உங்கள் உடம்பே தளர்வு நிலையை அடையும்.

நீங்கள் கடுமையான தியானத்தில் ஈடுபடாவிட்டாலும், இது உடல் சார்ந்த விதத்தில் உங்களுக்கு உதவும். பகலில் ஏதாவதொரு நேரம் சாய்வு நாற்காலியில் ஓய்வாக இருங்கள். அல்லது இரயில் பயணத்தில் இருந்தால் கண் களை மூடி உடம்பெங்கும் ஓர் ஓய்வுணர்வை அனுபவி யுங்கள். அப்போது உங்கள் கண்களின் மீது உள்ளங்கைகள் இரண்டையும் வைத்துக் கொள்ளுங்கள். அழுத்தம் கொடுக்காதீர்கள். அதுதான் முக்கியம்.

நீங்கள் அழுத்தமின்றித் தொடும்போது உங்கள் எண் ணங்கள் உடனடியாய் நின்றுவிடும். ஓய்வான மனதில் எண்ணங்கள் அலையாது. அவை உறைந்துவிடுகின்றன. அவற்றுக்குக் கட்டுக்கடங்காத வெறியும், கிளர்ச்சியும் இருக்க வேண்டும். அவை இயங்குதற்கு இறுக்கம் தேவை. அவை இறுக்கத்தில் வாழ்கிறவை.

கண்கள் அமைதியாய், ஓய்ந்திருக்கும் போது சக்தி பின்னோக்கிச் செல்லும், எண்ணங்கள் நின்றுவிடும். ஒரு சுபிட்ச மனோநிலை (Euphoria)யை உணர்வீர்கள், அது நாளும் மிகுதியாகிக் கொண்டேயிருக்கும்.

எனவே, தினமும் பலமுறை செய்து வாருங்கள். ஒரு கணம் என்றாலும் தொடுகை மனநிறைவளிப்பதாயிருக்கும். உங்கள் கண்கள் சோர்வாய் உணரும் போது படித்து, படம் பார்த்து, தொலைக்காட்சியைக் கவனித்திருந்து சக்தி வறண்டுவிடும்போது கண்களைமூடித் தொடுகிற பயிற்சியை செய்யுங்கள். உடனே பலன் கிடைக்கும். அதை நீங்கள் தியானமாக்க விரும்பினால் குறைந்தது நாற்பது நிமிட மாவது செய்யவேண்டியிருக்கும்.

இறகு போல் தொடுவது ஒரு நிமிடத்துக்கு வேண்டு மானால் எளிதாயிருக்கலாம், நாற்பது நிமிடம் என்கிறபோது கடினந்தான். பல சமயங்களில் மறந்தாற்போல் அழுத்தம் கொடுக்கத் தொடங்கி விடுவீர்கள்.

நாற்பது நிமிடத்திற்கும் உங்கள் கைகளை கனமற்ற தாய் உணருங்கள். இந்த உணர்வு ஆழ்ந்த உணர்வாகிவிடும் ஆழமாய் மூசசு விடுவதைப் போல.

'விழிப்புணர்வோடு மூச்சுவிடுங்கள்' என்பார் புத்தர். தொடுதலிலும் அதுவே தான் நிகழ்கிறது. நீங்கள் நிலையான சிந்தனையோடு இருக்கும் படியிருக்கும்.

உங்கள் கை இறகு மாதிரி தொடும்போது உங் களுடைய மனமும் எச்சரிக்கை உணர்வோடு கண் களினருகே இருக்கும். சக்தியின் ஓட்டம் நிலையாயிருக்கும். தொடக்கத்தில் துளித்துளியாய்த் விழுவதுதான். சில மாதத்திலேயே அந்தத் துளிகள் ஓர் ஆறாய் பெருகியோடக் காண்பீர்கள். ஓராண்டுக்குள் அது வெள்ளமாய் பிரவகிப் பதை உணர்வீர்கள்.

நீங்கள் தொடும்போது மென்மையாய் உணர்தலும், அந்த மென்மையான சக்தி உங்கள் இதயத்தில் பிரவேசிப் பதும் நிகழும்.

'இதயத்தில் நுழைவது
இலேசாகவே இருக்கும்
கடினமான எதுவும்
உள்ளே நுழைய முடியாது'

இதயத்தில் நுழைந்த சக்தி பிரபஞ்சத்துடன் இரண்டறக் கலக்கிறது.

அந்தச் சக்தி ஓர் ஓடையாகி, ஆறாகி, பெருவெள்ள மாகி உங்களைக் கழுவிச் செல்லும். அப்போது நீங்கள் இருக்கிற உணர்வே உங்களுக்கிருக்காது. பிரபஞ்சம் இருப்பதை மட்டுமே உணர்வீர்கள். அதுவரை மூச்சின் மூலம் தொடர்பு கொண்டிருந்த அப்பிரபஞ்சமாகவே

இப்போது ஆகிவிடுகிறீர்கள். உங்களின் உள்ளும் வெளியுமாய் பிரபஞ்சம் இருக்கிறது. ஆனால் முன்பிருந்த அகம் பாவம் இப்போது இல்லை.

மூக்கின் நுனியைக் கூர்ந்து பார்த்தல்
(LOOKING AT THE TIP OF THE NOSE)

ஓஷோ கூறுவார் 'ஒருவன் தனது மூக்கின் நுனியை கூர்ந்து கவனிக்க வேண்டும்' என்று.

ஏன்? — காரணம், அது மூன்றாவது கண்ணுடன் உங்களுக்குத் தொடர்பையேற்படுத்தித் தருகிறது. உங்களுடைய இரண்டு கண்களும் மூக்கின் நுனியில் நிலைத்திருக்கும்போது அது பல வேலைகள் செய்யும். இதில் அடிப்படை என்னவென்றால் உங்கள் மூன்றாவது கண் மூக்கின் நுனியோடு நேர்க்கோட்டில் இருப்பது தான். சில அங்குலம் இடைவெளியில் இருந்தாலும் அவையிரண்டும் ஒரே நேர்க்கோட்டில் தான் இருக்கின்றன.

நீங்கள் மூன்றாவது கண்ணுடன் தொடர்பு கொண்டபின் மூன்றாவது கண்ணின் கவர்ச்சி, ஈர்ப்பு, வசியம் முன்பைவிட அதிகமாயிருக்கும். நீங்கள் உங்களுக்கெதிராகவே இழுபடுவீர்கள். நீங்கள் அதனுடன் ஒரே நேர்க்கோட்டில் இருக்கும்போது மூன்றாவது கண்ணின் ஈர்ப்பு விசை(Gravitation) செயல்படத் தொடங்கும். அதனுடன் உங்களுக்குத் தொடர்பிருந்தால் போதும், வேறு முயற்சியேதும் தேவைப்படாது.

திடீரென்று உங்கள் பார்வையின் கோணம் மாறும். காரணம், உங்களுடைய கண்களிரண்டும் உலகத்தின் இருமைத்தன்மை (Duality)யைத் தோற்றுவித்துக் கொள்கிறது. எண்ணத்திலுந்தான். இரண்டு கண்களுக்குமிடையில் உள்ள ஒற்றைக்கண் இடைவெளிகளைத் தோற்றுவிக்கிறது.

மனம் உங்களைத் திசை திருப்பும். அது சொல்லும், சரி, இப்போது மூக்கின் நுனியைப் பார். மூக்கின் நுனியைப்

பற்றியே எண்ணமிடு, அதில் ஒருமுனைப்படு' என்று. நீங்கள் மூக்குநுனியிலேயே மிகுதியாய் ஒரு முனைப்பட்டால் முக்கியக்கூறை (Point) இழந்து விடுவீர்கள். மூக்கின் நுனியிலேயே இருக்க வேண்டிய நீங்கள் தளர்வு நிலையில் இருந்தால் மூன்றாவது கண் உங்களை இழுத்துக் கொண்டுவிடும்.

உங்கள் மூக்கின் நுனியிலேயே ஒருமுனைப்பட்டு, கவனத்தைக் குவித்து, நிலையாயிருந்தால் மூன்றாவது கண் உங்களை இழுக்க முடியாது. காரணம், உங்கள் மூன்றாவது கண் அதற்கு முன் செயல்பட்டதில்லை. அதன் ஈர்ப்பு தொடக்கத்தில் அத்தனை பெரிதாயிருக்காது. மெள்ளத்தான் அது வளர்ச்சி பெறும். ஒருமுறை அது இயங்கத் தொடங்கி விட்டால், அதன் இயந்திர நுட்பம் ரீங்கரிக்க ஆரம்பித்து விட்டால் நீங்கள் மூக்கின் நுனியில் நிலை குத்தியிருந்தாலும் இழுபடுவீர்கள்.

ஒருவர் மூக்கால் வழி நடத்தப்படவில்லையென்றாலும், கண்களை அகலவிரித்துத் தொலைவில் பார்த்தாலும் மூக்கைக் காண முடியாது. கண்கள் மூடிய நிலையிலும் மூக்கு காணப்படாது.

மூக்கின் நுனியை இலேசாய் பார்ப்பது இது. அப்போது கண்கள் அகலத் திறந்திருக்கக் கூடாது. உங்களுடைய கண்களை நீங்கள் அகலத் திறந்திருந்தால் ஒட்டுமொத்த உலகமும் சாட்சியாகி விடும்... ஆயிரத்தோரு கவனச் சிதறல்கள் இருக்கும்.

ஓர் அழகிய பெண் உங்களைக் கடந்து செல்கிறாள். நீங்கள் குறைந்த பட்சம் மனதாலேனும் அவளைப் பின் பற்றத் தொடங்குகிறீர்கள்.

இரண்டு பேர் சண்டையிட்டுக் கொண்டிருக்கிறார்கள். உங்களுக்கு அதில் சம்பந்தமில்லையென்றாலும் 'அட, என்னதான் நடக்கிறது?' என்று எண்ணத் தொடங்குவீர்கள். யாரோ அழுகிறார், அறிந்து கொள்வதில் ஆர்வம் காட்டு

வீர்கள். உங்களைச் சுற்றி ஆயிரத்தியோரு சமாசாரங்கள் நடந்து கொண்டிருக்கின்றன.

உங்களுடைய கண்கள் விரியத் திறந்திருந்தால் உங்கள் சக்தி ஆண்மை நிரம்பியதாகிறது. உங்களுடைய கண்கள் முழுமையாய் மூடியிருந்தால், தன்னை மறந்து ஒருவித இன்ப உணர்வில் ஆழ்ந்துவிடுவீர்கள், கனவு காணத் தொடங்குவீர்கள். உங்கள் சக்தி பெண்மை நிரம்பியதாகும். இரண்டையும் தவிர்க்க, மூக்கு நுனியில் கவனம் செலுத்துங்கள். ஓர் எளிய உபாயந்தான், ஆனால் அதன் விளைவு நம்ப முடியாத அளவில் இருக்கும்.

தாவோ கொள்கையினர் மட்டுந்தான் என்றில்லை, புத்த மதத்தினரும், இந்துக்களும் அதை அறிந்து வைத்திருந்தார்கள்.

கண்கள் பாதி மூடிய நிலையில் இருந்தால் இரண்டு குழிப்பொறிகளில் (Pit falls) இருந்து தப்பிக்க முடியும். ஒன்று—வெளியுலகால் கவனச் சிதறல் ஏற்படுவது. மற்றொன்று உள்ளிருக்கும் கனவுலகால் கவனச் சிதறல் ஏற்படுவது. உங்கள் உள்வெளி உலகங்களின் எல்லையில் நீங்கள் நிலைபெற மூக்கின் நுனியைக் கவனித்தல் உதவும். கண்கள் பாதி மூடிய நிலையில் மூக்கின் நுனியைக் கவனியுங்கள். அதுதான் முக்கியம்.

உள்ளிலோ, வெளியிலோ இல்லாமல் அவற்றின் இடைப்பட்ட பரப்பில்— அதாவது அவற்றின் விளிம்பில் இருக்கும்போது உங்கள் பார்வை இருமைத் தன்மை யற்றதாய் இருக்கும். உங்கள் பார்வை உங்களுக்குள் இருக்கும் பிரிவுகளைக் கடந்துவிடுகிறது.

முக்கிய காரியம் கண்ணிமைகளை சரியான முறையில் தழைத்து (Power)க் கொள்வதும், ஒளி தானாகவே உள் நுழைய இடமளிப்பதும்தான்.

நீங்களாக ஒளியை உள்ளிழுக்க வேண்டியதில்லை, அதில் நிர்ப்பந்தம் கூடாது.

சன்னல் திறந்திருந்தால் ஒளி தன்னால் வந்துவிடும்.

'கதவு திறந்திருப்பின் — ஒளி
வெள்ளமாய் உட்புகும்.'

அதை நீங்கள் பிடித்துத் தள்ளிக் கொண்டு வர வேண்டியதில்லை.

ஒருவர் இரண்டு கண்களாலும் மூக்கின் நுனியைக் கவனிக்கிறார். மூக்கின் நுனியில் கவனம் வைக்கிறபோது உங்களுடைய இரண்டு கண்களும் தங்களுடைய இருமைத் தன்மை(Duality)யை இழந்து விடுகின்றன என்பதை நினைவில் கொள்ளுங்கள். ஆக, மூக்கின் நுனியில் — உங்கள் கண்களிலிருந்து ஓடி வரும் ஒளி ஒன்றாகி விடுகிறது. அது ஒற்றை முனைப்பகுதியில் விழுகிறது. உங்களுடைய—

'இரண்டு கண்களும் எங்கே சந்திக்கிறதோ
அங்கே சன்னல் திறக்கிறது'

பிறகு, அனைத்தும் நன்றாகவே இருக்கும். நீங்கள் மகிழுங்கள், கொண்டாடுங்கள். வேறெதுவும் செய்யும்படி இருக்காது.

கண்களால் மூக்கின் நுனியைக் கவனிக்கிறபோது நிமிர்ந்து உட்காருவது பயனளிப்பதாயிருக்கும். உங்கள் முதுகெலும்பு நேராக இருந்தால் உங்களுடைய பாலுணர்வு மையத்திலிருந்தும் சக்தி மூன்றாவது கண்ணுக்குக் கிடைக்கும். சிக்கேலதுமில்லாத எளிய உபாயம். மூன்றாவது கண்ணுக்கு நீங்களும் கிடைக்கிறீர்கள், உங்களுடைய பாலுர்ணவு மைய சக்தியும் கிடைக்கிறது. அந்நிலையில் விளைவு இரு மடங்காய், ஆற்றல் மிக்கதாயிருக்கும்.

நேராகவும் உறுதியாகவும் அமர்ந்திருங்கள், அதை சவுகரியமற்றதாக்கிக் கொள்ளாதீர்கள். அதனால் உங்களுடைய கவனம் சிதறும். அதுதான் யோக நிலையின் பொருள். வடமொழியில 'ஆசனா' என்றால் வசதியான நிலையில் (அமைதியான நிலை) இருத்தல் ஆகும். வசதிக் குறைவான நிலையில் இருந்தால் மனம் திசை திரும்பிவிடும்.

மையம் கொள்ளுதல் என்றால் தலையின் நடுப் பகுதியில் மையம் கொள்வது என்றாகிவிடாது.

மையம் என்பது அனைத்து இடங்களிலும் ஒரே நேரத்தில் பரவியிருப்பது. அது தன்னுள் எல்லாவற்றையும் உள்ளடக்கியது. கிரியா சக்தியை விடுவிப்பதில் தொடர் புடையது.

நீங்கள் மூன்றாவது கண்ணை அடைந்ததும் அங்கே மையம் கொள்கிறீர்கள். ஒளி உள்ளில் வெள்ளமாய் பாய்கிறது. எங்கிருந்து படைப்பு தோன்றுகிறதோ அந்தப் பகுதியை நீங்கள் அடைகிறீர்கள். உருவமற்ற, அறிகுறி ஏதுமற்ற(Unmanifest) ஒன்றை அடைகிறீர்கள். நீங்கள் விரும்பினால் அதைக் கடவுள் என்று அழைக்கலாம்.

'இந்த எல்லையற்ற பெருவெளியில் இருந்துதான்
எல்லாமும் தோன்றின'

இதுவே பிரபஞ்ச இருப்பின் விதை (மூலம்)யாயிற்று. அது சர்வ வல்லமை படைத்தது, எங்கும் பரவி நிற்பது, சாசுவதமானது.

ஆழ்ந்த சிந்தனையில் பொருந்துவது தவிர்க்க முடியாத தாகும், அது இன்றியமையாததும் கூட.

ஆழ்ந்த சிந்தனை என்பது என்ன? அது — எண்ணங் களற்ற நிலை. அது எப்போதுமே நிகழ்கிறதுதான். ஆனால் அதை நீங்கள் எச்சரிக்கையோடு கவனிக்கிற தில்லை.

ஓர் எண்ணம் வருகிறது, பிறகு இன்னோர் எண்ணம் வருகிறது. இரண்டு எண்ணங்களுக்கும் இடையில் ஒரு இடைவெளி இருக்கும். அந்த இடைவெளியே தெய்விகத் தின் (Divine) வாயில். நீங்கள் அந்த இடைவெளியை ஆழ்ந்து கவனிக்க அது மேலும் மேலும் பெரிதாகும்.

மனம் போக்குவரத்து மிக்கதொரு சாலை. ஒரு கார் போகிறது. அடுத்து இன்னொரு கார். தொடர்ந்து கார் களாய் போய்க் கொண்டிருப்பதை நீங்கள் பார்க்கிறீர்கள். இரண்டு கார்களுக்கிடையில் ஓர் இடைவெளி இருக்கும்,

அதை நீங்கள் பார்க்கத் தவறிவிடுகிறீர்கள். இடைவெளி யில்லாவிட்டால் அவை மோதிக் கொள்ளும், ஏதோ வொன்று அவற்றுக்கிடையே இருந்து, அவற்றை விலகியே யிருக்கும்படி செய்கிறது. கார்களைப் போலத்தான் உங்கள் எண்ணங்களும். அவை ஒன்றோடொன்று மோதிக் கொள்வ தில்லை, எந்த விதத்திலும் மேற்சென்று கவிந்து (Overlap) கொள்வதில்லை.

ஒவ்வொர் எண்ணமும் தனக்கென்று ஓர் எல்லையைக் கொண்டிருக்கிறது. ஒவ்வொன்றும் விவரிக்கக் கூடியதா யிருக்கிறது. ஆனால், எண்ணங்களின் அணி வகுப்போ கனவேகத்தில் செல்வதாயிருக்கும். உண்மையிலேயே நீங்கள் காத்திருந்தாலன்றி, கவனமாய் தேடினாலன்றி அந்த இடை வெளியை உங்களால் காண முடியாது.

சிந்தனையில் ஆழ்தல் என்பது கோணத்தை மாற்றுவது. சாதாரணமாய் நாம் எண்ணங்களைக் கவனிப்போம். ஓர் எண்ணம், அடுத்த எண்ணம், அதற்கடுத்த எண்ணம் என்று. நீங்கள் கோணத்தை மாற்றிக் கொண்டால் ஓர் இடை வெளி, அடுத்த இடைவெளி, அதற்கடுத்த இடைவெளி என்று காண்பீர்கள். எண்ணத்துக்குப்பதிலாய் இடை வெளிக்கு முக்கியத்துவம் கிடைத்துவிடும். உலகாயத எண்ணங்கள் வரும்போது ஒருவர் விறைப்பாக அமர்ந்து கொண்டிருக்க முடியாது. அந்த எண்ணம் எங்கிருந்தது, எங்கே தொடங்கியது. எங்கே மறைகிறது என்பதைக் கண்காணிக்க வேண்டும்.

இது முதல் முயற்சியிலேயே நிகழ்ந்து விடுவதில்லை. நீங்கள் மூக்கின் நுனியை கவனித்துக் கொண்டிருந்தால் எண்ணங்கள் வரும். அவை பிறவிகள் பலவாய் வந்து கொண்டிருப்பவை, இலேசில் உங்களை விட்டுவிடாது. அவை உங்களில் ஓர் அங்கமாகிவிட்டன. கிட்டத்தட்ட உங்கள் வாழ்க்கை திட்டமிடப்பட்டதாகவே இருக்கிறது.

நீங்கள் தியானத்தில் அமைதியாக அமர்ந்திருக்கும் போது தான் வழக்கத்தைவிட கூடுதலாய் எண்ணங்கள்

வரும். இலட்சக் கணக்கான எண்ணங்கள் உள்ளே வேகமாய் பாய்கின்றன. அவற்றின் ஆதிக்கத்தில் இருந்து விடுபட நீங்கள் முயல்வீர்களா? அவை உங்களுடைய நேரத்தை மோசமாக்கிவிடும். நீங்கள் என்ன செய்யப் போகிறீர்கள்? ஏதும் செய்யாமல் சும்மா இருக்க முடியாது. ஏதாவது செய்துதான் ஆகவேண்டும். அவற்றுடன் போராடுவதால் பயனில்லை. காரணம், நீங்கள் போராடும் போது மூக்கின் நுனியைக் கவனிக்க மறந்துவிடுவீர்கள். மூன்றாவது கண், ஒளியின் சுற்றோட்டம் இவற்றையும் மறப்பீர்கள். எல்லாவற்றையும் மறந்து, எண்ணக்காட்டில் தொலைந்து போவீர்கள்.

எண்ணங்களைத் துரத்திச் சென்றாலும், பின் தொடர்ந்தாலும் தொலையத்தான் செய்வீர்கள்.

இது ஓர் இரகசியம். புத்தரும் இந்த இரகசியத்தைக் கையாண்டிருக்கிறார்.

உண்மையில்
'இரகசியங்கள் ஒரே மாதிரியானவை
மனிதர்களைப் போல,
பூட்டுக்கேற்ற சாவி போல.'

இதுதான் இரகசியம்.

புத்தர் இதனை 'சம்மசதி' (Sammasati) என்றார். சரியாக நினைவு கொள்ளுதல் என்று அர்த்தம். இதோ ஓர் எண்ணம். இது எங்கிருந்து வந்தது, வன்மமோ, நியாயப் படுத்துதலோ, கண்டனமோ இல்லாமல் நினைவு படுத்திப் பாருங்கள். குறிக்கோளுடையவராயிருங்கள் ஒரு விஞ்ஞானி யைப் போல, அது எங்கிருந்தது, எங்கிருந்து வந்தது, எங்கே போகிறது என்பதைக் கண்டுபிடியுங்கள்.

அதன் வருகையை, இருப்பை, விட்டுப் போதலைப் புரிந்து கொள்ளுங்கள்.

எண்ணங்கள் இடம் மாறும், ஓரிடத்தில் நில்லாது. அவை எழுவதை, இருப்பதை, செல்வதைக் கவனியுங்கள்,

அது போதும். அவற்றுடன் போராடவோ அவற்றைப் பின் தொடரவோ செய்யாதீர்கள். வெறமனே கவனிப்பவரா யிருங்கள். உங்களுடைய கவனம் முழுமையாயிருந்தால் எண்ணங்கள் மறைந்துவிடும். ஓர் இடைவெளி மட்டுமே மிஞ்சும்.

ஒன்றை ஞாபகத்தில் வைத்துக் கொள்ளுங்கள், மனம் திரும்பவும் ஒரு தந்திரம் செய்யும்.

'சிந்தனையை மேலும் வேகப்படுத்துவதால் அடைவது ஒன்றுமில்லை'. ப்ராய்டின் சைக்கோ அனலைஸிஸ் * (Psycho Analysis) என்பது இதுதான். ஒவ்வொன்றாய் வரும் எண்ணங்கள் ஒரு சங்கிலித் தொடராகும். அது உங்களைக் கடந்த காலத்துக்குக் கொண்டு செல்லும். எண்ண்ஙகளுக்கு முடிவேது? நீங்கள் அவற்றுள் புகுந்தால் அது நெடும் பயணமாகும். ஆனால், அதில் பயனேதுமிருக்காது. மனம் அந்தக் காரியத்தைச் செய்யக்கூடும், அதனிடம் விழிப்பா யிருங்கள்.

இரண்டு விஷயங்களைக் கவனத்தில் கொள்ளுங்கள். ஒன்று: இடைவெளி ஏற்படும் போது அங்கே எண்ணம் வராது. எண்ணம் வரும்போது அது எங்கிருந்தது. எங்கு தொடங்கியது, எங்கே போகிறது என்பதைக் கவனியுங்கள். ஒரு கணம் இடைவெளியைக் கவனிப்பதை நிறுத்திவிட்டு, எண்ணத்தைக் கவனியுங்கள், அதற்கு விடை கொடுங்கள். அது வெளியேறும் போது, சிந்தனைக்குத் திரும்புங்கள்.

எண்ணங்கள் வரும்போது
அவற்றுடன் பொருந்திக் கொள்ளுங்கள்
எண்ணங்கள் செல்லும் போது
சிந்தனையில் ஆழ்ந்து விடுங்கள்.

அதுவே ஞானத்தன்மையை விரைவுபடுத்த உதவும் இரட்டை முறை. ஒளியின் சுற்றோட்டமே பொருத்துதல் (Tixation) மற்றும் சிந்தனையில் ஆழ்தல். சுற்றோட்டம் பொருத்துதல், ஒளிசிந்தனையில் ஆழ்தல்.

தியானம்

நீங்கள் சிந்தனையில் ஆழும்போதெல்லாம் உங்களுக்கு ஒளிவெள்ளமாய் பாய்வதைக் காண்பீர்கள். நீங்கள் பொருத்திக்கொள்கிற போதெல்லாம் சுற்றோட்டத்தை (Circulations)த் தோற்றுவிக்கிறீர்கள். இரண்டும் அவசியம்.

ஒளிசிந்தனையில் ஆழ்வதாகும். சிந்தனையில் ஆழாமல் பொருத்திக் கொள்வதென்பது ஒளியில்லாத சுற்றோட்டம் மாதிரி.

இதுதான் ஹடயோகத்தில் (Hatha Yoga) நிகழ்கிறது. அவர்கள் பொருத்துகிறார்கள், ஒரு முனைப்படுத்து கிறார்கள். ஆனால், ஒளியை மறந்து விடுகிறார்கள். அது பெருந்துன்பத்தைத் தருவதாகும். வீட்டைத் தயார் செய்வ திலேயே முனைப்பாயிருந்து, விருந்தாளியை அவர்கள் மறக்கலாமா? வீட்டைத் தயார் செய்யும் நோக்கமே விருந்தாளிக்காக வல்லவா. ஹடயோகம் செய்பவர் தொடர்ந்து உடம்பை ஆயத்தப்படுத்துகிறார், உடம்பைத் தூய்மைப்படுத்துகிறார், யோக நிலைகளை மேற்கொள் கிறார், மூச்சுப் பயிற்சிகளில் தவறுவதில்லை. ஆனால் இவற்றையெல்லாம் எதற்காகச் செய்கிறோம் என்பதை மறந்து விடுகிறோம். கடைசிவரை அவர் ஒளிக்கு இடமளிக்காமல் இருந்து விடுகிறார்.

யோகியென்று சொல்லிக் கொள்கிறவர்களுக்கெல்லாம் இந்தப் பெருந்துன்பம் நிகழவே செய்கிறது. அவர் களுடையது — ஒளியில்லாத சுற்றோட்டம், சிந்தனையில் ஆழ்தலின்றி பொருத்திக் கொள்வது.

தத்துவ மேதைகளுக்கு ஏற்படுவது வேறொருவகைப் பெருந்துன்பம். அவர்களுடையது — சுற்றோட்டமில்லாத ஒளி, பொருத்திக் கொள்ளாமல் சிந்தனையில் ஆழ்வது.

'அவர்கள் ஒளியைப் பற்றிச் சிந்திக்கிறார்கள்,
ஆனால், அது உள்ளே பாய்வதற்கு
ஆயத்தம் செய்வதில்லை'

அவர்கள் விருந்தாளி பற்றி எண்ணமிடுகிறார்கள், ஆயிரத்தியோரு விஷயங்களைக் கற்பனை செய்கிறார்கள், ஆனால் அவர்களுடைய வீடு ஆயத்த நிலையில் இல்லை.

இந்த இரண்டு தவறுகளில் எதையும் நீங்கள் செய்து விடாதீர்கள். நீங்கள் எச்சரிக்கையோடு இருந்தால் அது எளிதான நடைமுறை (Process)யாகவே இருக்கும்.

'வெறுமனே அமர்ந்திருத்தல்'
(JUST SITTING)

'நீங்கள் எதையும் செய்யாமல் அப்படியே அமர்ந்திருக் கிறீர்கள். எல்லாமே அமைதியாய் பரமசுகமாய் இருக்கிறது. நீங்கள் தெய்வத்தன்மையில் நுழைகிறீர்கள், சத்தியத்தில் நுழைகிறீர்கள்.

ஸாஸென் (Zazen)

ஸென் பிரிவைச் சேர்ந்தவர்கள் சொல்வார்கள் 'சும்மா உட்கார்ந்திரு, எதையும் செய்ய வேண்டாம்' என்று. உல கிலேயே மிகவும் சிரமமான காரியம் சும்மா உட்கார்ந் திருப்பதுதான். ஆனால், ஒருமுறை அதன் லாகவத்தைப் புரிந்து கொண்டு தினமும் சில மணிநேரம் என்கிற கணக்கில் சில மாதத்திற்கு எதையுமே செய்யாமல் இருக்கப் பழகிக் கொண்டால் பல விஷயங்கள் நடக்கும். நீங்கள் தூக்கமாய் இருப்பது போல் உணர்வீர்கள், கனவு காணவும் செய்வீர்கள்.

உங்கள் மனதில் எண்ணங்கள் நெருக்கியடிக்கும். மனம் கேட்கும், 'ஏன் நேரத்தை வீணடிக்கிறாய்?' என்று. அது மேலும், "கொஞ்சம் பணம் சம்பாதித்திருக்கலாமே, ஒரு படம், தொலைக்காட்சி, வானொலி, செய்தித்தாள். இப்படி எதிலாவது உன்னை ஈடுபடுத்திக் கொண்டிருக்கலாமே. அட ஓய்வாக இருந்திருக்கலாம். அல்லது அரட்டையாவது

அடித்திருக்கலாமே. நேரத்தை ஏன்தான் விணடிக் கிறாயோ?" என்று கேட்கும்.

மனம் ஆயிரத்தியோரு விதமாய் உங்களுடன் தர்க்கம் செய்யும். ஆனால், அதை நீங்கள் வெறுமனே கேட்டுக் கொண்டு பொருட்படுத்தாமல் இருந்துவிட்டால் அது எல்லாவகை தந்திரங்களிலும் ஈடுபடும். அது இல்லாததை இருப்பதாய் எண்ணி(Hallucinate)க் கொள்ளும், அது கனவு காணும், தூங்கி வழியும். நீங்கள் சும்மா உட்கார்ந்திருப் பதைப் பொறுக்காமல் அது என்ன வெல்லாமோ செய்யும். உங்கள் முயற்சியில் தளராதிருந்தால் ஒருநாள் அந்தச் சூரியன் எழும் (முயற்சிக்கான பலனடைவீர்கள்.)

ஒருநாள் அது நிகழும். நீங்கள் தூக்கமற்றவராய் உணர் வீர்கள். அப்போது உங்கள் மனம் உங்களிடம் தோற்றுக் களைத்து விடும். அதற்குப் போதும் போது மென்றாகிவிடும். உங்களைப் பொறியில் சிக்க வைக்கும் யோசனையைக் கைவிடும்.

உறக்கமில்லாமல், பிரமையில்லாமல், கனவில்லாமல் நீங்கள் வெறுமனே அமர்ந்திருக்கும் போது அமைதியாய், பரம சுகமாயிருக்கும். அது நீங்கள் தெய்வத் தன்மையில், சத்தியத்தில் நுழைந்து விட்ட நிலையாகும்.

நீங்கள் எங்கு வேண்டுமானாலும் அமருங்கள், ஆனால் கவனத்துக்கு வருவது எதுவாயினும் அது கிளர்ச்சி யூட்டுவதாய் இருக்கக் கூடாது. உதாரணமாய். பொருள்கள் ரொம்பவும் இயக்கமுடையதாயிருந்தால் அவை கவனத்தைச் சிதறடித்துவிடும்.

நீங்கள் ஒரு மரத்தைக் கவனிக்க முடியும். அதன் அசைவுகள் குறைவு. காட்சி மாறாததாயிருக்கும். ஆகா யத்தைக் கவனிக்கலாம். அல்லது ஒரு மூலையில் இருந்தபடி சுவற்றைக் கவனிக்கலாம்.

இன்னொரு விஷயம்: எதையும் குறிப்பிட்டுப் பார்க்கா தீர்கள். வெற்றாகப் பாருங்கள். உங்கள் கவனத்தை எதிலும்

குவிக்கவோ, ஒருமுனைப்படுத்தவோ செய்யாதீர்கள். எல்லா இடங்களிலும் சிதறலாய் பரவியிருக்கிற (Diffuse) ஒரு வடிவத்தைப் பாருங்கள்.

அடுத்தது: உங்கள் மூச்சு தளர்வு நிலை (Relaxed)யில் இருக்கட்டும். நீங்களாக அதைச் செய்யவேண்டாம். அது இயல்பாய் நிகழ விடுங்கள்.

இறுதியாய் ஒன்று: உங்கள் உடம்பு கூடுமானவரை அசைவற்றிருக்கட்டும்.

முதலில் ஒரு நல்ல தோற்ற அமைவுநிலை(Posture)யைக் கண்டுபிடித்துக் கொள்ளுங்கள். ஒரு தலையணை அல்லது மெத்தையில் நீங்கள் அமர்ந்து கொள்ளலாம். ஆனால் அமர்ந்த பின் அசைவற்றிருக்க வேண்டும். காரணம், உடம்பு அசையாமல் இருந்து விட்டால் மனம் நிசப்தமாகிவிடும். உடம்பு அசையும் போது மனமும் அசையும். காரணம்—

> 'உடம்பும், மனமும் இரண்டல்ல
> அவை ஒன்றே யாகும்
> ஒரே சக்தி யாகும்'

தொடக்கத்தில் சிறிது இடர்ப்பாடாய் தெரிந்தாலும், சில நாள்களில் பெருமளவு மகிழ்ச்சியடைவீர்கள். மனதின் அடுக்குகள் ஒவ்வொன்றாய் விழுவதைக் காண்பீர்கள். ஒரு கணத்தில் நீங்கள் மட்டும் இருப்பீர்கள், மனம் இருக்காது.

செய்வதற்கான அறிவுரை

தோராயமாய் உங்கள் கை நீளத்தொலைவில் உள்ள ஒரு சுவரைப் பார்த்தபடி அமருங்கள். கண்கள் அரைவாசி திறந்து பார்வை மெல்லச் சுவரின்மீது படியும்படி செய்ய வேண்டும்.

முதுகை நிமிர்வாய் வைத்திருக்கவும். ஒருகை இன்னொரு கையில் அடங்கி, கட்டை விரல்கள் தொட்டுக் கொண்டு ஒரு முட்டை வடிவத்தை (Oval Shape) உருவாக் கட்டும். அதே நிலையில் 30 நிமிடம் அமர்ந்திருக்கவும்.

அப்படி அமர்ந்திருக்கும் போது இன்னதென்றில்லாத ஓர் உணர்வுக்கும் (Choiceless Awareness) இடமளியுங்கள். கவனத்தை தனிப்பட்டவிதமாய் எங்கும் திருப்ப வேண்டாம். முடிந்தவரை ஒவ்வொரு கணத்திலும் ஏற்புத் தன்மை உடையவராய், எச்சரிக்கை உணர்வோடு இருங்கள்.

ஸென் சிரிப்பு
(THE LAUGHTER OF ZEN)

புத்தர் ஒருநாள் ஆன்மிக உரையொன்று வழங்குவதாய் இருந்தது. சுற்று வட்டாரத்திலிருந்து ஆயிரக் கணக்கான வர்கள் அதைக் கேட்பதற்கு வந்திருந்தார்கள்.

புத்தர் மேடையில் தோன்றியபோது அவரது கையில் ஒரு மலர் இருந்தது. நேரம் ஓடியது, ஆனால் புத்தர் எதுவும் பேசவில்லை. அவர் அந்தப் பூவையே பார்த்தபடி இருந்தார். கூட்டம் அமைதியிழந்து கொண்டிருந்தது, மகாகாசியபரோ தன்னைக் கட்டுப்படுத்த முடியாமல் சிரித்துவிட்டார்.

புத்தர் அவரைக் கையசைத்து அழைத்தார், அந்தப் பூவை அவருடைய கையில் கொடுத்தார்... "உண்மையை எப்படிக் கற்பிப்பது என்று நான் அறிவேன். வார்த்தையால் வழங்கக் கூடிய எல்லாவற்றையும் நான் உங்களுக்கு வழங்கி விட்டேன். இந்தப் பூவோடு உண்மையின் திறவு கோலை மகாகாசியபனுக்கு வழங்குகிறேன்" என்று கூட்டத்தை நோக்கிக் கூறினார் புத்தர்.

முக்கியமான கதைகளுள் இந்தக் கதையும் ஒன்று. காரணம், ஸென் மரபுக்கு இதுவே தொடக்கமாய் அமைந்தது. ஸென்னுக்குப் பிறப்பிடம் புத்தர், மகாகாசிய பர்தான் அதன் அசலான முதல் குரு. இந்தக் கதையி லிருந்துதான் உலகில் அதுவரை இருந்திராத அழகான ஸென் மரபு தோன்றியது.

இந்தக் கதையை அறிந்து கொள்ள முயலுங்கள். புத்தர் ஒருநாள் காலையில் வரும்போது வழக்கம் போலவே

கூட்டம் நெரிந்தது. அவர் சொல்வதைக் கேட்பதற்காக நிறைய பேர் காத்திருந்தார்கள். ஒன்று மட்டும் வழக்கத்துக்கு மாறாய் — அவருடைய கையிலிருந்த பூ அவர் தன் கையில் எதையும் அதற்கு முன் வைத்திருந்ததில்லை. யாரோ ஒருவர் அதை புத்தருக்குக் கொடுத்திருக்க வேண்டும் என்று மக்கள் நினைத்தனர்.

புத்தர் வந்தார். அமர்ந்தார். கூட்டம் வெகுநேரமாய் காத்திருந்தும் அவர் பேசவில்லை. அவர்களை அவர் பார்க்கக்கூட செய்யவில்லை. அவர் அந்தப் பூவையே பார்த்துக் கொண்டிருந்தார். மக்கள் அமைதியிழந்தனர், மகாகாசியபர் தன்னைக் கட்டுப்படுத்திக்கொள்ள முடியாமல் சிரித்தார். புத்தர் "வார்த்தையால் விளக்கக் கூடியதை உங்களுக்கு வழங்கினேன், வார்த்தையால் விளக்க முடியாததை இந்தப் பூவின் மூலம் காசியபனுக்கு வழங்கினேன்" என்றார்.

எது மூலமோ அதை வார்த்தையில் கூற முடியாது. அந்தத் திறவுகோல் (Key) மகாகாசியபரிடம் கையளிக்கப் பட்டது.

உண்மையின் மூலம் அவரில் தொடங்கி ஆறு பேரைச் சென்றடைந்தது. அதைக் கடைசியாய் பெற்றவர் போதி தர்மர். அவரிடமிருந்து அதைப் பெற்றுக் கொள்ள இந்தியா வில் ஆள் இல்லாது போயிற்று. அமைதியைப் புரிந்து கொள்ளும் மகாகாசியபரின் திறன் வேறு யாருக்கும் இருந்திருக்கவில்லை. தகுதியான ஒருவரை இந்தியாவில் காண முடியாமல் சீனாவுக்குச் சென்றார் போதி தர்மர். அவரோடு புத்த மதமும் அங்கே போய்ச் சேர்ந்தது. கருத்தா வேசம் கொள்ளாமல், அமைதியைப் புரிந்து கொள்ளக் கூடிய, இதயபூர்வமாய் பேசக் கூடிய ஒரு நபரை, தகுந்த ஏழாவது ஆளைத் தேடித்தான் அங்கே சென்றது.

> வார்த்தைகளுக்கப்பாற்பட்ட தகவல் தொடர்பை
> இதயங்கள் நிகழ்த்த முடியும்'

சீனாவில் ஒன்பது ஆண்டு தேடியலைந்து தகுதியான நபரைக் கண்டுபிடித்தார் போதி தர்மர்.

ஆம், ஒரு சீனர் ஏழாவது குருவாய் வந்தார். இன்று வரை அந்த மூலக் கருத்து — திறவுகோல் (Key) யாரோ ஒருவருடைய கையில் இருந்து கொண்டிருக்கிறது. ஆறு வறண்டு விடவில்லை.

நமக்கு புத்தரும் பேசியாக வேண்டும். நமக்குத் தெரிந்த தெல்லாம் அது (பேச்சு)தான். இது ரொம்ப அபத்த மில்லையா. புத்தரைப் போல் நீங்களும் அமைதியா யிருக்கக் கற்றுக்கொள்ள வேண்டும், அப்போதுதான் அவர் உங்களுக்குள் நுழைய முடியும். அவர் நுழையாதவரை உங்களுக்குள் எதுவும் நிகழ்வதற்கில்லை. அவருடைய நுழைவு புதிதாய் ஓர் அடிப்படையை உங்களிடம் கொண்டு வரும்.

அவரது நுழைவால் உங்கள் இதயத்தில் ஒரு புதிய அதிர்வு, துடிப்பு இருக்கும், உங்களுடைய வாழ்விலும்.

மக்களின் முட்டாள் தனத்தை — அறிவற்ற தன்மை யைக் கண்டே மகாகாசியபர் நகைத்தது. அவர்கள் அமைதி யற்றவர்களாய், எண்ணமிட்டுக் கொண்டிருந்தனர். புத்தர் எப்போது நிசப்தத்தை விடுவார். நாம் வீட்டுக்குத் திரும்பு வது எப்போது என்று. அதற்காகவே அவர் சிரித்தது.

மகாகாசியபரிடத்தில் தொடங்கிய சிரிப்பு ஸென் மரபில் தொடர்ந்தபடி இருக்கிறது. சிரிப்பது வேறெதிலும் மரபாயில்லை. ஸென் மடாலயங்களில் அவர்கள் சிரிக் கிறார்கள். சிரிக்கிறார்கள் சிரித்துக் கொண்டேயிருக் கிறார்கள்.

மகாகாசியபர் சிரித்தார், அந்தச் சிரிப்பில் பல பரிமாணங்கள் (dimensions) உண்டு. புத்தா அமைதியாய் இருக்க, எல்லாரும் அவரைப் புரிந்துகொள்ளாமல் அவர் பேசுவார் என்று எதிர்பார்த்திருந்த முட்டாள் தனமான சூழ்நிலை ஒரு பரிமாணம்.

சத்தியத்தை வார்த்தையில் தெரிவிக்க முடியது என்று புத்தர் தம்முடைய வாழ்க்கை முழுதும் சொல்லிக் கொண்டிருந்ததும் அவர் பேச வேண்டும் என்று அவர்கள் எதிர்பார்த்தனர்.

இரண்டாவது பரிமாணம்: கையில் ஒரு பூவை வைத்துக் கொண்டு, வெகு நேரம் அதையே நோக்கியபடி ஒவ்வொருவரிடத்தும் அமைதியின்மையைத் தோற்றுவித்த புத்தரைக் கண்டும் அவர் சிரித்தார்.

மூன்றாவது பரிமாணம்: தன்னைப் பார்த்ததும் அவர் சிரித்துக் கொண்டார். எல்லாமே எளிதாய், கடின மற்றதாய் இருந்தும் இத்தனை காலம் தான் அதைப் புரிந்து கொண் டிருக்கவில்லை. அறிந்து கொள்ளும் நாளில் சிரிப்பீர்கள். ஆம், எல்லாமும் முன்பே தெளிவாயிருக்கிற போது இதில் புரிந்துகொள்ள என்ன இருக்கிறது?

புத்தர் அமைதியாய் அமர்ந்திருக்க, பறவைகள் மரங் களில் கீதமிசைத்துக் கொண்டிருந்தனர், மென்காற்று மரங் களினூடே கடந்து சென்றது. எல்லாரும் அமைதிற்ற நிலை யில் இருந்ததை காசியபர் அறிந்தார்.

அவர் அறிந்ததென்ன? இனி அறிந்து கொள்ளவோ விளக்கவோ, ஏதுமில்லை என்பதை அவர் அறிந்தார். சூழ்நிலை மிகவும் எளிதாய் தெள்ளத் தெளிவாய் இருந்தது. எதுவும் மறைவாயில்லை. தேடுவதற்கு அவசியமின்றி எல்லாமும் உனக்குள் இருக்கிறது.

அவர் தன்னுடைய சுயத்தைக் கண்டும் நகைத்தார். இந்த அமைதியை அறிந்துகொள்ள இத்தனை பிறவிகளாய் முயன்ற அறிவீனத்தை எண்ணிச் சிரித்தார்.

புத்தர் அவரை அழைத்து, பூவொன்றைக் கையில் கொடுத்தார். 'இதன் மூலம் திறவு கோலை உன்னிடம் தந்தேன்' என்றார்.

அது என்ன திறவுகோல்? அமைதியும் சிரிப்பும் தான் அந்தத் திறவு கோல்.

தியானம்

'அமைதி உள்ளே இருக்கிறது
சிரிப்பு வெளியே இருக்கிறது
அமைதியிலிருந்து சிரிப்பு வருகிறபோது
அது உலகத்துக்குரிய தாயிருக்காது
தெய்வத்தன்மை உடையதாகிவிடும்'

நீங்கள் யாரை நோக்கியும் சிரித்துக் கொண்டிருக்கவில்லை, அது பிரபஞ்ச வேடிக்கை குறித்த சிரிப்பு. அது உண்மையிலேயே வேடிக்கைதான்.

எல்லாம் உங்களிடமிருக்கிற போது எங்கெங்கோ தேடிக் கொண்டிருக்கிறீர்களே அது வேடிக்கையாயில்லை? நகைப்பதற்கு வேறென்ன வேண்டும்?

'நீங்கள் ஓர் அரசனாய் இருந்துகொண்டு
ஏன் பிச்சைக்காரனாய் அலைவது?'

அதன் மூலம் மற்றவர்களை மட்டுமன்றி உங்களையும் அல்லவா ஏமாற்றுகிறீர்கள். அறிவின் பிறப்பிடம் உங்களுக்குள்ளிருந்தும் ஏன் கேள்வி போட்டுக் கொண்டிருப்பது? நீங்கள் சுயத்தை அறிந்திருந்தும் ஏன் அறியாமையோடிருப்பது? மரணமில்லாப் பெருவாழ்வு உங்களுக்குள்ளிருந்தும் ஏன் மரணம், பிணிகள் குறித்து அஞ்சுவது? இது உண்மையிலேயே நகைக்கத்தக்கது என்பதால் தான் மகாகாசியபர் சிரித்தார்.

உள்ளார்ந்த அமைதி இருப்புணர்வில் சலன மேற்படுத்தாத அளவு ஆழமானது. நீங்கள் இருக்கிறீர்கள். அலைகள் இல்லை அலைகளேதுமற்ற நீர் நிலையாய் நீங்கள் இருக்கிறீர்கள். உள்ளே—மையத்தில் அமைதியிருக்கிறது. புறவெல்லையில்(Periphery) சிரிப்பும் கொண்டாட்டமும்.

'அமைதி மட்டுமே சிரிக்க முடியும், காரணம்
பிரபஞ்ச வேடிக்கையை
அதுதான் அறிந்திருக்கிறது'

துயரத்தோடு இருக்கும் அமைதி உண்மையாயிருக்காது. ஏதோவொன்று தவறாகி விட்டிருக்கும்.

நீங்கள் வழியைத் தவற விட்டிருப்பீர்கள். உங்கள் பாதையிலிருந்து விலகியிருப்பீர்கள். உண்மையான அமைதிக்கு கொண்டாட்டம் மட்டுமே சான்றாயிருக்க முடியும்.

உண்மையான அமைதிக்கும் பொய்யான அமைதிக்கும் என்ன வித்தியாசம்? பொய்யான அமைதி வலுக்கட்டாய மாய் திணிக்கப்பட்டது. முயற்சியின் பேரில் அது அடையப் படுகிறது. அது தானாக நிகழவில்லை, உங்களால் நிகழ்த்தப் பட்டது.

நீங்கள் அமைதியாய் அமர்ந்திருக்கிறீர்கள், உள்ளுக்குள் ஒரே குழப்பம், கிளர்ச்சி. அதை நீங்கள் மறைத்தாலும் சிரிக்க முடிவதில்லை. எங்கே சிரித்தால் அமைதியை இழக்கும்படியாகுமோ என்று கவலைப்படுகிறீர்கள். சிரிப்பு அடக்கி வைப்பதற்கு மாறானது. சிரிப்பை அடக்கி வைக்க முடியாது. நீங்கள் சிரித்தால் எல்லாமே வெளிவந்து விடும்.

'சிரிப்பில் இயல்பு வெளிப்படும்
இயல்பற்றது தொலைந்து விடும்'

இதுவே மூலம் இதன் உள்ளார்ந்த இடத்தில் இருக் கிறது அமைதி. புறவெல்லை கொண்டாட்டமும், சிரிப்புமா யிருக்கிறது. கொண்டாட்டமும் அமைதியும் கொண்டவரா யிருங்கள். உங்களைச் சுற்றி சாத்தியங்களை உருவாக்கிக் கொண்டேயிருங்கள். அதில் அமைதி மலரும்.

தியானம் உங்களை அமைதிக்கு இட்டுச் செல்வ தில்லை. அமைதி நிகழ்வதற்கான சூழ்நிலையை தியானம் உருவாக்குகிறது.

'அமைதி நிகழ்கிற போதெல்லாம்
உங்கள் வாழ்வில் சிரிப்பும் வந்துவிடும்'

இதனை அடிப்படைத் தத்துவமாய் கொள்ள வேண்டும்.

அமைதி அளவுக்கதிகமாகிற போது அதுவே சிரிப்பாய் மாறிவிடுகிறது. அது வெள்ளமாய் பெருக்கெடுத்து எல்லாப் பக்கங்களிலும் வழிந்தோடுகிறது.

அவர் சிரித்தார். அது மகிழ்ச்சி வெறிகொண்ட சிரிப்பு. அந்தச் சிரிப்பில் மகாகாசியபர் இல்லை, அமைதி யிருந்தது. அமைதி மலர்ச்சியுற்றது.

அமைதி கொண்டாட்டமாகிற போது உங்கள் ஞானம் முழுமை பெறுகிறது. தியானத்தைக் கொண்டாடுங்கள், அமைதியை ஆனந்தமாய் அனுபவியுங்கள். நன்றி செலுத்து கிறவராயிருங்கள். இங்கே இருப்பதற்கும், தியானிக்க முடிவதற்கும், அமைதியாய் சிரித்துக் கொண்டிருக்க முடிந்த தற்கும் அந்த மெய்ப்பொருளுக்கு நன்றி சொல்லுங்கள்.

அன்பில் உயர்தல் : கூட்டு தியானம்

(RISING IN LOVE : A PARTNERSHIP IN MEDITATION)

நீங்கள் சில அடிப்படையான விஷயங்களைத் தெரிந்து கொள்ள வேண்டும்.

ஓர் ஆணும் பெண்ணும் ஒருவரின் சரிபாதியாய் மற்றவர் இருப்பது ஒரு பக்கம் என்றால் மறுபக்கத்தில் எதிரெதிர் கொள்கை நிலை கொண்டவர்களாய் அவர்கள் இருக்கிறார்கள்.

அவர்கள் எதிரெதிராய் இருப்பதாலேயே ஒருவருக் கொருவர். ஈர்க்கப்படுகிறார்கள். எத்தனைக்குத் தொலைவில் இருக்கிறார்களோ அத்தனைக்கு ஈர்ப்பு இருக்கிறது. எந்த அளவு அவர்கள் ஒருவருக்கொருவர் வேறுபடுகிறார்களோ அந்த அளவு அழகும், வசீகரமும் இருக்கிறது. ஆனால் முழுப்பிரச்சினையும் அதில்தான்.

அவர்கள் நெருங்கும் போது மேலும் நெருக்கமாகிவிட விரும்புகிறார்கள். அவர்கள் இரண்டறக் கலந்து ஒன்றாகி விட விரும்புகிறார்கள். ஆனால் அவர்களுடைய ஆவலை

ஈர்க்கும் பண்பு எதிரிடையாயிருப்பதில் தான் இருக்கிறது. அந்த எதிரிடை நிலை மறையும் போது இணக்கம் (Harmony) ஏற்படுகிறது.

ஒரு காதல் விவகாரத்தில் பிரக்ஞை (Conscious) யில்லாவிடில் அது கடுந்துயரத்தை கவலையைத் தருவதாகி விடும். காதலர்கள் எல்லாருமே இடர்ப்பாட்டில் தான் இருக்கிறார்கள். அது தனிப்பட்ட முறையிலானதல்ல, விஷயங்களின் இயல்பில் இருக்கிறது.

ஒருவரிடம் ஒருவர் இழுபடுவதற்கு எந்தக் காரணமும் அவர்களால் சொல்ல முடிவதில்லை. காதலின் உள்ளிருக்கும் காரணங்கள் பற்றிய பிரக்ஞை அவர்களுக்குக் கிடையாது. அதனால்தான் ஒரு விநோதம் (Strange thing) நிகழ்கிறது.

> 'அதுவரை நேரடியாய் சந்தித்திராத காதலர்களே
> ஆனந்தமாயிருக்கிறார்கள்'

அவர்கள் சந்திக்கிறபோது அதுவரை ஈர்ப்புக்குக் காரணமாயிருந்த மாறுபட்ட தன்மையே மோதலுக்குக் காரணமாகி விடுகிறது. சின்னச்சின்ன விஷயங்களிலும் அவர்களுடைய மனோபாவம் வேறாயிருக்கிறது, அவர்களுடைய அணுகுமுறை வித்தியாசப்படுகிறது. அவர்கள் பேசுவது ஒரே மொழியாயினும் ஒருவரையொருவர் புரிந்து கொள்ள முடிவதில்லை.

ஓர் ஆணின் உலகக் கண்ணோட்டம் ஒரு பெண்ணுடையதிலிருந்து மாறுபட்டதாகவே இருக்கும்.

உதாரணமாய், ஒரு ஆண் தொலைதூர விஷயங்களில் — மனித குலத்தின் எதிர்காலம், தூரத்திலிருக்கும் நட்சத்திரங்கள், வேற்று கிரகத்தில் உயிரினங்கள் உண்டா இல்லையா போன்ற விஷயங்களில் ஆர்வம் காட்டுவான்.

பெண் சின்னச்சின்ன விஷயங்களில், நெருங்கிய வட்டத்தில், அக்கம் பக்கத்திடம், குடும்பத்திடம், யார் பெண்டாட்டியை ஏமாற்றிக் கொண்டிருக்கிறார், யாருடைய

மனைவி கார்ரோட்டியிடம் காதல் கொண்டிருக்கிறாள் என்பதில் ஆர்வம் காட்டுவாள். அவளுடைய ஆர்வம் குறிப்பிட்ட பகுதியைச் சார்ந்ததாய், மனிதப் பண்பு பற்றியதாய் இருக்கும். இறந்தவரின் உயிர் இன்னோர் உடலை அடைவது, மறுபிறவி எடுப்பது பற்றியெல்லாம் அவள் கவலைப்படுவதில்லை. அவள் மனித நலனுக்குப் பயன்படும் கோட்பாடுகளில் அக்கறை கொண்டவள். அவள் நிகழ்காலத்துடன் தொடர்புடையவளாய் இருக்கிறாள்.

ஆண் இந்த இடத்திலும் இல்லை, இப்போதிலும் இல்லை. அவன் வேறு ஏதோ ஓரிடத்தில் இருந்து கொண்டிருக்கிறான். அவன் இன்னோர் உடல், இன்னொரு வாழ்க்கை என்று தன்னுள்ளத்தை ஈடுபடுத்திக் கொண்டிருக்கிறான்.

இரண்டு எதிரிடையானவை சந்தித்துக் கொள்கின்றன என்ற பிரக்ஞை அவர்களுக்கிருந்தால் மோதிக் கொள்ளும் அவசியம் இருக்காது. மாறுபட்ட கண்ணோட்டத்தை கருத்தூன்றிக் கவனிப்பதற்கு அது ஒரு வாய்ப்பாக இருக்கும். அப்போது ஆண் பெண் இருவருடைய வாழ்க்கையும் ஓர் இணக்கம் பெறும். இல்லையேல் அது ஒரு தொடர் போராட்டமாகி விட்டிருக்கும்.

விடுமுறைகள் இருக்கின்றன. ஒருவரால் இருபத்து நான்கு மணி நேரமும் தொடர்ந்து போராடிக் கொண்டிருக்க முடியாது. கொஞ்சமாவது ஓய்வு தேவைப்படும். ஒரு புதிய போராட்டத்துக்குத் தன்னை ஆயத்தப்படுத்திக் கொள்வதற்கான ஓய்வு.

ஆண்களும் பெண்களும் சேர்ந்து வாழ்ந்து கொண்டிருந்தாலும் அவர்கள் ஒருவருக்கொருவர் அந்நியமாகவே இருக்கிறார்கள். இந்த விநோத நடப்பு ஆயிரக்கணக்கான ஆண்டுகளாகவே இருந்து வருகிறது. அவர்கள் குழந்தைகள் பெற்றாலும் முன்பின் தெரியாதவர்களைப் போல் தான் இருக்கிறார்கள். பிரக்ஞையோடு கூடிய முயற்சி இல்லாவிட்டால், அது தியானமாகாவிட்டால் அமைதியான

வாழ்க்கைக்கு எந்த நம்பிக்கையும் இருக்காது. ஆண்மையின் அணுகுமுறையும், பெண்மையின் அணுகுமுறையும் அது வரை மாறுபட்டதாகவே இருக்கும்.

காதல் தியானம் இரண்டையும் எப்படி ஒன்றுக் கொன்று உட்படுத்துவது என்பதில் நான் அக்கறை காட்டு கிறேன். ஒவ்வொரு காதலிலும் தியானம் இருக்கிறது. ஒவ்வொரு தியானமும் நீங்கள் காதலில் விழவில்லை, எழவே செய்கிறீர்கள் என்பதை உணர்த்துகிறது.

நீங்கள் ஆழ்ந்து ஆராய்ந்து ஒரு சிநேகிதனைத் தேடிக் கொள்ள முடியும்.

நீங்கள் என்னுடன் ஓர் இணக்கத்தை உணர்கிறீர்கள். என்னோடு இருக்கும் போது அன்பையும் அமைதியையும் காண்கிறீர்கள். இது என்னுடன் சாத்தியப்படுகிற போது நீங்கள் நேசிக்கிற எவருடனும் சாத்தியப்படுகிறது தான்.

வித்தியாசத்தைத் தெரிந்து கொள்ள வேண்டும். நீங்கள் என்னை நேசிக்கிற விதத்தில் உங்கள் கணவனையோ, மனைவியையோ நேசிப்பதில்லை, என்னுடனான உங்கள் நேசம் உடல் சம்பந்தப்பட்டதல்ல, ஆன்மா சம்பந்தப் பட்டது.

இரண்டாவது— உண்மை குறித்த தேடல் காரண மாகவே நீங்கள் என்னோடு ஒன்றுபட்டிருப்பது. உங்களு டனான எனது தொடர்பு தியானம் பற்றியது. தியானம் என்னையும் உங்களையும் இணைக்கும் பாலமாய் இருக்கிறது. உங்கள் தியானம் ஆழமாகிறபோது அன்பும் ஆழப்படுகிறது. உங்கள் தியானம் மலர்கிற போது அன்பும் மலர்கிறது. ஆனால் அது முழுக்கவும் வெவ்வேறு அளவில் இருக்கிறது.

தியானத்தில் உங்கள் கணவரோடு நீங்கள் தொடர்பு கொள்ளவில்லை. ஒருவருடைய பிரக்ஞையை இன்னொரு வர் உணர நீங்கள் ஒரு மணி நேரம் கூட சேர்ந்தாற்போல் இருந்ததில்லை. நீங்கள் சண்டையிட்டுக் கொண்டாலும்,

காதலித்துக் கொண்டாலும் இரண்டிலும் உங்கள் உடம்பும், இயக்குநீர்களும் (Hormones)தான் சம்பந்தப்படுகின்றன. உங்கள் உள்ளார்ந்த மையப்பகுதி (Core)யுடன் நீங்கள் தொடர்பு கொண்டிருக்கவில்லை. உடல்களுடைய ஆன்மாக் கள் தனித்தனியாயிருக்கின்றன. உடல்களால் மணம் புரிந்தீர் கள். ஆன்மாக்களோ மைல் கணக்கில் பிரிந்திருக்கின்றன.

உங்கள் காதலருடன் (கணவர்) இணக்கமான உறவு இருக்க வேண்டுமென்று விரும்பினால் உங்களுடைய தியான நிலையை அதிகரித்துக் கொள்ளுங்கள். காதல் மட்டுமேயெனில் அது பார்க்கும் திறனற்றதுதான். தியானம் அதற்குக் கண்களைத் தருகிறது, புரிதலைத் தருகிறது.

உங்கள் காதலில் அன்பும் தியானமும் இருந்தால் நீங்கள் தோழமை கொண்ட பயணிகளாயிருப்பீர்கள். அப்போது அது கணவன் மனைவி கொள்ளும் சாதாரணத் தொடர்பாயிருக்காது. வாழ்வின் புதிர்களைக் கண்டறியும் பாதையில் அது ஒரு சிநேகத் தன்மையாகி விடும்.

ஆண் தனியாகவும் பெண் தனியாகவும் மேற்கொள்கிற பயணம் வெகு நீண்டதாய், மன்ச் சோர்வூட்டுவதாயிருக்கும். இந்த முரண்பாட்டைக் கண்டுதான் சாதனை (பயிற்சி) செய்ய விரும்புகிறவர் மற்றவரைத் துறக்க வேண்டும் என்று மதங்கள் தீர்மானித்திருக்கும். துறவிகள் மணம் செய்து கொள்ளக் கூடாது, பெண் துறவிகளும் மண வாழ்வில் ஈடுபடக் கூடாது என்கிறது தீர்மானம். எல்லா மதங்களிலும் இலட்சக் கணக்கான துறவிகள்.

பாதை வெகு நீண்டதல்ல. குறிக்கோளும் அத்தனை தொலைவில் இல்லை. ஆனால், உங்கள் அண்டையி லிருப்பவர் வீட்டுக்குச் செல்வதென்றாலும் இரண்டு கால்கள் தேவைப்படும். ஒரே காலில் குதித்துச் செல்ல முடியாது, எத்தனை தூரம் அப்படிச் செல்வீர்கள்?

நான் ஒரு புதிய அகக்காட்சி(Vision) யை அறிமுகப் படுத்துகிறேன். காதலிலும், தியானத்திலும் ஆழ்ந்த சிநேகத் தன்மை கொண்ட ஆணும் பெண்ணும் தாங்கள் விரும்பிய

எந்தக் கணத்திலும் தங்கள் குறிக்கோளை அடைய முடியும் என்பதுதான் அது. காரணம் குறிக்கோள் என்பது உங்களுக்கு வெளியேயில்லை. அது சுழற்காற்றின் மையத்தில், உங்கள் இருப்புணர்வின் உள்ளார்ந்த பகுதியில் இருக்கிறது. ஆனால், நீங்கள் முழுமையாயிருக்கும் போது தான் அதைக் கண்டுகொள்ள முடியும். அடுத்தவர் இல்லாமல் நீங்கள் முழுமையடைய முடியாது. ஆணும் பெண்ணும் ஒரு முழுமையின் இரண்டு பகுதிகள்.

எனவே, சண்டையில் நேரத்தை வீணடித்துக் கொண்டிருப்பதைவிட ஒருவரையொருவர் புரிந்து கொள்ள முயற்சி செய்யலாம். அடுத்தவர் இடத்தில் உங்களை வைத்துப் பாருங்கள், ஓர் ஆணின் பார்வையிலும், பெண்ணின் பார்வையிலும் பார்க்க முயற்சி செய்யுங்கள். எப்போதுமே இரண்டு கண்களைவிட நான்கு கண்கள் சிறப்பல்லவா, கண்ணோட்டம் முழுமையாயிருக்கும்.

ஆனால், ஒன்றை நினைவில் கொள்ள வேண்டும். தியானம் இல்லாத அன்பு தோற்றுவிடும் என்பதை, அது வெற்றி பெறுவது சாத்தியமில்லை என்பதை. நீங்கள் பாசாங்கு செய்யலாம், அடுத்தவரை ஏமாற்றலாம் ஆனால் உங்களை நீங்கள் ஏமாற்ற முடியாது. காதல் உங்களுக்களித்த வாக்குறுதிகள் எல்லாமே நிறைவேற்றப்படாமல் இருக்கின்றன என்பதை உங்கள் அடியாழத்தில் அறிவீர்கள்.

தியானத்தோடு கூடிய அன்புதான் புதிய பண்புகளை, புதிய இசையை, புதிய கீதங்களை ஆடல்களைக் கொண்டிருக்கும். காரணம், தியானம் தான் எதிர்க்கொள்கை நிலை (Polar Opposite)யைப் புரிந்து கொள்வதற்கான மனத்திறனை வழங்குகிறது. அந்தப் புரிதலில் மோதல் மறைகிறது.

உலகில் மோதல்களுக்குக் காரணமே தவறாகப் புரிந்து கொள்வதுதான். நீங்கள் ஒன்று சொல்ல உங்கள் மனைவி அதை வேறுவிதமாய் புரிந்து கொள்கிற அல்லது உங்கள் மனைவி ஒன்று சொல்ல அதை நீங்கள் வேறு விதமாய் புரிந்து கொள்கிற நிலை இருக்கிறது.

முப்பது நாற்பது வருடம் சேர்ந்து வாழ்கிற தம்பதிகளை நான் பார்த்திருக்கிறேன். ஆனால் அவர்கள் வாழ்வைத் தொடங்கிய முதல் நாளில் இருந்ததைப் போலவே இன்னும் மன முதிர்ச்சியற்றவர்களாயிருக்கிறார்கள். 'நான் என்ன சொல்கிறேன் என்பதே அவளுக்குப் புரிவதில்லை' என்கிற குற்றச்சாட்டு இன்னும் இருக்கவே செய்கிறது. நாற்பது வருடம் ஒன்றாயிருந்தும் உங்கள் மனைவியின் புரிந்து கொள்ளும் திறனை உங்களால் கணிக்க முடியவில்லை.

தியானத்தாலன்றி அது நிகழ்வது சாத்தியமில்லை என்றே நான் எண்ணுகிறேன். தியானம் அமைதியின் இயல்பை, விழிப்புணர்வை உங்களுக்குத் தருகிறது. பொறுமையாய் கேட்கிற, அடுத்தவர் இடத்தில் உங்களை வைத்துப் பார்க்கிற திறனை அது உங்களுக்கு வழங்கும்.

நீங்கள் இங்கே வருவது கேட்கவும், கேட்பதைப் புரிந்து கொள்ளவுந்தான். ஆன்மா சார்ந்த வளர்ச்சிக்காகவே இங்கே நீங்கள் வந்திருப்பது. இயல்பில் மோதல் பற்றிய கேள்விக்கே இடமில்லை, இணக்கம் எவ்வித முயற்சியும் இல்லாமல் வந்துவிடுகிறது.

நீங்கள் என்னை முழுமையாய் நேசிக்க முடியும், காரணம் என்னுடனான உங்கள் தொடர்பு தியானம் பற்றியது. ஓர் ஆணுடன் அல்லது பெண்ணுடன் நீங்கள் இணக்கமாய் வாழ விரும்பினால் இங்கே நீங்கள் ஏற்படுத்திக் கொண்டிருக்கும் இதே சூழலை அங்கேயும் ஏற்படுத்திக் கொள்ள வேண்டும்.

முடியாதது என்று, நடவாதது என்று எதுவும் இல்லை. ஆனால், சரியான மருந்தை நாம் முயற்சிக்காமல் இருந்து விடுகிறோம். ஆங்கிலத்தில் 'Medicine' என்கிற வார்த்தை 'Meditation' என்கிற வார்த்தையின் அதே மூலத்திலிருந்து வந்தது என்பதை நான் உங்களுக்கு நினைவுபடுத்த விரும்புகிறேன்.

'மருந்து உங்கள் உடம்பைக் குணப்படுத்துகிறது
தியானம் உங்கள் ஆன்மாவைக் குணப்படுத்துகிறது'

மக்கள் ஒன்றாக வாழ்கிறார்கள் அவர்களுடைய ஆன்மாக்கள் ரணப்பட்டிருக்கின்றன. மிகச்சிறிய விஷயங்களும் அவர்களைப் பெரிதாய் புண்ணடையச் செய்துவிடுகின்றன. மக்கள் எவ்வித புரிதலுமின்றி வாழ்கிறார்கள். எனவேதான் அவர்கள் எதைச் செய்தாலும் அது ஆபத்தாய் முடிவது.

ஓர் ஆணை நீங்கள் விரும்புகிற போது தியானம்தான் நீங்கள் அவருக்கு வழங்கக் கூடிய சிறந்த வெகுமதியாயிருக்கும். ஒரு பெண்ணை நீங்கள் விரும்பினால், மிகச் சிறந்த வெகுமதியாய் அவளுக்கு நீங்கள் அளிக்கக் கூடியது தியானந்தான், கோஹினூர் வைரமல்ல — அது உங்களுடைய வாழ்க்கையை முழுமையான மகிழ்ச்சியுடையதாக்கும்.

ஜீன் பால் சாத்ரே (Jean Paul Sartre) போன்ற அறிவாளிகள்கூட பெண் ஒரு நரகம் என்றும், தனித்திருப்பதே சிறந்ததென்றும் சொல்லியிருக்கிறார்கள். சாதாரணமாய் அது சரிதான். தியானத்தில் அடுத்தவர் உங்களுக்குச் சொர்க்கமாகிவிடுவார். ஆனால், ஜீன்பால் சாத்ரேயிடம் தியானம் பற்றிய கருத்து எதுவும் இருந்திருக்காது.

மேற்கத்திய ஆளிடம் இதுதான் கஷ்டம். அவர் வாழ்வின் மலர்ச்சியை அடைவதில்லை காரணம் அவருக்குத் தியானத்தைப் பற்றி எதுவும் தெரிந்திராதது தான். கிழக்கித்திய மனிதனோ அன்பைப் பற்றி எதுவும் அறியாதவனாயிருக்கிறான்.

ஆணும் பெண்ணும், என்னைப் பொறுத்தவரை ஒரு முழுமையின் சரிபாதிகள். ஆன்மிகத்தில் அன்பு ஒரு பாதி, தியானம் ஒருபாதி. அன்பும் தியானமும் கலப்பது ஆணும் பெண்ணும் கலப்பதற்குச் சமம். தியானம் ஆண், அன்பு பெண். இரண்டும் கலக்கிறபோது மனிதத் திறனுக்கும்

அறிவுக்கும் அப்பாற்பட்ட (Transcendental) ஒரு மனிதப் பிறவியை நாம் தோற்றுவிக்கிறோம்.

மண்மீது அப்படியொரு பிறவியைத் தோற்றுவிக்காத வரை அதிகம் நம்பிக்கை கொள்வதற்கில்லை. ஆனால், முடியாததையும் செய்யக்கூடிய திறமை எனது மக்களிடம் இருப்பதாய் நான் நம்புகிறேன்.

அன்பின் வட்டம்
(CIRCLE OF LOVE)

சிவா கூறுவார்: "உங்கள் மார்பில் பரவியிருக்கும் ஆக்கபூர்வமான தன்மைகளையும், புலன்களுக்கினிய வடிவங்களையும் உணருங்கள்" என்று.

ஒட்டு மொத்த உடம்பையும் மறந்துவிட்டு, மார்பில் கவனத்தை ஒருமுனைப்படுத்துங்கள். உங்கள் முழுமையான பிரக்ஞையையும் மார்புப் பகுதிக்குக் கொண்டு செல்லுங்கள். அங்கே காரண காரியத் தொடர்புக் கடங்கா நடப்புகள் (Phenomena) பல இருக்கும். மார்பகங்களின் சமீபமாய் கவனம் வையுங்கள், முழு உடம்பும் எடையிழக்கும். இனிப்பான ஒரு வசீகரத்தன்மை உங்களைச் சூழ்ந்து கொள்ளும். உங்களைச் சுற்றியும், உங்களுக்குள்ளும். மேலும், கீழும். எங்குமாய் அது விரிந்து சுருங்கும்.

உண்மையில் அபிவிருத்தி செய்யப்பட்ட அத்தனை உத்திகளும் ஆண்களால் உண்டாக்கப்பட்டவையே. எனவே ஆண்கள் எளிதாய் பின்பற்றக்கூடிய மையங்களையே அவர்கள் கொடுத்து வந்தார்கள். நான் அறிந்தவரையில் சிவாதான் பெண்களுக்குத் தேவையான சில உத்திகளைத் தந்தது.

இந்த உத்தியை ஓர் ஆண் செய்ய முடியாது. உண்மையில் ஓர் ஆண் தன் மார்பகத்திலேயே கவனத்தை ஒருமைப் படுத்துவது என்றால் சிரமப்படுவான். முயன்று பாருங்கள். ஐந்து நிமிடத்தில் வியர்த்து விடுவீர்கள். அமைதியற்ற நிலையை அடைவீர்கள். உடம்பில் ஏதோ ஒன்று தவறாகி

விட்டதாய், ஆரோக்கியக் குறைவாய் உணர்வீர்கள். காரணம் ஆணின் மார்பகங்கள் எதிர்மறையானவை.

பெண்கள் மார்பகங்களில் ஒருமுனைப்படுகிறபோது அவர்கள் ஆனந்தமாய், மகிழ்ச்சியாய் உணர்வார்கள். அவர்களுடைய இருப்புணர்வு (Being) முழுதிலும் ஒரு இனிமை ஊடுருவிப்பரவும், உடம்பு தன்னுடைய ஈர்ப்பு விசை (Gravity)யை இழக்கும். தங்களால் பறக்க முடிவது போல் அவர்கள் இலேசாய் உணர்வார்கள். தாய்மை உணர்வு மிகும், நீங்கள் தாயாகியிராவிட்டாலும். எல்லாரிடமும் தாய்மை உணர்வோடு அன்பும் பரிவும் காட்டி நடந்து கொள்வீர்கள். இந்த ஒருமுனைப்படுவது தளர்வு நிலையில் செய்யப்பட வேண்டும், இறுக்கம் கூடாது. உங்களிடம் அது குறித்த இறுக்க உணர்வு இருந்தால் உங்களுக்கும் மார்பகங்களுக்குமிடையில் ஒரு பிரித்தல் (Division) இருக்கும். ஓய்வுத் தன்மையோடு அதில் உருகிவிடுங்கள். 'இனி இருக்கப் போவது நாம் அல்ல மார்பகங்கள் மட்டுமே' என்பதாய் உணருங்கள்.

அதே உத்தியை ஓர் ஆண் செய்வதெனில் அவன் பால் உணர்வு மையத்தோடு அதைச் செய்ய வேண்டியிருக்கும், மார்பகத்தில் அல்ல. இது காரணம் பற்றியே குண்டலினி யோகங்களில் முதல் சக்காம் முக்கியத்துவம் பெறுவது. அவன் ஆண் குறியின் அடிப்பகுதியில் ஒரு முனைப்பட வேண்டும். அங்கேதான் அவனுடைய ஆக்கத்திறன் இருக்கிறது, நேர்மறைத் தன்மை இருக்கிறது. இதனை நினைவில் கொள்ளுங்கள்: எதிர்மறை (Negative)யான ஒன்றில் ஒருபோதும் கவனத்தை ஒருமுனைப்படுத்தாதீர்கள். காரணம், எதிர்மறையான ஒன்றைத் தொடர்வது எதிர்மறையாகவே இருக்கும். அதே மாதிரி நேர் மறையான ஒன்றைத் தொடர்வது நேர்மறையாகவே இருக்கும்.

ஆணும் பெண்ணும் சந்திக்கிற போது எதிர்மறைத் தன்மை ஆணின் மேற்பகுதியிலும் நேர்மறைத் தன்மை கீழ்ப் பகுதியிலும் இருக்கும். பெண்ணைப் பொறுத்தவரை நேர்

மறைத் தன்மை மேற்பகுதியிலும், எதிர்மறைத் தன்மை அவளுடைய கீழ்ப்பகுதியிலும் இருக்கும். இந்த நேர்மறை, எதிர்மறை என்கிற இரு முனைகளும் சந்தித்து ஒரு வட்டத்தை உருவாக்கும். அந்த வட்டம் சாதாரணமான தல்ல, பரம சுகமானது. வழக்கமான பாலுறவு நடவடிக்கைகளில் அந்த வட்டம் ஏற்படுவதில்லை. அதனால்தான் பாலுறவில் நீங்கள் வெகுவாய் ஈர்க்கப்படுவதும், உந்தப்படுவதும். உங்களுக்கு நிரம்பத் தேவைப்படும், நிறையக் கேட்பீர்கள். ஆனால் கொடுக்கப்பட்ட நிலையில் ஏமாற்றமாய் உணர்வீர்கள்.

இருவரும் எவ்வித அச்சமோ ஒளிவு மறைவோ இல்லாமல், எதிர்ப்பு காட்டாமல் அவர்களுடைய உடம்பு தளர்வு நிலையில் (Relaxed) இருக்கும் போதுதான் அது சாத்தியம். மின் சக்திகள் இணைந்து, ஒரு வட்டமாய் முழுமை அடைகிற நிலையை அவர்கள் அடைவார்கள்.

அப்போது ஒரு விநோத நடப்பு இருக்கும். தந்த்ரா அதை பதிவு செய்யும். அந்த நடப்பு பற்றி நீங்கள் கேள்விப்பட்டிருக்க மாட்டீர்கள். ஆம், அது விநோதமானது தான். காதலர் இருவர் சந்தித்து, ஒரு வட்டமாகிற போது விட்டு விட்டு ஒளிரும்.

ஒரு கணம் காதலிப்பவர் காதலிக்கப்படுகிறவராயும், மறுகணம் காதலிக்கப்படுபவர் காதலிப்பவராகவும் மாறுகிறார்கள். இப்படிச் சொல்லலாம் ஆண் ஒரு கணத்துக்குப் பெண்ணாகவும், பெண் ஒரு கணத்துக்கு ஆணாகவும் மாறிவிடுகிறார்கள் என்று. காரணம் சக்தி இயங்கிக் கொண்டிருக்கிறது, வட்டமும் இயக்கத்தில் இருக்கிறது. இரண்டின் இயக்கமும் ஒன்றாகி ஒரே வட்டத்துக்கு வந்துவிடுகிறது. ஆண் சிலநிமிடத்திற்கு முனைப்புடன் இயங்குகிறான், பிறகு தளர்வுநிலை அடைகிறான். அப்போது பெண் செயல்திறன் காட்டுவாள். ஆணின் சக்தி பெண்ணின் உடம்புக்குச் சென்றுவிட அவள் இயங்குகிறாள், ஆண் அமைதியுடன் ஏற்பவனாயிருக்கிறான். இது தொடர்கிறது.

சாதாரணமாய் நீங்கள் ஆணும் பெண்ணுமாய் இருக்கிறீர்கள். ஆழ்ந்த உடலுறவில், பரவசநிலை (Orgasm)யில் சில கணங்கள் நீங்கள் பெண்ணாகவும், பெண் ஆணாகவும் நேரிடுகிறது. அதை நீங்கள் முழுமையாய் உணர முடியும், இனங்காண முடியும்.

வாழ்க்கையில் ஒரு லயம் (Rhythm) இருக்கிறது. ஒவ்வொன்றிலும் அந்த லயம் இருக்கவே செய்யும். நீங்கள் மூச்சை இழுக்கிற போது மூச்சு உள்ளே செல்கிறது. சில கணங்கள் எவ்வித அசைவுமின்றி அது நிற்கும். திரும்பவும் அது அசையும், அசைந்து வெளியே செல்லும். பிறகு ஒரு நிறுத்தம், இடைவெளி, அசைவு, அசைவின்மை என்று மாறி மாறி இருந்து கொண்டேயிருக்கும். உங்கள் இதயம் துடிக்கிறது. ஒரு துடிப்புக்கும் இன்னொரு துடிப்புக்கும் நடுவே ஓர் இடைவெளி இருக்கும். துடிப்பு— செயல்படுதல். இடைவெளி அமைதியாயிருத்தல். துடிப்பு ஆண் தன்மை என்று வைத்துக் கொண்டால் இடைவெளி பெண் தன்மை எனக் கொள்ளலாம்.

வாழ்க்கையில் 'லயம்' இருக்கிறது. ஆண்பெண் சந்திக்க ஒரு வட்டம் உருவாகிறது. அதில் இடைவெளிகள் இருக்கும், இருவருக்கும். நீங்கள் ஒரு பெண் என்றால் இடைவெளிக்குப் பின் ஆணாகிறீர்கள். நீங்களே பெண்ணும் ஆணுமாகிறீர்கள். அந்த இடைவெளிகள் உணரப்படும் போது ஒரு வட்டத்தை நீங்கள் அடைய முடிந்ததையும் உணர்கிறீர்கள்.

பாலுணர்வில் நடுக்கம்
(SHAKING IN SEX)

'மேலும் கீழுமாய் ஆடிக்குலுங்கும் இலைகளைப் போல் உங்கள் புலன்களும் ஆடும்படிக்குத் தழுவிக் கொள்ளுங்கள்' என்பார் சிவா.

காதலனும் காதலியும் கொண்ட ஆழ்ந்த தோழமையில் அத்தகைய தழுவல் இருக்கும். புலன்கள் இலைகளைப் போல் நடுக்குறும்.

தியானம்

உறவு கொள்ளும் போது உங்கள் உடம்பை நீங்கள் அதிகம் அசைப்பதில்லை. அதற்கு இடமளித்தால் எங்கே பாலுணர்வு உடம்பெங்கும் பரவி விடுமோ என்கிற அச்சம். பாலுணர்வு மையத்துக்குள்ளாகவே இருந்தால் அதை நீங்கள் கட்டுப்பாட்டில் வைக்க முடியும். மனமும் கட்டுப் பாட்டில் இருக்கும். அது உங்கள் உடம்பு முழுதும் பரவி விட்டால் அதை உங்களால் கட்டுப்படுத்த முடியாது. நீங்கள் ஆடிக்குலுங்கத் தொடங்கிவிடுவீர்கள். பாலுணர்வு உடம்பின் நிர்வாகத்தை மேற்கொண்டுவிட்டால் உங்களால் அதைக் கட்டுப்படுத்த முடியாது.

அந்த நிலை பெண்ணிடம் ஏற்படுவதை ஆண் விரும்பு வதில்லை. நாம் பெண்களின் அசைவுகளை, குலுங்கல்களை அடக்கி வைக்க முயல்கிறோம். அவர்கள் ஜடம்போல் கிடக்கிறார்கள். செயலேதுமற்ற கூட்டாளியாய். உல கெங்கிலும் ஆண்கள் இவ்விதமாய் பெண்களை அடக்கி வைக்க முயல்வது ஏன்? பெண்ணின் உடம்பு சுவாதீனமாய் இயங்கத் தொடங்கி விட்டால் தன்னால் அவளைத் திருப்தி செய்ய முடியாது என்று ஆண் அஞ்சுகிறான். உடலுறவின் போது பெண் சங்கிலித் தொடராய் பல உச்சங்களை (Orgasms) அடைகிறாள், அது ஆணால் முடியாதது. ஆணுக்கு ஒரு முறைதான் பரவசம் ஏற்படுகிறது, பெண் ணுக்கோ தொடர்ச்சியாய் பரவச நிலைகள்.

எந்தவொரு பெண்ணுக்கும் தொடர்ந்து மூன்று பரவச நிலைகள் உண்டு (குறைந்தபட்சம்). ஆனால், ஆணுக்கோ ஒன்றே ஒன்றுதான். ஆண் உச்சத்தை அடையும் போது பெண் தூண்டப்படுகிறாள் மேலும் பல உச்சங்களுக்கு அவள் தயாராகிறாள். அப்புறம் கஷ்டந்தான், எப்படிச் சமாளிப்பது?

ஆடிக்குலுங்குங்கள், அதிர்வுறுங்கள். இருவரின் உடம் பிலுமுள்ள உயிர் அணுக்கள் ஒவ்வொன்றும் ஆடட்டும். அப்போதுதான் நீங்கள் இருவரும் தொடர்பு கொண்டவ ராவீர்கள். அந்தத் தொடர்பு மனம் சார்ந்ததாயிருக்காது.

அது உங்கள் உயிர்ச்சக்திகளின் (Bio-Energies) தொடர்பா யிருக்கும்.

ஆடிக்குலுங்குதல் வியப்புக்குரியதாகும். நீங்கள் ஆடிக் குலுங்குகிற போது (கலவியில்) சக்தி உடம்பெங்கும் பரவத் தொடங்குகிறது. அதில் ஒவ்வோர் உயிர் அணுவும் சம்பந்தப்படுகிறது. ஒவ்வோர் உயிர் அணுவும் துடிப்பு மிக்கதாகும். காரணம் ஒவ்வோர் அணுவும் பால்சார்ந்த அணுவாயிருப்பது தான்.

நீங்கள் பிறப்பதற்குக் காரணமாய் இரண்டுபால் சார்ந்த அணுக்கள் தொடர்பு கொண்டன, நீங்கள் தோற்று விக்கப்பட்டீர்கள். அந்த இரண்டு பால்சார்ந்த அணுக்களும் உங்கள் உடம்பெங்கும் பரவி நிற்கின்றன. அவைப் பல்கிப் பெருகின மேலும் மேலும். ஆனால் உங்களுடைய அடிப் படைத் தொகுதியோ அந்தப் பால்சார்ந்த அணுதான். உங்கள் உடம்பெங்கும் ஆடிக்குலுங்கும் போது நீங்களும் உங்களுடைய அன்புக்குரியவளும் மட்டுமா தொடர்பில் இருக்கிறீர்கள், உங்களின் உடம்போடுமல்லவா தொடர்பு கொள்கிறீர்கள்.

உங்கள் உடம்புக்குள்ளும் ஒவ்வோர் உயிரணுவும் அதற்கு எதிரிடையான உயிரணுவோடு தொடர்பு கொள் கிறது. இந்த ஆடிக்குலுங்குதல் அதைத்தான் காட்டுகிறது. இது மிருகத்தனமாய் படலாம். மனிதனும் ஒரு மிருக மென்றால் அது தவறாகாது.

ஆடிக் குலுங்குங்கள். வெறும் பார்வையாளராய் நின்று விடாதீர்கள், அந்த வேலையை மனம் பார்த்துக் கொண் டது. மனமும் ஆடட்டும். எல்லாவற்றையும் மறந்து ஆட்ட மாகவே மாறிவிடுங்கள். உங்கள் உடம்போடு நீங்களும் உங்கள் ஜீவனும் சேர்ந்து ஆடுங்கள். ஆட்டமாகவே மாறி விடுங்கள். பிறகு அங்கே இருப்பது இரண்டு உடல்களல்ல, இரண்டு மனங்களல்ல. தொடக்கத்தில் இரண்டு சக்திகள் ஆடிக் கொண்டிருந்தன முடிவில் ஒரு வட்டம், அவ்வளவே.

இந்த வட்டத்தில் என்ன நிகழும்?

ஒன்று, நீங்கள் பிரபஞ்ச சக்தியின் ஓர் அங்கமா கிறீர்கள். அதன் அதிர்வில், குலுக்கலில் பிரபஞ்சத்தின் ஒரு பகுதியுமாகிறீர்கள். அந்தக் கணம் ஒரு மகத்தான படைப்புக் குரியது. உங்கள் திண்மையான உடம்புகள் கரையட்டும். ஒன்றிலொன்றாய் ஓடிக்கலக்கும் திரவமாகி விடுங்கள். மனமும் இல்லை, பிரிப்பும் (Division) இல்லை. நீங்கள் ஒருமை அடைகிறீர்கள்.

இதைத்தான் 'அத்வைதம்' என்கிறார்கள். இருமையற்ற தன்மை இது. இந்த இருமையற்ற தன்மையை (Non-duality) உங்களால் உணர முடியவில்லை என்றால் இருமையற்ற தன்மை தொடர்பான அத்தனை தத்துவங்களும் பயனற் றவை தாம். இருமையற்ற தன்மையை நீங்கள் புரிந்து கொண்டால் உபநிடதங்களையும் புரிந்து கொள்வீர்கள். அதன் பிறகே ஞானிகளையும்—பிரபஞ்ச ஒருமை குறித்து அவர்கள் சொல்வதையும் உங்களால் புரிந்து கொள்ள முடியும். அப்போது நீங்கள் உலகத்திலிருந்து விலகியிருப்பது மில்லை, ஒதுக்கப்படுவதுமில்லை உலகம் உங்கள் வீடாகும்.

'நான் என்னுடைய வீட்டிலிருக்கிறேன்
என்ற உணர்வில் கவலைகள் காணாமல் போகும்'

பிறகு வேதனையில்லை, போராட்டமில்லை, மோதலு மில்லை. இதைத்தான்— லா சூ (Lao-Tzu) சொன்னார் தாவோ (Tao) என்று. சங்கரர் சொன்னார் அத்வைதம் என்று. நீங்கள் விரும்பிய வார்த்தையைத் தேர்ந்து கொள் ளுங்கள். ஆழ்ந்த அன்புடன் தழுவிக் கொள்ளுங்கள். உயிர்த் துடிப்போடு இருங்கள். ஆடிக்குலுங்குங்கள். ஆட்டமாகவே மாறிவிடுங்கள்.

அன்பின் வட்டம் இணையற்றது
(CIRCLE OF LOVE ALONE)

'நெஞ்சோடு அணைத்துக் கொள்ளாவிடினும், முன்பு ஒன்றாயிருந்ததை நினைவு கொண்டாலே மாற்றம் உண்டு' என்பார் சிவா.

முன்பு சொல்லிய இரண்டு தியானங்களை நீங்கள் சரியாய் புரிந்துகொண்டால், ஒரு கூட்டாளியின்றியே அதைச் செய்ய முடியும். செயலை நினைவு கொள்ளுங்கள், அதில் நுழையுங்கள். முதலில் அதற்கான மன உணர்ச்சி உங்களிடம் இருக்க வேண்டும். அந்த உணர்ச்சியை நீங்கள் அறிந்து கொண்டால் அடுத்தவர் துணையில்லாமலே செயலில் இறங்க முடியும்.

நீங்கள் அந்த உணர்வைப் பெற்றிருந்தால், அங்கே நீங்கள் இல்லை ஓர் அதிரும் சக்திதான் இருக்கிறது என்பதை அறிந்திருந்தால் ஒருமைத் தன்மை (Oneness) உங்களுக்குள் மையம் கொண்டு விடும். கூட்டாளி தேவைப் படமாட்டார். பெண்களைப் பொறுத்த வரை இந்த உணர்வைப் பெறுவது எளிதாயிருக்கும். காரணம், அவர்கள் கண்களை மூடிக் கொண்டுதான் காதல் புரிகிறார்கள்.

இந்த உத்தியைப் பழகும் போது உங்கள் கண்கள் மூடியிருந்தால் நல்லது. அப்போதுதான் ஒரு வட்டம் பற்றிய உணர்வு, ஒருமைத் தன்மை குறித்த உணர்வு அங்கே யிருக்கும்.

கண்களை மூடி, தரையில் படுங்கள். உங்களுடன் வாழ்க்கைத் துணையாய் பங்கேற்றவரும் படுத்திருப்பதாய் எண்ணிக் கொள்ளுங்கள். பழைய அனுபவங்களை நினைவு படுத்திக் கொண்டு அதை உணரத் தொடங்குங்கள். உங்கள் உடம்பு ஆட்டங்கண்டு, அதிரும். அதற்கு இடமளியுங்கள். உங்கள் துணை அருகில் இல்லை என்பதையே மறந்து விடுங்கள். அவர் உங்கள் பக்கத்தில் இருப்பதாகவே பாவித்துக் கொள்ளுங்கள்.

உண்மையிலேயே உடலுறவில் ஈடுபட்டிருப்பது போல் செயல்படுங்கள். உங்கள் துணையுடன் இருந்தால் என்ன வெல்லாம் செய்வீர்களோ அதையெல்லாம் செய்யுங்கள். 'க்றீச்' சொலி எழுப்புங்கள், அசையுங்கள், ஆடிக்குலுங் குங்கள். சீக்கிரமே அந்த வட்டம் உருவாகிவிடும். அது ஓர் அற்புதமான வட்டம். ஆனால் இது ஓர் ஆணும்பெண்ணும்

சேர்ந்து உருவாக்கியதல்ல. நீங்கள் ஓர் ஆணாயிருந்தால் இவ்வுலகப் படைப்பின் முழுமையும் பெண்ணாய் தெரியும். நீங்கள் ஒரு பெண்ணாயிருந்தால் இப்பிரபஞ்சமே ஆணாய் தெரியும்.

ஒரு பெண்ணுடன் உறவு கொள்கிறபோது இப்பிரபஞ்சத்தையே நேசிக்கிறவராகிவிடுகிறீர்கள். ஆண் ஒரு கதவு, பெண் ஒரு கதவு, பிரபஞ்சத்துடன் தோழமை கொண்ட பின் எந்தக் கதவும் இருக்காது.

மணிக்கணக்கில் தழுவிக் கொண்டு நீங்கள் ஒன்றியிருக்கிற போது அடுத்தவரை மறந்துவிடுவீர்கள், அவர் முழுமையின் விரிவாக்கமாகிவிடுவார். இந்த உத்தியைத் தெரிந்து கொண்டுவிட்டால் அதை நீங்கள் தனியாகவே பயன்படுத்த முடியும்.

உண்மையில் இப்பிரபஞ்சம் முழுதுமே உங்கள் அன்பிற்குரிய பெண்ணாகி (ஆண்) விடுகிறது. அதன் பிறகு, இந்த உத்தி தொடர்ந்து பயன்படுத்தக் கூடியதாயிருக்கும். ஒருவர் பிரபஞ்சத்துடன் ஏற்படுத்திக் கொண்ட தோழமை மாறாமல், நிலைத்திருக்க முடியும். பிறகு மற்ற பரிமாணங்களையும் நீங்கள் பழகிப் பார்க்கலாம். காலையில் நடைப் பயிற்சியின் போதுகூட நீங்கள் அதைச் செய்யமுடியும். அப்போது நீங்கள் காற்றுடன், காலைச் சூரியனுடன், நட்சத்திரங்களுடன், மரங்களுடன் தோழமை கொள்வீர்கள். இரவில் நட்சத்திரங்களை வியந்து பார்ப்பது உங்களால் முடிகிறதுதான். அவ்வாறே நிலவையும் நீங்கள் பார்க்கமுடியும்.

இந்த உத்தியை நீங்கள் புரிந்து கொண்டால் இப்பிரபஞ்சத்துடன் ஒன்றிக் கலக்கலாம்.

கதவை மறந்துவிடுங்கள். கூடிக் களித்ததை நினைவில் கொண்டு வந்தாலே மாற்றம் விளையும். மாறிய பிறகு புதியவர் நீங்கள்.

தந்த்ரா சொல்கிறது அதில் முழுமையாய் சென்று விடுங்கள் என்று. உங்களை, உங்கள் நாகரிகத்தை, மதத்தை,

பண்பாட்டை, கருத்துத் தொகுப்பை என்று எல்லாவற்றை யும் மறந்து விடுங்கள். கலவிச் செயலில் முழுமையாய் உட்புகுந்து விடுங்கள். எதையும் விட வேண்டாம். முற்றிலும் எண்ணமற்றவராயிருங்கள். அப்போது யாரோ ஒருவருடன் நீங்கள் ஒன்றிவிட்ட உணர்வு ஏற்படும். இந்த ஒருமைப்பட்ட உணர்வை உங்களுடைய துணையிடமிருந்து நீங்கள் பிரித்தெடுக்க முடியும். அதைப் பிரபஞ்சம் முழுதுடனும் பயன்படுத்த முடியும். ஒரு மரத்துடன், நிலவுடன் அல்லது வேறு எதனுடனும் நீங்கள் உறவு கொள்ள முடியும். வட்டத்தை எப்படி உருவாக்குவது என்று தெரிந்து கொண்டுவிட்டால் எதனுடனும் அதை உருவாக்கிவிடலாம் — எதுவுமேயில்லாமல்.

உங்களுக்குள் இந்த வட்டத்தை நீங்கள் உருவாக்க முடியும். காரணம்—ஓர் ஆண் ஆண் தன்மையுடன் பெண் தன்மையும் கொண்டிருக்கிறான். ஒரு பெண் பெண் தன்மையுடன் ஆண் தன்மையும் கொண்டிருக்கிறாள்.

> 'இரண்டிலிருந்து உருவான உங்களிடம்
> இரண்டும் இருப்பதில் வியப்பென்ன?'

ஆம், ஆணும் பெண்ணும் சேர்ந்து உண்டான உங்களி டம், இன்னொன்று பாதியாயிருக்கிறது. எல்லாவற்றையும் மறந்து ஒரு வட்டத்தை உருவாக்கிக் கொள்ளுங்கள். உங்களுக்குள் அந்த வட்டம் உருவானதும் உங்களுடைய ஆண் உங்களுடைய பெண்ணை எதிர்கொள்கிறான். உள்ளார்ந்த பெண் உள்ளார்ந்த ஆணைச் சந்திக்கிறாள். உங்களுக்குள்ளாகவே உங்களை அன்புடன் அணைத்துக் கொள்கிறீர்கள். இந்த வட்டம் உருவான பின்பே உண்மை யான பிரம்மச்சரிய நிலை ஏற்படுகிறது. இல்லையேல், எல்லா பிரம்மச்சரியமும் தவறான போக்குகளாகவே இருக்கும், அவற்றால் பிரச்சினைகள் உண்டு. உங்களுக்குள் இந்த வட்டம் உருவாக்கப்பட்டுவிட்டால் நீங்கள் தடை யற்றவராவீர்கள்.

தியானத்திற்குத் தடைகள்
OBSTACLES TO MEDITATION

இரண்டு இடர்ப்பாடுகள்
(THE TWO DIFFICULTIES)

அகம்பாவம் (Ego)

நவீன உளவியல், நவீன கல்வி இவற்றின் முழுமையான கருத்தே ஒருவர் தீவிர தன் முனைப்பு கொண்டிராவிடில் வாழ்க்கையில் போராட முடியாது என்பதுதான். போட்டிகள் நிறைந்த உலகமிது. நீங்கள் தாழ்மையுள்ளவராயிருந்தால் உங்களை யார் வேண்டுமானாலும் ஒரு பக்கமாய் தள்ளிவிடுவார்கள். ஒரு போதும் முன்னேற முடியாது. போட்டிபோடுகிற உலகத்தில் உங்களுக்கு அவசியப்படுவது கடினமான, வலிமையுள்ள தன் முனைப்பு. அப்போதுதான் நீங்கள் வெற்றிபெற முடியும்.

தொழிலாகட்டும், அரசியலாகட்டும் எந்தத் துறையிலும் உறுதியான ஆளுமை வேண்டியிருக்கும். அத்தகைய ஆளுமையை குழந்தையாயிருக்கும் போதே உருவாக்க சமுதாயம் முடுக்கிவிடப் பட்டிருக்கிறது.

தொடக்கத்திலிருந்தே 'வகுப்பில் முதல் மாணவனாய் நீ வரவேண்டும்' என்று நாம் சொல்ல ஆரம்பித்துவிடு

கிறோம். அந்தக் குழந்தை வகுப்பில் முதலாவதாய் வரவும் எல்லாரும் பாராட்டுகிறார்கள். நீங்கள் என்ன செய்கிறீர் கள்? தொடக்கத்திலிருந்தே அவனுடைய தன் முனைப்பை ஊட்டி வளர்க்கிறீர்கள். ஒரு பேராவலை அவனுக்குத் தந்துவிடுகிறீர்கள், 'உன்னால் இந்த நாட்டின் தலைவராக வர முடியும், நீ பிரதமராக முடியும்' என்கிற மாதிரி.

அவன் இத்தகைய யோசனைகளுடன் தன்னுடைய பயணத்தைத் தொடங்குகிறான். வெற்றிகளைப் பெறுகிற போது அவனுடைய அகம்பாவம் மேலும் மேலும் அதிகரிக்கிறது.

எந்த விதத்தில் பார்த்தாலும் மனிதனின் அகம்பாவம் ஒரு வியாதி, மிகப் பெரிய வியாதி. நீங்க வெற்றி பெற்றால் உங்கள் அகம்பாவம் பெரிதாகிவிடுகிறது— அதுதான் ஆபத்து. காரணம், உங்கள் பாதையை அடைத்துக் கொண் டிருக்கும் ஒரு பாறையை நீங்கள் அகற்றும்படி இருக்கும். அல்லது, உங்கள் அகந்தை சிறிய அளவில் இருந்தால் நீங்கள் வெற்றிகரமாய் திகழ மாட்டீர்கள். தோல்வி அடைகிறபோது அகம்பாவம் காயப்படுகிறது. பிறகு அதுவே தாழ்வு மனப்பான்மையாகி உங்களைத் துன்புறுத்தும். நீங்கள் எந்த ஒன்றையும் தொடங்கவே அஞ்சுவீர்கள். தியானத்தில் கலந்து கொள்ளவும் ஆர்வம் இருக்காது.

'உங்களைத் தோல்வி காண்பவராய் எண்ணிக்கொண்டால்
நீங்கள் தோற்கவே செய்வீர்கள்'

'நாம் தோல்விக்குட் பட்டவர்' என்கிற எண்ணத்தோடு நீங்கள் தியானத்தில் இறங்கினால்— அதுவே உங்கள் விதியாகிவிடும். நீங்கள் அப்போது உண்மையிலேயே வெற்றி பெற முடியாமல் போகும். ஆக, உங்கள் தன்முனைப்பு பெரிதாயிருந்தால் உங்களைத் தடுத்து விடுகிறது, அது மிகவும் சிறிதாயிருந்தால் உங்களைக் காயப்படுத்தி விடு கிறது. அதுவும் உங்களைத் தடுப்பதுதான். இரண்டிலுமே தன்முனைப்பு தான் பிரச்சினை.

தாயின் வயிற்றில் உள்ள குழந்தை பேரானந்தத்தில் இருக்கிறது. உண்மையில் அது பற்றிய உணர்வே அதற்கு இல்லாமல் இருக்கும். அறிபவர் என்று யாருமில்லாத அளவுக்கு அது ஆனந்தத்தில் கிடக்கும். ஆனந்தமே அதன் இருப்புணர்வாயிருக்கும். அறிபவருக்கும் அறியப்படுபவருக்கும் இடையில் எந்த வேறுபாடும் இருக்காது. எனவே உண்மையில் தான் ஆனந்தித்திருப்பதை அந்தக் குழந்தை அறிந்திருக்காது. ஏதோ ஒன்றை இழந்த போதுதான் நீங்கள் விழிப்புணர்வு அடைவீர்கள்.

ஆம், அப்படித்தான். ஒன்றை இழக்காமல் அதை அறிவது கடினம். நீங்கள் அதை இழக்கவில்லையென்றால் அதனுடன் ஒன்றாயிருப்பீர்கள். காண்பவருக்கும் காணப்படுபவதற்கும் இடைவெளி இருக்காது. அறிபவரும் அறியப்பட்டதும் ஒன்றாகிவிட்டிருக்கும்.

ஒவ்வொரு குழந்தையும் அளவற்ற ஆனந்த நிலையில் இருக்கிறது. உளவியல் நிபுணர்களும் இதனை ஒத்துக் கொண்டிருக்கிறார்கள். மதத்தின் தேடல் மீண்டும் தாயின் கருவறையைக் காண்பதுதான் என்று அவர்கள் சொல்கிறார்கள். ஆம், அது ஒட்டுமொத்த பிரபஞ்சத்தையுமே ஒரு கருவறையாக்கி விடுகிறது.

குழந்தை தாயுடன் இணக்கமாயிருக்கிறது. அது ஒரு போதும் தாயுடன் இணக்கமில்லாமல் இருப்பதில்லை. தாயிடமிருந்து தான் வேறானவன் என்பதை அந்தக் குழந்தை அறியாது. தாய் ஆரோக்கியமாயிருந்தால் குழந்தையும் ஆரோக்கியமாயிருக்கும். தாய் பிணியுற்றிருந்தால் குழந்தையும் பிணியுறுகிறது. தாய் ஆனந்தித்தால் குழந்தையும் ஆனந்திக்கிறது. அவள் ஆடினால் அதுவும் ஆடுகிறது. அவள் அமைதியாய் இருந்தால் அதுவும் அமைதியாகிறது. தன்னுடைய எல்லைகளை குழந்தை இன்னும் அறியவில்லை. இதுவே தூய ஆனந்தம், ஆனால் அது இழக்கப்படுவதுதான்.

பிறந்த குழந்தை மையத்துக்கு வெளியே வீசியெறியப் படுகிறது. அவன் எதிர்பாராத நடப்பாய் தனது தாயிடமிருந்து முழுதும் நீக்கப்படுகிறான். தான் யாரென்பதையே அவன் அறிவதில்லை. தன் தாயோடு இருக்கும்போது அவனுக்கு அது அவசியமில்லாதிருந்தது. அப்போது எல்லாமாய் அவன் இருந்தான். அங்கே 'நீ' என்பதில்லை. 'நான்' என்கிற கேள்வியே எழுந்ததில்லை. உண்மை முழுமையாய் பிரிவின்றியிருந்தது. அதுதான் அத்வைதம். இருமையற்ற தன்மையே அத்வைதம்.

குழந்தை பிறந்ததும் அதன் தொப்புள் கொடி துண்டிக்கப்படுகிறது. அவன் சுயமாய் மூச்சுவிடத் தொடங்குகிறான். அவனுடைய இருப்புணர்வு தான் யார் என்ற தேடலில் இறங்குகிறது. அது இயற்கை. இப்போது அவனுடைய உடம்பை, தேவைகளை, தன்னுடைய எல்லைகளை அவன் உணர முற்படுகிறான். சில சமயம் ஆனந்தமாய், சில சமயம் ஆனந்தமற்று, சில சமயம் மன நிறைவோடு சில சமயம் நிறைவில்லாமல் இருக்கிறான். தாயின் அறிகுறியே காணாமல் பசியில் அழுது கொண்டிருப்பான். சில சமயம் தாயின் மார்பகத்தில் புதைந்து ஒருமைத் தன்மையை அவளோடு அனுபவித்துக் கொண்டிருப்பான். ஆனால், பல மனநிலைகளும், தட்ப வெப்பநிலைகளும் விலகலை உணர்த்திவிடும். தாம்பத்தியம் சிதைகிறது, மணமுறிவு நிகழ்கிறது.

வாழ்க்கை நெடுகிலும் தான் யார் என்பதைக் கண்டறியும் முயற்சியில் அவன் இருக்கிறான். அது அடிப்படையான ஆராய்ச்சி.

குழந்தை முதலில் என்னுடையது (Mine) என்கிறது. அடுத்து 'எனக்கு' என்கிறது. (Me), பிறகு 'நீ', 'நான்' எல்லாம் வருகிறது. கவனியுங்கள், 'என்னுடையது' என்பதில் அகந்தை இருக்கிறது. 'என்னுடைய பொம்மை' 'என்னுடைய தாய்' என்கிறபோது நான் நான் என்கிற நினைப்பு (Ego) மேலோங்கி நிற்கிறது. தானே அவன் சுவாதீனப்படுத்திக்

கொள்ளத் தொடங்குகிறான். முதலில் உடைமைக்காரன் வருகிறான். உடைமைத்தனம் அடிப்படையானது. இது காரணமாகவே எல்லா மதங்களும் அதிகாரத்தை விடுங்கள் என்கிறது, சொந்தம் கொண்டாடாதீர்கள் என்கிறது. சொந்தம் கொண்டாடத் தொடங்கினாலே நரகமும் தொடங்கிவிடுகிறது.

சின்னக் குழந்தைகளைக் கவனியுங்கள். ரொம்பவும் பொறாமையோடு, 'என்னுடையது' என்ற உணர்வோடு இருக்கும். குழந்தை மற்றவர்களிடமிருந்து எதையாவது பிடுங்க முயலும். அதே சமயம் தன்னுடைய சொந்த விளையாட்டுப் பொருள்களை அடுத்தவரிடமிருந்து பாதுகாத்துக் கொண்டுவிடும். அடுத்தவருடைய தேவைகளில் அக்கறையில்லாத வன்முறை மிக்க குழந்தைகளும் உண்டு. ஒரு குழந்தை தன்னுடைய பொம்மையை வைத்து விளையாடிக் கொண்டிருக்கும் போது இன்னொரு குழந்தை வந்துவிட்டால் அது ஹிட்லராகவோ செங்கிஸ்கானாகவோ மாறிவிடுகிறது. அது தன்னுடைய பொம்மையைப் பற்றிக் கொண்டு அடுத்த குழந்தையைத் தாக்கவும், அதனுடன் சண்டையிடவும் தயாராகிவிடுகிறது. அது ஓர் எல்லைப் பிரச்சினை, அதிகாரப் பிரச்சினை.

உடைமைத்தனம் (Possessiveness) முதலில் வந்து விடுகிறது. அதுதான் அடிப்படையான நஞ்சு. குழந்தை சொல்லத் தொடங்குகிறது, 'இது என்னுடையது' என்று.

அந்த 'என்னுடையது' உள்ளே நுழைந்துவிட்டால் நீங்கள் எல்லாருடனும் போட்டி போடுகிறவராகிறீர்கள். உங்கள் வாழ்க்கை போட்டி, போராட்டம், மோதல், வன்முறை நிறைந்த வாழ்க்கையாகி விடுகிறது.

அடுத்து வருவது 'எனக்கு'. உங்களுடையது என்று உரிமை கொண்டாட ஏதோ ஒன்று இருக்கும்போது உங்கள் பொருள்களின் மையமாகிவிடுகிறீர்கள். உடைமைகள் உங்களுடைய எல்லையாகி விடுகிறது.

'எனக்கு' என்பதில் நீங்கள் அமைவுறும்போது உங்களுக்கென்று ஓர் எல்லை இருப்பதை தெளிவாகக் காண்பீர்கள். 'நீ' என்பது அந்த எல்லைக்கு வெளியே இருக்கிறது.

பிரபஞ்சத்தில் எல்லாமும் ஒன்றாயிருக்கிறது. எதுவும் பிரிக்கப்படவில்லை. ஒவ்வொன்றும் இன்னொன்றுடன் இணைக்கப் பட்டிருக்கிறது. அது மிகப் பெரிய இணைப்பு.

நீங்கள் மண்ணோடு இணைக்கப்பட்டிருக்கிறீர்கள். மரத்தோடும், நட்சத்திரங்களோடும் இணைக்கப்பட்டிருக்கிறீர்கள். நட்சத்திரங்கள் உங்களோடு இணைக்கப்பட்டிருக்கின்றன. நட்சத்திரங்கள் மரங்களோடு, ஆறுகளோடு, மலைகளோடு இணைக்கப்பட்டிருக்கின்றன. ஒன்று மற்றொன்றோடு இணைக்கப்பட்டதாயிருக்கிறது. எதுவும் பிரிந்து வேறாயில்லை, எதுவும் வேறாயிருக்க முடியாது. பிரிவினை சாத்தியமற்றது.

ஒவ்வொரு கணமும் மூச்சுவிடுகிறீர்கள். மூச்சை உள்ளிழுத்து வெளிவிடுவது தொடர்கிறது. அது பிரபஞ்சத்துடன் உங்களை இணைக்கிற பாலமாகும். நீங்கள் உண்கிறீர்கள், பிரபஞ்சம் உங்களுக்குள் பிரவேசிக்கிறது. உங்களுடைய கழிவு உரமாகிறது.

'இன்று மரத்திலிருக்கும் ஆப்பிள்—நாளை உங்கள் உடம்பில் ஒரு பகுதியாகும்.'

எடுப்பதும், கொடுப்பதும் தொடர்ந்து நடக்கிறது. ஒரு கணமும் அது நிற்பதில்லை. அது நின்றுவிட்டால் நீங்கள் இருப்பதில்லை.

மரணம் என்பது என்ன? பிரிதல் மரணம். ஒன்றாயிருந்தால் உயிரோட்டம் இருக்கும். நீங்கள் விலகலாய் உணரும் போது உங்கள் நுட்ப உணர்வு குறையும், உயிரற்ற தன்மை அதிகமாயிருக்கும். மந்தமாகிவிடுவீர்கள். எந்த அளவு ஒன்றாயிருப்பதாய் உணர்கிறீர்களோ அந்த அளவு ஒட்டுமொத்த பிரபஞ்சத்தின் ஒரு பகுதியாகி விடுவீர்கள், பிரபஞ்சமும் உங்களில் ஒரு பகுதியாகிவிடும்.

தியானம்

நாம் ஒவ்வொருவரும் அதன் (பிரபஞ்சம்) உறுப்பினர் என்பதை அறிந்து கொள்ளும்போது உடனே பார்வை மாறுகிறது. அப்போது மரங்கள் அந்நியமாயிருக்காது. அவை தொடர்ந்து உங்களுக்காக உணவு தயாரித்துக் கொண்டிருக்கிறது. நீங்கள் மூச்சை உள்ளிழுக்கும் போது பிராண வாயு உட்செல்கிறது. நீங்கள் மூச்சை வெளியேற்றுகிறபோது கரியமில வாயு வெளியேறுகிறது. நாம் இணக்கமாயிருக்கிறோம். ஒன்றாயிருத்தலே உண்மை நிலை. 'எனக்கு' 'உனக்கு' என்கிற கருத்து நம்மை உண்மை நிலையுடன் சச்சரவுக்குள்ளாக்கி விடுகிறது. ஒரு தவறான கருத்து உள்ளே புகுந்துவிட்டால் உங்களுடைய ஒட்டுமொத்த பார்வையும் தலைகீழாகி விடும்.

'எனது' பிறகு 'நீ'. அதன் பிறகு பிரதிபலிப்பாய் எழுகிறது 'நான்'. அது உடைமைத்தனத்தின் (Possessiveness) நுட்பமான, பளிங்கு போன்ற வடிவம். ஒருமுறை 'நான்' என்ற வார்த்தையை உச்சரித்தாலே புனிதத்தைப் பாழடிக்கும் அவச் செயல் புரிந்துவிடுகிறீர்கள். ஒருமுறை 'நான்' என்றதுமே பிரபஞ்ச இருப்பிலிருந்து நீங்கியவராகிறீர்கள்— உண்மையிலல்ல, ஆனால், உங்களுடைய எண்ணங்களில் அது முற்றாய் நீங்கிவிடுகிறது. இப்போது உண்மை நிலை (Reality)யுடன் தொடர்ந்து போரிடுகிறீர். அது உங்களுடனேயே நீங்கள் போரிடுவதாகும்.

அதனால்தான் புத்தர் சொன்னார்: 'நீரின் போக்கில் இழுபடும் மரமாயிருங்கள்' என்று. 'நான்' என்கிற எண்ணத்தைவிட்டால் நீங்களும் நீரில் மிதக்கும் கட்டை போலாகலாம். இல்லையேல் போராடும் நிலை தொடரும். அதனால்தான் தியானம் செய்யத் தொடங்கும் போது அது கடினமாகிவிடுகிறது. 'வெறுமனே அமைதியாய் உட்கார்ந்திருங்கள்' என்று நான் சொன்னால், அது எளிதாயினும், உங்களால் செய்ய முடியாது. காரணம், உங்களுடைய 'நான்'. அது ஒரு கணம் கூட உங்களை ஓய்ந்திருக்க விடுவதில்லை. ஒரு கணம் ஓய்வாயிருந்தால் உங்களால் உண்மை

நிலையைப் பார்க்க முடியும். உண்மை நிலை உணரப்படும் போது 'நான்' நழுவிவிடும்.

அந்த 'நான்' விடுமுறையை அனுபவிக்கக்கூட உங்களை விடுவதில்லை. நீங்கள் மலையேறிச் சென்றாலும், கோடைவாசஸ்தலத்தில் தங்கினாலும் அங்கேயும் அந்த நான் விடுமுறைக்கு இடமளிக்காது. ஓய்வெடுக்கச் சென்றாலும் வானொலி, தொலைக்காட்சி, பிரச்சினைகள் இவையும் உங்களோடு வந்து விடுகின்றன. உங்கள் வழக்கமான செயல்கள் அப்படியே தொடர்கின்றன. நீங்கள் ஓய்வு கொள்வதில்லை.

அந்த 'நான்' ஓய்வெடுக்காது. அது இறுக்கங்களுடன் இருக்கவே செய்யும். அது புதிய இறுக்கங்களை, புதிய கவலைகளைத் தோற்றுவித்துக் கொண்டே இருக்கும். புதிய பிரச்சினைகளைத் தொடர்ந்து உற்பத்தி செய்தபடி இருக்கும். ஒரு நிமிட ஓய்வு கூட அந்த 'நானை' தடுமாறி விழச் செய்துவிடும். காரணம் உண்மை நிலை அழகானது, நான் மிகவும் அருவருப்பானது.

ஒருவர் தொடர்ந்து தன்னுடைய வழியில் போராடிக் கொண்டிருக்கிறார். இசைவுத் தன்மையில் தானே நிகழக் கூடியவற்றுக்கும் நீங்கள் போராடுகிறீர்கள். நீங்கள் போராடத் தேவையில்லை. நீங்கள் விரும்பாவிட்டாலும் உங்களை வந்தடையக் கூடிய பொருள்களை விரும்பி நிற்கிறீர்கள். உண்மையில் விரும்புவதன் மூலமே அவற்றை நீங்கள் இழக்கிறீர்கள்.

அதனால்தான் புத்தர் சொன்னார்:

'ஆற்றோடு மிதந்து செல்லுங்கள்
அது உங்களைக் கடலில் கொண்டு சேர்க்கும்' என்று.

'எனது', 'எனக்கு', 'நீ', 'நான்' — இது அகப்படுத்தும் பொறி. இந்தப் பொறி துன்பத்தை, நரம்புக் கோளாறை, சித்தப் பிரமையை உண்டு பண்ணும்.

இப்போது பிரச்சினை என்னவென்றால், குழந்தை அதன் வழியே சென்றாக வேண்டும். காரணம் அவனுக்குத்

தான் யார் என்று தெரியாது. ஓர் அடையாளம் அவனுக்குத் தேவைப்படுகிறது. அது தவறான அடையாளமாயும் இருக்கலாம். ஆனால், எதுவுமே இல்லாமல் இருப்பதைவிட ஏதாவதொன்று இருப்பது நல்லதல்லவா. தான் யாரென்பதை அவன் அறியும் முயற்சியில் ஒரு தவறான (உண்மையில்லாத) அடையாளம் உருவாக்கப்படுகிறது. அந்த 'நான்' உங்களுடைய உண்மையான மையமல்ல. பயன் கருதி நீங்களே புனைந்து உருவாக்கிக் கொண்டது. உங்கள் உண்மையான மையத்துடன் அது செய்யக் கூடியது ஒன்றுமில்லை.

உங்களுடைய உண்மையான மையமே சகலத்துக்கும் மையம். மையத்தில் பிரபஞ்சம் முழுதும் ஒன்றாகிவிடுகிறது ஒளியின் பிறப்பிடத்தைப்போல, சூரியக் கதிர்களைப் போல.

உங்களுடைய உண்மையான மையம் உங்களுடையது மட்டுமல்ல, முழுமையினுடையதுமாகும். ஆனால், பல சிறிய மையங்களை நமக்கென்று உருவாக்கிக் கொள்கிறோம். அதற்கு அவசியமிருக்கிறது. காரணம், குழந்தை தனக்கென்று ஓர் எல்லைக்கோடு இல்லாமல் பிறந்து விடுகிறது. தான் யார் என்கிற கருத்து இல்லை. அது தொடர்ந்து வாழ்வதற்கு இன்றியமையாதது. அவன் எப்படித் தொடர்ந்து வாழ்வது? அவனுக்கு ஒரு பெயர், தான் யார் என்கிற கருத்து வழங்கப்படவேண்டும். உண்மையில் அந்தக் கருத்து வெளியில் இருந்தே வருகிறது. சிலர் சொல்வார்கள், 'நீ அழகாயிருக்கிறாய்' என்று. சிலர் சொல்வார்கள் 'நீ புத்திசாலி' என்று. சிலர் கூறுவார்கள், 'நீ பலவான்' என்று. அவர்கள் சொல்வதை நீங்கள் திரட்டிக் கொள்கிறீர்கள்.

அவர்கள் சொல்வதிலிருந்து ஒரு குறிப்பிட்ட 'மன உருவை' (Image) நீங்கள் உருவாக்கிக் கொள்கிறீர்கள். நீங்கள் யார் என்பதை ஒரு போதும் உங்களுக்கு நீங்களே ஆய்ந்து பார்த்ததில்லை. உங்கள் 'மனஉரு' தவறாகிவிடும். காரணம் நீங்கள் யாரென்று மற்றவர்களால் அறிய முடியாது, நீங்கள் யாரென்று வேறு எவரும் சொல்ல முடியாது. உங்களுடைய

உண்மை நிலை (Reality) உங்களைத் தவிர வேறு யாருக்கும் பிடிபடாது. அதை உங்களையன்றி வேறு யாரும் நெருங்க முடியாது.

உங்கள் அடையாளம் தவறானதென்பதை, மக்களின் அபிப்ராயங்களைத்தான் ஒன்று சேர்த்து வைத்திருந்தீர்கள் என்பதை ஒருநாள் உணர்வீர்கள். சில நேரங்களில் எண்ணமிடுவீர்கள், அமைதியாய் உட்கார்ந்து நீங்கள் யார் என்று எண்ணமிடுவீர்கள். பல எண்ணங்கள் உண்டாகும். அவை எங்கிருந்து வருகின்றன என்பதைக் கவனித்தபடி இருங்கள், அதன் பிறப்பிடத்தை (Source) நீங்கள் கண்டறிய முடியும்.

சில விஷயங்கள் உங்கள் தாயிடமிருந்து வந்திருக்கும். அது 80—90 சதவிகிதம் என்று சொல்லலாம். சில விஷயங்கள் உங்கள் தந்தையிடமிருந்தும், ஆசிரியர்களிடமிருந்தும் வந்திருக்கும். சிலதுகள் உங்களுடைய நண்பர்களிடமிருந்தும், ஏன் சமூகத்திடமிருந்தும் வந்திருக்கும். ஒரேயொரு சதவிகிதம் கூட உங்களிடமிருந்து வந்திருக்காது. உங்களுடைய பங்களிப்பின்றி ஏற்படுத்திக் கொள்ளும் அடையாளத்தை எந்த வகை என்பது?

இதனை நீங்கள் புரிந்து கொள்ளும் நாளில் உங்களுடைய இறை நம்பிக்கை முக்கியமானதாகிவிடும். அன்றே உங்கள் இருப்புணர்வில் (Being) நுழைதற்கான உத்தியை, முறையை நீங்கள் கண்டுபிடிக்கத் தொடங்குவீர்கள். அடுத்தவர் கருத்துகளை ஒதுக்கிவிட்டு உங்களுடைய உண்மை நிலையை நீங்களே நேரடியாய், உடனடியாய் எதிர் கொள்வீர்கள். அடுத்தவரைக் கேட்க வேண்டிய அவசியமில்லை. உங்களைப் போலவே தான் அவர்களும் அறியாதவராயிருப்பார்கள். நீங்கள் உங்களை அறியவில்லை, அவர்கள் தங்களை அறியவில்லை.

விஷயங்கள் எப்படி நடக்கின்றன என்று கவனியுங்கள். ஒரு தவறு இன்னொரு தவறுக்கு இட்டுச் செல்கிறது. நீங்கள் கிட்டத்தட்ட ஏமாற்றப்பட்டீர்கள், வஞ்சிக்கப்பட்டீர்கள். உங்களை ஏமாற்றியவர்கள் தங்களையறியாமலே அதைச்

செய்திருக்கக் கூடும். அவர்கள் மற்றவர்களால் ஏமாற்றப் பட்டிருக்கலாம். உங்கள் தந்தையோ, ஆசிரியரோ, தாயோ மற்றவர்களால் ஏமாற்றப்பட்டிருக்கலாம். தங்கள் தந்தை யிடம், தங்கள் ஆசிரியரிடம், தங்கள் தாயிடம் அவர்கள் ஏமாந்திருப்பார்கள். அவர்கள் தங்கள் முறை வந்ததும் உங்களை ஏமாற்றினார்கள். அதையே தான் உங்கள் குழந்தைக்கு நீங்கள் செய்யப் போகிறீர்களா?

பண்பு வகையில் சிறந்த உலகில், புத்திசாலித்தனமும், விழிப்புணர்வும் கொண்ட பெற்றோர்கள் அடையாளம் பற்றிய கருத்து தவறானதென்பதை தங்கள் குழந்தை களுக்குப் போதிப்பார்கள். ‘அது அவசியந்தான். அதை நாங்கள் உனக்குக் கொடுத்திருக்கிறோம். நீயாகவே உன்னைப் புரிந்துகொள்ளும் வரை, கொஞ்ச நாளைக்குப் பயன்படுத்திக் கொள்’ என்று.

அது உங்களுடைய உண்மை நிலை ஆகாது. நீங்கள் யாரென்பதை வெகுசீக்கிரமே கண்டுபிடித்துக் கொள்ளுங் கள், அத்தனைக்கு அது நல்லது.

அடுத்தவரிடமிருந்து நாம் சேகரிக்கும் கருத்துகள் ஒரு ஆளுமையை நமக்கு வழங்கும். நமக்குள்ளிருந்து நாம் பெறுகிற அறிவு தனித்தன்மை (Individuality)யைத் தரும். ஆளுமை பொய்யானது, தனித்தன்மை உண்மையானது. ஆளுமை இரவலாய் பெற்றது, தனித்தன்மையோ அதிகார பூர்வமானது.

‘நீங்கள் யார்’ என்ற கேள்விக்கு விடையை வேறு யாரும் கொடுக்க முடியாது. உங்கள் இருப்புணர்வின் (Being) அடியாழம் வரை சென்று அதை நீங்கள தான் கண்டறிய வேண்டும். அடுக்கடுக்காயிருக்கும் பொய்யான அடை யாளங்களைத் தகர்த்தெறிய வேண்டும்.

தன்னுடைய சுயத்தில் நுழைகிறவருக்கு அச்சம் இருக் கும், காரணம், உள்ளே எல்லாமும் தாறுமாறாய் கிடப்பது தான். எப்படியோ ஒரு பொய்யான அடையாளத்தை

வைத்துக் கொண்டு நீங்கள் சமாளிக்கிறீர்கள். அதனுடன் இசைவாகிவிட்டீர்கள். உங்களுடைய பெயர் என்னவென்று நீங்கள் அறிவீர்கள். உங்களிடம் சில ஆதாரங்கள், சான்றிதழ்கள், கல்லூரி அல்லது பல்கலையில் வாங்கிய பட்டங்கள், கவுரவம், பணம், பாரம்பரியப் பண்பு இவை இருக்கும். உங்களைப் பற்றி விவரிப்பதற்கு சில வழிகள் வைத்திருப்பீர்கள். ஒரு குறிப்பிட்ட விளக்கம் உங்களிடம் இருக்கும். 'உள்ளே செல்லுதல்' என்னும் நிலையில் அந்த விளக்கத்தை நீங்கள் விடும்படி ஆகும். எல்லாம் தாறுமாறாகிவிடும்.

உங்களுடைய மையத்துக்கு நீங்கள் வருவதற்கு முன்னால் மிகவும் தாறுமாறான—குழப்பமான (Chostic) நிலையை நீங்கள் கடந்து வரவேண்டியிருக்கும். அதனால் தான் அங்கே அச்சம் இருப்பது. உள்ளே செல்ல யாரும் விரும்ப மாட்டார்கள்.

மக்கள் போதித்துக் கொண்டேயிருப்பார்கள் 'உன்னை நீ அறிவாய்' என்று. ஆனால், நாம் ஒரு போதும் அதைப் பற்றிக் கவலைப்படுவதில்லை. குழப்ப நிலை பற்றிய அச்சத்தின் காரணமாய் வெளியில் கிடைக்கிற எதையும் நாம் பற்றிக் கொண்டு விடுகிறோம். ஆனால் அது வாழ்க்கையை வீணடிக்கிற வேலை.

பயனற்றதைப் பேசும் மனம் (THE CHATTERING MIND)

தியானப்பாதையில் இரண்டாவது இடையூறு பயனற்றதைப் பேசிக் கொண்டிருக்கும் மனமாகும். ஒரு நிமிடம் கூட சும்மாயிராமல் உங்கள் மனம் பிதற்றியபடி இருக்கும். அது பொருத்தமாயும் இருக்கலாம் பொருத்தமற்றதாயும் இருக்கலாம், அர்த்தமுடையதாயும் இருக்கலாம், அர்த்தமற்றதாயும் இருக்கலாம். அதில் எப்போதுமே போக்கு வரத்து நெருக்கடிதான்.

> 'ஒரு பூவைப் பார்க்கிறீர்கள்,
> அதை வார்த்தையாக்குகிறீர்கள்
> உலகப் பொருள்கள் அனைத்தையும்பற்றி
> சொற்களால் தெரிவிக்கிறீர்கள்.'

தியானம்

உங்கள் மனம் எதற்கும் சொல் விளக்கம் தரும் சாலையைக் கடக்கும் ஒரு மனிதனைப் பற்றியதிலிருந்து. எல்லாமும் வார்த்தைகளாய் மாற்றப்படுகின்றன. வார்த்தை தடுப்புச்சுவராகிறது, வார்த்தை சிறையில் அடைபட்ட நிலையை உண்டுபண்ணுகிறது.

பிரபஞ்சப் பொருள்களை வார்த்தைகளாய் மாற்றுவது தியான நிலையில் உள்ள மனதுக்குத் தடையாகும்.

தியான முன்னேற்றத்தில் முதல் தேவை வார்த்தை களில் விழிப்புணர்வோடிருப்பதும் அதை நிறுத்த முடிவதும் தான்.

எதையும் பாருங்கள், வார்த்தையாக்க வேண்டாம். அவற்றின் இருப்பை உணர்ந்திருங்கள், சொற்களாய் மாற்ற வேண்டாம்.

பொருள்களையோ, மனிதர்களையோ, சூழ்நிலை களையோ வார்த்தைகளாக்கிப் பார்க்க வேண்டுமென்ப தில்லை. அவை சொற்களுக்கு உட்படாமல் இருக்க முடியும். அது ஒன்றும் சாத்தியமற்றதல்ல. இப்போது இருக்கும் சூழ்நிலை செயற்கையானது, உருவாக்கப்பட்டது. ஆனால் நாம் அதற்குப் பழகி விட்டிருக்கிறோம். அது இயந்திரத் தனமாகிவிட்டது. அது குறித்த உணர்வேயில்லை.

சூரியன் உதயம் இருக்கிறது. அதைப் பார்ப்பதற்கும் அதைச் சொற்களால் தெரிவிப்பதற்கும் இடையில் உள்ள இடைவெளியை நீங்கள் உணர்வதில்லை. நீங்கள் சூரியனைப் பார்த்ததுமே அதை வார்த்தையாக்கி விடுவதால் இடை வெளி உணரப்படுவதில்லை. அது இழக்கப்படுகிறது. சூரிய உதயம் ஒரு வார்த்தையல்ல என்கிற உண்மையை ஒருவர் உணர்ந்திருக்க வேண்டும். அது ஓர் உண்மை, இருப்பு, செயல் நிலை. மனம் அனுபவத்தை வார்த்தையாக்குகிறது. வார்த்தைகள் சேகரமாகி பிரபஞ்ச இருப்புக்கும் பிரக்ஞைக் கும் இடையில் வந்து விடுகிறது.

‘தியானம் என்பது வார்த்தைகளின்றி வாழ்வது’

உள்ளே குவியும் மொழி சார்ந்த நினைவுகள் தியான வளர்ச்சியில் தடையாகும்.

தியானம் என்பது மொழியற்ற நிலையில் வாழ்வதாகும். நீங்கள் யாரோ ஒருவரைக் காதலிக்கிறீர்கள். நீங்கள் உண்மையிலேயே காதல் கொண்டிருந்தால் அப்போது உணரப்படுவது இருப்பு(Presence)தானே தவிர மொழி யல்ல. ஒருவருக்கொருவர் மிகவும் நெருங்கிவிட்ட காதலர்கள் அமைதியில் இருப்பார்கள். அதனால் அங்கே வெளிப்படுத்திக்கொள்ள ஏதுமில்லையென்றாகாது. மாறாக, அமுக்கி போடும் அளவுக்கு விஷயங்கள் இருக்கும். ஆனால், அங்கே வார்த்தைகள் இருக்காது, இருக்க முடியாது.

காதல் கொண்ட இருவர் அமைதியாய் இருக்கவில்லை என்றால், எப்போதும் அவர்கள் பேசிக் கொண்டே யிருப்பார்கள் என்றால் காதல் செத்துவிட்டதையே அது சுட்டிக்காட்டும். அவர்கள் தங்கள் இடைவெளிகளை வார்த்தையால் இட்டு நிரப்புகிறார்கள்.

'உயிரோட்டமுள்ள காதலுக்கு
வார்த்தைகள் அவசியப்படாது'

அன்பு வளர்ச்சியின் உச்சத்தில் தியானமாகாது.

அந்த அன்பு ஒற்றை நபர் மீது கொண்டதல்ல, ஒட்டு மொத்த பிரபஞ்சத்தின் மீது கொண்டதாகும். என்னைப் பொறுத்தவரை தியானம் என்பது உங்களைச் சுற்றியுள்ள பிரபஞ்சத்தோடு நீங்கள் கொள்கிற தொடர்பாகும். எந்த நிலையிலும் உங்களால் அன்பு செய்ய முடியும் என்றால் நீங்கள் தியானத்தில் இருக்கிறவர்தான்.

சமுதாயம் உங்களுக்கு மொழியைத் தருகிறது. அது மொழியில்லாமல் இருக்க முடியாது, அதற்கு மொழி அவசியம். ஆனால், பிரபஞ்சத்துக்கு அது அவசியமில்லை. நீங்கள் மொழியற்றவராய் இருங்கள் என்று நான் சொல்ல மாட்டேன். அதை நீங்கள் பயன்படுத்த வேண்டும். ஆனால் சொற்களின் எந்திரத்தன்மைதான் நிறுத்தப்பட வேண்டியது.

சொல்நுட்பம் சமூகத்தில் ஓர் அங்கம் என்கிற முறையில் உங்களுக்கு அவசியந்தான். அது இல்லாமல் சமூகத்தில் இயங்க முடியாது. ஆனால், பிரபஞ்ச இருப்பில் நீங்கள் தனித்திருக்கும்போது அந்த நுட்பம் அவசியப் படாது. அதை நிறுத்தி வைக்கக் கூடியவராய் நீங்கள் இருக்க வேண்டும். அது தொடர்ந்தால் பிறகு அதைக் கட்டுப்படுத்த முடியாது. அதைக் கட்டுப்படுத்தாவிடில் அந்த நுட்பம் உங்களைத் தனது பிடியில் வைத்துக் கொண்டு விடும். நீங்கள் அதற்கு அடிமையாகிவிடுவீர்கள்.

'மனம் ஒரு கருவியாய் இருக்க வேண்டும்
எஜமானனாகிவிடக் கூடாது'

ஆனால், அது எஜமானாகி விடுகிறது.

மனம் எஜமானாகிவிட்டால் ஒரு தியானமற்ற நிலை தான் ஏற்படும். நீங்கள் எஜமானனாயிருக்கும்போது உங்கள் பிரக்ஞை ஆதிக்கம் பெறும், தியானநிலை உண்டாகும்.

மனமும் அதன் மொழிசார்ந்த இயக்கமும் முடிவான தாகிவிடாது. நீங்கள் அதற்கும் அப்பாற்பட்டவர், பிரபஞ்சம் அதற்கும் அப்பாற்பட்டது. பிரபஞ்சம் மொழிக்கு அப்பாற் பட்டது. பிரபஞ்சமும் பிரக்ஞையும் ஒன்றாகிற போது அவை தோழமை கொண்டுவிடுகின்றன. அந்த நிலை தியானம் ஆகும்.

சமூகத்துக்கு எது தேவையோ அதை இருபத்து நாலு மணி நேரப் பழக்கமாக்கிக் கொண்டு விடக்கூடாது.

நீங்கள் நடக்கும் போது கால்களை அசைத்துத்தான் ஆகவேண்டும். ஆனால், அமர்ந்திருக்கும் போதும் அவற்றை அசைத்துக் கொண்டிருக்க வேண்டுமென்பதில்லை. அமர்ந்த நிலையில் காலாட்டிக் கொண்டேயிருந்தால் கால்களுக்குப் பைத்தியம் பிடித்துவிடும். அதை நிறுத்தக் கூடியவராய் நீங்கள் இருக்க வேண்டும். அதே மாதிரி நீங்கள் யாருடனும் பேசிக் கொண்டிராத நிலையில் மொழிக்கு அங்கு வேலை யில்லை. மொழி ஒரு கருவி, தகவல் தொடர்புக்கான உத்தி.

ஏதாவதொன்றைத் தெரிவிக்க வேண்டும் என்கிறபோது அதைப் பயன்படுத்த வேண்டும். யாருடனும் நீங்கள் பேசாதபோது அது தேவையில்லை.

இதைச் செய்யவும் புரிந்து கொள்ளவும் உங்களால் முடிந்தால் தியானத்தில் நீங்கள் முன்னேறுவீர்கள். தியானம் ஓர் உத்தியல்ல, அது வளர்ச்சிக்கான செயற்பாங்கு (Process) கொண்டது. எனவேதான் சொல்கிறேன் தியானத்தில் நீங்கள் முன்னேற முடியும் என்று. உத்தி எப்போதுமே உயிரற்றது, செயற்பாங்கோ உயிரோட்டமுடையது, அது வளரும், விரிவடையும்.

மொழி அவசியந்தான். ஆனால், எப்போதுமே மொழியைப் பயன்படுத்தியாக வேண்டுமென்பதில்லை. நீங்கள் பேச்சற்றவராய், பிரபஞ்சத்தைச் சார்ந்திருக்க வேண்டிய கணங்களும் இருக்கின்றன. மொழி பிரக்ஞையை மந்தப் படுத்துகிறது. திரும்பத் திரும்பப் பேசுகிற நிலையில் சலிப்பு ஏற்பட்டுவிடும்.

நீங்கள் ரோஜாவைப் பார்க்கிறீர்கள். அது ஒரு புதிய ரோஜா. அதற்கு முன் அது இருந்ததில்லை. ஒரு போதும் திரும்பவும் இருக்கப் போவதில்லை. முதல் முறையாகவும் கடைசி முறையாகவும் அது இருக்கிறது.

ஆனால், 'இது ஒரு ரோஜா' என்று நாம் சொல்கிற போது அது திரும்பவும் சொல்லப்பட்டதாகும். ஆம், ரோஜா என்கிற வார்த்தை முன்பே உங்களிடம் உள்ளது தான். இப்போது ரோஜாவைப் பார்த்ததும் மீண்டும் அந்த வார்த்தை வெளிவருகிறது. ஒரு பழைய வார்த்தையால் புதுமை ஒன்றைக்கொன்று போட்டீர்கள்.

எப்போதுமே பிரபஞ்ச இருப்பு இளமையாகவும், மொழி (வார்த்தைகள்) முதுமையுற்றதாயும் இருக்கிறது. பேச்சின் மூலம் நீங்கள் பிரபஞ்சத்திலிருந்தும், உயிர்த் தன்மையில் இருந்தும் விலகிச் செல்கிறீர்கள். மொழியுடன் எத்தனைக்கு சம்பந்தப்படுகிறீர்களோ அத்தனைக்கு உங்களுடைய உணர்ச்சி குன்றிவிடுகிறது.

தியானம்

ஒரு பண்டிதர் மொழியும், வார்த்தைகளுமாகி விடுவதால் அவரிடம் உணர்ச்சியை எதிர்பார்க்க முடியாது. சாத்ரே (Satre) தன்னுடைய சுயசரிதைக்கு வைத்த பெயர் வார்த்தைகள். தியானம் என்பது வாழ்தல். நீங்கள் அமைதியாயிருக்கும் போதுதான் முழுமையாய் வாழ்கிறீர்கள். அமைதியாயிருப்பதென்றால் பிரக்ஞையற்றிருப்பது என்று நான் அர்த்தப்படுத்தவில்லை. பிரக்ஞையற்ற அமைதியில் உயிரோட்டமிருக்காது.

எனவே என்ன செய்வது? கவனியுங்கள்— அதை நிறுத்த வேண்டியதில்லை. மனதுக்கெதிராய் எந்த நடவடிக்கையும் தேவையில்லை. உங்கள் மனதை இரு கூறுகளாய் நீங்கள் பிரிக்க முடியும். ஒன்று இன்னொன்றை அடக்கியாள முயல்வது. இரைமீது பாயும் வேட்டை நாய் போல் வெறியுடன் இருப்பது. அதன் செய்கை முட்டாள்தனமானது. மனம் மனத்தோடு போரிடுவது என்பது அபத்தந்தான். அதனாலென்ன? நீங்கள் மனதையோ அல்லது எண்ண ஓட்டத்தையோ நிறுத்த வேண்டாம். அதைக் கவனித்திருங்கள். அது பூரண சுதந்திரத்துடன் செயல்பட அனுமதியுங்கள். அதை எவ்விதத்திலும் அடக்க முயல வேண்டாம். சாட்சிபாவத்தில் இருங்கள். அது ஒரு அழகான அனுபவம்.

மனம் ஓர் அருமையான எந்திர நுட்பம் கொண்டது. அதற்கு இணையான ஒன்றை விஞ்ஞானத்தால் இதுவரை கண்டுபிடிக்க முயலவில்லை. மனம் தலைசிறந்த படைப்பு. பெரிய அளவில் செயல்திறன் கொண்டது. கவனியுங்கள், களிப்படையுங்கள்.

ஒரு பகைவனைப் போல் அதைப் பார்க்காதீர்கள், அந்த நிலையில் இருந்து பார்த்தால் உங்களால் அதை சரிவரக் கவனிக்க முடியாது. நீங்கள் முன்பே அதைப் பற்றி தவறான கருத்து கொண்டிருக்கிறீர்கள், அதற்கு எதிராய் இருக்கிறீர்கள். ஒரு பகைவனைப் போல் யாரையாவது பார்க்கிறபோது உங்களால் ஆழமாய்ப் பார்க்க முடியாது.

அவருடைய கண்களை நேரடியாய் பார்ப்பதைத் தவிர்ப்பீர்கள்.

மனதைக் கவனித்தல் என்றால் அதை ஆழ்ந்த அன்புடன் கவனிப்பது என்று அர்த்தம். மிகுந்த கண்ணியத் துடனும, மதிப்புடனும் கவனிக்க வேண்டும். அது கடவுள் உங்களுக்களித்த வெகுமதி. மனதில் எதுவும் தவறாகிவிட வில்லை. சிந்தனையிலும் எதுவும் தவறாகிவிட வில்லை. மற்ற நடைமுறைகளைப் போலவே அதுவும் ஓர் அழகான நடைமுறை (Process)யைக் கொண்டது.

வானத்தில் மிதந்து செல்லும் மேகங்கள் அழகானவை. ஏன் உங்களுக்குள் அசைந்து செல்லக் கூடாது? மரத்தில் பூத்துக் குலுங்கும் பூக்கள் அழகானவை. அதுபோல் உங்கள் எண்ணங்களும் மலரட்டுமே. கடல் நோக்கிப் பாயும் ஆறு அழகானது. எல்லாச் செயல்களையும் தன் ஆளுகையின் கீழ் வைத்திருக்கும் சக்தி (Desting)யை நோக்கி எண்ணங்கள் ஓடட்டுமே.

பெருமதிப்புடன் கவனியுங்கள். போராளியாய் இருக்காதீர்கள், காதலனாயிருங்கள். மனதின் நுட்பமான கருத்து வேறுபாடுகளைக் கவனியுங்கள், எதிர்பாராத திருப்பங்களை, தாவல்களை, மனம் ஆடும் ஆட்டங்களைக் கவனியுங்கள். அது நெசவு செய்யும் கனவுகளை, கற்பனை களை, அதன் ஆயிரத்தியோரு வெளிப்பாடுகளைக் கவனி யுங்கள். அதில் சம்பந்தப்படாமல் விலகி நில்லுங்கள். போகப் போக உணரத் தொடங்குவீர்கள்.

உங்கள் கவனிப்பு ஆழமாவது போலவே உங்கள் விழிப்புணர்வும் ஆழப்படும். இடைவெளிகள் தோன்றும். ஒரு மேகத்துக்கும் இன்னொரு மேகத்துக்கும் நடுவே உண்டாகும் இடைவெளிபோல் ஓர் எண்ணத்துக்கும் இன்னோர் எண்ணத்துக்கும் இடைவெளி உண்டு.

அந்த இடைவெளிகளில் மனமற்ற நிலை காணப் பெறுவீர்கள். மனமற்ற நிலையை அனுபவிப்பீர்கள். அது

ஸென் அல்லது தாவோ அல்லது யோகா அனுபவமா யிருக்கலாம். அந்தச் சிறிய இடைவெளிகளில் வானம் அழகாகிறது, சூரியன் ஒளிவிட்டுப் பிரகாசிக்கிறது. திடீரென்று இந்த உலகம் எண்ணற்ற புதிர்களின் இருப்பிட மாகிறது. அதுவரை உங்கள் கண்களை மூடியிருந்த திரை நீங்குகிறது. நீங்கள் தெளிவாய், ஊடுருவலாய் பார்க்கிறீர்கள். இப்பிரபஞ்சம் முழுதுமே தெள்ளத் தெளிவாகி விடுகிறது.

தொடக்கத்தில் இவை அபூர்வ கணங்களாயிருக்கும். ஆனாலும் அவை சமாதி நிலைத் தோற்றங்களை வழங்கும். அமைதியின் சின்னச் சின்ன நீர்நிலைகளாயிருக்கும். அவை தோன்றிமறையும். ஆனால், இப்போது அறிவீர்கள் நீங்கள் சரியான தடத்தில்தான் சென்று கொண்டிருக்கிறீர்கள் என்பதை. மீண்டும் நீங்கள் கவனிக்கத் தொடங்கி விடுகிறீர்கள்.

ஓர் எண்ணம் கடந்து செல்லும் போது அதை நீங்கள் கவனிக்கிறீர்கள். ஓர் இடைவெளி கடப்பதையும் கவனிக் கிறீர்கள். மேகங்கள் அழகாயிருக்கின்றன. சூரிய ஒளியும் அழகாயிருக்கிறது. இப்போது நீங்கள் தேர்வு செய்பவரா யில்லை. உங்கள் மனம் நிலைத்திருப்பதாயில்லை. 'நான் இடைவெளிகளையே விரும்புவேன்' என்று சொல்ல மாட்டீர்கள். நீங்கள் விருப்பத்துடன் இணையும் போது இடைவெளிகள் மறைந்துவிடும். அவை தனியாக, விலகி யிருக்கும்போது நிகழ்பவை. அவை நிகழ்பவை, கொண்டு வரப்படுகிறவையல்ல. அவை தன்னால் நிகழ்பவை, அவற்றை நிகழும்படி நீங்கள் கட்டாயப்படுத்த முடியாது.

கவனித்துக் கொண்டேயிருங்கள். எண்ணங்கள் வந்து போகட்டும். அவை எங்கு வேண்டுமானாலும் போகட்டும், தவறில்லை. கையாளவோ, அறிவுறுத்தவோ முயலாதீர்கள். எண்ணங்கள் சுதந்திரமாய் செல்லட்டும். அதன் பிறகு பெரிய இடைவெளிகள் வரும். உங்களுக்கு சின்னச் சின்னதாய் தெய்விக அனுபவங்கள் கிடைக்கும். (Satoris) சில சமயம் நிமிடம் கடக்கும், எண்ணங்கள் இருக்காது.

அங்கே போக்குவரத்து இருக்காது. முழுமையான அமைதி இருக்கும்.

பெரிய இடைவெளிகள் ஏற்படும்போது உலகத்தைப் பார்ப்பதற்கான தெளிவு கிடைப்பதோடு, அது புதிய தெளிவாகவும் இருக்கும். அகவுலகை உங்களால் காண முடியும். முதல் இடைவெளிகளில் நீங்கள் உலகத்தைப் பார்க்கிறீர்கள். மரங்கள் தற்போதுள்ளதை விட மேலும் பசுமையாய் இருக்கும். ஒரு முடிவற்ற இசையால் நீங்கள் சூழப்பட்டிருப்பீர்கள். நீங்கள் திடீரென்று கடவுளின் முன்னிலையில் இருப்பீர்கள். அது ஒரு புதிராய், சொல்லில் விவரிக்க முடியாததாயிருக்கும். அதை நீங்கள் புரிந்து கொள்ள முடியாவிட்டாலும் அது மனக்கிளர்ச்சி ஊட்டுவதாயிருக்கும். அது உங்களுக்கு எட்டுவது போல் தெரிந்தாலும் அப்பாற்பட்டதாகவேயிருக்கும். அதுவே உள்ளிலும் நிகழும். கடவுள் வெளியில் மட்டுமல்ல, உள்ளிலும் இருப்பார். இது உங்களுக்கு திகைப்பை உண்டு பண்ணலாம். அவர் காண்பவராயும் இருக்கிறார், காணப்படுவதிலும் இருக்கிறார். அவர் வெளியிலும் இருக்கிறார், உள்ளிலும் இருக்கிறார். ஆனால், எந்த ஒன்றுடனும் இணைந்து கொள்ளாதீர்கள்.

மனம் தொடர்வதற்கு இணைப்பு துணைபுரிகிறது. இணைப்பற்ற சாட்சிபாவம் அதை நிறுத்துவதற்கு வழியாகும்.

அந்தப் பரமசுகமான கணங்களை நீங்கள் அனுபவிக்கத் தொடங்கும்போது உங்களுடைய திறனை நீண்ட காலம் தக்க வைத்துக்கொள்ள முடியும். எண்ணம் தேவைப்பட்டால் அதைப் பயன்படுத்துங்கள். எண்ணம் தேவைப்படாவிட்டால் அதை நிறுத்தி வையுங்கள். உங்கள் மனதை நீங்கள் பயன்படுத்த முடியும், பயன்படுத்தாமலும் இருக்கலாம். அது நீங்கள் தீர்மானித்துக் கொள்ள வேண்டியது. கால்கள் மாதிரி. நீங்கள் ஓட விரும்பினால் பயன்படுத்துகிறீர்கள். ஓடுவதற்கு விருப்பமில்லையென்றால் அவை

ஒய்வில் இருக்கும். மனமும் அதே விதத்தில்தான் இருக்கிறது.

மனமற்றநிலை என்பது மனதுக்கு எதிரானதல்ல. மனதை அழிப்பதால் மனமற்றநிலை வருவதில்லை. மனமற்றநிலை மனதைப் புரிந்துகொள்வதால் வருவது.

தவறான முறைகள்
(FALSE METHODS)

தியானம் என்பது ஒருமுனைப்படுத்துதல் அல்ல:

தியானம் தவறாகிவிடக் கூடும். உதாரணமாய், உங்களை மிகுதியாய் ஒருமுனைப்படச் செய்கிற எந்தத் தியானமும் தவறானதுதான். நீங்கள் வெளிப்படையாவதற்குப் பதிலாய் இறுக மூடிக்கொண்டு விடுவீர்கள். ஏதேனும் ஒன்றில் ஒருமுனைப்பட உங்கள் பிரக்ஞையை குறுக்கினால், பிரபஞ்சத்தை அதில் நுழையவிடாமல் தடுத்துவிடுகிறீர்கள். ஒன்றையே முக்கியக் கருத்தாய் கொள்வதால் அது மேலும் மேலும் இறுக்கத்தைத் தோற்றுவிக்கும். கவனம் (Attention) என்றாலே இறுக்கத்தில் இருப்பது (At-tension) என்று கொள்ளலாம். ஒருமுனைப்படுதல் என்றாலே இறுக்க உணர்வைத் தரும்.

ஒருமுனைப்படுதல் பயன்படும் ஆனால் அது தியானமாகாது. அறிவியல் ஆய்வில், ஆய்வுக் கூடத்தில் ஒருமுனைப்படுதல் அவசியம். நீங்கள் ஒரு பிரச்சினையில் ஒருமுனைப்படும்போது மற்ற எல்லாவற்றையும் தவிர்க்கும் படியாகும். அந்த அளவுக்கு எஞ்சியுள்ள உலகத்தின்மீது கவனமற்றவராவீர்கள். எந்தப் பிரச்சினையில் ஒருமுனைப்பட்டிருக்கிறீர்களோ அதுவே உங்கள் உலகமாகி விடுகிறது. அதனால்தான் அறிவியலார்கள் ஞாபக மறதிக்காரர்களாயிருக்கிறார்கள்.

நான் ஒரு சிறிய கதை படித்தேன்.

விலங்கியல் பேராசிரியர் ஒருவர் தன்னுடைய வகுப்பி லுள்ளோரைப் பார்த்துப் புன்னகைத்தபடி 'நான் ஒரு தவளையை குளத்திலிருந்து கொண்டு வந்திருக்கிறேன். அதன் வெளித்தோற்றத்தை நாம் ஆராய்ந்துவிட்டுப் பிறகு சோதனை செய்வதற்காகத் துண்டு துண்டாய் வெட்ட வேண்டும்?

அவர் தன்னிடமிருந்த பொட்டலத்தைக் கவனமாய் பிரித்தார். அதனுள் பன்றி இறைச்சி இருந்தது. அந்த 'சாண்ட்விச்'சை திகைப்புடன் பார்த்தார் பேராசிரியர். 'ஆச்சரியமாருக்கே. நான் மதிய உணவைச் சாப்பிட்டு முடித்ததாகவல்லவா ஞாபகம். விஞ்ஞானிகளுக்கு அப்படித் தான் ஆகிவிடுகிறது. அவர்கள் ஒன்றிலேயே கவனம் செலுத்துவதால் அவர்களுடைய மனம் குறுகிவிடுகிறது. உண்மையில் குறுகலான மனம் குறிப்பிட்ட நோக்கத்துக்காக மட்டுமே இயக்கியாளப்படுவது. அது ஊடுருவிச் செல்கிறது, ஓர் ஊசி மாதிரி ஆகிவிடுகிறது. அது சரியான முனையைத் தாக்குகிறது ஆனால், அதைச் சுற்றியிருக்கும் மகத்தான வாழ்க்கையை அது தவறுவிட்டு விடுகிறது.

ஒரு புத்தா (அறிவொளி ஊட்டப்பட்டவர்) ஒரு முனைப்படுவதில்லை, அவர் விழிப்புணர்வுடையவர். அவர் தன்னுடைய பிரக்ஞையை குறுகலாக்க முயல்வதில்லை. எல்லாத் தடைகளையும் விழச் செய்து, அதன் மூலம் பிரபஞ்சத்துக்குக் கிடைக்கக் கூடியவராகிறார்.

கவனியுங்கள். பிரக்ஞையும், பிரபஞ்ச இயக்கமும் ஏக காலத்தில் நிகழ்கிறது. நான் இங்கே பேசுவதும், போக்கு வரத்து இரைச்சலும் ஒரே சமயத்தில் நிகழ்வதாய் இருக்கிறது. இரயில், பறவைகள், மரங்களினூடே வீசும் காற்று என்று இந்தக் கணத்தில் பிரபஞ்ச இருப்பு முழுதும் ஒரு புள்ளியை நோக்கிச் சந்திக்கின்றன.

நீங்கள் காது கொடுத்துக் கேட்கிறீர்கள், நான் பேசிக் கொண்டிருக்கிறேன், இலட்சக் கணக்கானவை நடந்து கொண்டிருக்கின்றன.

தியானம்

ஒன்றில் நீங்கள் ஒருமுனைப்படுகிறபோது வாழ்க்கையின் 99 சதவிகிதமானவை தூக்கி எறியப்பட்டுவிடுகின்றன. ஒரு கணித சம்பந்தமான பிரச்சினைக்கு விடை காண முயல்கிறபோது பறவைகளின் கீதத்துக்கு செவி கொடுக்க மாட்டீர்கள். அது உங்களுடைய கவனத்தைத் திசை திருப்புவதாயிருக்கும். சுற்றியிருந்து விளையாடும் குழந்தைகளும், தெருவில் நாய்களின் குரைப்பும் கவனத்தைச் சிதறடிக்கும். ஒருமுனைப்படுவதன் காரணமாய் மக்கள் வாழ்வில் இருந்து தப்பியோட முயல்கிறார்கள். குகைக்குப் போகிறார்கள், இமயமலைக்குச் செல்கிறார்கள், மற்றவர்களிடம் இருந்து தங்களைத் தனிமைப்படுத்திக் கொள்கிறார்கள். அப்போதுதான் கடவுளிடம் ஒருமுனைப்பட முடியும்.

கடவுள் ஒரு பொருள் அல்ல. அவர் பிரபஞ்சத்தின் முழுமையாயிருக்கிறார். அதனால்தான் அறிவியலால் ஒருபோதும் கடவுளை அறிய முடியவில்லை.

வேறு என்ன செய்வது? ஒரு மந்திரத்தை உச்சரித்துக் கொண்டிருப்பதோ, ஆழ்நிலைத் தியானம் மேற்கொள்வதோ உதவாது. ஆழ்நிலைத் தியானம் அமெரிக்காவில் முக்கியத்துவம் பெற்றிருக்கிறது. அதற்குக் காரணம் புறநோக்குடன் கூடிய அணுகுமுறை (மனம், உணர்வுகளுக்கு அப்பாற்பட்ட புறப்பொருள்களுக்கு முக்கியத்துவம் கொடுக்கும் தன்மை) யும், அறிவியல் சார்ந்த மனமுந்தான். அதனைத் தியானம் என்று சொல்வதைவிட கவன ஒருமுனைப்பு எனலாம். எனவே அறிவியல் சார்ந்த மனம் அதைப் புரிந்து கொள்ள முடிகிறது.

ஆழ்நிலைத் தியானம் பற்றி பல்கலைக் கழகங்களில், அறிவியல் ஆய்வுக் கூடங்களில், உளவியல் ஆராய்ச்சிகளில் நிறையவே முயற்சிகள் நடந்திருக்கின்றன. அறிவியலில் ஒரு முனைப்படுகிற மாதிரிதான் ஆழ்நிலை தியானமும். இரண்டுக்கும் ஓர் இணைப்பு இருக்கிறது. ஆனால் தியானத்துடன் அது எதுவும் செய்வதற்கில்லை.

தியானம் மிகவும் விரிந்து பரந்தது, எந்த அளவிற்கும் உட்படாத வகையில் உயர்ந்தது. அறிவியல் ஆய்வில் இது சாத்தியப்படாது. பிறருடைய துன்பம் கண்டு ஒருவன் இரங்கக் கூடியவனாயிருந்தால், அவன் முயன்று அடைய முடியுமா இல்லையா என்பதை அது வெளிக்காட்டும். ஆல்பா அலைகள் பெருமளவு உதவாது. காரணம் அவை மனம் சம்பந்தப்பட்டவை. தியானமோ மனதினுடையதல்ல, அது மனதுக்கப்பாற்பட்டது.

சில அடிப்படையான விஷயங்களைச் சொல்கிறேன். ஒன்று — தியானம் ஒருமுனைப்படுதலல்ல, ஓய்வு கொள்ளு தலாகும். நீங்கள் தளர்வு நிலையில் உங்களை வைத்துக் கொள்கிறீர்கள். எத்தனைக்கு ஓய்வு கொள்கிறீர்களோ அத்தனைக்கு ஏற்றுக் கொள்வதற்கு இசைவாய், எளிதில் ஊறுபடத்தக்கவராயிருப்பீர்கள். அதிக இணக்கம் கொண்ட வராயிருப்பதால் பிரபஞ்சத் தன்மை உங்களுக்குள் திடீரென்று நுழையத் தொடங்கிவிடுகிறது. இனியும் நீங்கள் பாறையாய் இருக்க மாட்டீர்கள், உட்புக ஏதுவாயி ருப்பீர்கள்.

ஓய்வு கொள்ளுதல் என்றாலே நீங்கள் எதையுமே செய்யாமல் இருக்கும் நிலையாகும். நீங்கள் எதையாவது செய்தால் இறுக்கம் தொடரும். கண்களை மூடியபடி சுற்றி நிகழ்வதை உன்னிப்பாய் கவனியுங்கள். கவனச் சிதறலாய் உணரத் தேவையிருக்காது. கவனம் திசை திரும்பியதாய் நீங்கள் உணரும் கணத்தில் கடவுளை ஏற்றுக் கொள்ள மறுத்தவராவீர்கள்.

'இக்கணத்தில் உம்மிடம் ஒரு பறவையாய்
இறைவன் வருகிறான் – அவனை
மறுத்தொதுக்கி விடாதீர்கள்'

கதவைத் தட்டும் பறவையாகவோ, மறுகணத்தில் குரைக்கின்ற நாயாகவோ, அழுகின்ற குழந்தையாகவோ, சிரிக்கின்ற பித்தனாகவோ அவன் வருகிறான். அவனை ஏற்றுக் கொள்ளுங்கள், புறக்கணித்து விடாதீர்கள். நீங்கள்

மறுத்தால் இறுக்கமடைவீர்கள், ஏற்றுக் கொள்ளுங்கள். ஓய்வு கொள்ள விரும்பினால் ஏற்புத் தன்மைதான் வழி. சுற்றி நடப்பவை எதுவாயினும் ஏற்றுக் கொள்ளுங்கள்.

நீங்கள் அறிந்திருக்கலாம், அறியாதிருக்கலாம். எல்லாமே ஒன்றுக்கொன்று தொடர்புடையவைதாம். இந்தப் பறவைகள், மரங்கள், வானம், சூரியன், பூமி, நான், நீங்கள் என்று எல்லாமும் தொடர்புடையன. இவற்றின் அமைவில் ஓர் ஒழுங்கு இருக்கிறது, ஒழுங்கோடு கூடிய ஒற்றுமையும்.

சூரியன் மறைந்தால் மரங்கள் மறைகின்றன. மரங்கள் மறைந்தால் பறவைகள் மறைகின்றன. பறவைகளும், மரங்களும் மறைந்தால் நீங்களும் மறைந்து விடுவீர்கள். இது உயிரின் வாழ்க்கையை ஆராய்தலாகும் (Ecology) ஒவ்வொன்றும் மற்றொன்றுடன் தொடர்புடையதாகவே இருக்கிறது ஆழ்ந்த தொடர்பு.

எனவே, எதையும் மறுத்துவிடாதீர்கள், காரணம் நீங்கள் மறுக்கிற கணத்தில் உங்களுக்குள்ளிருக்கும் ஏதோ ஒன்றை மறுத்துவிடுகிறீர்கள். இந்தப் பாடும் பறவைகளை மறுத்தீர்களானால் பிறகு உங்களுக்குள்ளிருக்கும் ஏதோ வொன்று மறுக்கப்பட்டதாகிறது.

நீங்கள் ஓய்வு கொள்வதாயின் ஏற்பவராயிருங்கள். பிரபஞ்ச இருப்பை ஏற்கும் தன்மைதான் ஓய்வு கொள்ள ஒரே வழி. உங்கள் மனோபாவந்தான் உங்களை இடர்ப்பாட்டுக்குள்ளாக்குவது. அமைதியாய் உட்கார்ந்து சுற்றி நடப்பவற்றைக் கவனியுங்கள். தளர்வு நிலையில் இருங்கள். அப்போது — திடுதிப்பென்று உங்களுக்குள் சக்தி பெரிய அளவில் எழுவதாய் உணர்வீர்கள்.

நான் உங்களைக் கவனியுங்கள் என்றதுமே இறுக்கமடையும் அளவுக்கு ஒருமுனைப்பட்டு விடாதீர்கள். ஓய்வாயிருங்கள், தளர்வு நிலையில் இருங்கள், கவனியுங்கள். வேறென்ன வேண்டும்? நீங்கள் எதையும் செய்யாமல் வெறுமனே இருந்தால் போதும். எல்லாமே ஏற்கப்பட்டன,

எதுவுமே புறக்கணிக்கப்படவில்லை. கவனித்திருங்கள், வெறுமனே கவனித்திருங்கள், அதுபோதும்.

தியானம் என்பது தன்னைத்தானே ஆராய்வதல்ல
(MEDITATION IS NOT INTROSPECTION)

தன் உணர்வுகளையும் எண்ணங்களையும் தானே ஆய்வு செய்வதற்குப் பெயர் 'தன்னாய்வு செய்தல்' ஆகும். 'தன்னினைவு கொண்டிருப்பது' (Self-Remembering) தியான மாகாது. அது உங்களைப் பற்றிய விழிப்புணர்வுடன் பொருந்துவது. இரண்டுக்கும் உள்ள வேறுபாடு நுட்பமானது, பெரியது.

மேற்கத்திய உளவியல் தன்னாய்வை (Introspection) வலியுறுத்துவது. கிழக்கத்திய உளவியலோ தன்னினைவு கொள்வதாகும்.

தன்னாய்வின்போது நீங்கள் என்ன செய்வீர்கள்? உதாரணமாய் நீங்கள் கோபத்தில் இருக்கிறீர்கள், அப்போது கோபத்தைப் பற்றியே சிந்திக்கத் தொடங்குகிறீர்கள். அது எப்படி வந்தது ஏன் வந்தது என்று ஆராய்கிறீர்கள். சூழ்நிலை காரணமாய் கோபப்படும்படி ஆயிற்று என்று பகுத்தறிவுக்கேற்றவாறு விளக்கமும் கொடுக்கிறீர்கள். நீங்கள் கோபத்தைப் பற்றி ஆழ்ந்து யோசனை செய்கிறீர்கள், கோபத்தை நுணுகி ஆராய்கிறீர்கள். ஆனால் கவனம் கோபத்தின் மீது ஒருமுகப்படுகிறதேயன்றி சுயத்தின் மீது அல்ல. உங்களுடைய பிரக்ஞை முழுதும் கோபத்தின் மீது குவிகிறது. நீங்கள் கவனிக்கிறீர்கள், ஆராய்கிறீர்கள், அதைப் பற்றி சிந்திக்கிறீர்கள். அதிலிருந்து எப்படித் தப்புவது என்று கற்பனை செய்கிறீர்கள். இது எண்ணமிடும் முறை. அது கேடு செய்யக் கூடியதென்பதால் அதை மோசமானது என்று தீர்மானிக்கிறீர்கள். 'இந்தத் தவற்றை நான் மீண்டும் செய்யமாட்டேன்' என்று சூளுரை செய்வீர்கள். மனஉறுதி கொண்டு கோபத்தைக் கட்டுப்படுத்த முயல்வீர்கள். அதனால்தான் மேற்கத்திய உளவியல் நுணுகி ஆராய்வதாயிருக்கிறது.

கிழக்கத்திய உளவியல் கூறுகிறது: 'விழிப்புணர்வோடிருங்கள், கோபத்தை ஆராய முயற்சிக்காதீர்கள். அதற்கு அவசியமுமில்லை. அதை விழிப்புணர்வோடு கவனியுங்கள், எண்ணமிட வேண்டாம். நீங்கள் சந்திக்கத் தொடங்கினால் அதுவே தடையாகும். அது ஆடையாய் மூடிக் கொள்ளும், மேகமாய் சூழ்ந்து கொண்டுவிடும். தெளிவை இழக்கும்படி ஆகும். எனவே, எண்ணமற்றவராயிருந்து கவனியுங்கள்' என்று.

உங்களுக்கும் கோபத்துக்கும் இடையில் ஒரு சிற்றலை கூட எழும்பாத பட்சத்தில் கோபம் எதிர் கொள்ளப்படுகிறது, எதிர்க்கப்படுகிறது. அதன் பிறப்பிடத்தை நோக்கிச் செல்லும் வேலையில் நீங்கள் இறங்க வேண்டாம். அது கடந்த காலத்தில் இருக்கிறது. 'இனி கோபப்பட மாட்டேன்' என்கிற சூளுரையும் வேண்டாம். அது உங்களை எதிர் காலத்துக்கு இட்டுச் சென்றுவிடும். அதையும் தவிர்க்க வேண்டும். நீங்கள் எதையும் தீர்மானிக்க வேண்டாம், தீமானிக்கிற கணத்தில் எண்ணமிடத் தொடங்கிவிடுவீர்கள்.

தன்னினைவு (Self-Remembering) கொள்வதிலோ கோபத்தை மாற்றும் அக்கறை இருக்காது, அது பற்றிச் சிந்திக்கவும் ஆர்வம் இருக்காது.

உங்களால் கோபத்தைக் கூர்ந்து பார்க்க முடிகிறபோது அது மறைகிறது. இதற்கு உங்கள் மனஉறுதியைப் பயன்படுத்தும் அவசியமில்லை. எதிர்காலம் பற்றிய தீர்மானமும் அவசியமில்லை. கோபத்தை ஆழ்ந்து கவனித்தால் போதும், அது மறைந்துவிடும்.

கவனித்தலில் மூன்று நிலைகள் இருக்கின்றன. முதலாவது: கோபம் நிகழ்ந்து அது செல்வதைக் கவனிப்பது. யானை செல்கிறபோது அதன் வால்பகுதி கவனிக்கப்படுகிற மாதிரி. கோபம் கிட்டத்தட்ட மறைந்து அதன் கடைசிப் பகுதி எஞ்சி நிற்கிற போது நீங்கள் விழிப்புணர்வு கொள்கிறீர்கள்.

இரண்டாவது நிலை: யானை உங்களெதிரில் நிற்கும் போது அதைக் கவனிப்பது. பொங்கி உச்சமடையும் கோபத்தை உணர்ந்திருப்பது.

மூன்றாவது நிலை: கோபம் என்கிற யானையின் வால் என்ன தலையே இனிமேல்தான் வந்தாக வேண்டும். அது உங்களுடைய பிரக்ஞைப் பகுதியில் காலடி வைக்கிற போது நீங்கள் விழிப்புணர்வு கொண்டு விடுகிறீர்கள். எனவே கோபம் என்கிற யானைக்கு உருக் கொடுக்கப்படுவதில்லை. தோன்றுவதற்கு முன்பே அந்த விலங்கை அழித்துப் போடுகிறீர்கள். உங்கள் விழிப்புணர்வால் அதை நடக்க வொட்டாமல் செய்கிறீர்கள். நடப்பு இல்லை என்கிறபோது அதற்குச் சுவடும் இருக்காதுதானே.

மனதின் தந்திரங்கள்
(TRICKS OF THE MIND)

அனுபவங்களில் ஏமாந்து விடாதீர்கள்

அனைத்து அனுபவங்களும் மனதின் தந்திரங்கள்தாம், தப்பித்தல்கள்தாம். தியானம் ஓர் அனுபவமல்ல, உணர்தல் ஆகும். தியானம் ஓர் அனுபவமல்ல. உண்மையில் அது அனுபவமனைத்துக்கும் முற்றுப்புள்ளி வைப்பதாகும்.

அனுபவம் என்பது உங்களுக்கு வெளியில் நிகழ்கிற ஏதோவொன்று. உங்களுடைய இருப்புணர்வு (Being) அனுபவிப்பவராயிருக்கிறது. இதுதான் உண்மையான ஆன்மிகத்துக்கும் பொய்யானதுக்கும் உள்ள வேறுபாடு.

நீங்கள் அனுபவத்தைப் பின் பற்றினால் அந்த ஆன் மிகம் பொய்யானதாயிருக்கும். அனுபவிப்பவரைப் பின் பற்றுவதுதான் உண்மையான ஆன்மிகமாயிருக்கும். அப் போது குண்டலினி, சக்கரங்கள் பற்றிக் கவலையிருக்காது, தனிமையில் இருக்கும் உங்களையன்றி வேறெதுவும் இல்லா

திருப்பது உங்கள் உள்ளேயிருக்கும் மையம். அங்கே பிரக்ஞை இருக்கும். உள்ளடக்கம் (content) என்று எதுவும் இருக்காது.

உள்ளடக்கம் என்பது அனுபவமாகும். உங்கள் அனுபவம் எதுவாயினும் அது உள்ளடக்கமே. நான் துன்பத்தை அனுபவிக்கிறேன். அப்போது துன்பம் எனது பிரக்ஞையின் உள்ளடக்கமாகிறது. பிறகு நான் மகிழ்ச்சியை அனுபவிக்கிறேன், மகிழ்ச்சி உள்ளடக்கமாகிறது. நான் சலிப்புறுகிற போது சலிப்பே உள்ளடக்கம். நீங்கள் அமைதியை அனுபவிக்கிறபோது அமைதியும். ஆனந்தத்தை அனுபவிக்கிறபோது ஆனந்தமும் உள்ளடக்கம்.

நீங்கள் உட்பொருளை மாற்றிக் கொண்டே போகிறீர்கள், எல்லையின்றி மாற்றுவீர்கள். ஆனால் அது உண்மை நிலை ஆகாது. உண்மை என்பது அந்த அனுபவங்கள் யாருக்கு நிகழ்கிறது என்பதுதான். யாருக்குச் சலிப்பு ஏற்படுகிறது யாருக்கு ஆனந்தம் ஏற்படுகிறது என்பதே.

ஆன்மிகத்தேடலில் என்ன நிகழ்கிறது என்பதல்ல, யாருக்கு நிகழ்கிறது என்பதுதான். அப்போது அகந்தை ஏற்படுவதற்கு சாத்தியம் இருக்காது.

மனம் நுழையும் மறுபடியும்

தியானத்தில் சிலநேரம் ஒருவகை வெறுமை (Emptiness) நிலையை உணர்வீர்கள். அது உண்மையிலேயே வெறுமை யாய் இருக்காது.

நீங்கள் தியானம் செய்கிறபோது சில நொடிகளுக்கு அல்லது சில நிமிடத்திற்கு எண்ண நடைமுறை (Thought Process) நின்று போனதாய் உணர்வீர்கள். தொடக்கத்தில் இந்த இடைவெளிகள் தோன்றும். அப்படி நின்று போன தாய் உணர்வதுகூட ஓர் எண்ண நடைமுறையாகி விடும். அந்த எண்ணமிடுதல் வெகு நுட்பமாயிருக்கும். 'எண்ண மிடுதல் நின்று போனது' என்று உங்களுக்குள் நீங்கள் சொல்லிக் கொள்கிறீர்கள். ஆனால் இது என்ன? புதிதாய்

தோன்றியிருக்கும் முக்கியத்துவமற்ற ஓர் எண்ண நடைமுறை.

இப்படி நேரிடுகிறபோது அதற்கு இரையாகிவிடாதீர்கள்.

'உங்களுக்குள் ஓர் அமைதி இறங்கி வருகிறபோது
அதை வார்த்தையாக்காதீர்கள், நீங்கள்
வார்த்தையின் மூலம் அதற்குக் கேடுசெய்து விடுகிறீர்கள்'

காத்திருங்கள், ஏதோவொன்றை எதிர்பார்த்தல்ல— ஆனால் காத்திருங்கள். 'இது வெறுமையானது' என்று சொல்லாதீர்கள். நீங்கள் அப்படிச் சொல்கிற கணத்திலேயே அது நாசம் செய்யப்பட்டு விடுகிறது. அதைக் கவனியுங்கள், அதனுள் பிரவேசியுங்கள். ஆனால், வார்த்தையாக்காமல் காத்திருங்கள். வார்த்தையாக்குவதன் மூலம் மீண்டும் வேறொரு பாதையில் மனம் உள்ளே நுழைந்துவிடுகிறது, நீங்கள் ஏமாற்றப்படுகிறீர்கள். மனதின் இந்தத் தந்திரம் குறித்து எச்சரிக்கையாயிருங்கள்.

இப்படி நிகழ்கிற போதெல்லாம் பொறுமையோடு காத்திருங்கள், பொறியில் விழாதீர்கள். எதுவும் சொல்லாமல் அமைதியாயிருங்கள். அப்போது நீங்கள் வெறுமையில் நுழைவீர்கள். பிறகு, அது தற்காலிகமானதாயிருக்காது. உண்மையான வெறுமையை அறிந்து கொண்டுவிட்டால் அதை நீங்கள் இழக்கமாட்டீர்கள். உண்மை இழக்க முடியாதது, அதுவே அதன் இயல்பு.

ஒருமுறை உள்ளிருக்கும் அருநிதியத்தை நீங்கள் அறிந்து கொண்டுவிட்டால், ஆழ்ந்த உள்மையத்தில் சம்பந்தப்பட்டு விட்டால் பிறகு நீங்கள் விரும்பியதையெல்லாம் செய்ய முடியும். அந்த வெறுமையுடனேயே இந்த உலகாயத வாழ்க்கையையும் உங்களால் வாழ முடியும். நீங்கள் எதைச் செய்தாலும் அது புறவெல்லையில் (Periphery) செய்யப்பட்டதாகவே இருக்கும். உள்ளில் நீங்கள் வெறுமையாகவே இருப்பீர்கள்.

தியானம்

மனம் உங்களை ஏமாற்றக் கூடும்

ஆன்ம சாதகன் சிக்கிக் கொள்கிற மாதிரியான அமைப்புகள் உண்டு.

சாதகர்களில் பலரும் தாங்கள் அடையாத ஒன்றை அடைந்ததாய் எண்ணி மாயையில் தொலைந்து விடுகிறார்கள். விழிப்புற்றிருப்பதாய் கனவில் உணர்கிற மாதிரிதான் அது. நீங்கள் இன்னமும் கனவில் தான் இருக்கிறீர்கள், விழித்திருப்பதாய் உணர்வது கனவின் ஒரு பகுதி. சாதகனுக்கு நிகழ்வதும் இதே போன்றதுதான்.

'வந்தாயிற்று, வேறெங்கும் போக வேண்டியதில்லை. என்றொரு மாயைத் தோற்றுவிக்கும் திறன் மனதுக்குண்டு. மனம் ஓர் ஏமாற்றுப் பேர்வழி. இந்நிலையில் இது உண்மை நிலை அல்ல, கனவு, அவன் எதையும் அடையவில்லை என்று சாதகனுக்கு உணர்த்துவது குருவின் வேலை.

இதுபல முனைகளில் மீண்டும் மீண்டும் நிகழக் கூடியதுதான். அடைந்துவிட்டதாய் எண்ணும் போதெல்லாம் குரு தலையிட்டு தன்னைத் திரும்பவும் அறியாமை நிலைக்கு தள்ளிவிட்டார் என்று சாதகன் சீற்றமடைகிறான்.

ஒரு ஜெர்மானிய சீடனுக்கு இப்படியாயிற்று. தான் ஞானமடைந்துவிட்டதாய் அவன் அடிக்கடி உணர்ந்தான். அவன் கொண்டிருந்த மாயையின் வலிமை அத்தகையதா யிருந்தது. அதை அவனால் தன்னுள்ளேயே வைத்திருக்க முடியவில்லை, மற்றவர்களிடமும் சொல்வான்.

அவன் மிகவும் உறுதியாயிருந்தான். மூன்று தடவை இவ்வாறு நடந்தது. என்னுடைய ஆசிர்வாதத்தைப் பெறு வதற்காய் அவன் இந்தியாவுக்கு வந்தான்.

ஒவ்வொரு முறையும் நான் அவனிடம் சொன்னேன்: 'உன்னுடைய மனதாலேயே நீ ஏமாற்றப்பட்டாய். உனக்கு எதுவும் நிகழ்ந்து விடவில்லை. நீ பழைய ஆளாகத்தான் இருக்கிறாய், புதிய ஆள் வந்துவிடவில்லை. நீ ஐக்கிய நாடுகள் அமைப்புக்கும், மற்ற அரசுகளுக்கும் கடிதம்

எழுதிக் கொண்டிருப்பதெல்லாம் அகம்பாவத்தின் (Ego) செயல்முறைகள்தாம். நீ அகம்பாவத்தின் பிடியில் இருக்கிறாய்' என்று.

அழகான கனவில் வாழ்வது மிகவும் எளிது.

ஆனால், யதார்த்தம் உங்கள் கனவுகளை நொறுக்கி விடுகிறபோது அதைத் தாங்கிக் கொள்வது கடினம்.

பழைமையான கிழக்கத்திய நூல்களில் அது மாயையின் சக்தி என்றழைக்கப்படுகிறது. மாயையைத் தோற்றுவிக்கும் திறன் மனதுக்கிருக்கிறது. நம்பிக்கையற்றுப் போகும் நிலைகளில் மனம் மாயையைத் தோற்றுவித்துக் கொண்டு விடுகிறது. அதன் மூலம் அந்த நிலையை ஒரு முடிவுக்குக் கொண்டுவர அது முயலும். எல்லாருடைய கனவுகளிலும் அது தினந்தோறும் நடக்கிறதுதான், ஆனாலும் மக்கள் கற்றுக் கொண்ட பாடில்லை.

நீங்கள் இரவில் பசியோடு உறங்கப் போனால், அந்த இரவில் அறுசுவை உணவு உண்பது போல் கனவு காண்பீர்கள். மனம் உங்களுக்கு உதவ முயல்கிறது. அதனால் உங்கள் உறக்கம் குலைவதில்லை. இல்லையேல் பசியுணர்வு உங்களை விழிப்படையச் செய்திருக்கும். நீங்கள் சுவையான உணவு உண்பது போன்ற கனவை மனம் தருகிறது. அதில் திருப்தி ஏற்பட்டு விடுகிறது. பசி அப்படியே இருந்தாலும் உறக்கத்துக்கு இடையூறு நேர்ந்துவிடவில்லை. கனவின் மாயை பசியை மூடி மறைத்து விடுகிறது, அது உங்கள் உறக்கத்தைக் காத்துக் கொடுக்கிறது.

உங்கள் சிறுநீர்ப்பை நிரம்பிவிட்டதாய் உறக்கத்தில் ஓர் உணர்வு. நீங்கள் கழிவறைக்குச் சென்று திரும்பியதாய், மீண்டும் உறங்குவதாய் ஒரு கனவை மனம் தோற்றுவிக்காவிட்டால் உங்களுடைய உறக்கம் கெட்டிருக்கும்— உடம்புக்கு மிக அவசியம் உறக்கம். மனதின் கவனிப்பால் நீங்கள் எவ்வித இடர்ப்பாடுமின்றி உறங்க முடிகிறது. காலையில் புத்துணர்வோடு எழவும் முடிகிறது.

இது மனதின் சாதாரணமான இயக்கம். உயர்ந்த தளத்திலும் அதுவே தான் நிகழ்கிறது. மனம் இயந்திர கதியில் திட்டமிட்டுக் கொள்கிறது. கவலையின்றி வேலை பார்க்கிறது. காரணம், அது சாதாரண உறக்கமா, ஆன்மா சார்ந்த உறக்கமா, சாதாரண விழிப்பா, ஆன்மா சார்ந்த விழிப்பா என்று சோதித்தறிய எந்தச் செயல் முறையும் அதனிடமில்லை.

மனதுக்கு எல்லாம் ஒன்றுதான். அதனுடைய வேலை உங்களுடைய உறக்கத்துக்கு பழுது ஏற்படாதபடி ஒரு தடுப்பை உருவாக்குவது தான். நீங்கள் பசியோடிருந்தால் அது உணவை வழங்கும். நீங்கள் உண்மையைத் தேடி நம்பிக்கையிழக்கிறபோது அது உண்மையை வழங்கும், ஞானத்தை வழங்கும். நீங்கள் எதைக் கேட்டாலும் கொடுப்பதற்கு அது தயாராயிருக்கிறது. உண்மைக்குப் பதிலாய் ஒரு மாயையைத் தோற்றுவிக்கும் திறன் அதனிடம் உள்ளது.

குருவிடம் கேள்விகள்
QUESTIONS TO THE MASTER

சாட்சிதான் உண்மையில் நடனமாட முடியும்
(ONLY A WITNESS CAN REALLY DANCE)

'விழிப்புணர்வோடு இருங்கள், சாட்சியாயிருங்கள்' என்று நீங்கள் தொடர்ந்து சொல்லிக் கொண்டிருக்கிறீர்களே. ஆனால், சாட்சிபாவத்தில் உள்ள பிரக்ஞை உண்மையிலேயே பாடவும், ஆடவும், வாழ்க்கையை அனுபவிக்க முடியுமா? ஒரு சாட்சி வாழ்க்கையில் வெறும்பார்வையாளன்தானா, பங்கேற்பதில்லையா?'

சற்று முன்பாகவோ அல்லது பின்பாகவோ உங்கள் மனம் இந்தக் கேள்வியைக் கேட்கத்தான் செய்யும். நீங்கள் ஒரு சாட்சியாவது குறித்து மனம் வெகுவாகவே அச்சப்படும். அது ஏன் அப்படி அஞ்ச வேண்டும்? காரணம் நீங்கள் சாட்சியாகிற போது மனம் மரித்துப் போகிறது.

மனம் செய்பவராய் இருக்கிறது, அது வேலைகளில் ஈடுபட விரும்புகிறது. ஆனால் சாட்சிபாவமோ எதையும் செய்யாமல் இருப்பதாகும். 'நீ சாட்சியாகி விட்டால் நான் உனக்குத் தேவைப்படாமல் போய்விடுவேனோ' என்று மனம் அஞ்சுகிறது ஒரு வழியில் மனம் அஞ்சுவது சரிதான்.

தியானம்

உங்களுக்குள் சாட்சிபாவம் தோன்றும்போது மனம் மறையத்தான் வேண்டியிருக்கும். நீங்கள் அறைக்குள் வெளிச்சத்தைக் கொண்டு வரும் போது இருட்டு மறைகிற தில்லையா அப்படி. அது தவிர்க்க முடியாதது. நீங்கள் உறங்கும் போது மனம் உளதாய் இருக்கிறது. காரணம், மனம் கனவு காணும் நிலையில் இருக்கிறது. உறக்கத்தில் தானே கனவுகள் வரமுடியும்.

ஒரு சாட்சியாவதன் மூலம் நீங்கள் விழிப்போடு இருக் கிறீர்கள். ஸ்படிகம் போல் தெள்ளத் தெளிவாய், இளமை உற்சாகம், ஆற்றல் இவற்றுடன் விழிப்புணர்வாகிவிடுகிறீர் கள். இருமுனைகளிலும் எரிகிற ஜ்வாலையின் தீவிரம் உங்களிடம் இருக்கிறது. அந்தத் தீவிர நிலையில், ஒளியில், பிரக்ஞையில் மனம் மரிக்கிறது, தற்கொலை செய்து கொள்கிறது.

இது காரணத்தால் மனம் அஞ்சுகிறது. பல பிரச்சினை களை உங்களுக்குத் தோற்றுவிக்கிறது. அது எண்ணற்ற கேள்விகளை எழுப்பும். அறிந்திராத ஒன்றில் இறங்குவதற்கு உங்களைத் தயங்கச் செய்யும். அது உங்களைப் பின்னுக் கிழுக்க முயலும்.

"என்னோடு இருப்பதுதான் உனக்குப் பாதுகாப்பு. நல்ல பத்திரத்தன்மை உள்ள உறைவிடத்தில் என்னோடு நீ இருக்கிறாய். உன்மீது நான் அக்கறை கொண்டிருக்கிறேன். என்னோடு இருப்பதால் நீ திறமையாயிருக்க முடிகிறது. நீ என்னை விட்டு நீங்குகிற கணத்திலேயே உன்னுடைய சகல அறிவும் உன்னைவிட்டு நீங்கி விடும்." நீங்கி விடும். அப்போதே உன்னுடைய பத்திரத் தன்மைகளும், பாது காப்புகளும் நீங்கி விடுகின்றன. உனது தற்காப்புக் கவசத்தை நீ நழுவவிடும்படியும், நீ அறிந்திராத ஒன்றில் நுழையும் படியும் இருக்கும். நீ அறிவுக்குப் பொருந்தாத ஒன்றுக்காகத் தேவையில்லாமல் உன்னை ஆபத்துக்குட்படுத்திக் கொள் ளும்படி ஆகும்' என்று பலவாறு கூறி மனம் உங்களுக்கு நம்பிக்கையூட்டப் பார்க்கும். அது பகுத்தறிவுக்கேற்ற

அழகான விளக்கங்களைக் கொடுக்க முயலும். தியானம் செய்கிற ஒவ்வொருவருக்கும் இது நேரிடுவதுதான்.

கேள்வி கேட்பது நீங்களல்ல, உங்கள் மனம், உங்களின் பகையான மனம் உங்கள் மூலமே கேள்வி கேட்கிறது. மனம் தான் சொல்கிறது, 'பகவானே! உணர்வோடு இரு, சாட்சி பாவத்தில் இரு' என்று தொடர்ந்து சொல்லிக் கொண்டிருக்கிறீர்கள். ஆனால் சாட்சிபாவத்தில் உள்ள பிரக்ஞை உண்மையிலேயே பாடவும் ஆடவும் வாழ்வை ரசிக்கவும் முடியும்?' என்று.

ஆம், உண்மையில் சாட்சிபாவத்தில் உள்ள பிரக்ஞை மட்டுமே ஆடவும் பாடவும் வாழ்வை ரசிக்கவும் முடியும். அது முரண்பாடு போலத் தோன்றும் மெய்யுரை (Paradox) யாய் சாட்சியளிக்கலாம். ஆனால் உண்மையான எல்லாமே மெய்யுரைதான்.

மெய்யுரைத்தல் உண்மையின் இயல்பு. அது எப்போதைக்குமாய் உங்கள் இதயத்தில் மூழ்கியிருக்க விடுங்கள். உண்மை இரண்டு முனைகளைக் கொண்டது நேர்முனை, எதிர்முனை என்று. அதற்கு மேல் அது கடந்து செல்லும் தன்மையும் கொண்டிருக்கிறது. அது வாழ்க்கையாவும், மரணமாயும் கூட்டு நிலை(Plus)யாயும் இருக்கிறது.

கூட்டு நிலை என்று குறிப்பிடுவதன் மூலம் இரண்டும் கடந்த (வாழ்வு மரணம்) நிலை என்று அர்த்தப்படுத்துகிறேன். அது இரண்டுமாயும், இரண்டுமில்லாமலும் இருக்கிறது. இதனை முரண்படும் உண்மையின் உச்சம் எனலாம்.

நீங்கள் மனத்திலாழ்கிற போது உங்களால் எப்படிப் பாட முடியும்? மனம் துன்பத்தை உருவாக்குகிறது. துன்பத்தில் இருந்து கொண்டு எப்படிப் பாட முடியும்?

நீங்கள் மனதில் இருந்து கொண்டு எப்படி ஆட முடியும்?

வெறுமையான சில அங்க அசைவுகளை நீங்கள் மேற் கொள்கிறீர்கள். ஆனால் அது உண்மையில் நடனமாகாது.

உண்மையான நடனத்தை ஆட முடிந்தவர்கள் மீராவும், கிருஷ்ணாவும், சைதன்யருந்தான் மற்றவர்கள். நடனத்தின் உத்தியை அறிந்து வைத்திருந்தாலும் அவர்களுடைய சக்தி அசைவற்றிருக்கும் (Stagnant).

> 'மனதில் வாழ்பவர்கள்
> அகந்தையில் வாழ்பவராவர்
> அகந்தையாய் ஆடமுடியாது'

அது ஒரு செயலை நிறைவேற்றுவதாய் இருக்குமேயன்றி ஆடலாயிருக்காது.

நீங்கள் ஒரு சாட்சியாகிற போதுதான் உண்மையான நடனம் நிகழ்கிறது. அப்போது நீங்கள் பரமசுகத்தில் நிரம்பி வழிகிறீர்கள். அது தன்னிச்சையாய் பாடத் தொடங்குகிறது. சாட்சிபாவத்தில் இருக்கும் போதுதான் வாழ்க்கையை உங்களால் ரசிக்க முடிகிறது.

உங்கள் பிரச்சினை எனக்குப் புரியும். சாட்சியாவதால் வெறும் பார்வையாளனாகத்தானே இருக்க முடியும் என்று கவலைப்படுகிறீர்கள், பார்வையாளனாயிருப்பதும், சாட்சியாயிருப்பதும் முற்றிலும் வெவ்வேறானவை.

பார்வையாளன் அலட்சியமாகவும், மந்தமாகவும், ஒருவித உறக்க நிலையில் இருப்பான். அவன் வாழ்வில் பங்கேற்பதில்லை. அவன் அச்சமுற்றவனாய் கோழையாயிருக்கிறான். மற்றவர்கள் வாழும் வாழ்க்கையை அவன் வீதியில் ஒரு பக்கமாய் நின்று பார்க்கிறான். உங்கள் வாழ்க்கை நெடுகிலும் நீங்கள் அதைத்தான் செய்து கொண்டிருக்கிறீர்கள். இன்னொருவர் திரைப்படத்தில் நடிப்பதை நீங்கள் பார்க்கிறீர்கள். நீங்கள் ஒரு பார்வையாளர்.

மக்கள் தங்கள் நாற்காலிகளில் மணிக்கணக்காய் ஒட்டிக் கொண்டு தொலைக்காட்சி நிகழ்ச்சிகளைப் பார்க்கிறார்கள். இன்னொருத்தர் பாடுவதைக் கேட்கிறீர்கள்,

ஓஷோ

இன்னொருத்தரின் ஆட்டத்தைப் பார்க்கிறீர்கள். யாரோ காதலிக்கிறார்கள் நீங்கள் வெறுமனே பார்ப்பதோடு சரி. அதில் பங்கேற்பவராயில்லை. தொழில் துறை வல்லுநர்கள் நீங்கள் செய்திருக்க வேண்டியதை செய்து காட்டுகிறார்கள்.

ஒரு சாட்சி பார்வையாளரல்லர்.

சாட்சியானவன் பங்கு பெற்றாலும் எச்சரிக்கையோடு இருப்பவன்.

லா—சூ (Lao Tzu) கூறுவார் 'வியூவீ' (Wei-wu-wei) என்று. செயல் இல்லாத தன்மையின் மூலம் செயல்படுதல் என்பதுதான், இதன் அர்த்தம். சாட்சி என்கிறவன் வாழ்க்கையிலிருந்து விலகியோடுகிறவன் அல்லர். அவன் வாழ்க்கையை முழுமையாய், உணர்ச்சியோடு வாழ்கிறவன். ஆனாலும், உள்ளுக்குள் அவன் ஒரு கவனிப்பவராகவே இருந்துவிடுகிறான். 'நான் ஒரு பிரக்ஞை' என்பது அவன் ஞாபகத்தில் இருந்து கொண்டே இருக்கிறது.

முயன்றுபாருங்கள். சாலையில் நடந்து செல்லும்போது நீங்கள் ஒரு பிரக்ஞையாயிருப்பதை நினைவில் கொள்ளுங்கள். நடப்பது தொடர்ந்தாலும் புதிதாயொன்று சேர்ந்து கொள்கிறது. அது ஒரு புதிய வளமை, ஒரு புதிய அழகு. நீங்கள் பிரக்ஞையின் ஜ்வாலையாகிறீர்கள் அப்போது நடப்பதிலும் ஒரு வித்தியாசமான மகிழ்ச்சி கிடைக்கிறது. நீங்கள் மண்மீது இருந்தாலும் உங்கள் பாதங்கள் மண்ணில் படிவதில்லை.

புத்தர் அதைத்தான் சொன்னார்—

"ஆற்றின் வழியாகச் செல்லுங்கள், ஆனால் நீரில் உங்கள் பாதங்கள் நனையாதிருக்கட்டும்' என்று.

அதுதான் கிழக்கத்திய குறியீடான (Symbol), தாமரையின் பொருள். புத்தர் தாமரையின் மீது அமர்ந்திருக்கும் சிலைகளை, படங்களை நீங்கள் பார்த்திருப்பீர்கள். அது உருவகம். தாமரை மலர் நீரில் வாழ்ந்தாலும் நீரானது அதனுடன் சேர்ந்து கொள்ள முடியாது. தாமரை இமய

மலைச்சாரலில் உள்ள குகைகளுக்குத் தப்பிச் செல்வதில்லை. அது நீரில் வாழ்ந்தாலும், நீரைவிட்டு வெகு தூரம் நீங்கியே வாழ்கிறது.

நீங்கள் சந்தைப் பேட்டையில் இருந்தாலும், சந்தையை உங்கள் இருப்புணர்வில் (Being) நுழையவிடாதீர்கள். உலகில் இருந்தாலும் உலகினுடையவராகி விடாதீர்கள். இதுதான் சாட்சிபாவத்தோடு கூடிய பிரக்ஞையாகும்.

புரிந்து கொள்ளுங்கள், நான் செயலுக்கு எதிரானவன் அல்லன். ஆனால், உங்களுடைய செயல்கள் விழிப்புணர்வின் மூலம் அறிவூட்டப்பட வேண்டும். செயலுக்கு எதிரானவர்கள் அடக்கி வைப்பவர்களாய் இருப்பார்கள். எல்லா வகை அடக்குதல்களும் உங்களை நோய்க்குறி கொண்டவராய், முழுமையற்றவராய், உடல் நலமற்றவராக்கி விடும்.

மடங்களில் வாழும் துறவிகளைப் பார்த்திருப்பீர்கள், அவர்கள் வாழ்விலிருந்து தப்பியோடியவர்கள். அவர்கள் செயல்படும் உலகிலிருந்து விலகிச் சென்றவர்கள், தங்கள் ஆசைகளை உள்ளே அடக்கி வைத்தவர்கள்.

செயல்படும் உலகிலிருந்து சென்றுவிட்டால் பிறகெப்படி நீங்கள் சாட்சியாயிருப்பது? செயல் உலகமே உணர்ந்து கொள்வதற்குச் சிறந்த வாய்ப்பு. அது ஒரு ஜ்வாலை வைத்திருக்கிறது, மாறாத சவால்.

ஒன்று நீங்கள் உறக்கத்தில் விழுந்து செயலில் எழுபவராயிருங்கள். அப்போது — நீங்கள் உலகாயதமானவராய், கனவு காண்பவராய், மாயைகளுக்குப் பலியாகிறவராயிருப்பீர்கள். அல்லது உலகத்தில் வாழ்ந்து கொண்டே சாட்சியாயிருங்கள். அப்போது உங்கள் செயலின் தன்மை வேறாயிருக்கும். அது உண்மையிலேயே செயலாயிருக்கும். அதை உணராதவர்களுடைய செயல்கள் உண்மையான செயல்களாகாது, எதிர்வினை(Reaction)களாகத் தான் இருக்கும். அவர்கள் எதிர்வினை மட்டுமே புரிபவர்கள்.

யாரோ உங்களை இழிவு படுத்துகிறார், நீங்கள் உடனே எதிர்வினை புரிகிறீர்கள். ஆனால், புத்தரை நீங்கள் இழிவு செய்து பாருங்கள், அவர் எதிர்வினை புரியமாட்டார். எதிர்வினை என்பது அடுத்தவரைச் சார்ந்தது. அவர் ஒரு பட்டனை (Button)த் தட்டுகிறார் நீங்கள் ஓர் எந்திரம்போல் செயல்படுகிறீர்கள். விழிப்புணர்வை இன்னதென்று அறிந்தவரே உண்மையானவர், அவர் ஒரு போதும் எதிர்வினை புரிவதில்லை, தன்னுடைய விழிப்புணர்வைக் கொண்டே அவர் செயல்படுகிறார். தனக்குச் சரியென்று பட்டதைச் செய்கிறார், அவசியமில்லையென்றுபட்டால் அமைதியாயிருந்து விடுகிறார். அவருடைய பட்டனை (Button) யாரும் தட்ட முடியாது.

அவர் வெளிப்படையானவர், எதையும் அடக்கி வைப்பதில்லை. அவருடைய வெளிப்பாடு பல பரிமாணங்களைக் கொண்டது. பாட்டு, கவிதை, ஆட்டம், காதல், பிரார்த்தனை, இரக்கம் என்று அவருக்குள்ளிருந்து வெளிப்படுகின்றன.

உங்கள் முன் இரண்டு சாத்தியங்கள் இருக்கின்றன. ஒன்று அடக்கி வைப்பவராயிருங்கள் அல்லது மனம் போன போக்கில் போகிறவராயிருங்கள். இரண்டு வழிகளுமே உங்களை அடிமைத்தளைக்குட் படுத்துகிறவை தாம்.

ஒரு பெண் துறவி மடாலயத்துக்கு வெளியே கற்பழிக்கப்பட்டாள். கடைசியில் யாரோ பார்த்து உள்ளே கொண்டு செல்லப்பட்டாள். அருகிலிருந்த மருத்துவரை அழைத்து வந்தார்கள். அவர் கைகளை உயர்த்தி, 'இது ப்ளாஸ்டிக் சர்ஜன் சிகிச்சை செய்ய வேண்டியது' என்றார்.

ப்ளாஸ்டிக்—சர்ஜன் அழைத்து வரப்பட்டார். அவர் அந்தப் பெண் துறவியைப் பார்த்து 'கடவுளே, குழப்பமா யிருக்கு நான் எங்கிருந்து ஆரம்பிக்கட்டும்?' என்றார்.

மடத்தின் தலைமை நிர்வாகி சொன்னாள் 'அது ரொம்ப சுலபம். முதலில் அவள் முகத்திலிருக்கும் மகிழ்ச்சியை அகற்றுங்கள்' என்று.

வாத்து ஒருபோதும் உள்ளே இருந்ததில்லை
(THE GOOSE HAS NEVER BEEN IN)

சில நேரங்களில் என் மனதின் இருண்ட பகுதிமேலே வந்து, உண்மையிலேயே என்னைப் பயமுறுத்துகிறது. இது வெளிச்சப் பக்கத்தின் எதிர்முனை என்று ஏற்கவே எனக்குக் கடினமாயிருக்கிறது. நான் மாசடைந்தவனாய், குற்றம் நிறைந்தவனாய், தூய்மையான உங்கள் முன்னிலையில், உங்களோடு அமர்வதற்குத் தகுதி யற்றவனாய் உணர்கிறேன். நான் மனதின் எல்லாப் பக்கங் களையும் எதிர்கொள்ளவும், ஏற்கவும் விரும்புகிறேன். ஏற்றுக் கொள்வதன் மூலமே மனதைக் கடக்க முடியும் என்று தாங்கள் சொல்லி நான் கேட்டிருக்கிறேன். ஏற்றுக் கொள்ளல் குறித்துத் தாங்கள் பேச முடியுமா?

அடிப்படையில் நீங்கள் மனதின் வெளிச்சப்பக்கமோ அல்லது இருண்ட பக்கமோ அல்ல என்பதைப் புரிந்து கொள்ளுங்கள். அழகான பகுதியுடன் உங்களை அடை யாளப்படுத்திக் கொண்டால், அருவருப்பான பகுதியில் உங்களுக்கு அடையாளமில்லை என்றாகிவிடுமா? அவை யிரண்டுமே ஒரு நாணயத்தின் இரண்டு பக்கங்கள் அல்லவா. ஒன்று நீங்கள் அதை முழுமையாய் பெறமுடியும் அல்லது அப்படியே தூக்கியெறிய முடியும். ஆனால் அதைத் தனித்தனியே பிரிக்க முடியாது.

மனிதன் எது அழகாயிருக்கிறதோ அதைத்தான் தேர்வு செய்கிறான். அவன் வெளிச்சக் கீற்றுகளை எடுத்துக் கொண்டு இருண்ட மேகங்களை விட்டுவிடவே விரும்பு கிறான். இருட்டு இல்லாமல் வெளிச்சமில்லை என்பதை ஏனோ அவன் அறிந்திருக்கவில்லை.

'இருண்ட மேகந்தான் மின்னலுக்குப் பின்னணி'

தேர்வு செய்வதில் வருவது குறித்த அச்சம்— பரபரப்பு (Anxiety) இருக்கிறது. தேர்வு செய்வது உங்களுக்குக் கலக்கத்தை உண்டாக்கும்.

தேர்வின்றி (Choiceless) இருப்பதென்பது: மனம் இருண்ட பக்கத்தையும், வெளிச்சப் பக்கத்தையும் கொண்டிருக்கிறது. அதனால் என்ன? அது பற்றி நீங்கள் எதற்காகக் கவலைப்படுவது?

நீங்கள் தேர்வு செய்வதை விடுகிற கணத்தில் எல்லாம் கவலைகளும் மறைந்து விடுகின்றன. ஏற்றுக் கொள்ளும் தன்மை மனதின் இயல்பு. நீங்கள் மனமாக இல்லை. மனமாக இருந்தால் பிரச்சினைகள் இருந்திருக்காது. எனில், அப்போது யார் தெரிவு செய்வது? கடந்து செல்வதைப் பற்றிச் சிந்திப்பது?

நீங்கள் முற்றிலும் வேறாய் விலகியிருக்கிறீர்கள். நீங்கள் ஒரு சாட்சியாயிருக்கிறீர்கள், வேறெதுவுமில்லை. தன் மனதுக்கு மகிழ்ச்சியளிக்கிற ஒன்றுடன் தன்னை அடையாளப்படுத்திக் கொள்பவராய் இருக்கும் நீங்கள் வெறுக்கத் தக்கதும், நிழலாய் வருமென்பதை மறந்துவிடுகிறீர்கள்.

மகிழ்ச்சிகரமான ஒன்று உங்களுக்குக் கலக்கத்தை ஏற்படுத்துவதில்லை, அதில் மகிழ்ச்சி அடைவீர்கள். எதிர் முனை உறுதிப்படுத்தப்படுகிற போது தான் தொல்லை. அப்போது நீங்கள் சுக்கு நூறாகி விடுவீர்கள்.

சாட்சிபாவத்திலிருந்து விழுகிறபோது நீங்கள் அடையாளம் காணப்பட்டவராகிறீர்கள்.

விவிலியத்தில் சொல்லப்பட்ட 'விழுதல்' என்கிற கதை கற்பனையானது. ஆனால், இது உண்மையான விழுதல் ஆகும். சாட்சிபாவத்திலிருந்து விலகி ஏதோ ஒன்றுடன் அடையாளப்படுத்திக் கொள்வதும், சாட்சிபாவத்தை இழப்பதும் ஆகும்.

மனம் எப்படியிருக்கிறதோ அப்படியே விடுங்கள். நீங்கள் அதுவல்ல என்பதை நினைவு கொள்ளுங்கள். நீங்கள் எத்தனைக்கு மனதுடன் உங்களை அடையாளப்படுத்திக் கொள்ளாதிருக்கிறீர்களோ அத்தனைக்கு அதன் ஆற்றல் குறைந்திருக்கும். அது உங்கள் இரத்தத்தை உறிஞ்சும்.

ஆனால், அதனிடமிருந்து நீங்கள் விலகத் தொடங்கியவுடன் மனம் உள்ளுக்கு சுருங்கிக் கொண்டுவிடுகிறது.

மனதுடன் உங்களை அடையாளப் படுத்திக் கொள்ளாத நாளில் அது ஒரு கணமாயினும் அதுவே மோட்சம். மனம் மரித்துவிடும் அதற்குமேல் அங்கேயிருப்பதில்லை.

நீங்கள் சுற்றிவரப் பார்க்கிறபோது வெறுமைதான் (emptiness) இருக்கும். மனதோடு சுயமும் மறைந்து விடுகிறது.

நீங்கள் சொல்லும் 'நான்' என்ற வார்த்தையில் உங்களுடைய விழிப்புணர்வு மிகவும் குறைவாகவே கலந்திருக்கும். அது தன் முழு அர்த்தத்தில் வெளிப்படுவதில்லை, வெளிப்படவும் முடிவதில்லை. ஆனால், 'நான்' என்பதை பிரக்ஞையோடு உபயோகிக்கும் போது இப்பிரபஞ்சத்துடன் நீங்கள் கலந்துவிடுகிறீர்கள். அந்நிலையில் 'நான்' என்பதன் அர்த்தம் செயலற்றுப் போகிறது. வெறுமனே இருத்தல்' என்பது மட்டுந்தான் அங்கு விளங்கும். இப்படி மனம் மறையும் போது உங்களுடைய தனித்தன்மை (Individuality)யும் மறைந்துவிடும்.

நான் இப்போது 'வாத்து வெளியே இருக்கிறது' என்ற கதையைச் சொல்கிறேன். அது மனதுடனும், இருத்தல் தன்மையுடனும், தொடர்புடையது. தியானத்தின் மூலம் ஒரு புதிரை விடுவிக்கும்படி தன் சீடர்களிடம் ஒரு குரு சொன்னார்.

'ஒரு சிறிய வாத்து புட்டி யொன்றுக்குள் செலுத்தப்பட்டு, உணவளித்து வளர்க்கப்படுகிறது. அந்த வாத்து வளர்ந்து பெரிதாகி புட்டி முழுவதையும் அடைத்துக் கொண்டு விடுகிறது. இப்போது அது பெரிதாயிருப்பதால் புட்டியின் வாய்ப்பகுதி வழியே வெளிவர முடியாது. வாய்ப்பகுதி மிகவும் சிறியது. புட்டியை உடைக்காமல் வாத்தை வெளியே கொண்டுவர வேண்டும், வாத்தும் இறந்துவிடக் கூடாது.

இப்போது மனம் தயக்கமடைகிறது.

ஒஷோ

நீங்கள் என்ன செய்யக் கூடும்? வாத்தோ பெரிது. புட்டியை உடைக்காமல் வெளியே எடுக்க முடியாது. ஆனால் புட்டியை உடைக்க அனுமதி இல்லை. வாத்தைக் கொன்று வெளியில் எடுக்கலாம், ஆனால் அதற்கும் அனுமதி இல்லை.

நாள் முழுக்க சீடன் தியானித்தும் வழியைக் கண்டறிய முடியவில்லை. வெகுவாய் முயன்று களைத்த சீடனுக்கு ஒன்று புரியவந்தது. குருவிற்குப் புட்டியோ, வாத்தோ முக்கியமில்லை. அவர் வேறோர் உண்மையை அதன் மூலம் விளக்க விரும்பியிருக்கிறார். மனம் புட்டியாயிருக்கிறது, நீங்கள் வாத்தாக இருக்கிறீர்கள். சாட்சி பாவத்தில் இது சாத்தியம்— உள்ளே செல்வதும், வெளியே வருவதும். மனதில் இல்லாமலே அதில் இருப்பதாய் அடையாளப் படுத்திக் கொள்ள முடியும்.

அவன் குருவிடம் ஓடினான், 'வாத்து வெளியே இருக்கிறது' என்று சொன்னான்.

'ஓ, நீ அதைப்புரிந்து கொண்டாய்! அது வெளியே தான் இருக்கிறது, ஒருபோதும் உள்ளே இருந்ததில்லை' என்றார் குரு.

நீங்கள் புட்டியையும், வாத்தையும் வைத்துக் கொண்டு போராடினால் தீர்வுகாணும் வழி கிடைக்காது. 'அது வேறு ஏதோ ஒன்றை உருப்படுத்துகிறது, இல்லாவிட்டால் குரு இந்தப் புதிரைக் கொடுத்திருக்கமாட்டார்' என்பதை உணர வேண்டும். காரணம் குருவிற்கும் சீடனுக்கும் இடையில் உள்ள வேலையே மனம் விழிப்புணர்வு பற்றியது தான்.

மனம் என்கிற புட்டியில் விழிப்புணர்வு என்கிற வாத்து இல்லை. ஆனால், அது உள்ளேயிருப்பதாய் நீங்கள் நம்பு கிறீர்கள். அதை எப்படி வெளியே கொண்டு வருவது என்று எல்லாரிடமும் கேட்டுக் கொண்டிருக்கிறீர்கள். அதை வெளியே கொண்டு வரும் உத்திகளுடன் சில முட்டாள்கள் உங்களுக்கு உதவக் காத்திருப்பார்கள். நான் அவர்களை

தியானம்

முட்டாள்கள் என்பதற்குக் காரணம் அவர்கள் விஷயத்தைப் புரிந்து கொண்டிருக்கவில்லை என்பதுதான்.

வாத்து வெளியே இருக்கிறது, அது ஒரு போதும் உள்ளே இருந்ததில்லை. எனவே அதை வெளிக் கொண்டு வரும் பிரச்சினைக்கு இடமேயில்லை.

மனம் எண்ணங்களின் ஊர்வலம். மூளைத்திரையில் உங்கள் முன்பாய் ஊர்ந்து செல்கிறது. நீங்கள் கருத்தூன்றிக் கவனிப்பவராயிருக்கிறீர்கள். ஆனால் அழகானவற்றுடன் உங்களை அடையாளம் காட்டிக் கொள்ளத் தொடங்குகிறீர்கள். அது தவறான வழியில் காரியம் சாதிக்கிற முயற்சி. நீங்கள் அழகான ஒன்றுடன் சிக்கிக் கொண்டதுமே அருவருப்பான ஒன்றுடனும் சிக்கிக் கொண்டவர் தாம். காரணம் இருமைத் தன்மை (Duality) இல்லாமல் மனம் இருக்க முடியாது. விழிப்புணர்வு இல்லாமல் இருமைத் தன்மை இருக்க முடியாது.

கவனியுங்கள். விழிப்புணர்வு என்பது இருமையற்றிருப்பது, மனமோ இருமைத் தன்மை கொண்டது.

நான் உங்களுக்கு எந்தத் தீர்வுகளையும் போதிக்க வில்லை, தீர்வைப்பற்றியே போதிக்கிறேன்.

கொஞ்சம் பின் வாங்கிக் கவனியுங்கள். உங்களுக்கும் உங்கள் மனதுக்கும் இடையே ஒரு தொலைவை உருவாக்கிக் கொள்ளுங்கள். அது அழகாயிருக்கிறதோ, நன்றாயிருக்கிறதோ, மென்மையாயிருக்கிறதோ முடிந்தவரை விலகியேயிருங்கள். அது உங்களுக்கு மகிழ்ச்சியளிக்கிறதோ அருவருப்பானதோ விலகியே இருங்கள். ஒரு திரைப்படம் பார்க்கிற மாதிரி கவனித்துக் கொண்டிருங்கள். ஆனால் மக்கள் திரைப்படங்களில் ஒன்றிப் போகிறார்கள்.

நான் சிறுவயதில் படங்கள் பார்த்திருக்கிறேன். எந்தப் படத்தையும் நீண்ட நேரம் பார்த்ததில்லை. ஆனால் கதறி அழுகிற, கண்ணீர் விடுகிற மக்களைப் பார்த்திருக்கிறேன். திரையரங்கு இருட்டாயிருப்பதே நல்லது. என் தந்தையிடம்

'பார்த்தீர்களா. உங்கள் பக்கத்தில் இருக்கிற ஆள் அழு வதை' என்று கேட்பதுண்டு. அவர் சொன்னார் 'அரங்கமே அழுகிறது. காட்சி அப்படி...' என்று.

'அங்கே திரையைத் தவிர வேறென்ன இருக்கிறது. யாரும் கொல்லப்படவில்லை. சோகமாய் எதுவும் நடந்து விடவில்லை. படந்தான் காட்டப்படுகிறது. மக்கள் திரையில் ஓடும் காட்சிகளைப் பார்த்து சிரிக்கிறார்கள், அழுகிறார்கள். மூன்று மணி நேரத்துக்கு அவர்கள் தங்களைத் தொலைத்து விடுகிறார்கள். படத்தில் அவர்களும் பங்கேற்று ஏதாவது ஒரு பாத்திரமாகவே தங்களைப் பாவித்துக் கொள்கிறார்கள்' என்றேன் நான்.

என் தந்தை சொன்னார் 'மக்களின் எதிர்ச்செயல்கள் பற்றி நீ கேள்வியெழுப்பிக் கொண்டிருந்தால் அப்போது உன்னால் படத்தை அனுபவித்து மகிழ முடியாது' என்று.

நான் சொன்னேன், 'படத்தை என்னால் அனுபவிக்க முடியும். ஆனால், நான் அழவிரும்பவில்லை. அதிலேதும் மகிழ்ச்சியிருப்பதாகவும் தெரியவில்லை. நான் அதைப் படமாக மட்டுமே பார்க்கிறேன். ஆனால் இவர்களோ அதில் பங்கேற்று விடுகிறார்கள் என்று.

நீங்கள் எதனுடன் வேண்டுமானாலும் அடையாளப் படுத்திக் கொள்கிறீர்கள். மக்கள் தங்களை மற்றவர்களாய் பாவித்துக் கொண்டு துன்பத்தை உருவாக்கிக் கொள் கிறார்கள். ஏதோ ஒன்றுடன் தங்களைச் சம்பந்தப்படுத்திக் கொள்பவர் அதைத் தவறவிடும் நிலையில் துன்பத்துக் குள்ளாகிறார்.

அடையாளம் காட்டிக் கொள்வதுதான் உங்களுடைய் துன்பத்துக்கு மூலகாரணமாயிருக்கிறது. ஒவ்வோர் அடை யாளமும் மனதுடன் அடையாளம் காட்டிக் கொள்கிறது.

ஒரு பக்கமாய் அடிபெயர்த்து வைத்து மனதைப் போக விடுங்கள்.

வாத்து வெளியே இருக்கிறது. எந்த வகையிலும் பிரச்சினையில்லை என்பதை சீக்கிரமே நீங்கள் கண்டு கொள்வீர்கள்.

நீங்கள் புட்டியையும் உடைக்க வேண்டாம், வாத்தை யும் கொல்ல வேண்டியிருக்காது.

மலை மீதிருந்து கவனிப்பவர்
(THE WATCHER ON THE HILL)

'நான் முழுமையாய் இந்த உலகத்திலும் இல்லை. மலை மீதிருந்து கவனிப்பவனாயுமில்லை என்றே படுகிறது. ஏதாவதொரு இடத்தில் எப்படி இருப்பது? நான் செய்கிற ஒவ்வொன்றிலும் இடையாளாகவே என்னை உணர் கிறேன்.

'சரிதான், அந்த இடைப்பட்ட நிலைதான் நீங்கள் இருக்க வேண்டிய இடம்.

நீங்கள் பிரச்சினைகளை உருவாக்கிக் கொண்டே போகிறீர்கள். எங்கிருக்கிறீர்களோ அங்கேயே இருங்கள்.

'இப்படி இருந்திருக்க வேண்டும்' என்கிற வார்த்தையே கூடாது. இந்த வார்த்தை உங்கள் வாழ்க்கையில் நுழைந் தாலே நீங்கள் நஞ்சூட்டப்பட்டவராகிறீர்கள். 'சரி' என்றோ 'தவறு' என்றோ எதுவும் வேண்டாம். பிரித்தல், மதிப்பீடு செய்தல், நிந்தித்தல் பாராட்டுதல் இவை உங்கள் சிந்தனை யின் அடிப்படையாகிற போது நீங்கள் அறமுறை, விதியை மீறிவிடுகிறீர்கள்.

மலை மீதிருந்து கவனிப்பவனாகவோ, உலகத்தில் இருப்பவனாகவோ இல்லாமல் இடையில் நீங்கள் எங்கி ருந்தாலும் அதில் தவறேதுமில்லை. அதுதான் நீங்கள் இருக்க வேண்டிய மிகச் சரியான இடம். நீங்கள் எங்கி ருந்தாலும், அதை உங்களால் ஏற்க முடிந்தால் அப்போதே

மலைமீதிருந்து கவனிப்பவராகி விடுகிறீர்கள். மலையிலும் கூட உங்களால் அதை உண்மை என நம்ப முடிந்தால், மலை மறைந்துவிடுகிறது. மலை மறைந்து சொர்க்கம் தோன்றுகிறது.

> 'நீங்கள் ஏற்பது எதுவாயினும்
> அது சொர்க்கமாகிவிடும்
> நீங்கள் ஏற்க மறுக்கிறபோது
> அதுவே நரகமாகிவிடும்'

ஒரு புனிதரை நரகத்தில் தள்ள முடியாது என்று சொல்லப்படுவதுண்டு காரணம் அவர் அதை மாற்றும் ரசவாத வித்தை (Alchemy) அறிந்தவர். இப்படிச் சொல்லலாம்—

பாபிகள் தாங்கள் செல்கிற இடத்தை நரகமாக்கி விடுவார்கள், புனிதர்கள் தாங்கள் போகிற இடத்தைச் சொர்க்கமாக்கி விடுவார்கள் என்று.

புனிதர்கள் சொர்க்கத்துக்கு அனுப்பப்படுவதில்லை ஆனால், அவர்கள் சொர்க்கத்தைத் தங்களோடு கொண்டு செல்கிறார்கள் தங்களுக்குள் கொண்டு செல்கிறார்கள்.

பாபிகளை சொர்க்கத்துக்கே அனுப்புங்கள். அவர்கள் அந்த இடத்தை நரகமாக்கி விடுவார்கள். அவர்களால் வேறு விதமாய் செய்ய முடியாது.

என்னுடைய விளக்கம் இதுதான்: எதையும் சொர்க்கமாக்கும் வித்தை புனிதர்களுக்குத் தெரிந்திருக்கிறது. எதையும் அழகாக்கும் இரகசியம் பாபிகளுக்குத் தெரிந்திருக்கவில்லை. உண்மையில் அவர்கள் இருப்பதை இன்னும் மோசமாக்கி விடுவார்கள்.

நீங்கள் எதுவாயிருக்கிறீர்களோ அதுவே உங்களைச் சுற்றிலும் பிரதிபலிப்பதாகும். எனவே, வேறொன்றாகிற முயற்சி வேண்டாம். வேறோர் இடமாக வேண்டாம், வேறொரு நபராக வேண்டாம். மனிதனிடம் உள்ள நீங்காத பிணி இதுதான்: தன்னிடம் எது இருக்கிறதோ அதை

ஒதுக்கிவிட்டு இல்லாத ஒன்றையே பெரிதும் விரும்பி நிற்பது. எச்சரிக்கையோடிருங்கள். அதை உங்களால் புரிந்து கொள்ள முடிகிறதா? நான். அதுகுறித்து ஒரு கோட்பாட்டை உண்டாக்கவில்லை. நான் அதன் தத்துவக் கருத்தை அறிந்தவனல்லன். ஒரு வெளிப்படையான உண்மையைத்தான் சுட்டிக் காட்டுகிறேன்.

'இக்கணத்தில் வாழுங்கள்
எங்கிருந்தாலும், நீங்கள்
இன்னொன்றாகிற எண்ணத்தை
மறந்துவிடுங்கள்'

உங்களால் அது முடிந்தால் உங்களைச் சுற்றியுள்ள உலகமே மாறிவிடும். மாற்றுகிற சக்தியாய் நீங்கள் இருப்பீர்கள்.

எது கொடுக்கப்பட்டதோ அதை ஏற்றுக் கொள்ளுங்கள். மதமென்பது முழுமையாய் ஏற்பதன்றி வேறென்ன?

திருவாளர் 'ஏ' தாம் 'பி'யாக வேண்டுமென்று விரும்புகிறார்கள். 'பி'யோ 'சி'யாக வேண்டுமென்று விரும்புகிறார். இது ஓர் அச்சக்கிளர்ச்சியாக (Fever) உருவாகி வடுகிறது.

நீங்கள் எப்படியாக முடியுமோ அப்படி முன்பே இருக்கிறீர்கள். அது குறித்து மேலும் செய்யக் கூடியது ஏதுமில்லை.

கடவுள் உலகைப் படைத்தார் என்கிற கதைக்கு நான் தருகிற அர்த்தம் இதுதான்.

'பூரணமானவர் படைக்கிறபோது
அந்தப்படைப்பு பூரணமாகவே இருக்கும்'

படைத்தவர் கடவுளென்கிறபோது அதில் நீங்கள் அபிவிருத்தி செய்ய என்ன இருக்கிறது? அந்த வேலை உங்களால் முடிவதில்லை. தேவையில்லாமல் துயருறும்படி ஆகும்.

உங்கள் கற்பனை தோற்றுவிக்கும் பிணிகளில் துயருறுவீர்கள்.

கடவுள் வழிமுறைகளைத் தோற்றுவிக்கிறார்; பூரணத்தி லிருந்து வருவது பூரணமாகவே இருக்கும்.

குறையற்றவர் (Perfect) நீங்கள். வேறென்ன வேண்டும்? இப்போது, இந்தக் கணத்தில் உங்களுக்குள் பாருங்கள். மனதால் அறியும் திறனைப் பெற்றிருங்கள். எல்லாமே குறைவற்று அழகாய் இருக்கின்றன. ஒன்றுகூட எனக்குத் தெளிவற்றதாய் தெரியவில்லை. உங்களுக்குள் பாருங்கள், உங்களுடைய அண்ட வெளியில் ஒரேயொரு மேகம்கூட இருக்காது. எல்லாமும் ஒளிமயமாய் இருக்கிறது.

ஆனால் சற்று முன்னதாகவோ பின்னதாகவோ மனம் சொல்லும் வேறொன்றாய், வேறிடத்தில் இருப்போம் என்று. இருக்கிறபடி இருப்பதற்கு மனம் உங்களை விடுவதில்லை.

புத்தர் கூறுவார்:

'நீ ஆசைகளை விடாதவரைக்கும்
அடையவேண்டியதை அடையமாட்டாய்' என்று.

ஆசையில்—இருப்பதை விடுத்து வேறொன்றாகிற எண்ண மிருக்கிறது.

ஒன்றை நீங்கள் வேண்டாம் என்று மறுக்கிறபோது அதைவிட சிறந்த ஒன்று சாத்தியம் என்றே நீங்கள் நம்பு கிறீர்கள்.

மரங்கள் ஆனந்தமாயிருக்கின்றன. பறவைகளும் மேகங் களும் ஆனந்தமாயிருக்கின்றன. தாங்கள் இருக்கிறபடியே அவை இருக்கின்றன. வேறொன்றாக முயற்சிக்கவில்லை.

ரோஜா தாமரையாக முயற்சிக்காது. அது ரோஜாவாக இருப்பதிலேயே மகிழ்ச்சி அடைகிறது. உங்களால் ரோஜாவை மாற்ற முடியாது. தாமரையைப் பற்றி எவ்வளவு விளம்பரம் செய்தாலும் ரோஜாவைத் தாமரையாக மாறும் படி அதன் மனதைக் கெடுக்க முடியாது. ரோஜா சிரிக்கும். அது தன்னுடைய இருப்புணர்விலேயே (Being) மையங் கொண்டு அமைதியாகிறது. அதனால்தான் இயற்கை முழுவதும் அச்சக் கிளர்ச்சியில்லாமலிருக்கிறது.

தியானம்

குழப்பத்தில் இருப்பது மனிதமனந்தான், காரணம் எல்லாருமே வேறொருவராவதில் விருப்பம் கொண்டவர்கள். ஆயிரத்தியோரு பிறவிகளாய் இதைத்தான் நீங்கள் செய்து கொண்டிருக்கிறீர்கள்.

'நீங்கள் இப்போது விழிக்கவில்லையென்றால்
பின்பு எப்போது விழிப்பதாய் உத்தேசம்?'

இக்கணத்திலிருந்து மகிழ்ச்சியாய் வாழத் தொடங்குங்கள். ஆசையை விடுங்கள். எந்த நிலையிலிருந்தாலும் மகிழ்ச்சியுடையவராய் இருங்கள்.

உங்கள் இருப்புணர்வில் ஆனந்தியுங்கள், திடீரென்று காலம் மறைந்து விடும். காரணம் ஆசையோடுதான் காலமும் உளதாயிருக்கிறது. வருங்காலம் உங்கள் ஆசையில் வருவது.

பறவைகளின் கீதத்தை உன்னிப்பாய் கேட்கிறபோது நீங்களும் பறவையாகிவிடுவீர்கள். மரங்களின் பசுமையை, மலர்களைப் பார்க்கும் போது நீங்களும் மரங்களைப் போலாகிவிடுவீர்கள்.

நான் இங்கேயிருப்பது ஒரு புதிய ஆசையை உங்களுக்குள் உண்டு பண்ணுவதற்காகவல்ல. ஆசை எவ்வளவு முட்டாள் தனமானது என்பதை உங்களுக்கு உணர்த்தவே இங்கிருப்பது.

ஆசை பயனற்றது என்பதைத் தெரிந்து கொள்வது அறியாமையில் இருந்து விடுபடுவதற்காகத்தான். தான் எப்படியாக வேண்டுமென்று ஒருவர் விரும்பினாரோ அந்த நிலையை முன்பே அடைந்திருப்பதாய் அவர் உணர்ந்தால் அவரே புத்தர். நீங்கள் எல்லாருமே புத்தர்கள் தாம், எத்தனை ஆழ்ந்த தூக்கத்தில் குறட்டைவிட்டுக் கொண்டிருந்தாலும் சரி. நான் உங்களை எழுப்பும் பொறி (Alarm)யாயிருக்கிறேன். கண்களைத் திறந்து கொள்ளுங்கள். இது விழிப்படைய வேண்டிய நேரம், காலம் உங்கள் கதவைத் தட்டுகிறது.

உங்கள் சைக்கிளை எங்கே விட்டுவந்தீர்கள்?

(WHERE DID YOU LEAVE YOUR BI-CYCLE?)

'தியானங்களின் போது என்னுடைய மனம் மணிக்கு ஐநூறு மைல்களுக்கும் அதிகமாய் ஓடிக் கொண்டிருக் கிறது. நான் அமைதியை ஒரு போதும் அனுபவிக்க வில்லை. சாட்சிபாவத்தில் எது நிகழ்ந்தாலும் அது மின்னலைப் போல் தோன்றி மறைந்து விடுகிறது. என்னுடைய நேரத்தை நான் வீணடிக்கிறேனா?'

உங்கள் மனம் ரொம்பவும் மந்தமாயிருக்கிறது. ஐநூறு மைல் மட்டுந்தானா. இது ஒரு வேகம் என்றா எண்ணு கிறீர்கள்? வேகத்தைக் கணக்கிட முடியாத அளவுக்கு விரைந்து செல்வது மனம். அது ஒளியைவிட வேகமுடையது. ஒளி நொடிக்கு 1,86,000 மைல் பயணிக்கிறது, மனம் அதைக் காட்டிலும் வேகமானது. அது குறித்து கவலைப்பட வேண்டியதில்லை, அதுதான் மனதின் அழகு, அதன் சிறப்பியல்பு. அதனை எதிர்மறையாய் எடுத்துக் கொள்வதை விட, அதனுடன் போரிடுவதைவிட மனதை நண்பனாக்கிக் கொள்ளுங்கள்.

நீங்கள் சொல்கிறீர்கள், 'தியானத்தின்போது என்னு டைய மனம் மணிக்கு ஐநூறு மைலுக்கும் அதிகமாய் போகிறது' என்று. அதைப் போகவிடுங்கள். அதை வேக மாகவே போகவிடுங்கள். நீங்கள் கவனிப்பவராயிருங்கள். வேகத்தில் போகும் மனதை அதன் வேகத்திலேயே கவனி யுங்கள். மகிழுங்கள், மனதின் இந்தச் செயலில் மகிழ்ச்சி அடையுங்கள்.

வடமொழியில் இதற்குப் பிரத்யேகமான ஒரு பதம் இருக்கிறது. அது 'சித்விலாஸ்' Chidvilas' எனப்படும். 'பிரக்ஞையின் களியாட்டம்' என்று பொருள் கொள்ளலாம். நட்சத்திரங்களை நோக்கிப் பாய்வது, இங்குமங்கும் வேகமாய் திரிவது, குதிப்பது இவை மனதின் ஆட்டமா யிருக்கும். அதில் தவறு என்ன? அதை ஓர் அழகான ஆட்டமாயிருக்க விடுங்கள். ஏற்றுக் கொள்ளுங்கள்.

தியானம்

நீங்கள் செய்வதெல்லாம் அந்த ஆட்டத்தை நிறுத்துவதாய் இருக்குமென்றே நான் எண்ணுகிறேன். நீங்கள் அதைச் செய்ய முடியாது. மனதை நிறுத்த யாராலும் முடியாது. ஆம், மனம் ஒருநாள் தானாகவே நிற்கும். ஆனால், அதை நிறுத்த யாராலும் முடியாது. மனம் நிற்கும், ஆனால், உங்கள் முயற்சியிலல்ல. உங்களுக்குப் புரியாமலே அது நிற்கும்.

மனம் ஏன் பாய்கிறது? நீங்கள் வெறுமனே கவனியுங்கள், என்ன நிகழ்கிறது என்பதைக் கண்டறியமுயலுங்கள். அது காரணமில்லாமல் பாய்வதில்லை. இந்த மனம் ஏன் பாய்கிறது, எங்கே பாய்கிறது என்பதைக் கண்டறிய முயலுங்கள். அது மனதைப் பற்றி எண்ணமிட்டால் அப்போது அதைப் புரிந்து கொள்ள முயலுங்கள்.

மனம் ஒரு பிரச்சினையல்ல. நீங்கள் பணத்தைப் பற்றி கனவு காணத் தொடங்குகிறீர்கள். லாட்டரியில் உங்களுக்குப் பரிசு விழுவதாயும், அதை எப்படிச் செலவு செய்வது என்றும் திட்டமிடுகிறீர்கள். எதையெல்லாம் வாங்குவது, எதையெல்லாம் வாங்க வேண்டியதில்லை என்பதும் அந்தத் திட்டத்தில் இடம் பெற்றிருக்கும். அல்லது உங்கள் மனம் பிரதம மந்திரி அல்லது குடியரசுத் தலைவராவதாய் எண்ணமிடும். இப்போது என்ன செய்வது, நாட்டை எப்படி நடத்திச் செல்வது என்பதாய் எண்ண ஓட்டம் இருக்கும்.

உங்கள் மனதின் அடியாழத்தில் ஒருவிதை இருக்கிறது. அந்த விதை மறைந்தாலன்றி மனதை உங்களால் நிறுத்த முடியாது. அந்த உள்ளார்த்த விதையின் உத்தரவை மனம் பின் பற்றுகிறது. சிலர் பாலுறவு பற்றியே நினைத்துக் கொண்டிருக்கிறார்கள். அவர்களுக்குள் எங்கோ பாலுறவுப் பண்பு அடக்கி வைக்கப்பட்டிருக்கிறது.

மனம் எங்கே பாய்கிறது என்று கவனியுங்கள். உங்களுக்குள் அடியாழத்தில் ஆராய்ந்து அந்த விதைகள் எங்கே இருக்கின்றன என்று கண்டுபிடியுங்கள்.

நான் கேள்விப்பட்டது. அந்த ஊர்ச் சமய குரு ரொம்பவும் கவலையில் இருந்தார். தம்முடைய ஆலய அதிகாரியிடம், 'இதைக்கேளும். என்னுடைய சைக்கிளை யாரோ திருடிச் சென்று விட்டார்கள்.

'நீங்கள் எங்கே சைக்கிளை விட்டு வந்தீர்கள்?'

'மாதா கோயில் வெளிச்சுவரை ஒட்டித்தான்' என்றார் அந்த குரு.

'ஒன்று செய்யுங்கள். வரும் ஞாயிற்றுக் கிழமை கூட்டத்தில் நீங்கள் பைபிளைப் பற்றிப் பேசும் போது பத்துக் கட்டளையில் உள்ள 'ஒன்றை அடைய வேண்டுமென்பதற்காக அதைத் திருடாதீர்கள்' என்ற வாசகத்தைச் சொல்லுங்கள். நீங்களும் நானும் கூட்டத்தினரின் முகங்களைக் கவனிப்போம். சீக்கிரமே கண்டுபிடித்துவிடலாம்.'

ஞாயிற்றுக் கிழமையும் வந்தது. பத்துக் கட்டளைகள் பற்றி பேசிக் கொண்டே வந்த குரு பாதியில் விஷயத்தை மாற்றிவிட்டார்.

'ஐயா. நீங்கள் அதைச் சொல்வீர்கள் என்று நினைத்தேன்...'

'எனக்குத் தெரியும் கைல்ஸ். ஆனால் பாருங்கள், 'நீங்கள் கள்ள உறவு கொள்ளாதீர்கள்' என்ற வாசகத்தைச் சொல்லும் போது. நான் எங்கே சைக்கிளை விட்டு வந்தேன் என்பது ஞாபகத்துக்கு வந்துவிட்டது.'

உங்கள் சைக்கிளை எங்கே விட்டு வந்தீர்கள் என்பதைக் கண்டுபிடியுங்கள். மனம் பல காரணங்களுக்காய் அலை பாய்கிறது. மனதுக்குத் தேவைப்படுகிற புரிதலும், விழிப்புணர்வும். அதைத் தடை செய்ய முயற்சிக்காதீர்கள். நீங்கள் அதைத் தடை செய்ய முயற்சித்தால் முதல் நிலையில் நீங்கள் வெற்றிபெற முடியாது. இரண்டாவது நிலையில் நீங்கள் வெற்றி பெறக் கூடுமென்றால் ஆண்டுக் கணக்கில் தொடர்முயற்சி தேவைப்படும். அதற்குள் சோர்ந்து போவீர்கள். ஞானோதயம் எதுவும் நிகழ்வதில்லை.

தியானம்

முதல் நிலையில் உங்களால் வெற்றி பெற முடியாது. அப்படியே சமாளித்து வெற்றி பெறமுடிந்தாலும் அது துரதிர்ஷ்டமானதுதான். நீங்கள் மந்தமாகி விடுவீர்கள், அறிவுத் திறனை இழந்து விடுவீர்கள். அந்த வேகத்தில் அறிவுத் திறன் இருக்கிறது, அந்த வேகத்தில் சிந்தனையும், தர்க்க அறிவும், புரிந்து கொள்ளும் திறனும் தொடர்ந்து கூர்மைப்படுத்தப்படும். தயவு செய்து அதை நிறுத்தி விடாதீர்கள். நான் மடையர்களுக்குச் சார்பாயிருப்பதில்லை, யாரும் முட்டாளாவதற்கு நான் உதவுவதில்லை.

மதத்தின் பெயரால் பலரும் முட்டாளாகியிருக்கிறார்கள். மனம் எதற்காக அத்தனை வேகத்தில் போகிறது என்று புரிந்து கொள்ளாமல் அதை நிறுத்த முயற்சி செய்கிறார்கள். காரணமில்லாமல் மனம் போவதில்லை. காரணங்களுக்குள் நுழையாமல், தன்னுணர்வற்ற அடுக்குகளில் (Layer's of the inconscious) நுழையாமல் அவர்கள் மனதை நிறுத்த முயற்சி செய்கிறார்கள். அவர்களால் நிறுத்த முடியும், ஆனால் அதற்கான விலையைக் கொடுக்க வேண்டியிருக்கும். அவர்களுடைய அறிவுத் திறனை இழப்பதுதான் விலையாக இருக்க முடியும்.

இந்தியாவெங்கும் சுற்றிப்பாருங்கள் ஆயிரக்கணக்கான சந்நியாசிகளை, மகாத்மாக்களைக் காணமுடியும். அவர்களுடைய கண்களுக்குள் பாருங்கள் அவர்கள் நல்ல மனிதர்கள், அருமையானவர்கள். ஆனால் மதியற்றவர்கள். அவர்களிடம் கற்பனை இல்லை, அவர்கள். ஆக்கபூர்வமாய் எதையும் செய்கிறதில்லை. வெறுமனே உட்கார்ந்திருப்பார்கள், உயிரோட்டமிருக்காது. எந்த விதத்திலும் உலகத்துக்கு உபயோகப்படுவதில்லை. ஓர் ஓவியத்தையோ, கவிதையையோ, கீதத்தையோ அவர்கள் உண்டாக்கியதில்லை. காரணம் ஒரு கவிதையை உருவாக்குவதற்கும் மனதின் பண்புகள் சில தேவைப்படும்.

மனதைப் புரிந்து கொள்ளாமல் அதன் ஓட்டத்தை நிறுத்துங்கள் என்று நான் யோசனை சொல்லமாட்டேன்.

உங்கள் புரிதலில் அற்புதம் நிகழும். காரணங்களைப் புரிந்து கொள்ளுங்கள். நீங்கள் காரணங்களை ஆராய்ந்து பார்க்கிற போது அவை மறைந்து விடும், மனம் மந்தப்படும். ஆனால், அறிவுத் திறன் இழக்கப்படுவதில்லை, காரணம் மனம் கட்டாயப்படுத்தப்படுவதில்லை.

நீங்கள் புரிந்து கொள்வதன் மூலம் காரணங்களை அகற்றவில்லையென்றால் வேறு என்ன செய்யப் போகிறீர் கள்? உதாரணமாய் ஒரு காரை ஓட்டிச் செல்கிறீர்கள். ஒரு காலினால் ஆக்ஸிலேட்டரை (வேகத்தை விரைவு படுத்தும் பொறி) அழுத்தினாலும் மற்றொரு காலால் 'ப்ரேக்'கை (தடுத்து நிறுத்தும் கருவி) அழுத்துகிறீர்கள். இதன் மூலம் காரின் ஓட்டுமொத்த இயக்கத்தையும் கெடுக்கிறீர்கள். விபத்துக்கான சாத்தியங்கள் இருக்கும். இரண்டையும் ஒரே நேரத்தில் செய்ய முடியாது. நீங்கள் 'ப்ரேக்'கை அழுத்துவ தாயின் ஆக்ஸிலேட்டரை விட்டுவிடுங்கள். அதில் அழுத்தம் கொடுக்காதீர்கள். நீங்கள் ஆக்ஸிலேட்டரை அழுத்திக் கொண்டிருந்தால், ப்ரேக்கை அழுத்தாதீர்கள்.

இரண்டையும் ஒன்றாய் செய்தால் எந்திர நுட்பம் முழுமையாய் பாதிக்கப்படும். நீங்கள் ஒன்றுக்கொன்று முரணான காரியத்தைச் செய்கிறீர்கள்.

நீங்கள் பேராவலைச் சுமந்தபடி மனதை நிறுத்த முயற்சிக்கிறீர்களா? ஆவல் வேகத்தை உருவாக்குகிறது. ஆக, நீங்கள் வேகத்தை அதிகரிக்கிறீர்கள், மனதில் ஒரு 'ப்ரேக்' கைப் போடுகிறீர்கள். மனம் மென்மையானது, பிரபஞ்சத் திலேயே மிகவும் மென்மையானது. அதை முட்டாள் தனமாய் கையாளாதீர்கள்.

அதை நிறுத்தத் தேவையில்லை.

நான் அமைதியை ஒரு போதும் அனுபவித்ததில்லை. சாட்சிபாவத்தில் எது நிகழ்ந்தாலும் அது மின்னலாய் மறைந்து விடுகிறது. ஆனந்தமாய் உணருங்கள். அவை மின்னி மறைந்தாலும் சாதாரணமானவையல்ல. அந்தக் கணநேரக் காட்சியும் கிடைக்காமல் இலட்சோபலட்சம்

பேர் இருக்கிறார்கள். சாட்சிபாவம் என்றால் என்னவென்று கண நேரமும் அறியாமல் அவர்கள் வாழ்ந்து மடிவார்கள்.

'நீங்கள் ஆனந்தமாய் இருக்கிறீர்கள் அதிர்ஷ்டக் காரர்தான்'

ஆனால், நீங்கள் நன்றியுணர்வோடிருக்கவில்லை. உங்களிடம் நன்றியுணர்வு இல்லாவிட்டால் அந்த ஒளிக் கீற்றுகள் மறையும். நன்றியுடையவராயிருங்கள், அவை வளரும். சாட்சிபாவம் எதுவாயினும் அது குறுகிய காலமே நிகழ்கிறது.

கணத்தின் ஒரு கூறில் அது நிகழ்ந்தாலும், நிகழ்கிறதே. அதை அனுபவமாக்கிக் கொள்ளுங்கள். போகப்போக அந்த அனுபவத்துடன் மேலும் நிகழ்தற்கான சூழ்நிலைகளை நீங்கள் உருவாக்கிக் கொள்ள முடியும்.

'நான் என்னுடைய நேரத்தை வீணடிக்கிறேனா?' என்று கேட்கிறீர்கள். நீங்கள் நேரத்தை வீணடிக்க முடியாது. காரணம், அது உங்கள் சுவாதீனத்தில் இல்லை. நீங்கள் எதையேனும் வைத்திருந்தால் தானே அதை வீணடிப்பதற்கு, நேரம் உங்கள் கையில் இல்லை. நீங்கள் தியானித்தாலும், இல்லாவிட்டாலும் நேரம் ஓடவே செய்யும். நீங்கள் எதைச் செய்தாலும், செய்யாவிட்டாலும் அதன் ஓட்டம் நிற்காது.

உங்களால் நேரத்தைச் சேமிக்க முடியாத போது அதை எப்படி வீணடிக்க முடியும்? சாட்சிபாவத்தில் செலவிடுகிற கணங்கள் பயனுடையவை, அதில் காட்சிகள் கிடைக்கின்றன. மற்ற கணங்கள் வீணானவையே.

நீங்கள் சம்பாதித்த பணம், கவுரவம், மதிப்பு என்று எல்லாமும் வீணாகிவிடுகின்றன. சாட்சிபாவத்திலிருந்த கணங்கள் மட்டுமே சேர்த்து வைக்கப்பட்டவை. இந்த வாழ்க்கையை நீங்கள் துறக்கிறபோது அந்தக் கணங்கள் மட்டுமே உங்களோடு வருபவை. அந்தக் கணங்கள் சாசுவதமானவை. அவை காலத்துக்குச் சொந்தமானதாகாது.

அது நிகழ்கிறதே என்பதற்காய் ஆனந்தப்படுங்கள்.

'ஒவ்வொரு துளியாகத்தான் விழுகிறது,
துளிகளில் இருக்கிறது கடல்'

அதை நன்றியுடன் ஏற்று கொண்டாடுங்கள். மனதை நிறுத்த முயலாதீர்கள். அதன் வேகத்துக்கு விட்டுவிடுங்கள், கவனித்திருங்கள் போதும்.

'180 டிகிரியில் ஒரு திருப்பம்'

(JUST A 180° TURN)

இரண்டு போலந்து தேசத்தவர்கள் காரின் முன்னிருக்கையில் அமர்ந்து அதை ஓட்டிச் சென்றார்கள். ஒரு மூலையை நெருங்கிய போது காரை ஓட்டியவன் தனது நண்பனிடம், 'இண்டிகேட்டர், சிக்னல் லைட் எரிகிறதா சன்னல் வழியே பார்' என்றான். அவன் சன்னல் வழியே தலையை வெளியில் நீட்டி வெளியில் பார்த்தான்.

'ஆமா எரியுது, இல்லை எரியலை, ஆங் இப்போ எரியுது, அட அணைஞ்சிருச்சே' என்று கத்தினான்.

'பகவானே, என்னை யாராவது சாட்சிபாவத்தில் இருந்திருக்கிறாயா என்று கேட்டால், நான் சொல்கிற பதிலும் அப்படித்தான் இருக்கும் 'ஆமா இருந்திருக்கேன்,' 'இல்லை இருந்ததில்லை' என்பதாய். எனது வீடு செல்லும் பாதை நெடுகவும் இதே கதைதானா?

இல்லை. உங்கள் சாட்சிபாவத்தைப் பொறுத்தவரை அது வரும், போகும். அந்த போலந்துக்காரன் 'இண்டிகேட்டர்' வேலை செய்கிறதா என்ற கேள்விக்குச் சொன்ன மாதிரி 'ஆமா, இல்லை' என்பதே உங்கள் பதிலாகயிருக்கும்.

பாவம் அந்தப் போலந்துக்காரன், அவனைப் பார்த்துச் சிரிக்காதீர்கள். அவனுடைய விழிப்புணர்வு முழுமையானது. இண்டிகேட்டர் விளக்கு மாறி மாறி அணைந்து எரிவதை மிகச் சரியாகக் கவனித்துக் கொண்டிருந்திருக்கிறான். அவனுடைய விழிப்புணர்வு தொடர்ச்சியானது.

உங்களுடைய சாட்சிபாவத்திலும் 'நான் இருக்கிறேன். இப்போது இல்லை' என்று அதே பதிலைக் கொடுக்க முடிந்தால் சாட்சியாயிருக்கும் கணங்களுக்குப் பின்னால் இருந்து ஏதோ ஒன்று அந்த நடைமுறை முழுதையும் கவனிப்பதை உணர்வீர்கள். அது நிலையாயிருந்து கவனிக்கிறது.

உங்கள் சாட்சிபாவம் 'இண்டிகேட்டர்' மாதிரி. அது பற்றிக் கவலைப்படாதீர்கள். எது சாசுவதமானதோ, மாறாததோ, தொடர்ச்சி உடையதோ அதற்கு முக்கியத் துவம் கொடுங்கள். அது நம் எல்லாரிடத்தும் இருக்கிறது, ஆனால், நாம் தான் அதை மறந்து போனோம்.

நாம் மறந்திருக்கும் நேரங்களிலும்கூட அது முழுமை யாய் அங்கே இருக்கிறது. அது கண்ணாடி மாதிரி எதையும் பிரதிபலிப்பது. ஆனால், நீங்களோ கண்ணாடி முன்னாய் உங்கள் முதுகைக் காட்டிக் கொண்டு நிற்கிறீர்கள். அது உங்கள் முதுகுப் பகுதியைப் பிரதிபலிக்கிறது.

திரும்புங்கள், அது முகத்தைக் காட்டும்.

உங்கள் இதயத்தைத் திறந்து காட்டுங்கள், அது உங்கள் இதயத்தையும் பிரதிபலிக்கும்.

ஒன்றுவிடாமல் எல்லாவற்றையும் மேசை மீது வைத்து விடுங்கள், அது உங்கள் உண்மைநிலை (Reality)யைப் பிரதி பலிக்கும்.

அந்தக் கண்ணாடி முன் நீங்கள் தொடர்ந்து முதுகுப் பக்கத்தையே காட்டிய படிநின்று, உலகோரை நோக்கி 'நான் யார்?' என்று கேட்டவாறு இருந்தால் அது உங்கள் விருப்பம்.

'இதுதான் வழி, இதைச் செய், நீ யாரென்பதை அறிந்து கொள்வாய்' என்று போதிக்க பல முட்டாள்கள் இருக் கிறார்கள்.

எந்தவொரு முறையும் (Method) தேவையில்லை.

ஒரு 180^0 திரும்பினால் போதும்.

உங்கள் இருப்புணர்வே (Being) அந்தக் கண்ணாடி.

போலந்துக்காரன் 'எரியுது, அணையுது' என்று இண்டிகேட்டர் பற்றிச் சொன்னதை நீங்கள் யாரிடமாவது சொன்னால் சிரிப்பார்கள்.

ஆனால், நான் சிரிக்கமாட்டேன். காரணம், யாரும் பார்க்காத ஒன்றை அதில் நான் பார்க்கிறேன்.

அந்தப் போலந்துக்காரன் மாறாத கவனத்தோடு இருக்கிறான். ஒன்றையும், ஒற்றைக் கணத்தையும் அவன் தவறவிடவில்லை.

சாட்சிபாவத்தில் இருக்கிறபோது 'ஆமாம்' என்றும். அது மறைகிறபோது 'இல்லை' என்றும் நீங்கள் சொல் வீர்கள். இரண்டுக்கும் பின்னால் ஏதோ ஒன்று அந்தக் கணங்களைக் கவனித்தபடி இருக்கும். உங்களுடையது உண்மையான சாட்சிபாவம் அல்ல, அது 'இண்டிகேட்டர்' மட்டுமே. அதை மறந்து விடுங்கள்.

உங்களுக்குள் 24 மணி நேரமும் பிரதிபலித்துக் கொண்டிருக்கும் கண்ணாடி. எல்லாவற்றையும் அமைதி யாய் கவனித்தபடியிருக்கும். கொஞ்சம் கொஞ்சமாய் அதை சுத்தம் செய்யுங்கள்.

பல நூற்றாண்டுகளாய் அதன் மீது படிந்திருக்கும் தூசியை அகற்றுங்கள்.

ஒருநாள் அந்தக் கண்ணாடி படு சுத்தமாயிருக்கும். சாட்சிபாவத்துக்குரிய கணங்களும், சாட்சிபாவமற்ற கணங் களும் மறைந்துவிடும். நீங்கள் வெறும் சாட்சியாய் இருப்பீர்கள்.

சாட்சிபாவத்தின் சாசுவதத் தன்மையை நீங்கள் கண்டறியாத வரை. அவை மனதின் பகுதியாகவே இருக்கும்.

அவை முக்கியத்துவம் பெறுவதில்லை.

தியானம்

எல்லா வழிகளும் ஒரு மலையில் கூடுகின்றன
(ALL PATHS MERGE ON THE MOUNTAIN)

விழிப்புணர்வு அன்பை விட உயர்மதிப்பு உடையதா?

உயர்ந்த மலை முகடு உண்மை, அன்பு, விழிப்புணர்வு, ஆதாரபூர்வம், முழுமை இவற்றின் உச்ச நிலையாயிருக்கிறது. சிகரத்தின் உச்சியில் அவை பிரித்துப் பார்க்க முடியாததாய் இருக்கும். நம்முடைய தன்னுணர்வற்ற (Unconscious) பள்ளத்தாக்குகளில்தான் அவை தனித்தனியே இருக்கும். மற்றவற்றுடன் கலந்து அவை அசுத்தமாகி விட்டிருக்கும். சுத்தமானதும் அவை ஒன்றாகிவிடுகின்றன. எத்தனைக்கு சுத்தமாயிருக்கிறதோ அத்தனைக்கு அவை ஒன்றோடொன்று நெருங்கி வந்துவிடுகின்றன.

மதிப்பு வாய்ந்ததாய் கருதப்படுகிற ஒவ்வொன்றும் பல தளங்களில் பல நிலைகளில் செயல்படுகின்றன. ஒவ்வொன்றும் அநேக குறுக்குச் சட்டங்களைக் கொண்ட ஏணியாகும்.

அன்பு காமமாகும். அப்போது அது நரகத்தைத் தொட்டுக் கொண்டிருக்கும் கீழ் குறுக்குச் சட்டமாகி விடும். அன்பே பிரார்த்தனையுமாகும், அது விண்ணகத்தைத் தொடுகிற மேல் குறுக்குச் சட்டமாகிவிடும். இரண்டுக்கு மிடையில் தெளிவாய் உணரக்கூடிய பல நிலைகள் இருக்கின்றன.

காமத்தில் உள்ள காதல் ஒரு சதவிகிதமாகும். பொறாமை, அகந்தை, உடைமைத்தனம், கோபம், பால் சார்ந்த பண்பு இவை மற்ற தொண்ணூற்றியொன்பது சதவிகிதமாகும். அவை உடல் சார்ந்தவை, வேதியல் மாறுபாடுகளுக்குரியவை. அதைவிட ஆழமாய் எதுவுமில்லை.

நீங்கள் மேல் நோக்கிச் செல்கிறபோது, விஷயங்கள் ஆழமானவையாகிவிடும், பல புதிய பரிமாணங்களைப் பெற்றுவிடும்.

எது உடல் சார்ந்ததாயிருந்ததோ அது உளஞ்சார்ந்த பரிமாணத்தைப் பெறத் தொடங்குகிறது. உயிரியலாயிருந்தது உளவியலாகிறது. ஆனால், உயிரியலில் விலங்குகளுக்கு இடமளிக்கிற நாம் உளவியலில் அவற்றுக்கு இடமளிக்கவில்லை.

அன்பு உயரும்போது அல்லது ஆழமாகும் போது ஆன்மா சார்ந்த ஏதோவொன்றை அது பெறத் தொடங்குகிறது. அப்போது அது உண்மையை ஆய்ந்தறியும் கோட்பட்டை (Metaphysical) கொண்டு விடுகிறது. புத்தர்களும், கிருஷ்ணர்களும், இயேசுக்களும் மட்டுமே அன்பை, அதன் இயல்பை அறிந்தவர்கள்.

அன்பும் அதன் மதிப்பீடுகளும் வழிநெடுகப் பரவி நிற்கின்றன. அன்பு நூறு சதவிகிதம் தூய்மையாயிருக்கும் போது அன்புக்கும் விழிப்புணர்வுக்கும் இடையில் எந்த வித்தியாசத்தையும் நீங்கள் காணமுடியாது. அப்போது அவை இரண்டாயிருப்பதில்லை. அன்புக்கும் கடவுளுக்கும் இடையில் கூட வேறுபாடு காண முடியாது.

புறவெல்லையில் (Periphery) ஒவ்வொன்றும் மற்றதில் இருந்து விலகியே நிற்கிறது. நீங்கள் மையத்தை நெருங்கும் போது பலவாயிருக்குந்தன்மை கரைந்து மறைகிறது, ஒருமைத் தன்மை மேலெழுகிறது. மையத்தில் எல்லாமும் ஒன்றாகிவிடும்.

அன்பு, விழிப்புணர்வு இவற்றின் உயர்வை நீங்கள் புரிந்து கொண்டிருக்காதவரை உங்கள் கேள்வி சரியானது தான். ஆனால் நீங்கள் மிக உயர்ந்த சிகரமான எவரெஸ்டைக் கண்ட பிறகு அந்தக் கேள்வி பொருத்த மற்றதாகி விடும்.

‘அன்பைவிட விழிப்புணர்வு உயர்மதிப்புடையதா?’ என்று நீங்கள் கேட்கிறீர்கள். உயர்ந்ததென்றோ, தாழ்ந்த தென்றோ உலகில் எதுவுமில்லை. உண்மையில் உங்களைச்

தியானம்

சிகரத்துக்கு இட்டுச் செல்ல இரண்டு வழிகள் இருக்கின்றன. ஒன்று— விழிப்புணர்வு, தியானம்: இது 'ஸென்' வழி. மற்றொன்று அன்பு வழி, பக்தர்களுடையது, சூஃபிகளுடையது. நீங்கள் பயணத்தைத் தொடங்கும் போது இரண்டு பாதைகளும் வேறு வேறாகவே இருக்கும். நீங்கள் தான் தெரிவு செய்ய வேண்டும். நீங்கள் எதைத் தேர்ந்தெடுத்தாலும் அது சிகரத்தில் கொண்டு சேர்க்கும். சிகரத்தை நெருங்கும் போது மற்றொரு பாதை வழியே பயணித்தவர்களும் உங்களை நெருங்கி வரக் காண்பீர்கள். கொஞ்சம் கொஞ்சமாய் அந்தப் பாதைகள் இரண்டறக் கலக்கும். நீங்கள் உச்சியை அடையும் போது அவை ஒன்றாகவே இருக்கும்.

விழிப்புணர்வுப் பாதையில் செல்கிறவர் தம்முடைய விழிப்புணர்வின் விளைவாய் அன்பை முயன்று அடைவார். அது ஓர் இடைவிளைவுப் பொருள் அல்லது நிழல் என்று வைத்துக் கொள்ளுங்களேன்.

அன்பின் பாதையில் செல்கிறவர் அதன் விளைவாய் விழிப்புணர்வைக் கண்டு கொள்வார். இதில் விழிப்புணர்வு இடைவிளைவுப் பொருள் அல்லது நிழல் ஆகும். அவை நாணயத்தின் இரண்டு பக்கங்கள்.

அன்பில்லாத விழிப்புணர்வு தூய்மையற்றது, அது உண்மையான விழிப்புணர்வுமாகிறது. அது தூய்மையான ஒளியாகாது, அங்கே இருண்ட பள்ளங்கள் இருக்கவே செய்யும்.

விழிப்புணர்வு இல்லாத அன்பும் அன்பாகாது. அது இழிவானதாய் காமத்துக்குப் பக்கமாய் இருக்கும்.

ஆக, நீங்கள் விழிப்புணர்வுப் பாதையில் சென்றால் அன்பை அடிப்படைத் தத்துவமாய் கொள்ளுங்கள். உங்கள் விழிப்புணர்வு திடீரென்று அன்பாய் மலர்கிறபோது விழிப்புணர்வு வந்துவிட்டது என்பதை உணருங்கள், சமாதி

நிலையை அடைந்தாயிற்று என்பதைத் தெரிந்து கொள் ளுங்கள்.

நீங்கள் அன்பின் பாதையில் சென்றால் விழிப் புணர்வை அடிப்படைத் தத்துவமாய் இயங்க விடுங்கள். திடீரென உங்கள் அன்பு மையத்தில் இருந்து ஒரு ஜ்வாலை யாய் விழிப்புணர்வு தோன்றும். மகிழ்ந்திடுங்கள், நீங்கள் வீடு வந்து சேர்ந்தீர்கள்.

பிரக்ஞை நிலையைக் கொண்டாடுதல்

(CELEBRATING CONSCIOUSNESS)

சில ஆண்டுகள் தூய்மை செய்கிற– வெளியேற்றுகிற (Cathartic) உத்திகளைக் கடைப்பிடித்ததில் என்னுள் ஆழ்ந்த இணக்கமும், சமநிலையும் ஏற்படுவதை உணர்கிறேன். ஆனால், 'சமாதியின் இறுதி நிலையை அடைவதற்கு முன்னால் மிகப் பெரிய குழப்பத்தை ஒருவர் கடக்க வேண்டியிருக்கும்' என்று நீங்கள் சொன்னீர்கள். குழப்ப நிலையைக் கடந்தாயிற்று என்பதை நான் எப்படித் தெரிந்து கொள்வது?

முதலில் ஒன்றைப் புரிந்து கொள்ளுங்கள். நூற்றுக் கணக்கான பிறவிகளாய் நீங்கள் குழப்பத்தில் தான் வாழ்ந்திருக்கிறீர்கள். அது ஒன்றும் புதிதில்லை. ரொம்பப் பழசு. இரண்டாவதாய், வெளியேற்றும் உத்தியை அடிப் படையாய்க் கொண்ட ஆற்றல் வாய்ந்த (Dynamic) தியானம் எல்லாக் குழப்பத்தையும் வெளியே வீசியெறிந்து விடும். இந்த உத்திகளின் அழகே அதுதான். அமைதியாய் உட்கார முடியாது, ஆனால், ஆற்றல் வாய்ந்த (Dynamic) தியானத்தை யும், குழப்பத்தையகற்றும் தியானத்தையும் எளிதாய் செய்ய முடியும். குழப்பம் வெளியே வீசியெறியப்பட்டதும் உங்களுக்குள் அமைதி ஏற்படத் துவங்கும். சரியாகவும்,

தியானம்

தொடர்ந்தும் செய்தால் தியானத்தின் வெளியேற்றும் உத்திகள் உங்களுடைய எல்லாக் குழப்பங்களையும் வெளியுலகில் மறையச் செய்துவிடும். நீங்கள் ஒரு பித்துப்பிடித்த நிலையைக் கடக்க வேண்டியதில்லை. இந்த உத்திகளின் அழகே அதுதான்.

ஆனால், பதஞ்சலி சொல்லியது போல் நீங்கள் எடுத்த வுடன் தியானத்தில் உட்கார்ந்தால் (பதஞ்சலியிடம் வெளி யேற்றும் முறைகள் இருக்கவில்லை. அவருடைய காலத்தில் அவை அவசியமாயிருந்திருக்காது) குழப்பந்தான் மிஞ்சும். மக்கள் இயல்பிலேயே அமைதியாய், பழம் பாணியில் இருந்திருக்கிறார்கள். மனதுக்கு அதிக வேலையில்லை. மனிதர்கள் நன்றாய் உறங்கி, விலங்குகளைப் போல் வாழ்ந்தார்கள். அவர்கள் ரொம்ப சிந்திக்கவோ, தர்க்கம் பண்ணவோ, அறிவின் பாற்பட்டோ இருந்திருக்கவில்லை. அவர்கள் வெகுவாய் இதயத்தில் மையங் கொண்டிருந் தார்கள். ஆதிவாசிகள் இப்போதும் அப்படித் தானிருக் கிறார்கள். வாழ்க்கையில் பல அசுத்தங்கள் தானாகவே வெளியேறிவிடுகின்றன.

உதாரணமாய், மரம் வெட்டி ஒருவன். அவனுக்கு வெளியேற்றும் உத்தி (Catharsis) எதுவும் தேவைப்பட்டிருக்க வில்லை, காரணம், மரங்களை வெட்டிச் சாய்ப்பதிலேயே கொலைவெறி உணர்வுகள் வெளியே வீசியெறியப்பட்டு விடுகின்றன.

'மரத்தை வெட்டுவதென்பது, ஒரு
மரத்தைக் கொல்கிற காரியந்தான்'

கல்லுடைக்கும் மனிதனுக்கும் வெளியேற்றும் தியானம் தேவைப்படாது. அவன் நாள் முழுக்க அதைத்தான் செய்து கொண்டிருக்கிறான். ஆனால் நவீனகால மனிதனிடம் எல்லாம் மாறிவிட்டன. இன்று வாழ்க்கை வசதியா யிருக்கிறது, ஒரு பித்துப் பிடித்த நிலைக்குத் தள்ளப்பட்டி

ருந்தாலன்றி வெளியேற்றும் உத்தி உங்கள் வாழ்க்கையில் தேவைப்படாது.

மேற்கில் ஆண்டு தோறும் நிறைய பேர் கார் விபத்தில் சாகிறார்கள். காரோட்டுவதால் ஏற்படும் மரண எண்ணிக்கை புற்றுநோய், சய நோய் இவற்றில் ஏற்படும் மரணத்தைவிட அதிக அளவில் இருக்கிறது.

இரண்டாம் உலகப்போரின் போது ஒரே வருடத்தில் இலட்சோப லட்சம் பேர் செத்துப் போனார்கள். ஆண்டு தோறும் வாகன விபத்தில் நிறைய பேர் செத்துப் போகிறார்கள்.

நீங்கள் காரோட்டுகிறவராயிருந்தால் உங்களுக்குத் தெரிந்திருக்கும், கோபத்தில் இருக்கும் போது காரை வேகமாய் செலுத்துகிற போக்கு. ஆக்ஸிலேட்டரை அழுத்திக் கொண்டே இருப்பீர்கள், 'ப்ரேக்' இருப்பதை மறந்துவிடுகிறீர்கள். உங்கள் வெறுப்பையும் சீற்றத்தையும் வெளிப்படுத்த கார் ஒரு செயற்கருவி (Medium)யாகி விடுகிறது.

மூளையின் ஆழ்மையங்களைப் பற்றித் தெரிந்தவர்கள் சொல்கிறார்கள், கைகளால் வேலை செய்கிறவர்களுக்கு பதற்றம், இறுக்கம் குறைவு என்று. கைகள் ஆழ்மனதுடன், மூளையின் அடியாழத்தில் இருக்கும் மையங்களுடன் ஒன்று சேர்ந்திருப்பதால் அவர்கள் நன்றாய் உறங்க முடிகிறது. நீங்கள் கைகளைப் பயன்படுத்தி உழைக்கிற போது சக்தி தலையிலிருந்து கைகளுக்கு வந்து விடுவிக்கப்படும். கை களைக் கொண்டு வேலை செய்பவர்களுக்கு வெளியேற்றும் உத்தி தேவைப்படாது. ஆனால், தங்கள் தலையை (மூளை)ப் பயன்படுத்தி வேலை செய்பவர்களுக்கு வெளியேற்றும் உத்தி நிரம்பவும் தேவைப்படும். காரணம், அவர்களிடம் குவிந்துவிட்ட சக்தி வெளியேற உடம்பில் எவ்வித வழியும் இல்லை. அது மனதுக்குள்ளாகவே சுழன்று சுழன்று மனம் பித்துப்பிடித்த மாதிரி ஆகிவிடுகிறது.

தியானம்

பதஞ்சலி யோக சூத்திரங்களை உருவாக்கிய போது மக்கள் கைகளைப் பயன்படுத்தி உழைப்பவர்களாயிருந்தார்கள். அப்போது வெளியேற்றும் உத்திகள் தேவைப்படவில்லை. வாழ்க்கை தனக்குத் தானே தூய்மை செய்து கொள்வதாயிருந்தது. அப்போது அவர்களுக்கு அமைதியுடன் அமர்ந்திருக்க எளிதாய் முடிந்தது. ஆனால், உங்களால் முடியாது. நான் வெளியேற்றும் உத்திகளைக் கண்டறிந்த பிறகே நீங்கள் அமைதியாய் உட்கார முடிகிறது.

நான் சில வருடம் அந்த உத்திகளைக் கடைப்பிடித்ததில் ஒரு இணக்கத்தை, சமநிலையை உணர்கிறேன்.

நீங்களாக இடர்ப்பாடுகளை உண்டாக்கிக் கொள்ளாதீர்கள். மனம் வலுக்கட்டாயமாய் எதிலும் தலையிடும். மனம் சொல்கிறது 'அது எப்படி நிகழும், முதலில் நான் குழப்பநிலையைக் கடக்க வேண்டுமல்லவா' என்று. இந்த யோசனையே குழப்பத்தைத் தருவதாகிவிடும். மக்கள் அமைதியைப் பெரிதும் விரும்பி நிற்கிறார்கள். ஆனால், அது நிகழ்கிறபோது அவர்களால் அதை நம்ப முடியவில்லை.

உண்மையாயிருப்பது நல்லது. ஆனால் தம்மைத் தாமே வெறுக்கிறவர்கள் 'ஓ அது சாத்தியமில்லை. ஒரு புத்தருக்கோ இயேசுவுக்கோ அப்படி நடக்கலாம். ஆனால், என்னைப் பொறுத்தவரை அது சாத்தியமற்றது' என்பார்கள். தங்கள் விஷயத்திலும் அப்படி நடக்குமென்பதை அவர்களால் நம்ப முடிவதில்லை.

அவர்கள் என்னிடம் வந்தார்கள். 'உண்மையிலேயே எனக்கு அமைதி கிடைத்திருக்கிறதா அல்லது நான் கற்பனை செய்து கொள்கிறேனா?' என்று கேட்டார்கள். ஏன் கவலைப்படுவது? அது கற்பனையே என்றாலும் ஒரு கோபத்தை அல்லது பாலுறவைக் கற்பனை செய்வதை விட சிறப்பானது தானே.

நான் சொல்கிறேன். அமைதியை யாரும் கற்பனை செய்ய முடியாது. கற்பனைக்கு வடிவம் (Form) தேவைப் படும், அமைதிக்கு வடிவம் கிடையாது. கற்பனை என்பது மனதில் காட்சி உண்டு பண்ணி சிந்திப்பது. அமைதிக்கு அத்தகைய காட்சிகள் கிடையாது. உங்களால் அமைதியைக் கற்பனை செய்ய முடியாது. அதற்குச் சாத்தியமில்லை. நீங்கள் அறிவூட்டலை (Enlightenment)யும், ஞானோதயத்தை யும், சமாதி நிலையையும், அமைதியையும் கற்பனை செய்ய முடியாது. கற்பனைக்கு ஏதாவது ஓர் அடித்தளம், வடிவம் தேவைப்படும். அமைதி வடிவமற்றது, வரையறுத்துச் சொல்ல முடியாதது. அதை யாரும் வரையவோ, செதுக் கவோ செய்ததில்லை, அது யாராலும் முடியாத ஒன்று.

மனம் தந்திரங்கள் செய்யும். 'உன்னைப் போன்ற முட்டாளுக்கெல்லாம் அமைதி வாய்ப்பதாவது' என்று சொல்லும். 'இந்த ஆள் ஓஷோ உன்னை வசியப்படுத்தி விட்டார், நீ ஏமாற்றப் பட்டிருக்கிறாய்' என்று சொல்லும்.

அத்தகைய பிரச்சினைகளைத் தோற்றுவித்துக் கொள்ளாதீர்கள். வாழ்க்கையில் போதும் போதுமென்கிற அளவுக்குப் பிரச்சினைகள் இருக்கின்றன. அமைதி நிகழ்கிற போது அதை அனுபவித்து மகிழுங்கள், கொண்டாடுங்கள். குழப்ப சக்திகள் வீசியெறியப்பட்டுவிட்டன என்பதுதான் அதற்கு அர்த்தம். மனம் தனது கடைசி விளையாட்டை ஆடிக் கொண்டிருக்கிறது, இறுதிவரை அது ஆடிக் கொண்டிருக்கும். அறியாமை நீங்கப் பெற்றும் அது தன் ஆட்டத்தை நிறுத்துவதில்லை. காரணம் அது கடைசி ஆட்டம், கடைசிப் போர்க்களம்.

அது உண்மையா உண்மையற்றதா, அதன் பிறகு குழப்பம் வருமா வராதா என்றெல்லாம் கவலைப்பட்டுக் கொண்டிருக்காதீர்கள். காரணம், இப்படிச் சிந்திப்பதன் மூலம் நீங்கள் முன் கூட்டியே குழப்பத்தைக் கொண்டு வந்து விடுகிறீர்கள். உங்களுடைய எண்ணந்தான் குழப்பத்

ஹைத் தோற்றுவிக்கிறது, அது தோற்றுவிக்கப் பட்டதும் மனம் கூறும் 'நான் அப்படிச் சொன்னேனில்லையா' என்று. குழப்பம் வந்து போனதா இல்லை வரப்போகிறதா என்றெல்லாம் ஏன் கவலைப்படுகிறீர்கள்? இந்தக் கணத்தில் அமைதியாய் இருக்கிறீர்களல்லவா. அதைக் கொண்டாடுங் கள். நான் சொல்கிறேன், நீங்கள் கொண்டாடினால் அது வளர்ச்சி பெறும் என்று.

பிரக்ஞை உலகில் கொண்டாட்டத்தைப் போல் உங்களுக்கு உதவக் கூடிய வேறொன்று கிடையாது. கொண் டாட்டம் என்பது ஒரு செடிக்கு நீர்வார்க்கிற மாதிரி. கவலை கொண்டாட்டத்துக்கு நேர் எதிரிடையானது, அது வேர்களைத் துண்டிக்கிற மாதிரி, ஆனந்தியுங்கள், உங்கள் அமைதியோடு நடனமாடுங்கள்.

'இந்தக் கணத்தைக் கவிதையாக்குங்கள்
இனியகீதம். ஆடல் என்று அதை
ஆக்க பூர்வமானதாய் செய்யுங்கள்'

அமைதியைவிட ஆக்கபூர்வமான ஒன்று இருக்க முடியாது. நீங்கள் மிகச் சிறந்த ஓவியராய் ஒரு பிக்கா ஸோவாக வர வேண்டுமென்பதில்லை. பெரிய கவிஞராய் ஹென்றிமூர் போல் வரவேண்டுமென்பதில்லை. அத்தகைய பேராவல்கள் மனதுக்குண்டு, அமைதிக்குக் கிடையாது.

சிறிய அளவிலாயினும் உங்கள் சொந்த முறையில் வண்ணம் தீட்டுங்கள். உங்களுடைய போக்கில் ஒரு 'ஹைக்கூ' (Haiku) செய்யுங்கள். உங்களுக்கே உரிய விதத்தில் பாடுங்கள், ஆடுங்கள், கொண்டாடுங்கள். அடுத்த கணம் பேரமைதியைக் கொண்டு வருவதாயிருக்கும். எத்தனைக்குக் கொண்டாடுகிறீர்களோ அத்தனைக்கு நீங்கள் அதிகம் பெற்றவராவீர்கள்.

அடுத்த கணம் என்பது இந்தக் கணத்தில் இருந்து பிறப்பது. அப்படியானால் ஏன் கவலைப்படுவது? இந்தக்

கணம் அமைதியாயிருக்கும் போது அடுத்த கணம் எப்படி குழப்பமாகும்?

இந்தக் கணத்தில் ஆனந்தத்தை அனுபவிக்கிற நான் எப்படி அடுத்த கணத்தில் ஆனந்தமற்றவனாவேன்?

நீங்கள் அடுத்த கணத்தில் மகிழ்ச்சியற்றவராக வேண்டுமென்றால் இந்தக் கணத்திலேயே மகிழ்ச்சியற்றவராயிருந்திருக்க வேண்டும். மகிழ்ச்சியற்ற தன்மையிலிருந்து தான் மகிழ்ச்சியற்ற நிலை தோன்றுகிறது. மகிழ்ச்சியிலிருந்தே மகிழ்ச்சி தோன்றுகிறது.

நீங்கள்—

அடுத்த கணத்தில் அறுவடை செய்ய விரும்பினால்

இந்தக் கணத்தில் விதைத்திருக்க வேண்டும்.

அடுத்த கணத்துக்காய் காத்திருக்க வேண்டாம், அது முன்பே வந்துவிட்டது.

இதை நினைவில் கொள்ளுங்கள், உண்மையிலேயே இது வினோதமானது என்றாலும். நீங்கள் துயரத்தில் இருக்கும் போது அதைக் கற்பனை என்று ஒரு போதும் எண்ணிக் கொள்வதில்லை. துயர்படும் ஒருவன் அது கற்பனை என்று சொல்லி நான் கேட்டதில்லை. துயரம் முழுக்கவும் உண்மையானது. ஆனால் மகிழ்ச்சி? ஏதோ ஒன்று தவறாகிவிட, நீங்கள் சொல்வீர்கள் 'அது கற்பனையாய் இருக்கலாம்' என்று. நீங்கள் இறுக்கமடைந்த நிலையில் அதைக் கற்பனையென்று நினைப்பதில்லை. இறுக்கத்தையும், துயரத்தையும் உங்களால் கற்பனையென்று எண்ண முடிந்தால் அவை மறைந்துவிடும். அதே மாதிரிதான் அமைதி, ஆனந்தம் இவற்றிலும்.

உண்மை என்று எடுத்துக் கொண்டால் எதுவும் உண்மையாகி விடுகிறது. உண்மையற்றது என்றால் உண்மையற்றதுதான்.

தியானம்

'உங்களுடைய உலகத்தை
நீங்களே உருவாக்கிக் கொள்கிறீர்கள்'

இதை ஞாபகத்தில் வையுங்கள். ஒரு கணமேயென்றாலும் ஆனந்தத்தை, பரமசுகத்தை அடைவது அரிது. அப்படி யிருக்க வெறுமனே எண்ணமிட்டு நேரத்தை வீணடிக்காதீர்கள். ஆனால், நீங்கள் எதையும் செய்யாமல் இருந்தால் கவலைப்படுவதற்கு சாத்தியம் இருக்கிறது. ஆக்கபூர்வமானதைச் செய்யும் சக்தி அப்போது கவலையைத் தோற்றுவிப்பதாகிறது. அது புதிய இறுக்கங்களை உள்ளில் தோற்றுவித்து விடும்.

சக்தி ஆக்கபூர்வமானது. அதை நீங்கள் பயன்படுத்தாவிட்டால் அது மகிழ்ச்சியற்ற நிலைக்குப் பயன்பட்டு விடும்.

ஆனந்தம் கணப்பொழுதே யென்றாலும் அது உங்களைப் பற்றிக்கொள்ளவிடுங்கள். அதை முழுமையாய் அனுபவியுங்கள். அடுத்த கணம் எப்படி வேறாகிவிடும்?

உங்களுடைய காலம் உங்களுக்குள் தோற்றுவிக்கப்பட்டது. உங்களுடைய நேரம் என்னுடையதாகாது. மனங்களைப் போலவே நேரங்களும் இணையாயிருக்கின்றன.

காலம் ஒன்றல்ல. அது ஒன்றேயொன்றாய் இருந்திருந்தால் இடர்ப்பாடு இருக்காது. அப்போது துயர்ப்படும் மனித குலத்துள் ஒரு புத்தர் தோன்றியிருக்க மாட்டார்.

இந்தக் கணம் அழகாயிருந்தால், அடுத்த கணம் இன்னும் அழகாயிருக்கும். இது துயரமான கணமாயின், அடுத்த கணமும் அப்படித்தானிருக்கும்.

மனமற்ற நிலையை அடைந்தவர்கள் காலத்தைக் கடந்தவர்களாயிருக்கிறார்கள். அவர்கள் போனதை நினைப்பதில்லை. முட்டாள்கள்தாம் கடந்த காலத்தை நினைத்துக் கொண்டிருப்பார்கள்.

ஒரு புத்த மந்திரம் இருக்கிறது, 'போயாச்சு, போயாச்சு. எல்லாமே போயாச்சு. அவை நெருப்பில் விழட்டும்' என்ற பொருள்படும் மந்திரம் (Gate Gate, Para Gate-Swaha).

கடந்த காலம் சென்றுவிட்டது. எதிர்காலம் இன்னும் வரவில்லை. ஏன் கவலைப்படுவது, அது வரும்போது பார்த்துக் கொள்வோம். அதை எதிர்கொள்ள அப்போது நீங்கள் இருப்பீர்கள்.

இருப்பது இந்தக் கணம். இது தூய்மையானது, தீவிர மானது, சக்தி கொண்டது. அது அமைதியானதென்றால் நன்றி சொல்லுங்கள். அது பரமசுகம் அளிக்குமென்றால் அதில் நம்பிக்கை வைத்து கடவுளுக்கு நன்றி சொல்லுங்கள். உங்களால் நம்ப முடிந்தால் அது வளர்ச்சியடையும். நீங்கள் அதை நம்பவில்லையென்றால் அதை முன்பே நஞ்சாக்கி விட்டீர்கள் எனலாம்.

நிச்சயமற்ற நிலைக்கும் தயார்ப்படுங்கள்

(TUNE IN TO UNCERTAININITY)

'நான் எத்தனைக்கு என்னைக் கவனிக்கிறேனோ அத்தனைக்கு என் அகந்தை பொய்யானது என்பதை அனுபவத்தால் அறிகிறேன்' எனக்கு நானே அந்நியமாய் உணரத் தொடங்கினேன். அது பொய் என்பது தெரியா திருந்தது. இது என்னுள் அசவுகர்யமாய் உணரச் செய்தது.'

இது நிகழ்கிறது, எல்லாருக்குந்தான் நிகழ்கிறது. இது குறித்து ஒருவர் மகிழ்ச்சி கொள்ள வேண்டும். அது ஒரு நல்ல அறிகுறி.

நீங்கள் அகமுகப் பயணத்தைத் தொடங்கும்போது எல்லாமே தெளிவாய், நிலைத்திருப்பதாய் தோன்றும்.

காரணம், அகந்தை (Ego) ஆதிக்கம் செலுத்திக் கொண்டிருக்கும். அது உங்கள் எஜமானனாய் அதிகாரம் பண்ணும்.

அந்தப் பயணத்தில் இன்னும் கொஞ்சம் முன்னேறும் போது அகந்தை மறையத் தொடங்கும். பொய்யானதாய், வஞ்சிப்பதாய், பிரமையாய் தெரியும். நீங்கள் கனவில் இருந்து விழித்துக் கொள்ளத் தொடங்கும் போது நெறி முறைகள் காணாமல் போகும். இப்போது பழைய எஜமானன் இன்னும் எஜமானல்லன், புதிய எஜமானனும் வந்த பாடில்லை.

பயணத்தில் பாதி முடிந்த நிலையில் ஓர் அசவுகர்ய உணர்வு இருக்கும். காரணம், உங்களுக்கே நீங்கள் அந்நியமாய் உணரும் நிலையில் இருப்பதுதான். நீங்கள் யாரென்று அறிந்து கொள்ளும் வரை, உங்களுக்கென்று ஒரு பெயர், வடிவம், முகவரி, வங்கியிருப்பு என்று எற்படும் வரை எல்லாமே நிச்சயத் தன்மை கொண்டதாயிருந்தது. நீங்கள் அகந்தையுடன் அடையாளப்பட்டீர்கள். இப்போது அகந்தை மறைகிறது, பழைய வீடு இடிந்து விழுந்து கொண்டிருக்கிறது. நீங்கள் யாரென்பதோ, எங்கிருக்கிறீர்கள் என்பதோ தெரிவதில்லை. எல்லாமே இருண்டதாய் (உவப்பற்று), தெளிவற்றதாய் இருக்கும், பழைய உறுதி காணாமல் போகும்.

இது நல்லதுதான். பழைய உறுதித் தன்மை போலியானது. உண்மையில் அது உறுதியே அல்ல. அதனால்தான் அகந்தை மறையும்போது நீங்கள் உறுதியற்ற தன்மையை உணர்ந்தது. உங்களுக்கு—நீங்களே அந்நியமானது. உங்களை நீங்கள் நன்கறிந்திருப்பதாய் ஓர் உணர்வை தந்தது அகந்தை, அது உங்களை வஞ்சித்தது. அந்தக் கனவு எல்லை கடந்தது.

காலையில் உங்கள் கனவு கலைந்து விழிப்படைகிற போது நீங்கள் யார்? எங்கிருக்கிறீர்கள் என்பதே உங்களுக்குத் தெரியாது. காலையில் எப்போதேனும் இத்தகைய

உணர்வை அடைந்திருக்கிறீர்களா? அகந்தையில் இருந்து வெளியில் வருகிறபோதும் ஒருவர் அத்தகைய உணர்வை அடைய நேரிடும். அசவுகர்யமாகவும், வேரோடு பிடுங்கி யெறியப்பட்ட மாதிரியும் உணரும்படி இருக்கும். ஆனால், அது குறித்து சந்தோஷப்பட வேண்டும்.

அமைதியற்ற தன்மையை விடுங்கள். அப்படியே அது இருந்தாலும் அழுத்தம் அடையாதீர்கள். அது வந்து, போவதைக் கவனித்திருங்கள். சீக்கிரமே அமைதியற்ற நிலை மறையும்.

வழிகாட்டுதல்களின்றி(Guidelines) வாழ்வதே வாழ்க்கை. நீங்கள் வழிகாட்டுதல்களுடன் வாழ முற்படும்போது அது இலட்சியங்கள், வழிகாட்டுதல்கள், கட்டுப்பாடுகள் என்று ஒரு பொய்யான வாழ்க்கையாகவே இருக்கும். உங்கள் வாழ்க்கையின் மீது ஏதோ ஒன்றை நீங்கள் வலுக்கட்டாயமாய் திணிக்கிறீர்கள். அதற்கு உருக்கொடுக்க முயல்கிறீர்கள், அது இருக்கிறபடி இருக்க விடுவதில்லை, அதிலிருந்து ஏதோவொன்றைக்காண முயற்சிக்கிறீர்கள்.

வழிகாட்டுதல்களும், குறிக்கோள்களும் அருவருப்பானவை. அவற்றின் மூலம் உங்களை நீங்கள் இழக்கிறீர்கள். உங்கள் இருப்புணர்வை நீங்கள் ஒருபோதும் அடைவதில்லை.

இன்னொன்றாகிற முயற்சி ஏதோ ஒன்றை உங்கள் மீது வலுக்கட்டாயமாய் திணிப்பதாகவே இருக்கும். அது ஒரு கடுமையான முயற்சி. நீங்கள் அருட்தொண்டராகலாம்; ஆனால் அதிலும் ஓர் அருவருப்பு இருக்கிறது. எவ்வித வழிகாட்டுதலுமின்றி வாழ்வதே புனிதமானது. பாவத்திலும் புனிதம் இருக்கிறது.

வாழ்க்கை புனிதமானது, அதன் மீது நீங்கள் எதையும் திணிக்கிற அவசியமில்லை. அதற்கு உருக்கொடுக்கவோ, அதை வடிவமைக்கவோ வேண்டாம். வாழ்க்கை தனக்

தியானம்

கென்று ஓர் ஒழுங்குமுறையைப் பெற்றிருக்கிறது, நீங்கள் அதன் போக்கில் செல்கிறீர்கள், ஆற்றில் மிதந்து செல்லுங்கள், அதை உந்தித்தள்ள வேண்டியதில்லை. ஆறு ஓடிக் கொண்டிருக்கிறது. நீங்களும் அதனுடன் ஒன்றாகி விடுங்கள், அது உங்களைக் கடலுக்குக் கொண்டு செல்லும்.

இது ஒரு சந்நியாசி வாழ்க்கை. இதில் நிகழ்தல் உண்டு, புரிதல் (Doing) இல்லை. போகப் போக உங்கள் இருப்பு ணர்வு மேகங்களுக்கும் (தெளிவற்றவை) மோதல்களுக்கும் அப்பால் சென்றடைகிறது. திடீரென்று நீங்கள் தடையற்றவராகிறீர்கள். வாழ்க்கையின் ஒழுங்கற்ற நிலையில் இருந்து ஓர் ஒழுங்கைக் கண்டறிகிறீர்கள். ஆனால், அந்த ஒழுங்கின் இயல்பு முற்றிலும் வித்தியாசமாயிருக்கிறது. அது உங்களால் சுமத்தப்படவில்லை, அதுவே வாழ்க்கையோடு தொடர்புடையதாயிருக்கிறது.

மரங்களும், ஆறுகளும், மலைகளும் ஓர் ஒழுங்கை வகை அமைப்பை (Order)க் கொண்டிருக்கின்றன. ஆனால் அந்த ஒழுங்கு, ஒழுக்கமுறை உணர்த்துபவர்களால் (Moralists) மதகுருக்களால் அவற்றின் மீது சுமத்தப்படவில்லை. வழிகாட்டுதல்களைக் கண்டறிய அவை யாரிடமும் சென்றதில்லை. ஒழுங்கு என்பது வாழ்க்கையிலேயே உள்ளார்ந்ததாயிருக்கிறது. அகந்தை உங்களைக் கையாள முற்படாத போது, அகந்தையிலிருந்து நீங்கள் முற்றாய் விடுபடும் போது ஒரு கட்டுப்பாடு உங்களிடம் வந்துவிடும். நீங்கள் மூச்சுவிடுகிற போதும், பசியாயிருக்கும் போதும், உண்ணும் போதும்கூட அது நிகழ்கிறது. அந்த ஒழுங்கு உள்ளார்ந்ததாய், இயல்பானதாயிருக்கிறது. பாதுகாப்பற்ற தன்மையுடன் பொருந்தும் போது அது வரும். அறிந்திராத ஒன்றுடன் பொருந்தும் போதும் அது வரும்.

'ஸென்'னில் ஓர் அழகான சொற்றொடர் இருக்கிறது. 'மனிதன் உலகியலில் உள்ளவரை மலைகள் மலைகளா

கவும், ஆறுகள் ஆறுகளாகவும் இருக்கும். அவன் தியானத்தில் நுழைந்தவுடன் மலைகள் மலைகளாய் தோன்றுவதில்லை. ஆறுகள் ஆறுகளாய் தோன்றுவதில்லை. எல்லாமே குழப்பமாகிவிடுகிறது. ஆனால் ஒருவன் சமாதியை, ஞானோதயத்தை அடைந்த பிறகு மீண்டும் ஆறுகள் ஆறுகளாகி விடுகின்றன. மலைகள் மலைகளாகிவிடுகின்றன. மூன்று நிலைகள் உள்ளன. முதலாவதில் நீங்கள் அகந்தையோடு உறுதிப்பட்டிருக்கிறீர்கள். மூன்றாவதில் நீங்கள் முழுக்கவும் அகந்தையற்றவராய் இருக்கிறீர்கள். இரண்டுக்கும் இடையில் குழப்பநிலை இருக்கிறது. அகந்தையின் உறுதித் தன்மை மறைகிறது, வாழ்வின் உறுதித் தன்மை இன்னும் வந்த பாடில்லை. இந்தக் கணம் ஆற்றல் வாய்ந்தது, பொருள் பொதிந்தது. நீங்கள் அச்சத்துடன் செயல் முறையை மாற்றும் போது சாத்தியத்தைத் தவறவிடுவீர்கள்.

முன்னே தெரிவது உண்மையான உறுதித்தன்மை. அது உறுதியற்ற தன்மைக்கு மாறானதல்ல. முன்னே தெரிவது உண்மையான பாதுகாப்பு; அது பாதுகாப்பற்ற தன்மைக்கு மாறானதல்ல. பாதுகாப்பு தன்னுள்ளாகவே பாதுகாப்பற்ற தன்மையையும் வைத்திருக்கிறது. பாதுகாப்பற்ற தன்மை குறித்து அது அஞ்சுவதில்லை, அந்த அளவுக்கு அகன்ற பரப்பு அதனுடையது. பாதுகாப்பற்ற தன்மையைப் போலவே முரண்பாடுகளையும் அது உள்ளடக்கியிருக்கிறது. சிலர் அதனைப் பாதுகாப்பற்றது என்றும், சிலர் பாதுகாப்பு என்றும் சொல்கிறார்கள். உண்மையில் அது இரண்டு மற்றதாயும். இரண்டுமாயும் இருக்கிறது. உங்களுக்கு நீங்களே அந்நியமாய் உணர்வீர்களாயின் அதைக் கொண்டாடுங்கள், நன்றி உடையவராயிருங்கள்.

இந்தக் கணம் அரிதானது. இதனை நீங்கள் அனுபவித்து மகிழும் அளவுக்கு உறுதித் தன்மை உங்களை நெருங்கி வருகிறது, உங்களை நோக்கி விரைந்து வருகிறது. உங்கள் அந்நியத்தன்மையை, வேரோடு பிடுங்கப்பட்ட

நிலையை, வீடற்றிருப்பதை உங்களால் கொண்டாட முடிந்தால் திடீரென்று நீங்கள் வீட்டில் இருப்பீர்கள். அந்த மூன்றாவது நிலை — வந்தே விட்டது.

விழிப்புணர்வின் கணங்களை எண்ணுங்கள்

(COUNT THE MOMENTS OF AWARENESS)

'எல்லாவற்றிலும் விழிப்போடிருக்கும்படி எங்களுக்குச் சொல்வீர்கள். நிகழும் ஒவ்வொன்றுக்கும் சாட்சியாயிரு' என்று தானே அதற்கு அர்த்தம். நான் விழிப்புணர்வோடு செயல்படும் போது சாட்சிபாவத்தை மறந்துவிடுகிறேன். நான் உணர்வோடு இருக்கவில்லை என்கிறபோது குற்ற உணர்வு கொள்கிறேன், தவறு செய்ததாய் உணர்கிறேன். தாங்கள் அதைத் தயவு செய்து விளக்க முடியுமா?'

வேலையில் ஈடுபட்டிருக்கும்போது உணர்வோடிருக்க முயல்வது ஒருவருக்கு அடிப்படைப் பிரச்சினைகளில் ஒன்றாகும். காரணம் உங்களை முழுமையாய் மறந்துவிட வேண்டும் என்பது வேலையின் கோரிக்கை. நீங்கள் அதில் ஆழ்ந்து உட்பட வேண்டும், இல்லையென்றாகும் அளவுக்கு. முழுமையான ஈடுபாடுயில்லாத வேலை மேம்போக்காகவே இருக்கும்.

மிகச் சிறந்தவையெல்லாம்—ஓவியமாகட்டும், சிற்பமா கட்டும், கவிதையாகட்டும், வாழ்வின் எந்தப் பரிமாண மென்றாலும் அதில் உங்களை முழுமையாய் உட்படுத்திக் கொள்ள வேண்டும். அதே சமயம் நீங்கள் விழிப்புணர் வோடும் இருக்க முயன்றால் உங்கள் வேலை முதல் தரமானதாயிருக்காது, காரணம் நீங்கள் அதில் இல்லை.

ஆக, வேலையின்போதும் விழிப்புணர்வோடு இருப்ப தற்குப் பெரிய அளவில் பயிற்சியும், கட்டுப்பாடும் தேவைப் படும். சின்னச் சின்ன செயல்களில் இருந்து தொடங்கலாம்,

உதாரணமாய் நடைப்பயிற்சி. நீங்கள் நடக்கிறோம் என்கிற உணர்வோடு நடக்க முடியும் — ஒவ்வோர் அடியிலும் முழுமையான விழிப்புணர்வு கொள்ள முடியும். உண்ப திலும் அப்படித்தான். 'ஸென்' மடாலயங்களில் தேநீர் பருகு வதை ஒரு சடங்காகவே (Tea Ceremony) வைத்துக் கொண்டி ருக்கிறார்கள். தேநீரை அவர்கள் எச்சரிக்கையோடும், விழிப்புணர்வோடும் உறிஞ்சுவார்கள்.

சிறிய செயல்கள் என்றாலும் விழிப்புணர்வோடு தொடங்கினால் அவை முழு நிறைவைக் கொடுக்கும். ஒருவர் ஓவியம், நடனம் போன்றவற்றை எடுத்ததுமே தொடங்கிவிடக் கூடாது, அவற்றுக்கு ஆழ்ந்த புலனுணர்வு தேவைப்படும். அன்றாட வாழ்வின் சின்னச்சின்ன செயல் களில் தொடங்குங்கள். விழிப்புணர்வு பழக்கமான பிறகு, சுவாசம் போல் இயல்பாகிவிட்ட பின் நீங்கள் அதற்காக எந்த முயற்சியும் செய்ய வேண்டியதில்லை, அது தன்னால் இயங்குவதாகிவிடும். அப்போது எந்தவொரு செயலிலும் வேலையிலும் நீங்கள் விழிப்புணர்வோடு இருக்க முடியும்.

ஒன்றை நினைவில் வையுங்கள். அது எவ்வித முயற்சியு மின்றி, தன்னால் வரவேண்டும். அப்போது ஓவியம் இசை நடனம் இவற்றில் மட்டுமல்ல, கத்திவீசி பகைவனுடன் போரிடும் போதும் முழுமையான விழிப்புணர்வில் இருப் பீர்கள். ஆனால், அந்த விழிப்புணர்வல்ல நீங்கள் அடைய முயலும் விழிப்புணர்வு. அது நீண்டகாலக் கட்டுப்பாட்டின் உச்சத்தில் விளைவது. சில சமயம் கட்டுப்பாடில்லாமலும் அது நிகழக்கூடும்.

ஆனால் இது வெகு அரிதாகவே — தீவிர நிலைமை களில் நிகழ்வது. அன்றாட வாழ்வில் ஓர் எளிமையான போக்கை நீங்கள் கடைப்பிடிக்க முடியும். முதலில் உங்கள் ஈடுபாடு அதிகம் தேவைப்படாத செயல்களை விழிப்புணர் வோடு செய்து பாருங்கள். நீங்கள் நடந்து கொண்டே சிந்திக்க முடியும். நீங்கள் சாப்பிட்டபடியே சிந்திக்க

முடியும். இத்தகைய செயல்களில் சிந்தனைக்குப் பதிலாய் விழிப்புணர்வைக் கொள்ளலாம். விழிப்புணர்வுடன் நடக்கும் போது நடை கொஞ்சம் வேகம் குறைந்திருக்கும், அவ்வளவுதான். அதிகம் தெளிவடைந்த பிறகு அதிக சிக்கலான வேலைகளிலும் அதைப் பயன்படுத்துங்கள்.

'நான் வேலையில் விழிப்புணர்வோடு இருக்கத் தீர்மானித்தேன், ஆனால் அதை மறந்து போனேன்' என்று சொல்கிறீர்கள். அது உங்களுடைய தீர்மானமாகாது, அது உங்களுடைய நீண்ட காலக் கட்டுப்பாட்டில் வருவது. விழிப்புணர்வு தன்னால் வரவேண்டும். அதை நீங்கள் அழைக்க வேண்டியதில்லை, கட்டாயப்படுத்த வேண்டிய தில்லை.

'நான் விழிப்புணர்வோடில்லை என்பதை உணரும் போது, குற்ற உணர்வு கொண்டேன்' என்கிறீர்கள். அது சுத்த அபத்தம். குறைந்தபட்சம் இப்போதாவது விழிப்பு ணர்வு ஏற்பட்டதே என்று மகிழுங்கள். 'குற்ற உணர்வு' என்ற கருத்துக்கு என்னுடைய போதனையில் இடமில்லை.

குற்ற உணர்வு ஆன்மாவில் உண்டாகும் புற்று நோய் களில் ஒன்று. மதங்கள் குற்ற உணர்வைப் பயன்படுத்தி உங்களுடைய கண்ணியத்தையும், கவுரவத்தையும் சர்வ நாசம் செய்து, உங்களை அடிமைகளாக்கும். குற்ற உணர்வு படைக்க வேண்டிய அவசியம் என்ன? அது இயல்பானது. விழிப்புணர்வு மகத்தானது, நீங்கள் அதில் இருக்க முடிவது சில கணங்களேயென்றாலும் அனுபவித்து மகிழுங்கள்.

'நான் விழிப்புணர்வோடு இருக்கவில்லை' என்று நீங்கள் நினைக்கலாம். ஆனால் சில மணி நேரத்துக்குப் பிறகேனும் அந்த விழிப்புணர்வு திரும்பியதை அனுகூலமாய் உணருங்கள். அதில் தவறுக்காய் வருந்துவதோ, குற்ற உணர்வோ, துயரமோ தேவையில்லை. உங்களுக்குள் தோல்வியுணர்வு இடம்பெற்றுவிட்டால் விழிப்புணர்வு கொள்வது கடினமாகிவிடும்.

ஒருமுகப்படுவதை (Focus) முழுமையாய் மாற்றுங்கள். நீங்கள் உணர மறந்ததை உணர்வதே பெரிது. முடிந்தவரை மறவாதிருக்கப் பாருங்கள்.

ஆனால் மறப்பதும், ஞாபகப்படுத்திக் கொள்வதும் திரும்பத் திரும்ப நிகழும். ஆனால் ஒவ்வொரு முறையும் மறதிக்கான இடைவெளி மிகச் சிறியதாகிவிடும். உங்களால் குற்ற உணர்வைத் தடுக்க முடிந்தால் விழிப்புணர்வற்ற (Unawareness) இடைவெளிகள் மிகக் குறுகியதாகும், ஒருநாள் அதுவும் மறைந்து போகும். விழிப்புணர்வு மூச்சாய், இதயத் துடிப்பாய், இரத்த ஓட்டமாய் மாறும். எனவே நீங்கள் குற்ற உணர்வு படைக்கவில்லை என்பதில் கவனமாயிருங்கள்.

குற்ற உணர்வு கொள்வதற்கு எதுவுமேயில்லை. மரங்கள் மதகுருக்களின் வார்த்தைக்கு செவி கொடுக்காதிருப்பது தனிச்சிறப்பு, இல்லையேல் அவர்கள் ரோஜாக்களையும் குற்ற உணர்வு கொள்ளும்படி செய்திருப்பார்கள். முட்கள் ஏன் இருக்கின்றன?

காற்றிலும் மழையிலும், கதிரொளியிலும்
ஆடிக் கொண்டிருந்த ரோஜாவின் முகத்தில்
திடீரென்று துயரம் படிகிறது.

ஆட்டம் மறைகிறது, மகிழ்ச்சி மறைகிறது அதன் வாசமும் மறைந்து விடுகிறது. இப்போது அதன் முட்கள் மட்டுமே நிதர்சனமாய் (Reality) தெரிகிறது.

ஒரு மதகுருவின் வார்த்தையை எந்தவொரு ரோஜாவும் கேட்பதில்லை.

ரோஜா ஆடிக் கொண்டிருக்கிறது, ரோஜாவுடன் முட்களுந்தான் ஆடிக் கொண்டிருக்கின்றன.

பிரபஞ்ச இருப்பு குற்றமற்றது. ஒரு மனிதன் குற்ற மற்றவனாகிற கணத்தில் பிரபஞ்ச உயிரோட்டத்தில் அவனும் ஓர் அங்கமாகிறான்.

தியானம்

'வாழ்க்கை வழங்கும் எதனுடனும்
ஞானம் மகிழ்ச்சியாயிருக்கிறது
குற்றமற்ற பிரக்ஞையுந்தான்'

ஒளி அழகானது, அதுபோலவே இருளும் அழகானது.

நீங்கள் குற்ற உணர்வு கொண்டவராயிருந்தால் தான் உங்களிடம் மதத்தில் நம்பிக்கை இருக்கும் என்கிறது பொய்யான மதங்கள். ஆனால் என்னைப் பொறுத்தவரை குற்ற உணர்வு கொள்வதற்கான எதையும் காணாத போது தான் நீங்கள் மதத்தில் நம்பிக்கை உடையவர் என்பேன்.

தண்டனை, பாவத்துக்குத் தானே ஏற்றுக் கொள்ளும் தண்டனை என்று மக்கள் தங்களை வதைத்துக் கொள்கிறார்கள்.

மக்கள் உணவு உட்கொள்ளாதிருக்கிறார்கள், மார்பி லிருந்து இரத்தம் பீறிடும் அளவுக்கு முஷ்டியால் தங்கள் மார்பில் அறைந்து கொள்கிறார்கள். இவர்கள் மதநம்பிக்கை கொண்டவர்களல்லர் மனநோய் கொண்டவர்கள். இறுதித் தீர்ப்பு நாளில் கடவுள் உன்னைத் தண்டிப்பதற்கு முன் உன்பாவங்களுக்கு நீயே தண்டனை வழங்கிக்கொள் என்கிறது அவர்களுடைய பொய்யான மதங்கள்.

மனிதகுலம் முழுதுமே ஏதாவது ஒரு வகையில், ஏதேனும் ஓர் அளவில் குற்றவாளியாக்கப்பட்டிருக்கிறது. அது உங்கள் கண்களின் ஒளியை அகற்றிவிடுகிறது. உங்கள் முகத்தின் அழகைப் பறித்து விடுகிறது. உங்கள் ஜீவனின் அருட் தன்மையை நீக்கி விடுகிறது. அது உங்களைத் தேவை யில்லாமல் குற்றவாளியாக்கிவிடுகிறது.

இதனை நினைவில் கொள்ளுங்கள். மனிதன் வலிமை யற்றவனாய், பலவீனனாய் இருக்கிறான். தவறு செய்வது மனித இயற்கை. இந்தத் தவறு செய்வது மனித இயற்கை' என்ற பழமொழியைத் தந்தவர் யாரோ அவரே தான்

'மன்னிப்பதே கடவுட் தன்மை' என்கிற பழமொழியையும் தந்திருக்கிறார். என்னைக் கேட்டால் தவறு செய்வது போலவே மன்னிப்பதும் இயற்கைதான்.

மன்னிப்பது சிறந்த விஷயம். உங்களை நீங்கள் மன்னிக்க முடியாதவரை மற்றவர்களையும் உங்களால் மன்னிக்க முடியாது. நீங்கள் முழுக்க முழுக்க காயப்பட்டிருக்கும் நிலையில் இன்னொருவரை எப்படி மன்னிப்பீர்கள்? தங்களை அருட்தொண்டர் என்று சொல்லிக் கொள்கிறவர்கள் 'நீங்கள் நரகத்தில் வீசியெறியப் படுவீர்கள்' என்பார்கள். உண்மையில் நரகத்தில் உழல்பவர்கள் அவர்கள் தான். கடவுளும் உங்களை மன்னிப்பதற்கு அவர்கள் ஒப்புக் கொள்வதில்லை.

உமர்கயாம் ஒரு சிறந்த 'சுபி' கவிஞர். தம்முடைய ரூபையாத் (Ru-baiyat) என்கிற புகழ் பெற்ற கவிதைத் தொகுப்பில் இப்படி எழுதுகிறார்: 'நான் மது வருந்தி, கூத்தாடி, காதல் புரிகிறேன். எல்லாப் பாவங்களையும் செய்கிறேன் காரணம் கடவுள் இரக்க முடையவர் என்று நான் நம்புவதுதான்.

குருமார்கள் அவருடைய புத்தகத்தைப் பற்றிக் கேள்வியுற்றனர். 'எழுபது ஆண்டுகளுக்குள் எத்தனை பாவம் செய்துவிடப் போகிறீர்கள், இறைவனின் பெருங்கருணையோடு ஒப்பிடும்போது அது மிகச் சிறிது' என்று அவர் எழுதியிருப்பதைக் கண்டனர்.

அவர் ஒரு சிறந்த கணித மேதையாகவும் தம்முடைய நாட்டில் அறியப்பட்டவர். குருமார்கள் அவரை அணுகி 'நீர் என்ன எழுதுகிறீர்? உம்முடைய எழுத்து மக்களுக்குள்ள மத நம்பிக்கையை நாசம் செய்துவிடும் போலிருக்கிறதே. மக்கள் மனதில் அச்சத்தைத் தோற்றுவிக்க வேண்டும். கடவுள் நியாயமானவர் என்பதை தமது எழுத்தின் மூலம் அவர்களுக்குத் தெரிவிக்கப்பாரும். நீங்கள் பாவமிழைத்தால்

தியானம்

தண்டிக்கப்படுவீர்கள், பரிவு காட்டப்படாது என்று நீர் எழுத வேண்டும்' என்றனர்.

அவருடைய காலத்திலேயே அந்தப் புத்தகம் எரிக்கப் பட்டது. இந்த மனிதன் ஒரு விபரீதக் கருத்தை விதைக் கிறான் என்று குருமார்கள் நம்பியதே அதற்குக் காரணம்.

மனிதர்களிடையே அந்தக் கருத்து பரவினால் எல்லா ருமே வாழ்க்கையை மகிழ்ச்சிக் கொண்டாட்டமாக்கிக் கொண்டுவிடுவார்கள். குருமார்களின் கதி என்னாவது? அருட் தொண்டர்களின் நிலை? கடவுள், சொர்க்கம், நரகம் என்று அவர்கள் கட்டிவிட்ட கதைகள் என்னாவது? எல்லாமே காற்றில் மறைந்து விடும்படியாகாதா?

அறிவுத் திறம் பெற்ற சுபி ஞானிகளில் உமர்கயாமும் ஒருவர் என்பேன் நான். நீங்கள் பாவம் செய்யுங்கள் என்ற அர்த்தத்தில் அவர் சொல்லவில்லை, உங்களுடைய செய்கை குறித்த குற்ற உணர்வு வேண்டாம் என்றுதான் சொன்னார்.

'எது நேர்மையற்றதோ
அதை மீண்டும் செய்யாதீர்கள்'

அடுத்தவரை வேதனைக்குள்ளாக்குகிற எதையும் திரும்பச் செய்யாதீர்கள். குற்ற உணர்வு படைக்கவோ, தனக்குத்தானே தண்டனை வழங்கித் தன்னை வதைத்துக் கொள்ளவோ அவசியமில்லை.

நான் உங்களுடைய ஒருமுகப்படுதலை முழுமையாய் மாற்ற விரும்புகிறேன். நீங்கள் தெள்ளத் தெளிவாய், விழிப்பு ணர்வோடு இருந்த கணங்களைக் கணக்கில் கொள்ளுங்கள். அந்தச் சில கணங்கள் உங்களைக் காப்பாற்றவும், குணப் படுத்தவும் போதுமானவை. அவற்றின் மீது நீங்கள் கவனம் செலுத்தினால் உங்கள் பிரக்ஞையில் அவை பரவி நிற்கும். விழிப்புணர்வற்ற நிலை கொஞ்சம் கொஞ்சமாய் மறையும்.

வேலை செய்யும் போதே விழிப்புணர்வுடன் இருப்பது அனேகமாய் சாத்தியமில்லை என்பதைத் தொடக்கத்தில் கண்டீர்கள். ஆனால் நான் சொல்வேன் அது நிகழக் கூடியது, எளிதாகவே நிகழக் கூடியது என்று.

சரியான விதத்தில் தொடங்குங்கள். 'எக்ஸ், ஒய், இஸட்'டிலிருந்தல்ல, 'ஏ பி ஸி'யிலிருந்து தொடங்குங்கள்.

தவறான தொடக்கத்தின் காரணமாய் வாழ்வில் பலவற்றை நாம் இழந்து கொண்டிருக்கிறோம். நம்முடைய மனதில் பொறுமையில்லை. எதையும் விரைந்து செய்து முடிக்கவே நாம் விரும்புகிறோம். ஏணியில் ஒவ்வொரு படியாய் ஏறிக்கடவாமல் உயர்நிலை அடைவதே நமது விருப்பம்.

ஆனால், அது தோல்வியையே தரும். விழிப்புணர்வு போன்ற விஷயத்தில் தோற்கிறது சிறு தோல்வியாகாது. ஒரு முறை தோற்கிற நீங்கள் இன்னொரு முறை முயற்சிக்கிற தில்லை. தோல்வி துன்புறுத்தும்.

எனவே, விழிப்புணர்வு போன்ற முக்கியமானவற்றைக் கவனமுடன் தொடங்க வேண்டும், தொடக்கத்திலிருந்து நிதானமாய் முன்னேறும்படி இருக்கும். காரணம் பிரபஞ் சத்தின் புதிர்களை அது விடுவிப்பது. கொஞ்சம் பொறுமை தான் வேண்டும், குறிக்கோள் தொலைவில் இல்லை.

முடிந்தவரை செயல்களை எளிமையாக்குங்கள்

(MAKE THINGS AS SIMPLE AS POSSIBLE)

மனதின் கவனிக்கிற பகுதியையும், கவனிக்கப்படுகிற பகுதியையும், கவனிப்பவரையும் பற்றிய வேறுபாடுகளை நான் எப்படி உரைப்பது? கவனிப்பவர் அதைக் கவனிக் கிறாரா? ஒரு சமயம் நான் அதைப் புரிந்து கொண்டதாய்

தோன்றுகிறது. அப்படிப் புரிந்து கொண்ட அதே நாளில், ‘நீ கவனிப்பவரை புரிந்து கொண்டதாய் நினைத்தால் அது தவறு’ என்று தங்கள் விரிவுரை(Discourse)யில் சொல்லப் பட்டதையும் கேட்டிருக்கிறேன். அதிலிருந்து உடல் உணர்வுகளையும், எண்ணங்களையும், உணர்ச்சிகளையும் நான் கவனிக்க முயன்றேன். பெரும்பாலும் நான் அதில் சிக்கிக் கொள்கிறேன், எப்போதாவது பெருமளவில் ஓய்வுத் தன்மை பெற்றதாயும் உணர்கிறேன். ஆனால் எதுவும் தங்கியிருப்பதில்லை, மாறிக் கொண்டேயிருக் கின்றன.

ஒருவர் நடக்கும் போதும், அமர்ந்திருக்கும் போதும், உண்ணும் போதும், படுக்கைக்குச் செல்லும் போதும் உடம்பைக் கவனிக்க வேண்டும். திட்பமான (solid) ஒன்றி லிருந்து தொடங்க வேண்டும். அதுதான் எளிது. அதன் பிறகே நுட்பமான அனுபவங்களுக்குச் செல்ல வேண்டும். எணணங்களைக் கவனிப்பதில் இருந்து தொடங்கவேண்டும். எண்ணங்களைக் கவனிப்பதில் வல்லவரான பின் உணர்வு களைக் கவனிக்கத் தொடங்கலாம். உணர்வுகளைக் கவனிக்க முடிந்த பின் மனநிலைகளைக் கவனிக்கத் தொடங்கலாம். அவை உணர்வுகளைவிட நுட்பமானவை.

கவனித்தலின் அற்புதம் என்னவென்றால், உதாரண மாய் உடலைக் கவனிப்பவர் வலுவுள்ளவராகிறார். அப்படித்தான் உணர்வுகளைக் கவனிக்கும் போதும், மன நிலைகளைக் கவனிக்கிறபோதும் கவனிப்பவர் வலிமை பெறுகிறார். இருண்ட இரவில் ஒளிரும் மெழுகுவர்த்தி தன்னைச் சுற்றியிருப்பவற்றை மட்டுமன்றி தன்னையும் ஒளி மயமாக்கிக் கொள்கிறதுதானே.

ஆன்மிகத்தில் கவனிப்பவர் தூய்மை அடைவதே பெரிய சாதனை, காரணம், உங்களுக்குள்ளிருந்து கவனிப்ப வர் உங்களுடைய ஆன்மாவாகும். அது அழிவற்றது. ‘நான் அதைத் தெரிந்து கொண்டேன்’ என்கிற எண்ணம் ஒரு

கணமும் வேண்டாம். அந்தக் கணத்தில் தான் நீங்கள் தவறவிடுவது.

கவனித்தல் ஒரு முடிவற்ற நடைமுறை. நீங்கள் அடியாழத்துக்குச் சென்றாலும் இறுதியைக் காண்பதில்லை. 'அறிந்தேன்' என்று சொல்லக் கூடிய எல்லையை அடைவதில்லை. உண்மையில், அடியாழத்துக்குச் செல்கிறபோது ஒரு முடிவற்ற நடைமுறைக்குள் நுழைந்ததாகவே உணர்வீர்கள். அதற்குத் தொடக்கமும் இல்லை, முடிவும் இல்லை. ஆனால், மக்கள் அடுத்தவர்களைக் கவனிக்கிறார்களே யன்றித் தங்களைக் கவனிப்பதில்லை. எல்லாரும் கவனிக்கிறார்கள் அடுத்தவர் என்ன உடையணிகிறார், எதைச் செய்கிறார். எப்படித் தோற்றமளிக்கிறார் என்பதை. கவனிப்ப தொன்றும் வாழ்க்கையில் புதிதாய் அறிமுகப்படுத்த வேண்டியதல்ல. அது ஆழப்படுத்தப்பட வேண்டியது, அடுத்தவர்களிடமிருந்து விலக்கப்பட்டு உங்கள் உள்ளார்ந்த உணர்வுகளில் குறிவைக்கப்பட வேண்டியது. எண்ணங்களின் மீதும், மனநிலைகளின் மீதும் கடைசியாய் கவனிப்பவர் மீதும் செலுத்தப்பட வேண்டியது.

இரயிலில் ஒரு மதகுருவின் எதிரில் யூதர் ஒருவர் அமர்ந்திருந்தார்.

'உங்கள் வழிபாடு பற்றிக் கூறுங்கள். ஏன் உங்கள் சட்டையின் பின்புறக் கழுத்துப்பட்டையை முன்புறம் வைத்து அணிகிறீர்கள்?' என்று யூதர் கேட்டார்.

'காரணம் நான் ஒரு பாதர்' (Father) என்றார் மதகுரு.

'நானும் பாதர்தான். ஆனால் என்னுடைய சட்டையின் கழுத்துப்பட்டையை அதைப் போல் அணியவில்லையே' என்றார் யூதர்.

'ஆ, நான் பல்லாயிரம் பேருக்கு பாதராக்கும்' என்றார் மதகுரு.

'அப்படியானால் உங்கள் காற்சட்டையின் பின் பகுதியையும் அல்லவா முன்புறம் அணிந்திருக்க வேண்டும்' என்றார் யூதர்.

மக்கள் அடுத்தவர்களைப் பற்றிய விழிப்புத் தன்மையையே அதிகம் கொண்டிருக்கிறார்கள்.

போலந்துக்காரர்கள் இருவர் நடந்து போய்க் கொண்டிருந்தார்கள். திடீரென்று மழை பெய்தது. 'சிக்கிரம், உன் குடையை விரித்துக் கொள்' என்றான் ஒருவன். 'அது பயன்படாது, என் குடை முழுக்க ஓட்டை' என்றான் அடுத்தவன்.

'அப்படியானால் நீ எதற்காக அதைக் கொண்டு வந்தது?' என்று கேட்டான் முதலாமவன்.

'மழை பெய்யும்னு நான் நினைக்கலை' என்றான் குடை வைத்திருந்தவன்.

மக்களின் பொருத்தமற்ற செயல்களை எண்ணி நீங்கள் நகைக்கலாம். ஆனால், உங்களைப் பார்த்தே நீங்கள் நகைத்துக் கொண்டதுண்டா? பொருத்தமற்ற ஒரு செயலைச் செய்துவிட்டு விழித்ததுண்டா? உங்களை நீங்கள் கவனிப்பதில்லை. அடுத்தவரைக் கவனிப்பதால் உங்களுக்கு எந்த அனுகூலமுமில்லை.

விழிப்புத் தன்மை ஒரு சக்தி. அதை உங்கள் இருப்புணர்வின் (Being) மாற்றத்துக்குப் பயன்படுத்துங்கள். அது உங்களுக்கு அளவற்ற பரமசுகத்தையும், கனவிலும் கண்டிராத பேரின்பத்தையும் பெற்றுத்தரும். அந்தச் சாதாரண நடைமுறை தியானமாகிறது. ஒருவர் எதைக் கொண்டும் தியானத்தை உருவாக்க முடியும்.

'உங்கள் சுயத்தை நோக்கி உங்களை
இட்டுச் செல்கிற எதுவும் தியானந்தான்'

உங்களுக்குரிய தியானத்தை நீங்கள் கண்டறிவது முக்கியம், காரணம் அந்த ஆய்வின் முடிவில் உங்களுக்குக் கிடைப்பது மிகப் பெரிய மகிழ்ச்சி.

கவனித்தல் என்றால் என்னவென்று நீங்கள் அறிவீர்கள், அதைக் கற்றுக் கொள்வது என்ற கேள்விக்கே இடமில்லை. கவனத்துக்குரிய பொருள்கள் மாறுகின்றனவா என்பதுதான் கேள்வி.

உங்கள் உடம்பைக் கவனியுங்கள், வியப்படைவீர்கள். என்னுடைய கையை விழிப்போடும் அசைக்க முடியும், விழிப்புத்தன்மை இல்லாமலும் அசைக்க முடியும். அதன் வேறுபாடுகளை நீங்கள் அறிய மாட்டீர்கள். ஆனால் அதை என்னால் உணர முடியும். நான் விழிப்புடன் செல்லும் போது அதில் ஓர் அழகிருக்கிறது. அமைதியிருக்கிறது.

நீங்கள் நடக்கும்போது ஒவ்வோர் அடியிலும் கவனம் வைக்க முடியும். நடைப்பயிற்சி தரக்கூடிய பயனை அது உங்களுக்குத் தரும். அத்துடன் ஒரு தியானத்தில் பெறுகிற அனுகூலமும் அதில் உண்டு.

புத்தர் ஞானம் பெற்ற போதிகயா என்னும் இடத்தி லுள்ள ஆலயத்தில் இரண்டு விஷயங்கள் நினைவில் வைத்துப் போற்றத் தக்கனவாய் உள்ளன. ஒன்று — அவர் அமர்ந்திருந்த போதி மரம். அந்த மரத்தின் பக்கமாய் நடப்பதற்கு சிறுசிறு கற்கள் பதிக்கப்பட்டுள்ளன. புத்தர் தியானிப்பார், அமர்ந்திருப்பார். அதிக நேரம் அமர்ந்து விட்டதாய் உணரும் நிலையில் அவர் அந்தக் கற்களின் மீது மெல்ல நடந்து செல்வார். அது அவருடைய தியான நடை எனலாம்.

நான் போதி கயாவில் ஒரு தியான முகாம் நடத்தச் சென்றிருந்தேன். அப்போது அந்த ஆலயத்துக்கும் சென்றேன். அங்கே திபெத்திலிருந்தும், ஜப்பானிலிருந்தும், சீனாவிலிருந்தும் புத்தமதக் குருக்கள் வந்திருக்கக் கண்டேன்.

தியானம்

அவர்கள் அந்த மரத்துக்குத் தங்கள் மரியாதையைச் செலுத்தினார்கள். ஆனால் அவர்களில் ஒருவர்கூட புத்தர் நடந்த அக்கற்களின் மீது அக்கறை காட்டவில்லை.

நான் சொன்னேன், 'இது சரியல்ல, நீங்கள் அந்தக் கற்களை மறக்கக் கூடாது. அவை புத்தரின் பாதங்களால் இலட்சோப லட்சம் தடவை தீண்டப்பட்டவை. உங்கள் உடம்பின் ஒவ்வொரு செயலையும் விழிப்போடு கவனியுங்கள் என்று புத்தர் சொன்னதை நீங்கள் மறந்து விட்டீர்கள் போலும்' என்று.

ஒரு கணமும் நீங்கள் பிரக்ஞையற்ற தன்மையில் இருக்கக் கூடாது. விழிப்புத் தன்மை உங்கள் பிரக்ஞையைக் கூர்மைப்படுத்தும். இதுதான் மதத்தின் சாரம், மற்ற தெல்லாம் வெறும் பேச்சுதான்.

'வேறு எதுவும் உண்டா?' என்று நீங்கள் கேட்பீர்கள்.

இல்லை, விழிப்புத் தன்மை போதும் வேறொன்றும் தேவைப்படாது.

நான் முடிந்த அளவு மதத்தை எளிமைப்படுத்த முயல்கிறேன். ஆனால், மதங்களோ அதற்கு நேர்மாறானதையே செய்து கொண்டிருக்கின்றன. அவை விஷயங்களை மேலும் சிக்கலாக்கி விடுகின்றன. மக்கள் ஒருபோதும் ஆராய முடியாத அளவுக்குச் சிக்கல்.

உதாரணமாய், புத்த நூல்களில் ஒரு புத்தத்துறவி கடைப்பிடிக்க முப்பத்து மூன்றாயிரம் விதிகள் உள்ளன. அவற்றை நினைவில் வைப்பதே முடியாத காரியம். நான் உங்களுக்குப் போதிப்பது இதுதான்.

'உங்களுக்குப் பொருத்தமான உங்களோடு பொருந்தக் கூடிய ஒரேயொரு விதியைக் கண்டுபிடித்துக் கொள்ளுங்கள், அது போதும்'.

சாட்சிபாவம் விதைகளை விதைப்பதாகும்

(WITNESSING IS LIKE SOWING SEEDS)

கவனித்தல் எப்படி மனமற்ற நிலைக்கு இட்டுச் செல்லும்? என்னுடைய உடலையும், எண்ணங்களையும், உணர்வு களையும் கவனிக்கும் வல்லமை கொண்டவனாக நான் இருக்கிறேன். அவை அழகானவை. ஆனால் எண்ணங் களில்லாத கணங்களோ வெகு சொற்பம். அந்த எண்ணங்கள் இடைவெளி கொண்டவை. 'தியானம் சாட்சி பாவத்தில் இருப்பது' என்று நீங்கள் சொன்னதைக் கேட்டதும் எனக்குப் புரிந்த மாதிரி இருந்தது. ஆனால் மனமற்ற நிலை (No-Mind) குறித்து நீங்கள் சொன்ன போது அது அத்தனை எளிதாய்ப்படவில்லை. நீங்கள் இது பற்றி விளக்க முடியுமா?

தியானம் ஒரு நீண்ட பயணத்தை உள்ளடக்கியது. நான் தியானம் ஒரு சாட்சிபாவம்' என்று சொல்வதே அதன் தொடக்கம். 'தியானம் மனமற்றிருப்பது' என்று நான் சொல்வதே அந்தப் பயணத்தின் முடிவு. சாட்சிபாவம் தொடக்கமாயும், மனமற்ற நிலை அதன் முடிவாயும் இருக்கிறது. மனமற்ற நிலையை அடைவதற்கு சாட்சி பாவமே முறை (Method)யாகும்.

இயல்பாகவே சாட்சிபாவத்தை எளிதாய் உணர்வீர்கள். அது உங்களுக்கு நெருக்கமாய் இருப்பது. ஆனால் சாட்சி பாவம் விதைகள் போன்றது. அதன் பின்னே காத்திருக்கும் ஒரு நீண்ட காலகட்டம் இருக்கிறது. காத்திருப்போடு, இந்த விதை முளைக்கும், முளைத்துச் செடியாகும். அந்தச் செடியில் பூக்கள் குலுங்கும் என்கிற நம்பிக்கையும் தேவைப் படும். மனமற்றிருப்பதே மலர்வதன் கடைசிக் கட்டம்,

'விதைகளை விதைப்பது எளிதான காரியம்
அது உங்கள் கைகளில் இருக்கிறது—ஆனால்

மலர்களை மலரச் செய்வதோ, உங்கள் கைக்கு அப்பாற்பட்டது

நிலத்தை உங்களால் பண்படுத்த முடியும், ஆனால் பூக்கள் தங்களுடைய இசைவுத் தன்மையில் பூக்கிறவை. அவற்றை மலரும்படி நீங்கள் நிர்ப்பந்திக்க முடியாது. வசந்தம் உங்களுக்கு எட்டாத தொலைவில் இருப்பது. ஆனால் எவ்விதக் குறைபாடுமின்றி நீங்கள் தயாராயிருந் தால் வசந்தம் வந்துவிடும். அதற்கு நான் உத்தரவாத மளிக்கிறேன்.

நீங்கள் இப்போது செல்லும் வழி மிகச் சரியானது. சாட்சிபாவமே வழி.

நீங்கள் எண்ணமற்ற கணங்களை ஒரொரு சமயம் உணரத் தொடங்குவீர்கள். இவை மனமற்ற நிலையின் கண்ணோட்டங்கள் (Glimpses) கண நேரமே யென்றாலும்.

ஓர் அடிப்படை நியதியை மனதில் கொள்ளுங்கள்:

'கணநேரத்துக்குரியதும்
சாசுவத மாகிவிடமுடியும்'

எவ்வாறெனில், எப்போதுமே ஒரு கணந்தான் உங்கள் கையில் வழங்கப்படுகிறது. இரண்டு கணங்கள் சேர்த்து வழங்கப்படுவதில்லை. நீங்கள் ஒரு கணத்தை எண்ண மற்றதாக்கும்போது அந்த இரகசியத்தை அறிந்து கொள் கிறீர்கள். அப்போது நீங்கள் மாறமுடியாமல் போவதற்கு எந்த இடையூறும் இல்லை. இரண்டாவது கணமும் தனியே வரும் அதே திறனுடன், நிகழுந்தன்மையுடன்.

அந்த இரகசியம் உங்களுக்குத் தெரிந்திருந்தால் மனம் அற்ற கணநேரக் காட்சியை ஒவ்வொரு கணத்திலும் காண் பதற்கானத் திறவுகோல் உங்கள் கையில் இருக்கும். மனம் அற்றிருப்பது கடைசி நிலை, மனம் எப்போதைக்குமாய் மறைகிறது. எண்ணமற்ற இடைவெளி உண்மை நிலை

ஆகிறது. இந்தக் காட்சிகள் சரியான பாதையில் நீங்கள் இருப்பதையே காட்டுகிறது, சரியான முறையையே கடைப்பிடிக்கிறீர்கள் என்பதையுந்தான்.

ஆனால், பொறுமையை இழந்துவிடாதீர்கள். பிரபஞ்ச இருப்புக்கு மிகுந்த பொறுமை தேவை. ஒருவன் மனமற்ற நிலையை அடைந்துவிட்டால் அவனுடைய இருப்புணர்வி லிருந்து அவனைத் திசைதிருப்ப எதனாலும் முடியாது. மனமற்றிருக்கும் சக்தியைவிட பெரிய சக்தி கிடையாது. அவனுக்கு யாரும் தீங்கு செய்ய இயலாது. பிணைப்பு, பேராசை, கோபம், பொறாமை இப்படி எதுவும் அவனுள் எழுவதில்லை. மனமற்றிருத்தல் மேகங்களற்ற சுத்த ஆகாயம் போன்றதாகும்.

'கவனித்தல் எப்படி மனமற்ற நிலைக்குக் கொண்டு செல்லும்?' என்று நீங்கள் கேட்கலாம். ஓர் இயற்கை விதி இருக்கிறது. எண்ணங்களுக்கென்று உயிர்த்துடிப்பு கிடை யாது. அவை ஒட்டுண்ணிகள். அவை உங்களுடைய அடை யாளத்தைக் கொண்டு வாழ்கிறவை. 'நான் கோபமாயிருக் கிறேன்' என்று நீங்கள் சொல்லும்போது உங்களுடைய உயிர்ச்சக்தியை நீங்கள் கோபத்தில் செலுத்துகிறீர்கள். ஏனெனில் அந்தக் கோபத்துடன் இப்போது உங்களைச் சம்பந்தப்படுத்திக் கொண்டுவிட்டீர்கள்.

ஆனால், 'நான் மனத்திரையில் அந்தக் கோபம் பளிச்சிடுவதைக் காண்கிறேன்' என்று சொல்லும்போது நீங்கள் அதற்கு உயிர்த் தன்மையையோ, சாரத்தையோ, சக்தியையோ வழங்கிவிடவில்லை. அந்தக் கோபம் செயலற்றதாகிறது. உங்களிடத்தில் எவ்வித பாதிப்பையும் அது ஏற்படுத்தாது, உங்களை எவ்விதத்திலும் அது மாற்றுவதில்லை. அது உள்ளீடற்றதாய் (Hollow) மரத்து விட்டிருக்கும். அது கடந்தபின் ஆகாயம் தெளிவாயிருக்கும். மனத்திரை வெறுமையாகும்.

தியானம்

மெல்ல மெல்ல உங்கள் எண்ணங்களிலிருந்து நீங்கள் விடுபடுகிறீர்கள். இதுதான் *சாட்சிபாவம்*, கவனித்தல் இவற்றின் ஒட்டுமொத்த நடைமுறையாகும். ஜார்ஜ் குருட்ஜீவ் இதனை 'அடையாளமின்மை' என்பார். உங்கள் எண்ணங்களுடன் உங்களுக்குச் சம்பந்தமில்லாதிருக்கும் நிலை இது. வேறொருவருடைய எண்ணம் போல் அதிலிருந்து நீங்கள் விலகியே நிற்பீர்கள். அவற்றுடன் உங்களுக்கிருந்த தொடர்பு அறுந்து போகும். அப்போது தான் அவற்றை உங்களால் கவனிக்க முடியும்.

கவனித்தலுக்கு ஒரு தொலைவு—இடைவெளி இருக்க வேண்டும். நீங்கள் ஒன்றுடன் சம்பந்தப்படுகிற போது அந்த இடைவெளி இருக்காது. உங்கள் கண்களுக்கருகே முகம் பார்க்கும் கண்ணாடியை வைத்துக் கொண்டு எப்படி உங்களால் முகம்பார்க்க முடியும்? ஒரு குறிப்பிட்ட இடைவெளி இருந்தால்தான் கண்ணாடியில் முகம்பார்க்க முடியும்.

எண்ணங்கள் உங்களுக்கு வெகு அண்மையில் இருந்தால் உங்களால் கவனிக்க முடியாது. அந்த எண்ணங்கள் உங்கள் மனதில் ஆழப்பதிந்து அடையாளம் ஏற்படுத்தும். கோபம் உங்களை கோபப்பட வைக்கும். பேராசை உங்களை பேராசைக்காரராயும், காமவேட்கை உங்களைக் காமுகராகவும் மாற்றிவிடும். காரணம் அந்த எண்ணத்துக்கும் உங்களுக்கும் இடைவெளியில்லாமல் போய் விடுவதுதான். உங்களையும் உங்கள் எண்ணங்களையும் நீங்கள் ஒன்றாய்க் கருதிக் கொள்கிற நிலை அது.

கவனித்தல் இந்த ஒருமைத் தன்மை (Oneness)யை அழித்து ஒரு விலகல் தன்மையை உருவாக்கி விடுகிறது. நீங்கள் எந்த அளவு கவனிக்கிறீர்களோ அந்த அளவு இடைவெளி பெரிதாயிருக்கும். இடைவெளி அதிகரித்தால் எண்ணங்கள் உங்களிடமிருந்து பெறுகிற சக்தியின் அளவு குறையும்.

சீக்கிரமே அவை மறையும். இந்த மறையும் கணங்களில் மனமற்ற நிலையின் கணநேரக் காட்சியை முதல் முதலாய் நீங்கள் பெறுவீர்கள். 'என் உடம்பை, எண்ணங்களை, உணர்வுகளைக் கவனிக்கும் திறன் என்னுள் கூடியிருக்கிறது' என்று சொல்வீர்கள். 'இன்புறும் உணர்வைப் பெற்றேன்' என்பீர்கள். இது வெறும் தொடக்கந்தான். அதுவே அழகாயிருக்கிறது. ஓர் அடிகூட எடுத்துவைக்க வேண்டாம், சரியான பாதையில் இருந்தாலே போதும். எவ்வித காரணமும் இல்லாமலே மகிழ்ச்சி அடைவீர்கள்.

நீங்கள் சரியான பாதையில் செல்கிறபோது உங்கள் பரமசுகமும், இன்பானுபவங்களும் மிகவும் ஆழமாகும். புதிய கருத்துகள் புதிய பூக்கள், புதிய நறுமணம் இருக்கும்.

'எண்ணங்களற்ற கணங்கள் ஒரு சில தான், அவை நீண்ட இடைவெளிகளில் உண்டாகின்றன' என்று சொல்வீர்கள். அது ஒரு சாதனை என்றே சொல்ல வேண்டும். மக்கள் ஓரேயோர் இடைவெளிகூட அறியாதிருக்கிறார்களே. அவர்களுடைய எண்ணங்கள் வேகப்போக்கில் திரண்டிருக்கின்றன. எண்ணத்துக்கு மேல் எண்ணம் எண்ணற்றதாய். நீங்கள் விழித்திருந்தாலும், உறக்கத்திலிருந்தாலும் அந்த வரிசை தொடர்கிறது.

'நீங்கள் கனவென்று அழைப்பதெல்லாம்
உருவம் பெற்ற எண்ணங்கள்'

ஏனெனில் பிரக்ஞையற்ற மனம் மொழிகளின் அடிப்படைக் கூறுகளை அறிந்திருக்காது.

நீங்கள் எதை உணர்கிறீர்களோ அது சரியான பாதையில் செல்கிறீர்கள் என்பதைச் சுட்டிக் காட்டுவதாகும். தான் சரியான பாதையில்தான் செல்கிறோமா என்கிற கேள்வி ஆன்ம சாதகனுக்குள் எழும். அங்கே பாதுகாப்பில்லை, உத்தரவாதமில்லை. எல்லாப் பரிமாணங்களும் வெளிப்படையாகவே இருக்கின்றன.

தியானம்

சரியான ஒன்றை எப்படித் தேர்வு செய்வீர்கள்.

வழிகளும், அடிப்படைத் தத்துவங்களும் இருக்கின்றன. நீங்கள் எந்த வழியை, வழிமுறையை வேண்டுமானாலும் தேர்ந்து கொள்ளலாம். எது மகிழ்ச்சியைக் கொண்டு வருகிறதோ, அதிக அளவில் கூர்ந்து அறியும் திறனை (sensitivity)யும், விழிப்புத் தன்மையையும் கொடுக்கிறதோ அதுவே சரியான வழி. நீங்கள் மிகுந்த துயரமும், கோபமும், பேராசையும், காம வேட்கையும் கொண்டிருந்தால் தவறான வழியில் சென்று கொண்டிருக்கிறீர்கள் என்று கொள்ளலாம்.

சரியான பாதையில் உங்களுடைய பரமசுகமானது (bliss) நாள் தோறும் பெருகிக் கொண்டேயிருக்கும். உங்கள் இன்பானுபவங்கள் வண்ணமயமாகும். இதுவரை நீங்கள் அனுபவித்திராத நறுமணங்களைப் பெறுவீர்கள்.

இந்த உள்ளார்ந்த அனுபவங்கள் உங்களை எப்போதும் சரியான பாதையிலேயே வைத்திருக்கும்.

நீங்கள் மேலும் மேலும் மையத்தில் நிலை கொள்கிற போது, உங்கள் கவனம் கூடுகிறபோது எண்ண இடைவெளிகள் பெரிதாகும். நீங்கள் திரும்பிப் பார்க்காமல், அங்குமிங்கும் அலைந்து திரியாமல் சென்றால் அந்த நாள் வெகு தொலைவில் இல்லை. மணிக்கணக்கில் ஒரேயொரு எண்ணமும் தோன்றவில்லை என்பீர்கள். அந்த அளவுக்கு இடைவெளிகள் அதிகரித்திருக்கும். மனமற்ற நிலையின் பெரிய அனுபவங்களை நீங்கள் பெறுவீர்கள்.

மனமற்ற நிலை (No-mind) இருபத்து நான்கு மணி நேரமும் நீடிப்பதுதான் உச்சகட்ட சாதனையாயிருக்கும். அதற்காக உங்கள் மனதைப் பயன்படுத்தவே முடியாது போகும் என்று அர்த்தமல்ல. மனம் உங்களைப் பயன்படுத்த முடியாது என்றுதான் அர்த்தம். மனமற்ற தன்மை மனதின் அழிவைக் குறிக்காது. மனமற்றிருக்கும் போது மனதை ஒரு பக்கமாய் ஒதுக்கி வைத்துவிடுகிறீர்கள் அவ்வளவுதான்.

ஓஷோ

இவ்வுலகத்துடன் தொடர்பு கொள்ளும் அவசியம் ஏற்படும் போது எந்தக் கணத்திலும் நீங்கள் அதைச் செயல்பட வைக்க முடியும்.

மனம் உங்கள் எஜமானனாயிருக்கும் போது நீங்கள் சும்மா உட்கார்ந்திருந்தாலும் அது திரிந்தலையும். உங்களால் ஒன்றும் செய்ய முடியாது.

மனமற்றிருக்கும் நிலையில் மனம் சரியான இடத்தில் வைக்கப்பட்டிருக்கிறது என்று அர்த்தம். ஒரு வேலை யாளாய் இருக்கும்போது அதுவே சிறந்த கருவி. ஓர் எஜமானாகி விடுகிறபோது அதுவே பேரபாயம். உங்கள் ஒட்டுமொத்த வாழ்க்கையையும் அது நாசப்படுத்திவிடும்.

மற்றவர்களுடன் நீங்கள் தொடர்பு கொள்ள விரும்பும் போது மனம் ஓர் ஊடகம். நீங்கள் தனித்திருக்கும் போது மனம் அவசியப்படாது. ஆக, விரும்பிய போது அதைப் பயன்படுத்திக் கொள்ள முடியும். இன்னொன்றை நினைவில் கொள்ளுங்கள். மணிக்கணக்கில் உங்கள் மனம் அமைதியுற்றிருக்குமெனில் அது இளமையும், புத்துணர்வும் பெறும், ஆக்கபூர்வமானதாகி விடும்.

சராசரி மனிதர்களின் மனம் அவர்களுடைய மூன்று அல்லது நான்காம் வயதிலேயே செயல்படத் தொடங்கி விடுகிறது. எழுபது ஆண்டுகளுக்கும் தொடர்கிறது. அவர்கள் இயல்பில் ஆக்கத்திறன் கொண்டிருப்பதில்லை. கண்ட குப்பைகளைச் சுமந்து களைத்துப் போயிருப்பார்கள்.

உலகில் இலட்சோப லட்சம் மக்கள் கற்பனைத் திறனற்றவர்களாகவே இருக்கிறார்கள். கற்பனைத் திறன் ஒரு சுகானுபவம். ஆனால், அவர்களுடைய மனம் சோர் வடைந்து விடுகிறது. அவற்றில் சக்தி நிரம்பி வழியவில்லை.

மனமற்ற நிலையில் உள்ளவன் மனதை ஓய்வு நிலை யில், முழுமையான அறியும் திறனுடன், சக்தி நிரம்பியதாய்

வைத்துக் கொள்கிறான். உத்தரவிட்ட கணத்தில் அது செயலில் குதிக்கத் தயாராகிவிடும்.

> 'மனம் இயற்கை வழங்கிய ஊடகம்,
> உணர்வுகளை வெளிப் படுத்துவது,
> ஆக்கத்திறன் கொண்டது.'

தியானத்தன்மையில் முன்னேறியவன் மனமற்ற மனிதனாயிருப்பான். அவன் உரைநடையையும் கவிதையாக்குவான். எவ்வித முயற்சியும் இல்லாமலே அவனுடைய வார்த்தைகள் அதிகாரம் பெறும், அவை தர்க்கத்துக்குள்ளா வதில்லை. அவற்றுக்கு தர்க்க சாஸ்திரம் அல்லது திருமறை ஆதாரங்கள் தேவைப்படாது.

மனமற்ற மனிதனின் வார்த்தைகள் இயற்கையிலேயே உறுதிமிக்கவை. அதை நீங்கள் ஏற்கத் தயாராயிருந்தால், ஊன்றிக் கேட்டால் அது உங்கள் இதயத்தில் இடம் பெற்றுவிடும். விளக்கம் தேவையில்லாத உண்மை (Self-evident truth) அது.

தியானம் உங்களை மனமற்ற நிலைக்கு இட்டுச் செல்லும்.

> 'ஆறு ஓடுகிறது கடலைநோக்கி – ஒரு
> வரைபடமோ வழி காட்டியோ இல்லாமல்'

எல்லா ஆறுகளும் கடலைச் சென்றடைவது போலவே, ஒவ்வொரு தியானமும் கடைசியில் மனமற்றநிலையை அடையும். இதில் விதிவிலக்கெல்லாம் கிடையாது.

மலைகளிலும், பள்ளத்தாக்குகளிலும் சுற்றித் திரிந்த போது கடலைப் பற்றிய யோசனை இல்லை கங்கை நதிக்கு. கடல் என்று ஒன்று இருக்குமா என்பதுகூட அதற்குத் தெரிந்திருக்காது. ஆனாலும் அது கடலை நோக்கியே ஓடும். காரணம், பள்ளத்தை நோக்கி ஓடுவது நீரினியல்பு. கடல் தாழ்வான பிரதேசத்தில்தான் இருக்கும்.

ஆனால், தியான நடைமுறை இதற்கு எதிரிடையானது. அது சிகரங்களை நோக்கி மேலேறுவது. மனமற்ற நிலையே சிகர முடிவு. மனமற்றிருத்தல் என்பது ஒரு சாதாரண வார்த்தை தான். ஆனால் ஞானம், முக்தி, பந்தங்களிலிருந்து விடுதலை, அழிவற்ற தன்மை என்று பல பொருள்படும். பெரிய வார்த்தைகளைப் போட்டு நான் உங்களை பயமுறுத்த விரும்பவில்லை. அதனால்தான் 'மனமற்ற நிலை' என்கிற ஒற்றை வார்த்தையைப் பயன்படுத்தியது.

மனதை நீங்கள் அறிவீர்கள். அதன் செயலற்ற நிலையையும் உங்களால் கருத்தில் உருவாக்கிக் கொள்ள முடியும்.

இந்த மனம் செயலற்று விடுகிறபோது நீங்கள் பிரபஞ்ச மனதின் ஓர் அங்கமாக விடுகிறீர்கள். நீங்கள் பிரபஞ்ச மனதின் அங்கமானதும் உங்களுடைய தனிப்பட்ட மனம் ஓர் அடிமையைப் போல் வேலை செய்யும். பிரபஞ்ச மனதி லிருந்து தகவல்களைக் கொண்டு வரும். நான் உங்களுடன் பேசிக் கொண்டிருக்கும் போது உண்மையில் இப்பிரபஞ்சம் என்னைப் பயன்படுத்திக் கொள்கிறது. எனது வார்த்தை களெல்லாம் என்னுடையவை அல்ல. அவை பிரபஞ்சத்தின் உண்மை நிலைக்குரியவை. அவற்றின் வலிமையும் கவர்ச்சி யும் அதிலிருந்தே பெறப்பட்டவை.

சாட்சித்தன்மையே போதும்

(WITNESSING IS ENOUGH)

'செயலை நிறுத்துங்கள், கவனியுங்கள்' என்று நீங்கள் சொல்வதை நான் பலமுறை கேட்டிருக்கிறேன். மனம் ஒரு வேலையாளாய் இருக்க வேண்டும், எஜமானனா யிருக்கக் கூடாது என்றும் சொல்லியிருக்கிறீர்கள். கவனித்தலைத் தவிர வேறொன்றையும் செய்ய

வேண்டியிருக்காது என்பதையே அது உணர்த்துகிறது. கட்டுக்கடங்காத இந்த மனதைக் கவனிப்பதைத் தவிர வேறெதும் செய்ய வேண்டாமா என்ற கேள்வி எழுகிறது.

இந்த அடங்காத வேலைக்காரனை (மனம்)க் கவனித்தால் போதும். ரொம்பவும் சிக்கலான பிரச்சினைக்கு ரொம்பவும் எளிய ஒரு தீர்வாய் இது தெரியலாம். ஆனால் பிரபஞ்சப் புதிர்களில் இதுவும் ஒன்று.

கவனித்தல், சாட்சிபாவம், உணர்வுடன் இருத்தல் இவை சிறிய வார்த்தைகளாய் தெரியலாம். இலட்சோபலட்சம் ஆண்டுகளின் மரபும், கட்டுப்பாடும், முழு உண்மையும் தெரிந்து கொள்வதற்கு முன்பே கொள்ளும் தப்பெண்ணமும் (Prejudice) வெறும் கவனித்தலில் எப்படி மறையும்? ஆனால் அவை மறைகின்றன.

'விளக்குகள் எரியும் வீட்டை திருடர்கள் நெருங்கமாட்டார்கள்' என்று கௌதம புத்தர் சொல்வார். விளக்கெரிகிறது என்றால் வீட்டின் தலைவன் விழித்திருக்கிறான் என்றாகிறது.

விளக்கெரியாத வீட்டின் பக்கந்தான் திருடர்களின் கவனம் ஈர்க்கப்படுகிறது. இருட்டு அழைப்பு விடுக்கிறது. உங்கள் எண்ணங்கள், கற்பனைகள், கனவுகள், கவலைகள் இவற்றிலும் அதே நிலைதான்.

சாட்சி ஒரு விளக்கு மாதிரி சாட்சி அங்கிருக்கும்போது திருடர்கள் சிதறி விடுவார்கள். அங்கே சாட்சியில்லாவிடில் அவர்கள் தங்களுடைய கூட்டாளிகளை 'வாருங்கள்' என்று அழைப்பார்கள்.

நீங்கள் வெளிச்சத்தைக் கொண்டுவருகிற கணத்தில் இருட்டு மறைகிறது. இருட்டு மறைவதற்கு இந்த வெளிச்சம் போதுமா என்று நீங்கள் கேட்பதில்லை.

'வெளிச்சம் இருந்தால் இருட்டு இருக்காது.
இருட்டு இருந்தால் வெளிச்சம் இருக்காது'

சாட்சிபாவத்தின் முன்னிலையில் மனம் இருப்ப தில்லை. மனம் இருந்தால் சாட்சிபாவம் இருக்கிறதில்லை.

ஆக நீங்கள் கவனிக்கத் தொடங்கும் கணத்தில் — கவனிப்பவர் பலமடைய, மனம் பலவீனப்படுகிறது கவனிப்பவர் பக்குவம் பெற்றதாய் அது உணருங்கணத்தில் மனம் ஓர் அடிமையாய் சேவகம் பண்ண ஆரம்பித்து விடுகிறது. அது ஒரு எந்திர நுட்பம். எஜமான் வந்த விட்டால் எந்திரத்தைப் பயன்படுத்த முடியும். எஜமான் அங்கில்லை என்றாலோ அல்லது உறங்கி விட்டிருந்தாலோ அந்த எந்திரம் தன்னளவில் செய்யக் கூடியதை தானே செய்கிறது அங்கே உத்தரவிட யாரும் இருக்கமாட்டார்கள். 'இல்லை, நிறுத்து. அதைச் செய்ய வேண்டாம்' என்று யாரும் சொல்வதில்லை.

பல்லாயிரம் ஆண்டுகளாய் மனம் தன்னைத் தானே எஜமானனாய் பாவித்துக் கொள்கிறது.

எனவே தான் நீங்கள் சாட்சிபாவத்துக்கு முயற்சிக்கிற போது அது போரிடுகிறது. காரணம் மனதின் வாழ்க்கைப் பிரச்சினையா இருப்பதுதான். தான் ஓர் அடிமை என்பதையே அது மறந்துவிடுகிறது. நீங்கள் ரொம்ப காலம் கவனக் குறைவாயிருந்த காரணத்தால் அது உங்களை அடையாளம் கண்டுகொள்வதில்லை. இந்தக் காரணத்தால் தான் எண்ணங்களுக்கும் சாட்சிபாவத்துக்கும் இடையில் போராட்டம். இயற்கையும் பிரபஞ்சமும் நீங்கள் தான் எஜமானாயிருக்க வேண்டும் என்று விரும்புவதால் இறுதி வெற்றி உங்களுக்கே. பிறகு மனம் தவறான வழியில் போக முடிவதில்லை. எல்லாவற்றிலும் ஓர் இணக்கம் ஏற்பட்டு விடும்.

நீங்கள் எதையும் செய்யாமல் கவனித்திருந்தாலே போதும்.

பாடி என்பவன் ஒரு கிளியை ஏலத்தில் வாங்கினான். அவன் ஏலம் விடுகிறவனிடம், 'இந்தக் கிளியை நிறையப் பணம் கொடுத்து வாங்கியிருக்கிறேனே, இது பேசுமா?' என்று கேட்டான். 'கண்டிப்பாய், இது உங்களுக்கே விலை கோரினாலும் (Bedding) ஆச்சரியப் படுவதற்கில்லை' என்றான் ஏலக்காரன்.

மனதின் விழிப்புணர்வற்ற நிலையும், மனதின் முட்டாள் தனங்களும் அத்தகையவையே.

இரண்டு நாடோடிகள் கூடார விளக்கடியில் அமர்ந்து பேசிக் கொண்டிருந்தார்கள். அவர்களுள் ஒருவன் ரொம்பவும் சோர்வாயிருந்தான். அவன் சிந்தனையோடு சொன்னான்: "உனக்குத் தெரியுமா ஜிம், ஒரு நாடோடியின் வாழ்க்கை ஒன்றும் அத்தனை சிறப்பானதல்ல. இரவுகளை பூங்கா பெஞ்சுகளிலும், தான்ய, வைக்கோல் களஞ்சியங் களிலும் கழிக்கும்படி இருக்கும். நடந்தே பயணிப்பதால் போலீசாருக்கு போக்குக்காட்டி செல்ல வேண்டும். ஒரு நகரத்திலிருந்து இன்னொரு நகரத்துக்கு என்று உதைப் பந்தாய் ஓடிக் கொண்டிருக்க நேரிடும். அடுத்த வேளை சாப்பாடு எங்கே கிடைக்கும் என்று தெரியாது. சக மனிதனின் இகழ்ச்சியான சிரிப்பையும் சகித்துக் கொள்ள வேண்டும்" அவன் பெருமூச்சு விட்டான்.

'நல்லது' மற்றவன் பேசினான், 'உனக்கு அதுதான் வருத்தம்னா ஏன் நீயொரு வேலை தேடிக்கக் கூடாது?' முதல் நாடோடி திகைப்புடன் கேட்டான்,' என்னது, என்னை தோத்துட்டேன்னு ஒத்துக்கச் சொல்றியா?' என்று.

மனம் எஜமானனாய் இருந்து பழகியது. அது தன் நிலைக்குவர கொஞ்சம் அவகாசம் தேவைப்படும். சாட்சி பாவம் போதுமானது. அது அமைதியான நடைமுறையா

யிருக்கும், ஆனால் அதன் விளைவுகள் சிறப்பானவை. மனதின் இருளை விரட்டியடிப்பதில் சாட்சி பாவத்தைவிட சிறந்தது இருக்க முடியாது.

தியானத்தில் 112 முறைகள் உண்டு. நான் அவற்றைப் பழகியிருக்கிறேன் ஆனால் அறிவு சார்ந்த விதத்தில் அல்ல. ஒவ்வொரு முறையின் சாரத்தையும் அறிந்து கொள்ள எனக்கு ஆண்டுக் கணக்கிலும் ஆகியிருக்கிறது.

அத்தனை முறைகளையும் ஆராய்ந்த பிறகு அவற்றின் சாரம் சாட்சிபாவம் என்பதைக் கண்டு வியப்படைந்தேன். ஒவ்வொரு தியான முறையிலும் சாட்சிபாவமே மையமாய் அமைந்திருக்கிறது.

இது காரணம் பற்றியே நான் உலகம் முழுமைக்கும் உள்ள ஒரே தியானமுறை சாட்சிபாவம் என்று சொல்வது.

எதையும் செய்யக் கூடியது அது— உங்கள் இருப்புணர்வை அப்படியே மாற்றிவிடும்.

சத்யம், சிவம், சுந்தரம் (உண்மை, கடவுட் தன்மை, அழகு) என்கிற மூன்று கதவுகளையும் அது திறந்து வைக்கும்.

அனுபவப்பட ஓர் அழைப்பு

ஓஷோ
பிறக்கவுமில்லை
இறக்கவுமில்லை
இந்த பூமிக்கு விஜயம் செய்த காலம்
11.12.1931 முதல் 19.1.1990

ஓஷோ ஒரு ஞானமடைந்த சித்தர்

தேடுபவர்களுக்கும் நண்பர்களுக்குமான தனது முப்பது வருடப் பேச்சில், ஓஷோ அவர்களது கேள்விகளுக்குப் பதிலளிக்கிறார். உலகின் மிகச்சிறந்த ஞானவான்கள் மற்றும் புனித நூல்களின் உபதேசங்களை விவரித்திருக்கிறார். அவருடைய பேச்சுக்கள் தொடர்ந்து புதிய பார்வைகளை எல்லாவற்றிற்கும் அளித்து வருகிறது. தெரியாத உபநிஷத்துக்களிலிருந்து தெரிந்த குருட்ஜிப் சொற்கள் வரை, அஷ்டவக்ராவிலிருந்து ஜரதுஸ்ட்ரா வரை, ஹசீட்ஸ், சூபீஸ், பவுல்ஸ், யோகா, தந்த்ரா, தாவோ மற்றும் கௌதம புத்தர் ஆகிய எல்லாவற்றையும் தனது அனுபவத்திலிருந்து ஆணித்தரமாகப் பேசுகிறார். கடைசியாக ஸென்னின் தனித்தன்மை வாய்ந்த ஞான அறிவை நம்மிடம் பாய்ச்சுவதில் முழுக் கவனமெடுத்துக் கொண்டார். அதற்கு அவர் கூறுகிற காரணம் என்னவென்றால், மனிதனின் உள்வாழ்க்கையை நோக்கும் ஆன்மிக அணுகுமுறையில் ஸென் ஒன்று மட்டுமே காலத்தின் சோதனைகளையெல்லாம் கடந்து நிற்பது மட்டுமின்றி இன்றைய மனிதகுலத்திற்கும் ஏற்புடையதாகத்

திகழ்கிறது என்பதே. 'தியான்' என்ற சொல்லின் மருவிய வழக்கே ஜப்பான் மொழியின் 'ஸென்' என்பது. ஆங்கிலத்தில் இதை 'மெடிடேசன்' என்று மொழி பெயர்க்கலாம். ஆனால் முழுமையான மொழி பெயர்ப்பல்ல என்றே ஓஷோ கூறுகிறார். ஆகவே நீங்கள் தியானம் அல்லது ஸென் அல்லது வேறு எப்படி அழைத்தாலும் சரி – ஓஷோ சுட்டிக்காட்டுவது அதை அனுபவித்தலை.

ஓஷோ 1974இல் பூனேயில் தங்க ஆரம்பித்தார். அவருடைய பேச்சைக் கேட்கவும், அவருடைய இன்றைய மனிதனுக்கான தியானமடையும் வழிமுறைகளைப் பழகவும் சீடர்களும் நண்பர்களும் உலகெங்கிலும் இருந்து அவரைச் சூழ்ந்தனர்.

மேற்கத்திய குழு அணுகுமுறை, வகுப்புகள், பயிற்சிகள் போன்ற உள சிகிச்சைகளும் படிப்படியாக புகுத்தப்பட்டது. இது கிழக்கித்திய நாடுகளின் அணுகுமுறையையும் இணைக்கும் பாலமாக விளங்குகிறது. இப்போது 'ஓஷோ கம்யூன் இண்டர் நேஷனல்' உலகின் மிகப் பெரிய தியானம் மற்றும் ஆன்மிக வளர்ச்சிக் கேந்திரமாக உருவாகியுள்ளது. இது உள் உலகை அனுபவிக்கவும் ஆழ்ந்து செல்லவும் நூற்றுக்கணக்கான பல்வேறு முறைகளை வழங்குகிறது.

ஒவ்வொரு வருடமும் ஆயிரக்கணக்கில் சத்தியத்தை நாடுபவர்கள் உலகெங்கிலுமிருந்து ஓஷோவின் புத்த மண்டலத்திற்கு கொண்டாடவும் தியானம் செய்யவும் வருகிறார்கள். கம்யூனில் அடர்ந்த பசுமை நிறைந்த தோட்டங்களும் குளங்களும், அருவிகளும், பெருமித அன்னங்களும், அழகிய மயில்களும், அழகான கட்டடங்களும், பிரமிடுகளும் உள்ளன. இப்படிப்பட்ட அமைதியும் இசைவும் உள்ள சூழல் உள்அமைதியைப் பெற ஆனந்தமான வழியைக் காட்டுகிறது.

புத்த மண்டலத்தில் பங்குபெறவும்
மேற்கொண்டு விரிவான விவரங்களுக்கும்
தொடர்பு கொள்க:

ஓஷோ கம்யூன் இண்டர்நேஷனல்
17, கோரகன் பார்க், பூனே-411 001.
மஹாராஷ்ட்ரா, இந்தியா.
போன் : 020-6128562 பேக்ஸ்: 020-612181
ஈ-மெயில்: visitor@osho.net
வெப்-சைட் : www.osho.com

BOOKS BY OSHO

IN ENGLISH LANGUAGE EDITIONS

EARLY DISCOURSES AND WRITINGS

A Cup of Tea
Dimensions Beyond The Known
From Sex to Superconsciousness
The Great Challenge
Hidden Mysteries
I Am The Gate
Psychology of the Esoteric
Seeds of Wisdom

MEDITATION

And Now and Here (Vol 1 & 2)
In Search of the Miraculous (Vol 1 & 2)
Meditation: The Art of Ecstasy
Meditation: The First and Last Freedom
Vigyan Bhairav Tantra
(boxed 2 - volume set with 112 meditation cards)

BUDDHA AND BUDDHIST MASTERS

The Dhammapada: (Vol 1-12) The Way of the Buddha
The Diamond Sutra
The Discipline of Transcendence (Vol 1-4)
The Heart Sutra The Book of Wisdom
(combined edition of Vol 1 & 2)

BAUL MYSTICS

The Beloved (Vol 1 & 2)

KABIR

The Divine Melody
Ecstasy: The Forgotten Language
The Fish in the Sea is Not Thirsty
The Great Secret
The Guest
The Path of Love
The Revolution

JESUS AND CHRISTIAN MYSTICS

Come Follow to You (Vol 1-4)
I Say Unto You (Vol 1 & 2)
The Mustard Seed
Theologia Mystica

JEWISH MYSTICS

The Art of Dying
The True Sage

WESTERN MYSTICS

Guida Spirituale on the (Desiderata)
The Hidden Harmony
  The Fragments of Heraclitus

The Messiah (Vol 1 & 2)
  Commentaries on Khalil Gibran's
  The prophet
The New Alchemy: To Turn You On
  Commentaries on Mabel Collings' Light on the Path
Philosophia Perennis (Vol 1 & 2)
  The Golden Verses of Pythagoras
Zarathustra: A God That Can Dance
Zarathustra: The Laughing Prophet
  Commentaries on Nietzsche's Thus Spake Zarathustra

SUFISM

Just Like That
Journey to the Heart (same as Until You Die)
The Perfect Master (Vol 1 & 2)
The Secret
Sufis: The People of the Path (Vol 1 & 2)
Unio Mystica (Vol 1 & 2)
The Wisdom of the Sands (Vol 1 & 2)

TANTRA

Tantra: The Supreme Understanding
The Tantra Experience
The Royal Song of Saraha (same as Tantra Vision, Vol 1)
The Tantric Transformation
The Royal Song of Saraha (same as Tantra Vision, Vol 2)

THE UPANISHADS

Heartbeat of the Absolute (Ishavasya Upanishad)
I Am That Isa Upanishad
Philosophia Ultima (Mandukya Upanishad)
The Supreme Doctrine (Kenopanishad)
Finger Pointing to the Moon (Adhyatma Upanishad)
That Art Thou (Sarvasar Upanishad, Kaivalya Upanishad, Adhyatma Upanishad)
The Ultimate Alchemy (Atma Pooja Upanishad (Vol 1 & 2))
Vedanta: Seven Steps to Samadhi (Akshaya Upanishad)

TAO

The Empty Boat
The Secret of Secrets
Tao: The Golden Gate
Tao: The Pathless Path
Tao: The Three Treasures
When the Shoe Fits

YOGA

Yoga: The Alpha and the Omega (Vol 1-10)

ZEN AND ZEN MASTERS

Ah, This!
Ancient Music in the Pines
And the Flowers Showered
A Bird on the Wing (same as Roots and Wings)
Bodhidharma: The Greatest Zen Master

Communism and Zen Fire, Zen Wind

Dang Dang Doko Dang

The First Principle

God is Dead: Now Zen is the Only Living Truth

The Grass Grows By Itself

The Great Zen Master Ta Hui

Hsin Hsin Ming: The Book of Nothing Discouses on the Faith-Mind of Sosan I Celebrate Myself: God is No Where, Life is Now Here

Kyozan: A True Man of Zen

Nirvana: The Last Nightmare

No Mind: The Flowers of Eternity

No Water, No Moon

One Seed Makes the Whole Earth Green

Returning to the Source

The Search: Talks on the 10 Bulls of Zen

A Sudden Clash of Thunder

The Sun Rises in the Evening

Take it Easy (Vol 1) Poems of Ikkyu

Take it Easy (Vol 2) Poems of Ikkyu

This Very Body the Buddha Hakuin's Song of Meditation

Walking in Zen, Sitting in Zen

The White Lotus

Yakusan: Straight to the Point of Enlightenment

Zen: Manifesto: Freedom From Oneself

Zen: The Mystery and the Poetry of the Beyond

Zen: The Path of Paradox (Vol 1, 2 & 3)

Zen: The Special Transmission

ZEN BOXED SETS

The World of Zen (5 Volumes) Live Zen

This. This. A Thousand Times This

Zen: The Diamond Thunderbolt

Zen: The Quantum Leap from Mind to No-Mind

Zen: The Solitary Bird, Cuckoo of the Forest

Zen: All the Colors Of The Rainbow (5 Vol.)

The Buddha: The Emptiness of the Heart

The Language of Existence

The Miracle

The Original Man

Turning In

Osho: On the Ancient Masters of Zen (7 Vol)

Dogen: The Zen Master

Hyakujo: The Everest of Zen - With Basho's haikus

Isan: No Footprints in the Blue Sky

Joshu: The Lion's Roar

Ma Tzu: The Empty Mirror

Nansen: The Point Of Departure

Rinzai: Master of the Irrational

*Each volume is also available individually.

RESPONSES TO QUESTIONS

Be Still and Know

Come, Come, Yet Again Come

The Goose is Out

The Great Pilgrimage: From Here to Here

The Invitation

My Way; The Way of the White Clouds:

Nowhere to Go But In

The Razo's Edge

Walk Without Feet, Fly Without Wings and Think Without Mind

The Wild Geese and the Water

Zen: Zest, Zip, Zap and Zing

TALKS IN AMERICA

From Bondage To Freedom

From Darkness to Light

From Death To Deathlessness

From the False to the Truth

From Unconsciousness to Consciousness

The Rajneesh Bible (Vol 2-4)

The Rajneesh Upanishad

THE WORLD TOUR

Beyond Enlightenment (Talks in Bombay)

Beyond Psychology (Talks in Uruguay)

Light on the Path (Talks in the Himalayas)

The Path of the Mystic (Talks in Uruguay)

Sermons in Stones (Talks in Bombay)

Socrates Poisoned Again After 25 Centuries (Talks in Greece)

The Sword and the Lotus (Talks in the Himalayas)

The Transmission of the lamp (Talks in Uruguay)

OSHO'S VISION FOR THE WORLD

The Golden Future

The Hidden Splendor

The New Dawn

The Rebel

The Rebellious Spirit

THE MANTRA SERIES

Hari Om Tat Sat

Om Mani Padme Hum

Om Shantih Shantih Shantih

Sat-Chit-Anand

Satyam-Shivam-Sundram

PERSONAL GLIMPSES

Books I Have Loved

Glimpses of a Golden Childhood

Notes of a Madman

INTERVIEWS WITH THE WORLD PRESS

The Last Testament (Vol 1)

INTIMATE TALKS BETWEEN MASTER AND DISCIPLE-DARSHAN DIARIES

A Rose is a Rose is a Rose

Be Realistic: Plan for a Miracle

Believing the Impossible Before Breakfast

Beloved of My Heart

Blessed are the Ignorant

Dance Your Way to God

Don't Just Do Something, Sit There

Far Beyond the Stars

For Madmen Only

The Further Shore

Get Out of Your Own Way

God's Got A Thing about You God is Not for Sale

The Great Nothing

Hallelujah!

Let Go!

The 99 Names of Nothingness

No Book, No Buddha, No Teaching, No Disciple

Nothing to Lose but Your Head

Only Losers Can Win in This Game

Open Door

Open Secret

The Shadow of the Whip

The Sound of One Hand Clapping

The Sun Behind the Sun Behind the Sun

The Tongue-Tip Taste of Tao

This Is it

Turn On, Tune In and Drop the Lot

What Is, Is, What Ain't, Ain't

Won't You Join The Dance?

COMPILATIONS

Bhagwan Shree Rajneesh: On Basic Human Rights

Jesus Crucified Again, This Time in Ronald Reagan's America

Priests and Politicians: The Mafia of the Soul

GIFT BOOKS OF OSHO QUOTATIONS

A Must for Contemplation Before Sleep

A Must for Morning Contemplation

Gold Nuggets

More Gold Nuggets

Words From a Man of No words

At the Feet of the Master

PHOTOBOOKS

Shree Rajneesh: A Man of Many Climates, Seasons and Rainbows through the eye of the camera

Impressions... Osho Commune International Photobook

BOOKS ABOUT OSHO

Bhagwan: The Buddha for the Future
by Juliet Forman, S.R.N. S.C.M.,R.M.N.

Bhagwan Shree Rajneesh: The Most Dangerous Man Since Jesus Chrish
by Sue Appleton, LL.B., M.A.B.A.

Bhagwan: The Most Godless Yet the Most Godly Man
by Dr. George Meredith, M.D. M.B.B.S.M.R.C.P.

Bhagwan: One Man Against the Whole Ugly Past of Humanity
by Juliet Forman S.R.N. S.C.M.,R.M.N.

Bhagwan: Twelve Days That Shook the World
by Juliet Forman S.R.N. S.C.M.,R.M.N.

Was Bhagwan Shree Rajnessh Poisoned by Ronald Reagan's America? by Sue Appleton. LL.B., M.A.B.A.

Diamond Days With Osho
by Ma Prem Shunyo

GIFTS

Zobra the Buddha Cookbook

For any information about Osho Books & Audio / Video Tape please contact:

OSHO Media International

17 KOREGAON PARK, PUNE-411 001, MS INDIA
Phone: +91-20-66019999 Fax: +91-20-66019990
E-mail: distribution@osho.net Website: http://www.osho.com

OSHO BOOKS
[UPDATED BOOK LIST]

THE SCIENCE OF THE INNER
From Sex to Superconsciousness (a new edition!)
Hidden Mysteries
The Inner Journey
In Search of the Miraculous (Vol. 2)

GUIDES TO MEDITATION
Meditation: The Art of Ecstasy
Meditation: The First and Last Freedom
The Path Of Meditation
The Perfect Way

PUBLISHED LETTERS
A Cup of Tea
Seeds of Wisdom

AUTOBIOGRAPHIC
Books I Have Loved
Glimpses of a Golden Childhood
My Way: The Way of the White Clouds
Notes of a Madman
Autobiography of a Spiritually Incorrect Mystic

ONE-TO-ONE TALKS WITH OSHO
Blessed Are the Ignorant
Hammer on the Rock
Nothing to Lose but Your Head
The Shadow of the Whip

RESPONSES TO SEEKER'S QUESTIONS
Come, Come, Yet Again Come
The Goose is Out
The Great Pilgrimage: From Here to Here
The Invitation
The Razor's Edge

TRANSFORMATION SERIES
From Bondage to Freedom
From Darkness to Light
From Death to Deathlessness
From the False to the Truth
From Unconsciousness to Consciousness

OSHO WORLDWIDE MYSTERY SCHOOL
Light on the Path Talks in the Himalayas
The Osho Upanishad
Socrates Poisoned Again After 25 Centuries
Talks in Greece
The Sword and the Lotus Talks in the Himalayas

OSHO VISION FOR THE WORLD
The Golden Future
The Hidden Splendor
The New Dawn
The Rebellious Spirit

Mantra Series
Hari Om Tat Sat
Om Mani Padme Hum
Om Shantih Shantih Shantih
Sat-Chit-Anand
Satyam, Shivam, Sundaram

BUDDHA AND BUDDHIST MASTERS
The Book of Wisdom
The Dhammapada (Set of Vols 1-12)
The Way of the Buddha
The Diamond Sutra
The Heart Sutra

TANTRA MASTERS
Tantra: The Supreme Understanding
The Book of Secrets Vigyan Bhairav Tantra

TAO MASTERS
Absolute Tao
Living Tao
The Empty Boat
When the Shoe Fits
The Secret of Secrets (Vols. 1 & 2 in one volume)

ZEN STORIES
A Bird on the Wing (originally Roots and Wings)
Ancient Music in the Pines
And the Flowers Showered
No Water, No Moon
Returning to the Source
The Search Talks on the 10 Bulls of Zen

ZEN MASTERS
The Book of Nothing: Hsin Hsin Ming (Sosan)
Dogen: The Zen Master
Hyakujo: The Everest of Zen - with Basho's haikus
Isan: No Footprints in the Blue Sky
Joshu: The Lion's Roar
Kyozan: A True Man of Zen
Ma Tzu: The Empty Mirror
Nansen: The Point of Departure
Rinzai: Master of the Irrational
Yakusan: Straight to the Point of Enlightenment

ZEN EXPERIENCE
Christianity & Zen
Communism and Zen Fire, Zen Wind
God is Dead: Now Zen is the Only Living Truth
I Celebrate Myself: God is No Where Life is Now Here
One Seed Makes the Whole Earth Green
The Buddha: The Emptiness of the Heart
The Language of Existence
The Miracle
The Original Man
Turning In
Yaa-Hoo! The Mystic Rose

Zen: The Diamond Thunderbolt
Zen: The Mystery and the Poetry of the Beyond
Zen: The Solitary Bird, Cuckoo of the Forest
The Zen Manifesto: Freedom From Oneself

THE UPANISHADS

Behind a Thousand Names Nirvana Upanishad
Finger Pointing to the Moon Adhyatma Upanishad
Flight of the Alone to the Alone Kaivalya Upanishad
Heartbeat of the Absolute Ishavasya Upanishad
The Message Beyond Words Kathopanishad
A Dialogue with the Lord of Death
The Supreme Doctrine Kenopanishad
That Art Thou Sarvasar Upanishad, Kaivalya Upanishad, Adhyatma Upanishad
The Ultimate Alchemy Atmapooja Upanishad (Vol. I)
Vedanta: Seven Steps to Samadhi Akshya Upanishad
The Way Beyond Any Way Sarvasar Upanishad

INDIAN MYSTICS

Enlightenment: The Only Revolution
   Discourses on the great mystic Ashtavakra

Showering Without Clouds
   Reflections on the poetry of an enlightened woman mystic, Sahajo

The Last Morning Star
   Talks on the Enlightened Woman Mystic, Daya

PATANJALI

The Path of Yoga
   (Originally Yoga: The Alpha and the Omega, Vol. 1)

Yoga: the Science of the Soul
   (Originally Yoga: The Alpha and the Omega, Vol. 2)

KABIR

The Great Secret
The Path of Love
The Revolution

BAUL MYSTICS

The Beloved (Vol. 1)
The Beloved (Vol. 2)

SUFI MYSTICS

Just Like That
Sufis: The People of the Path (Vol. 1)
Unio Mystica Vol. 1
Unio Mystica Vol. 2

JEWISH MYSTICS

The Art of Dying
The True Sage

JESUS AND CHRISTIAN MYSTICS

Come Follow to You (Vol. 1)
Come Follow to You (Vol. 2)
Western Mystics
Guida Spirituale On the Desiderata
The Hidden Harmony The Fragments of Heraclitus.
The Messiah (Vol. 2) pb.
Commentaries on Khalil Gibran's The Prophet
The Voice of Silence
Zarathustra: A God That Can Dance
Zarathustra: The Laughing Prophet
Commentaries on Nietzsche's Thus Spake Zarathustra

GIFT BOOKS OF OSHO QUOTATIONS

India My Love

COMPILATIONS

At the Feet of the Master
Jesus Crucified Again, This Time in Ronald Reagan's America

PHOTO BOOK

Shree Rajneesh: A Man of Many Climates, Seasons and Rainbows through the eye of the camera

BOOKS ABOUT OSHO

Bhagwan: The Buddha for the Future *by* Juliet Forman

Bhagwan Shree Rajneesh: The Most Dangerous Man Since Jesus Christ

by Sue Appleton

Bhagwan: The Most Godless Yet the Most Godly Man
by Dr. George Meredith

Bhagwan: One Man Against the Whole Ugly Past of Humanity
by Juliet Forman

Bhagwan: Twelve Days That Shook the World
by Juliet Forman

Diamond Days with Osho
by Ma Prem Shunyo

Was Bhagwan Shree Rajneesh Poisoned by Ronald Reagan's America?
by Sue Appleton

Tarot Cards
Osho Transformation Tarot